MAI KHẮC ỨNG

HUẾ
một thuở
KINH ĐÔ

Nhân Ảnh
2016

HUẾ
một thuở
KINH ĐÔ

Thực Hiện: **Mai Khắc Ứng**
Trình Bày Bìa: **Tạ Quốc Quang**
Tranh Bìa Của Họa Sĩ **Dương Phước Luyến**:
"Cội Tùng Thế Tổ Miếu"
Trình Bày: **Lê Hân**
Copyright @ by **Mai Khắc Ứng**
ISBN: **978-1-927781-21-0**
Nhân Ảnh
Xuất Bản
2016

Kính dâng song thân
Mai Đĩnh, Nguyễn Thị Diến

Lời Thưa

Tôi ra khỏi bụng mẹ tôi giữa giờ tý ngày mồng 1 tháng Chạp năm Giáp Tuất. Mẹ tôi thường phàn nàn được một tháng chịu trọn tuổi. Truân chuyên là điều khó tránh.

Là nhân viên ngành bảo tồn di sản văn hóa, năm 1995 được nghỉ hưu, tôi nhờ một vị túc Nho xứ Huế chấm cho lá số tử vi.

Giáp Ngọ – 2014, sang tuổi 82 là chấm hết.

Vị chi tôi còn được 19 năm "Đứng giữa trần gian rõ mặt già" (Thơ Mai Khắc Nhượng, ông Nội tôi)!

Năm Quý Tỵ – 2013 tìm đất đào huyệt lo cho mình một chỗ nằm vĩnh hằng rồi vợ chồng tôi dắt nhau sang Montreal (Quebec, Canada), thăm con cháu lần cuối để về mà "đi".

Chưa về thì bệnh già vô cớ túa ra. Một năm ba bệnh nan y cùng dở chứng. Sỏi mật phải mổ. Tiền liệt tuyến thoái hóa cần khai thông. U bướu ruột chặn đường tiêu hóa, không thể không cắt bỏ.

Nếu ở nhà năm Giáp Ngọ đúng số, tôi dễ "chuyển sang từ trần" (Từ dùng của nhà thơ Bút Tre).

Nhưng tại xứ nhân loại Tây Bán cầu này "Lương y như từ mẫu", nên "Nhân định thắng thiên" là chuyện thường ngày ở Bệnh viện General Juif (Jewish General Hospital).

Vui với sự hồi sinh, tôi tận dụng thời gian hân hoan nhất giữa ba lần mổ và hóa trị trong cùng năm tử vi cho là "tận số" gõ được "Huế, Một Thuở Kinh Đô" để tri ân mảnh đất đã nâng tôi đứng lên và mở đường cho tôi đi xa.

Non yếu xin được bỏ qua. Sai sót xin được góp ý. Đồng tình xin được sẻ chia.

Chân thành cảm ơn ông Tôn Thất Dziên, người đã giúp tôi hoàn tất bản thảo, đa tạ tiến sĩ Đinh Trọng Hiếu đã cho phép chúng tôi sử dụng một số tư liệu hội họa về Huế cuối thế kỷ XIX – đầu thế kỷ XX.

Trân trọng.

Mai Khắc Ứng

Người Được Vua Ban Lộc *
(*Thay Lời Tựa*)

Lăng Minh Mạng
(ảnh: Mai Linh)

Ông sinh năm Giáp Tuất (05.01.1935) ở xã Tân Lộc, huyện Can Lộc, tỉnh Hà Tĩnh, nhưng ở Huế, người ta gọi ông là "Nhà Minh Mạng học". Ông thường xuyên lui tới Lăng Minh Mạng. Mỗi lần người Nhật Bản sang giúp Huế trùng tu di tích lăng, ông đều được mời làm cố vấn. Dường như sự nghiệp nghiên cứu lịch sử văn hoá Huế của ông gắn liền với Minh Mạng, vị vua sáng giá nhất trong 13 vua triều Nguyễn, với hai cuốn sách xôn xao giới sử học cách đây hơn 10 năm: *Lăng của Hoàng đế Minh Mạng* (1993) và *Chính sách khuyến nông dưới thời Minh Mạng* (1996). Có lẽ nhờ thế mà hương hồn vua Minh Mạng đã "ban" cho ông nhiều "lộc" trong công việc và đời sống. Đó là nhà sử học, nhà nghiên cứu văn hoá Huế Mai Khắc Ứng.

Ông sống giản dị, vui tính, luôn niềm nở với mọi người. Có lần mời tôi đến nhà uống rượu, ông làm thơ gửi qua bưu điện hướng dẫn đường đi từ cầu Bạch Hổ lên chùa Thiên Mụ:" *Mời lên tịnh xá mà chơi / Có con mái ghẹ ham "thời" nhà thơ / Một thằng" chống gậy" lơ mơ/ Cùng bầy tướng tá "Hu đơ"(bia Hu-da) lỡ thì / Vượt cầu Bạch Hổ mà đi / Qua Kim Long miết đến khi đụng Chùa / Hỏi thằng râu trắng nơi mô / Thêm ba chục bước là vô thấu nhà...*"

Từ sau 1954 cho đến đầu những năm 90 của thế kỷ trước, ở miền Bắc, cũng như cả nước sau này, thầy giáo lịch sử nào cũng dạy học trò Triều Nguyễn là "bán nước", "cõng rắn cắn gà nhà", phải tỏ lòng căm thù đối với "bọn" vua chúa Nguyễn; mà quên mất rằng chính tên Nước *Việt Nam* thân yêu mà ta đang gọi hôm nay và một nửa non sông hình chữ S đều do công lao của Vua Chúa Nguyễn mà có ! Những năm tháng ấy, nhà sử học Mai Khắc Ứng đã lặng lẽ đi tìm lại lịch sử để đánh giá một cách khách quan công lao Triều Nguyễn quả là dũng cảm và đầy trách nhiệm trước lịch sử. Ông khẳng định: "*Các vương triều đi qua, nhưng văn hoá còn lại. Qua tất cả biển dâu lịch sử, Minh Mạng vẫn còn lại với chúng ta ngày nay như một nhà văn hoá lớn*". Mai Khắc Ứng đã nhận ra tầm cao kiến văn của vua Minh Mạng, kiến trúc sư có tư duy văn hoá hùng mạnh, đã tạo dựng nên Trung tâm Huế, chính là Di sản Văn hoá thế giới ngày nay. Dường như lịch sử đã chọn Mai Khắc Ứng để bày tỏ. Đọc hai cuốn nghiên cứu vua Minh Mạng của Mai Khắc Ứng, có nhà văn thốt lên: "*Mai Khắc Ứng đã đặt bàn tay đúng chỗ: Đánh giá lại vị trí lịch sử của nhà Nguyễn. Đây là một công bằng lịch sử không thể không làm, là trả lại cho Xê-da những gì là của Xê-da*". Đã hơn 20 năm sau khi các tập nghiên cứu về vua Minh Mạng của Mai Khắc Ứng ra đời, giới sử học và người đọc ngày càng hiểu chính kiến và tấm lòng của ông, càng quý ông. Mai Khắc Ứng cũng đã cho xuất bản nhiều tập khảo cứu quan trọng về triều Nguyễn như "*Mỹ thuật thời Nguyễn trên đất Huế (1992)*", "*Tư liệu về Nguyễn Công Trứ (2001)*", "*Khiêm Lăng và Vua Tự*

Đức(2004)", "Thăm chùa Thiên Mụ (2004)", "Đôi điều về Tồn Chất Nguyễn Công Trứ (2004)"...

Vua Nguyễn "quý " ông đến mức, một lần có đoàn làm phim Hà Nội vào Điện Thái Hoà để quay chiếc ngai vàng vua ngồi thiết triều trong Điện. Họ mặc quần soọc, áo may ô, nói cười ồn ào. Trong nhà điện vẫn sáng, nhưng họ cắm đèn để quay đến chục lần đều bị nổ bóng, không sáng. Họ ngạc nhiên hỏi chuyên gia Mai Khắc Ứng, ông hiểu ra sự thiêng liêng của "chốn ngai vàng", liền bảo họ ra phố mua hương hoa về khấn vái. Khấn xong cắm vào đèn bật sáng liền ! Từ đó đoàn làm phim mỗi lần vô chốn linh thiêng như chùa chiền, lăng tẩm Huế đều phải áo quần tử tế với thái độ cung kính lễ phép hơn!

Mai Khắc Ứng là người đã phát hiện ra cách giải mã những ô thơ khắc ở Hiếu Lăng (Lăng Minh Mạng). Vua Minh Mạng rất giỏi thơ, sành thơ và say thơ. Tại viện Hán Nôm hiện còn lưu giữ 36 tập thơ văn Minh Mạng, khoảng 12.000 trang A4 với hàng chục ngàn bài thơ viết bằng chữ Hán. Thời Minh Mạng là thời sinh ra thế hệ thơ "thất thịnh Đường" với nhiều tên tuổi lừng danh như Cao Bá Quát, Nguyễn Văn Siêu, Nguyễn Công Trứ, Tùng Thiện Vương, Tuy Lý Vương.v.v..Vua Minh Mạng làm thơ về giang sơn gấm vóc, về ruộng đồng, về nghề nông... Thơ Minh Mạng được khắc vẽ ở điện Thái Hòa, lầu Ngọ Môn, đặc biệt là ở Hiếu Lăng. Có thể nói Lăng Minh Mạng là một bảo tàng thơ, bảo tàng tâm hồn của nhà vua! Thơ được khắc thành từng ô chữ trong từng dải liên ba, cổ diềm trên bốn công trình kiến trúc chính của Lăng là Bi Đình, Hiển Đức Môn, Sùng Ân Điện, Minh Lâu! Số thơ ở Hiếu Lăng lên đến trên 120 bài tứ tuyệt được khắc từng câu thành 500 ô chữ tách biệt.

Hàng trăm năm nay, các nhà nghiên cứu đã rất băn khoăn mỗi khi đọc những câu thơ chữ Hán riêng biệt khắc lẻ trong từng ô xen giữa các bản phù điêu theo lối "nhất thi nhất họa" không có tính liên kết nên, không hiểu ý nói gì. Mai Khắc Ứng qua thời gian dài nghiên cứu, đầu thập niên 90 của thế kỷ XX, đã tìm ra được mối liên hệ và cách xếp các ô chữ đó thành những bài thơ tứ tuyệt theo đúng luật lệ của cấu trúc và ngôn ngữ thơ Đường. Việc tìm ra quy luật giải mã thơ Minh Mạng khắc ở Hiếu Lăng thật tình cờ. Ông kể: "Một hôm tôi bắt gặp ở lầu Minh Lâu bốn câu thơ nằm rải rác ở 4 ô chữ. Đối chiếu với bài thơ tôi chụp ở Viện Hán Nôm thì 4 câu thơ này chính là bài thơ tứ tuyệt của vua Minh Mạng khắc ở nóc lầu Ngũ Phụng (Ngọ Môn)". Thế là chìa khóa giải mã được tìm ra ! Tuy nhiên hiện có rất nhiều câu thơ trên các ô pháp lam trang trí ở cổ diềm Nhà Bia, ông bảo chưa ghép được. Có thể do rơi vỡ, thất truyền hoặc qua các thời kỳ trùng tu vô ý đặt sai chỗ!

Điều đáng trân trọng là Vua Minh Mạng đã khắc thơ về nghề nông lên nơi yên nghỉ ngàn đời của mình!. Ở Điện Sùng Ân có bài thơ tả xóm thôn giàu có sung túc: *Vụ thu thóc đã đầy kho - Ngoài đồng mùa hạ lúa ngô bời bời - Không lo lính thú nên vui - Say sưa đập đất hát bài nhà nông.* Hoặc bài thơ viết về thôn quê trù phú thanh bình như một ước vọng ngàn đời: *Màu mỡ đất thêm mùa / Thuế nhường, dân khá giả / Làng xóm ít mưu ma / Ruộng đồng dân hể hả*

Nhà sử học Mai Khắc Ứng năm nay đã 79 tuổi. Ông đẹp lão. Tóc râu trắng dài như cước. Đôi mắt ông sáng thông minh lanh lợi và nụ cười luôn nở trên môi. Ngồi nâng rượu với ông trong căn nhà cấp 4 lợp ngói mới tậu ở cạnh chùa Thiên Mụ, tôi hỏi: "Nghe nói bác có căn nhà rường của quan lớn xưa trong Thành Nội cao rộng lắm, sao lên ở đây ?". Ông bảo: "Nhà ấy cho chuyên gia nước ngoài thuê, để có tiền cho các cháu đi du học mấy năm nay. Vợ chồng tôi vừa mua căn nhà này để dưỡng già. "Lộc" vua cả đấy ! Hai cháu học ra trường, có công việc làm và định cư ở Canada bảo bố mẹ sang Tây ở, nhưng tôi không chịu. Sang đó thì sướng đấy, nhưng lấy đâu ra vua Việt, sử Việt để mà đọc, mà ngẫm nghĩ, mà tu thân ? Nói thật là nhờ về làm con dân Huế, nhờ vua Minh Mạng, tôi mới được đổi đời". Rồi ông kể cho tôi nghe cuộc đời quá lận đận và nghèo khổ của ông.

Năm 1954, học chưa xong cấp hai, chàng trai Mai Khắc Ứng đã nhập ngũ. Đơn vị hành quân lên Điện Biên, khí thế lắm. Nhưng vừa tới Mường Thanh thì Pháp đầu hàng. Về Hà Nội, được chuyển ngành về Bộ Thuỷ Lợi, làm việc được mấy ngày thì họ không cho làm nữa vì "con địa chủ". Mới hay ở làng bố ông, ông Mai Đinh bị quy địa chủ trong CCRĐ. Thế là lang bạt đi làm công nhân đắp đê quai cả năm trời. May nhờ sửa sai cải cách lại được làm cán bộ thuỷ lợi mấy năm. Mãi đến 1960, ông mới đi học cấp 3 rồi vào học Khoa sử, Trường Đai học Tổng hợp Hà Nội. Ra trường vào làm việc tại Bảo tàng Cách mạng Việt Nam. Tết Bính Thân (1976) theo nhà văn Sơn Tùng đến thăm bà Hoàng Thị Thế (con gái cụ Hoàng Hoa Thám - khởi nghĩa Yên Thế). Bà Thế xem tướng người phán: "Ra khỏi Hà Nội, vào Huế ngay. Vào Huế mới có nhà cửa khang trang!". Lời phán như một định mệnh. Năm 1980, ông được ngành văn hóa tỉnh Bình Trị Thiên (cũ) mời về công tác. Nghĩa là lời bà Thế đã thành sự thật, ông nhận lời ngay. Căn nhà 10 m² ở 9-Lê Văn Hưu, Hà Nội vì thương bạn, cho bạn mượn để chăm vợ đẻ không đòi lại được, coi như bỏ luôn. Thế là ra đi với hai bàn tay trắng. Vô Huế người ta có ý kết nạp ông vào đảng để ông đảm nhận chức giám đốc Bảo tàng nhưng ông đã từ chối và chỉ xin làm chân nghiệp vụ. Vì thế ông chỉ được phân chỗ ở là ba phần tư gian nhà bếp, chung với nhà tắm công cộng. Đó là những năm ăn bo bo, cuốc đất trồng rau, nuôi lợn và nuôi con vô cùng cơ cực. Nhưng đó cũng là những năm ông say mê lịch sử triều Nguyễn, say mê vua Minh Mạng. Một lần Công chúa Nguyễn Phước Lương Linh (gọi là mệ Sen, con vua Thành Thái) nghe nói có ông Ứng đang viết sử về Triều Nguyễn, công chúa đến thăm. Công chúa đọc bản thảo, rồi xúc động thấy gia đình Mai Khắc Ứng ở chỗ tồi tàn quá, liền gọi đến cho một căn nhà phụ còn bỏ trống. Đó là ngôi nhà phụ trong khuôn viên 97 -

Mai Thức Loan Huế. Lần đầu tiên trong đời Mai Khắc Ứng được ở một ngôi nhà tươm tất 2 tầng, có bếp và tiện nghi sinh hoạt khép kín hoàn hảo. Nghe chuyện, có người bảo "lộc vua đấy !". Sau khi hai cuốn sách về vua Minh Mạng ra đời, Mai Khắc Ứng còn được vua ban cho nhiều "lộc" nữa, như việc hai đứa con bỗng dưng được bạn bè tạo điều kiện cho đi du học, vợ chồng thường xuyên được ngao du Âu, Mỹ...

Mai Khắc Ứng còn mua được một khu đất đồi bên bờ Sông Hương tại làng Ngọc Hồ xã Hương Hồ, cách Huế 10 cây số về phía thượng nguồn để đầu tư xây dựng *Làng Văn hoá về nguồn*. Ông sưu tầm nhiều hiện vật văn hoá dân gian các dân tộc Đông Trường Sơn đưa về đây trưng bày như cồng chiêng, gùi, nỏ, tượng mồ, chế rượu. v.v... Ông xây dựng ở đây thành một làng Cơ-Tu nguyên mẫu: có nhà Gươl, có tượng mồ, cối chày giã gạo, nấu cơm lam, có các điệu múa Cơ Tu thân thuộc. Ở đây năm 2004, Mai Khắc Ứng đã tổ chức một Trại sáng tác điêu khắc dân gian tập hợp gần 20 nhà điêu khắc của các dân tộc Tà ôi, Cơ Tu, Vân Kiều về sáng tác (dự kiến lúc đầu là 50 nghệ nhân dân gian gồm cả người Êđê, Gia rai, Bana, Seđăng... nhưng kinh phí tài trợ bị giành nên rút gọn). Các nghệ nhân này đã tạo nên một không gian tượng dân gian xúc động. Ông định xây dựng một địa chỉ du lịch cho du khách thêm yêu Huế. Nhưng do quá nhiều ngáng trở, nhiêu khê, giấy phép hoạt động thì xin hoài vẫn không được cấp. Làng *Văn hoá Về Nguồn* chỉ tồn tại được vài năm, buộc ông phải nhượng cho một người giàu lại được chính quyền tỉnh, huyện cấp thêm 30ha chung quanh. *Làng Văn hoá Về Nguồn* bị Chủ tịch huyện nhiệm kỳ sau thu hồi giấy Chứng Nhận Quyền Sở Hữu Đất của Chủ tịch huyện nhiệm kỳ trước để giao đất cho chủ mới. Mấy năm sau có tin đồn ông bán toàn bộ cơ ngơi trên 3 tỷ đồng. Tôi hỏi, ông chỉ cười rồi nói: trong 10 điều tâm niệm của đạo Phật, điều thứ 10 là *Oan ức không cần thanh minh. Thanh minh là hèn.* Ông bàn giao *làng Văn hóa Về Nguồn* với sự thoả thuận tiếp tục cộng tác duy trì hoạt động theo ý tưởng mà Trung Tâm Nghiên Cứu Văn Hoá

Dân Gian Huế của ông đã vạch ra. Bản thoả thuận có dấu đỏ và chữ ký hai bên. Đất đai là bất động sản của ông được bên tiếp nhận bù đắp một phần. Động sản là của Quỹ Ford tài trợ được xác định là phúc lợi xã hội nên góp vào tài sản chung. Biển đồng ghi rõ điều này vẫn còn trước sân nhà Gươl. Thật tiếc, bên tiếp nhận chỉ nói cho đẹp lòng nhau mà dụng ý là cốt phá ý tưởng khôi phục di sản văn hóa dân tộc. Bởi vậy cho dù *Làng Văn hóa Về Nguồn* rất nhân văn, đậm chất sử thi sẽ là một địa chỉ du lịch hấp dẫn, đã bị xóa sạch. Nay đã điều tàn trở thành chân dung thời đại.

Bây giờ thì ông ngao du với bạn bè và chén rượu, cười vuốt râu rồi ngâm thơ vua Minh Mạng:... *Trung thần và chí sĩ / Vừa ý cùng cao ngâm.* Nhưng với ông, việc khẳng định vị trí lịch sử của Triều Nguyễn và vua Minh Mạng mãi mãi là tấm gương sáng cho những người viết sử đất nước này... Những cuộc đi nước ngoài, dù được gần con cái, mở rộng tầm nhìn ra thiên hạ, nhưng dường như không hợp với tâm trạng của ông. Nên ông dành nhiều thời gian để nghĩ về "sự đời" mà mình từng trải. *Sênh nhà làm cuộc lênh đênh / Tha phương trôi giữa bồng bềnh tháng năm.* Những nghĩ ngợi đó của ông dồn vào một tập thơ dày mà ông gọi là "ký sự vần" được đặt tên là **Dọc thời tôi** gồm những phần thơ tập trung vào những chủ đề nhất định như *Đèo Ngang,* "Thằng nhỏ"...Đó là những suy tư mang tính trào lộng, vui đùa với thế sự: *Đèo ngang vừa trắng lại vừa đen/ Mạch nước trong luôn chảy giữa lèn / Một thảm rêu nhàu sau cuộc vật / Đôi bờ cỏ rối dấu người chen...*

Âu cũng là một lối chơi khi nhàn tản xưa nay của các thầy đồ Nghệ.

"Vui là vui vậy kẻo mà. Ai tri âm đó mặn mà với ai". Mai Khắc Ứng qua ngòi bút của mình không bao giờ bằng lòng với lối mòn có sẵn. Nhất là các loại hình "gặp lửa bỏ tay người". Khám phá, tìm tòi luôn luôn là lực hút để đưa ông đến với những nhận định lịch sử một cách khách quan, vô tư, công bằng của chính lịch sử.

Bạn bè quý ông chính là chỗ đó.

Ngô Minh (nhà Thơ)
Huế, 2012

* *Đã in trong sách **Hồn Quê Trầm Tích**, nhà xuất bản Thuận Hóa, Huế 2012 và tập 2 trong bộ sách 5 tập **Ngô Minh và tác phẩm** 2015.*

PHẦN 1
Huế, Cõi Đất Thơm

Huế, Cõi Đất Thơm

Chiều Trên Sông Hương
(ảnh: Trần Anh Thái)

Đã có nhiều người giảng giải rằng Huế là từ Thuận Hoá mà nên. Mới nghe tưởng là có lý. Bởi lẽ ở thời thịnh Nguyễn người ta buộc phải kiêng một số tên huý. Ví như "hoa" đọc trại thành "huê" là do bà thân mẫu của nhà vua Nguyễn Hiến Tổ (Thiệu Trị) có tên là Hoa. Nhưng chỉ trại riêng chữ Hoa thành Huê, Thanh Hoa thành Thanh Hoá mà thôi.

Thì đó, vẫn còn Thuận Hoá, Thiệu Hoá, Tuyên Hoá, Minh Hóa, Hướng Hoá, Lạc Hoá, Mộc Hóa, Quy Hoá… Chẳng có địa danh "Hóa" đơn tiết nào để biến thành "Huế" đơn tiết. Nếu nói rằng Huế từ Thuận Hoá mà nên thì phải gọi là Thuận Huế mới phải. Xưa nay chưa có sách nào ghi Thuận Huế mà chỉ Huế không thôi. Vả lại khi một từ hoặc một cặp từ biến âm thì từ căn bị triệt tiêu. Cho đến nay Thuận Hoá vẫn tồn tại đồng hành với Huế đó sao. Sự biến âm của một địa danh phải tự thân và tự tại. Thanh Hoa thành Thanh Hóa ngay trên địa bàn trước sau vẫn của tỉnh đó. Bình Thái thành Bình Thới cũng vậy. Đổi tên nhưng không đổi địa bàn và phạm vi vốn dĩ. Thuận Hóa là địa danh kép ghép hai châu Thuận và Hóa mà nên. Thuận từ châu Ô. Hóa từ châu Rí.

"Hai châu Ô Rí vuông ngàn dặm.
Một gái thuyền quyên của mấy mươi".
(Hoàng Cao Khải)

Thuận Hoá vuông ngàn dặm mới ôm gọn nửa phía nam tỉnh Quảng Trị, toàn bộ tỉnh Thừa Thiên Huế và nửa phía bắc tỉnh Quảng Nam. Có khi còn rộng hơn gồm hai phủ Tân Bình (Quảng Bình) Triệu Phong (Quảng Trị, Thừa Thiên Huế, Đà Nẵng). Sách "Ô Châu Cận Lục" do Dương Văn An nhuận sắc viết về vùng đất đó. Huế chưa bao giờ rộng đến thế. Thuận Hoá chưa một lần được coi là Thuận Huế. Cũng vậy, Hoá Châu chưa một lần được gọi là Huế Châu. Chúng tôi nghĩ rằng Huế là Huế mà Thuận Hoá hay Hoá Châu cũng như Thừa Thiên Huế với Huế ngày nay thôi. Hơn nữa Huế là một từ đơn. Hoá Châu hay Thuận Hoá là một từ kép. Từ đơn thông thường cao tuổi hơn từ kép Hán Việt bởi bóng dáng bản địa còn đậm đà. Kẻ Huế vẫn được Linh mục Alexandre de Rhodes nói đến khi xứ Thuận Hóa đã ra đời được 334 năm và đang tồn tại dưới danh nghĩa Thừa tuyên Thuận Hóa ở xứ Đàng Trong. Thuận Hoá không bị triệt tiêu khi biến danh thì Huế càng không thể do Thuận Hóa mà thành.

Kẻ Huế có vẻ đầu nguồn của ngôn ngữ Việt hơn và biết đâu đó lại là "con nòi của giống". Mặt khác xứ Thuận, xứ

MAI KHẮC ỨNG

Hóa là một cặp song sinh từ Ô, Rí. Sau năm 1306, Ô được đổi thành Thuận, Rí được đổi thành Hoá. Muốn Hóa (tức phát triển) điều kiện tiên quyết là phải Thuận. Địa danh này ra đời là phản ảnh ước vọng của lớp người Việt đầu thế kỷ XIV. Thuận Hoá lúc đó có hai phủ Tân Bình và Triệu Phong. Tân Bình về sau Chúa Tiên Nguyễn Hoàng đổi thành Quảng Bình. Triệu Phong bao gồm Quảng Trị, Thừa Thiên Huế, thành phố Đà Nẵng và huyện Điện Bàn thuộc tỉnh Quảng Nam ngày nay. Địa danh Huế chưa bao giờ nhận vậy.

Theo Po Dharma, "huế" là tiếng Chăm như chữ "thơm" của tiếng Việt. Huế = Thơm. Kẻ Huế = Kẻ Thơm. Như vậy là về ngữ nghĩa huế hoàn toàn không có nội hàm của hoá.

Vả lại, nếu bảo rằng Huế từ Hoá Châu mà có thì trước tiên dân làng Thành Trung (trung tâm thành Hoá Châu), dân xã Quảng Thành, dân huyện Quảng Điền, được tự mình nhận là Huế trước. Nhưng họ còn phải đứng từ xa mà nhìn Huế. Với họ, Huế là những dãy phố san sát hai bên bờ sông Hương phía trên thương cảng Thanh Hà – Bao Vinh. Nơi đó một thuở là thủ phủ. Một thuở là kinh đô.

Kinh đô Huế là kinh đô Phú Xuân. Kinh đô Phú Xuân bắt nguồn từ thủ phủ Kim Long - Phước Yên – Ái Tử. Đó là mạch phát từ Nguyễn Hoàng. Nguyễn Hoàng né tránh Hoá Châu là né tránh mối hiểm nguy bất ngờ từ phía Trịnh. Các thế hệ chúa Nguyễn bỏ mặc Hoá Châu bởi một thời quan lại do chúa Trịnh phái vào cai quản ở đó. Hoá Châu tàn tạ làm sao mà được hoá thân thành Huế với thời Nguyễn. Và, cho đến nay địa danh Hoá Châu vẫn còn. Như thế là Châu thành Huế không giành Châu thành Hoá cho mình. Huế là Huế từ đầu vậy.

Cũng có khi do nhu cầu xác định địa bàn mang tính đặc thù cần sự thuận ngôn tương ứng, Huế được nâng lên như một đại diện vùng nằm giữa đèo Ngang và đèo Hải Vân. Đó là Thanh, Nghệ, Huế, Quảng. Về mặt địa giới Thanh cho tỉnh Thanh Hoá. Nghệ cho cả Nghệ An và Hà Tĩnh. Quảng cho cả Quảng Nam và Quảng Ngãi. Huế chưa bao giờ ôm tất cả địa vực Bình, Trị, Thiên, Đà Nẵng như Thuận Hoá một thời. Huế không từ Thuận Hoá mà nên vậy. Nhưng về mặt phong thổ, địa bàn, nguồn gốc dân cư, tâm thức, tính cách…Huế trong chuỗi Thanh - Nghệ - Huế - Quảng xin được coi là một vùng đặc trưng về lĩnh vực địa văn hoá mà thôi.

Những năm đầu Công nguyên, Huế có lẽ là Lô Dung – một trong năm huyện của quận Nhật Nam (Tây Quyển, Chu Ngô, Tỷ Cảnh, Lô Dung, Tượng Lâm). Quận Nhật Nam bị nhà Hán đô hộ. Văn minh Trung Hoa bắt đầu gia nhập vào bộ phận dân chúng vốn là chủ nhân của văn hóa Sa Huỳnh có sự xen cư với chủ nhân văn hóa Đông Sơn mà trước đó vốn đã tìm được ánh sáng của nền văn minh Ấn Độ cổ đại. Sự pha trộn như thế làm nên sắc thái riêng của cộng đồng dân cư bắc Chăm pa. Cuối thế kỷ thứ hai sau Công nguyên nhân dân huyện Tượng Lâm (Quảng Nam, Quảng Ngãi) nổi lên chống quan quân nhà Hán với sự hưởng ứng không chỉ của các huyện thuộc quận Nhật Nam mà còn của quận Cửu Chân (chủ yếu là An Tĩnh). Nhà nước Lâm Ấp nổi lên những thế kỷ đầu công nguyên với khuynh hướng ảnh hưởng Bà La Môn giáo, Ấn Độ giáo, Phật Giáo đã đến theo đoàn người buôn bán hằng hải Ấn Độ đến Trung Hoa và ngược lại. Ấn Độ giáo, Bà La Môn giáo, Phật giáo phát sáng. Vương triều Gangaraja ra đời chọn Trà Kiệu làm kinh đô khai sáng. Đó là Sinhapura. Sinha là sư tử. Pura là thành phố. Thành phố mang tên sư tử phải chăng là khát vọng về sự tìm kiếm sức mạnh để tự cường trước nạn bành trướng của các thế lực phương bắc luôn luôn là nguy cơ. Tín ngưỡng Ấn Độ là cứu cánh làm chỗ dựa cho vương triều mới mà Phật giáo đóng vai trò tích cực để bình ổn xã hội sau vài ba trăm năm bị đô hộ. Trong bối cảnh đó Nam Chăm thảnh thơi đi với Ấn Độ giáo, Bà La Môn giáo, tự lập mà lớn lên. Bắc Chăm và Nam Chăm hẳn thành những nét dị biệt trên nền tương đồng vì lẽ đó.

Năm 446 Thứ sử Giao Châu là Đàn Hòa Chi của nhà Tiền Tống đánh chiếm Lâm Ấp. Kinh đô Sinhapura bị cướp phá nặng nề. 159 năm sau, kinh đô Sư tử này lại bị Lưu Phương của nhà Tùy tàn phá cướp giật. Vương triều Gangaraja hai lần gặp đại nạn từ phương bắc, nên tan nát và suy yếu, khó phục hưng. Trong khi đó phía nam yên ổn hơn. Ấn Độ giáo và Bà La Môn giáo mặc sức lan tỏa ảnh hưởng và chi phối mọi sinh hoạt xã hội. Sức mạnh và sự phát triển yên lành từ phía nam trở thành lực hấp dẫn. Vương triều Panduranga ra đời, kinh đô Chăm pa chuyển về phía trong lấy Po Naga làm trung tâm quyền lực. Po Naga tôn thờ nữ thần Uma vợ của thần Siva chính là tôn thờ Ấn Độ giáo.

Sang thế kỷ thứ VIII tình hình xã hội phương bắc từ Tùy, Đường đến Lương, Tấn không yên, nhân dân bị trị các quận Giao Chỉ, Cửu Chân liên tiếp nổi dậy, bắc Chăm với địa bàn cư trú rộng, dân cư đông, ruộng đồng mầu mỡ lại bình yên dưới bóng Bồ Đề, tái tạo nên lực hấp dẫn. Vương triều mới có lẽ của InđravacmanII chiếm ưu thế. Kinh đô Chăm pa lại chuyển ra bắc Chăm. Đồng Dương nay thuộc xã Bình Định, huyện Thăng Bình, tỉnh Quảng Nam được lựa chọn để xây dựng kinh đô ánh sáng chiếu bởi hào quang. Đó là Indrapura. Indra là thần ánh sáng tức hào quang. Pura là thành phố. Thành phố của thần ánh sáng – hào quang chính là thành phố của trung tâm Phật giáo. Bởi chỉ có chư vị Phật, chư vị Bồ tát mới phát sáng hào quang. Indrapura – Đồng Dương cách Sinhapura – Trà Kiệu kinh đô cũ 15km về phía đông nam là kinh đô Vương triều đồng thời là kinh đô Phật giáo.

Huế của Ô, của Rí, của Lý rồi của Hóa nằm trong vòng tỏa sáng của ánh hào quang Indrapura - Đồng Dương. Vương triều Đồng Dương đề cao thần Inđra như là sự dung hoà tín ngưỡng Ấn Độ để cổ xúy và phát huy ảnh hưởng của Phật giáo trên toàn Vương quốc. Pô Naga vì thế không còn chiếm vị trí trung tâm và vai trò của Nữ thần Uma, vợ của thần Siva từng được tôn thờ trong các đền tháp Pô Naga tượng trưng cho quyền lực nhà vua cũng giảm thiêng liêng nên phai nhạt rồi tàn tạ dần. Từ đó chùa tháp thờ Phật uy nghi lộng lẫy không chỉ ở Đồng Dương mà hầu như được cổ xúy trên toàn bộ địa bàn bắc Chăm pa. Mối quan hệ giữa hoàng gia và hàng ngũ giáo phẩm gắn bó mật thiết hơn. Có thể nói không nhầm, với Vương triều Đồng Dương, Phật giáo cũng đã lên ngôi.

Theo Cố Giáo sư Trần Quốc Vượng thì Phong Nha (Quảng Bình) một thời là thánh địa Phật giáo. Trà Kiệu phía trong. Trà Kiệu phía ngoài bị ngăn bởi dãy Ngãi Lãnh về địa thế nhưng không ngăn hai vùng dân cư vốn là anh em một nhà về mặt tâm linh. Huế nằm giữa Đồng Dương – Phong Nha, nằm giữa môi trường tín ngưỡng đó lẽ nào không thấm đẫm mầu thiền.

Đọc những trang viết của Giáo sư Lương Ninh về bia An Thái (Quảng Nam) thời Bơ – ha – đra – vác – man III có đề cập đến việc xây dựng chùa cho Nagapuspa ở Đồng Dương, rồi liên hệ với địa danh Long Thọ bên cạnh Thành Lồi (có thể là thành Phật Thệ ở Huế), tôi cứ ngờ ngợ dường như có mối liên hệ nào đó về hai vùng dân cư trong ngoài đèo Hải Vân. Long Thọ Bồ tát chính là Nagarjunas. Thành Lồi và Long Thọ nằm ở bờ nam hữu ngạn sông Hương. Chùa Thiên Mụ trên đồi Hà Khê, mà thuở khai sơn mang tên là Thiên Mỗ, trước đó có lẽ là nền đền tháp Po Naga thờ Mẹ Xứ sở, đối ngạn lập thành một cụm trung tâm đứng giữa hệ quy chiếu Núi - Biển là Vân Trạch Hoà – Thiên Mụ - Thành Lồi - Linh Thái (cửa Tư Hiền).

Như vậy là chùa Thiên Mỗ đã đứng lên trên nền đền tháp Pô Naga cổ một thời thờ Nữ thần Uma mà cư dân bản địa coi là Mẹ Xứ Sở. Pô Naga phai mờ. Đền tháp của Bà, thờ vợ thần Siva Ấn Độ giáo trở thành chùa của Mụ, thờ chư vị Phật, chư vị Bồ tát là quá trình chuyển giao nam - bắc, chuyển giao Chăm - Việt. Chúa Tiên Nguyễn Hoàng không phải là người khai sơn mà chỉ là người biết thừa kế tái thiết. Tái thiết chùa nhưng không tái thiết tên chùa. Thiên Mụ cũng là Thiên Mỗ. Suy cho cùng thì vẫn bảo lưu tư tưởng thờ Mẹ Xứ sở đó thôi.

Vân Trạch Hoà là cụm tháp nằm trên vùng đất có lẽ là thánh địa mà chúng ta chỉ mới nhìn thấy bệ thờ cũng đủ nhận ra các tư thế đảnh lễ, tôi nghĩ là của các chư vị Phật, chư vị Bồ tát cùng các vị thần Brama, Visnu, Siva. Có lẽ người xưa đã từng dung hợp tín ngưỡng Ấn Độ nên đã coi vùng thánh địa này là cõi "Tây Thiên" – Su Mê ru chăng? Và biết đâu, do một sự tình cờ ngẫu nhiên khi mặt trời tụt xuống phía sau dãy núi nay có tên là Kim Phụng - Thọ Sơn đã bắn lên những tia hào quang rẽ quạt làm người ta liên tưởng đến miền cực lạc và thế là tên Thất Thế Giới Sơn – Su Mê ru được gán cho dãy núi này. Đã có Su Mê ru đương nhiên phải có Hương Thuỷ Hải. Dòng sông trong xanh thanh bình sâu lắng nằm dưới chân phía đông Thất Thế Giới nghiễm nhiên được mang tên sông Huế, sông Thơm như là Biển Nước Thơm (Hương Thuỷ Hải) trong kinh Phật. Hương Thuỷ Hải trên thực tế là dòng sông nên trong văn tự sinh hoạt đời thường được gọi là Hương Thuỷ giang. Hương Thuỷ giang rút gọn thành Hương

Giang từ lẽ đó. Tôi không ngã về phía lý giải cảm nhận rằng sở dĩ có tên sông Hương vì mùi thơm của hoa thạch xương bồ hay cây hương huyền thoại của chúa Tiên Nguyễn Hoàng bên bờ sông trước chùa Thiên Mụ. Thạch xương bồ có chăng là trên A roằng, A Đớt mà cây hương huyền thoại thì mãi đến năm Tân Sửu, 1601 mới thành chuyện. Địa danh Huế lại ra đời từ thuở sinh thành. Huế là Thơm, là Hương vậy. Huế không từ Thuận Hoá mà nên bởi cả lẽ này nữa.

Điều tôi muốn "nghĩ về xứ Huế xa xưa" chủ yếu là nghĩ về vị thế địa lịch sử và địa văn hoá đã làm nên địa danh này.

Bờ biển nước ta có hai vành cung lớn. Lồi và lõm. Cung lõm từ Móng Cái, địa đầu phía bắc tỉnh Quảng Ninh vào đến mũi Chân Mây, mút cuối của tỉnh Thừa Thiên Huế. Cung lồi từ mũi Chân Mây xuống tận mũi Cà Mâu. Cung lõm như ôm một phần tây bộ Thái Bình Dương. Trong giới hạn vòng cung này từ đảo Cồn Cỏ ra đến đảo Cô Tô (ngoài biển), từ Tiên Yên vào tận Hương Trà (trên đất liền) rải rác xuất hiện dấu vết các lớp người tiền sử và sơ sử xa xưa. Huế nằm trong vòng cung loài người trên đất Việt. Huế cũng đã trải qua một thời Sơn Vi (hậu kỳ đồ đá cũ) (2 – 2,5 vạn năm trước). Huế có Sa Huỳnh lại có cả Đông Sơn mà các vùng lãnh thổ của nước ta không phải đâu cũng có sự hiện diện của cả hai nền văn hoá đặc sắc này.

Với chúng ta ngày nay, một câu hỏi được đặt ra là: Huế vào Sa Huỳnh hay Sa Huỳnh ra Huế? Đông Sơn vào Huế hay Huế ra Đông Sơn?

Tất cả còn chờ. Nơi phát hiện được di chỉ văn hoá trước chắc gì đã là địa bàn phát tích duy nhất của nền văn minh đó.

28   MAI KHẮC ỨNG

So với Sơn Vi (Phú Thọ) cương vực Huế lý tưởng hơn nhiều. Huế gần biển, ấm áp, lắm sông ngòi, đầm phá, lắm núi non hang động. Biển với lên Trường Sơn và Trường Sơn vươn ra biển làm điểm gặp gỡ kỳ tú ngàn đời. Trong cái vòng cung ôm biển, Huế ở vị trí hàng đầu nhô ra đại dương. Huế có Sơn Vi là phải. Tiếc rằng phát hiện ngẫu nhiên về sự xuất lộ "end choppe" loại hình Sơn Vi ở làng Ngọc Hồ không được để ý. Bởi mỗi khi bệnh nghi ngờ, giềm pha mãn tính đè lên sự thật khách quan thì bất hạnh tất sẽ xẩy ra. Thời cơ và điều kiện tìm kiếm đều bị trở ngại. Rồi sẽ có lúc hối tiếc bởi sự xáo trộn hôm nay đã làm nên nỗi tan tành. Xin gửi lời chia buồn với hậu thế. Tiếp sau Sơn Vi, Huế có đầy đủ ba kỳ của thời đá mới. Đông Sơn và Sa Huỳnh từ trong ra, ngoài vào hay tự ba kỳ đó mà nên? Chưa biết quan tâm thì chưa thể trả lời được. Nhưng đã có Đông Sơn, có Sa Huỳnh là có liên minh bộ lạc, bộ tộc và có thể cũng đã trải qua các giai đoạn mà Kinh Dương Vương, Lạc Long Quân, Hùng Vương, An Dương Vương làm thủ lĩnh. Âu Lạc bị chiếm. Nghìn năm Bắc thuộc các quan Thứ sử, Thái thú khó với tay qua dải Hoành Sơn. Huế nằm ngoài tầm đô hộ nhiều ngày hơn. Nhờ thế nước Hồ Tôn có lẽ là tiền thân của Vương quốc Chămpa ra đời tách khỏi Việt Thường Thị. Đèo Ngang từ quy ước phân vùng nội bộ nghiễm nhiên đóng vai biên cương phía bắc của Vương quốc mới này. Chăm pa hưng vong. Huế thăng trầm theo dòng lịch sử.

Bởi nhờ có Hoành Sơn mà Huế không đậm văn minh Trung Hoa cổ đại. Bởi vướng Cù Mông, Ngãi Lãnh (Hải Vân), Huế gắn bó với nền văn hoá Ấn Độ cổ đại nhưng không thật vẹn toàn. Huế đứng giữa hai nền văn minh ấy. Huế gặp gỡ, tiếp thu cả hai. Vô thức nhiều hơn hữu thức. Cái thế của Huế làm nên cái lý của Huế phải vậy. Đông Sơn hay Sa Huỳnh gặp nhau ở Huế, xuất phát từ Huế cũng tự cái lý ấy, tự cái vị thế ấy.

Văn minh Ấn Độ, văn minh Trung Hoa nhập vào đất Huế, hoà đồng với văn hoá bản địa để làm nên bản sắc Huế đứng giữa đất nước không thiên bắc, không vị nam. Huế là An – Tĩnh – Bình - Trị nối dài. Huế có gốc Thanh mà không đậm Thanh. Thanh đứng đầu Trung nhưng lại thiên Bắc. Huế gần Nam – Ngãi mà không như Nam – Ngãi. Việt cổ nơi Huế đậm hơn các nơi khác để Giáo sư Nguyễn Đức Từ Chi nhìn ra món ăn Huế món ăn Mường. Tôi được sống với Huế gần tròn ba mươi năm lại thấy sự bình dân của Huế giống như sự bình dân ở xứ Nghệ - Lam Hồng, quê tôi.

Có những người Việt từng làm quan ở Vương quốc Chăm pa. Có những người Chăm tham gia khởi nghĩa của Hai Bà Trưng, tham gia kháng chiến chống quân Minh xâm lược đầu thế kỷ XV.

Huế Chăm, Huế Việt từng có chung một "bộ Việt Thường". Huế xa xưa là Việt. Huế xa xưa là Chăm đều chung vai gánh hai đầu đất nước.

Vâng, Huế cổ đại, Huế trung - cận đại, Huế hiện đại vẫn là gạch nối bắc – nam. Gạch nối ấy có nhiều lần bị đứt bởi sự xâm lăng ngoại tộc hoặc nội chiến vương triều. Nhưng sau mỗi lần đứt vỡ đều được nối lại bền hơn, chắc hơn bởi nhu cầu thiêng liêng của cả cộng đồng.

Nghìn năm Bắc thuộc, Huế đứng bên ngoài ách đô hộ Hán, Tấn, Tuỳ, Đường…đành chơi với văn minh Ấn Độ. Những đền tháp Chăm còn đó là dấu ấn của một thời ly khai đất tổ ở thế chẳng đặng đừng.

Ngô Quyền lùa được quân Nam Hán ra ngoài cõi (năm 938) đặt cơ sở cho các dòng họ Đinh, Lê, Lý, Trần, Lê,

Nguyễn xây dựng và cũng cố nền độc lập tự chủ. Huế nhập về với Đại Việt trong mối tình cố cựu để làm đầu cầu phục hưng nửa nước Việt phương Nam.

Huế là thành phố đang đóng vai trò tỉnh lỵ của tỉnh Thừa Thiên Huế. Huế là đại diện không gian văn hoá nằm trong chuỗi Thanh - Nghệ - Huế - Quảng. Với tính đặc thù và cả với vị thế địa lịch sử, địa văn hoá, Huế mãi mãi THƠM trong lòng non nước Việt. Xin đừng nhìn Huế qua cơ sở hạ tầng. Bởi lỗi đó không chỉ riêng tại Huế mà "Cả nước yêu thương ôm Huế vào lòng" đang còn là tiếng hát.

Xuân về trước kỳ đài Huế
(ảnh: Mai Linh)

Từ Vân Trạch Hòa
Nghĩ Về Linh Thái Tư Hiền

Bệ thờ Vân Trạch Hòa
(ảnh: Mai Linh)

Làng Vân Trạch Hòa thuộc xã Phong Thu, huyện Phong Điền nằm trên một vùng gò đồi cận sơn bên tả ngạn (bờ bắc) sông Ô Lâu, cách trung tâm thành phố Huế 40km về phía tây.

Về địa lý hành chánh Vân Trạch Hòa thuộc tỉnh Thừa Thiên Huế nhưng về địa hình thì nó là dải gò đồi đông Trường Sơn nằm giữa sông Bồ (Thừa Thiên-Huế) và sông Thạch Hãn (Quảng Trị).

Xa xưa nơi đây còn là khu rừng già, tên cũ chưa tra cứu được. Vân Trạch Hòa là tên mới ghép hơn nửa thế kỷ nay do dân cư ba làng Vân Trình, Phò Trạch, Hòa Viện lên lập nghiệp mới có. Giữa xóm Hòa Viện trên một đỉnh đồi cao hiện còn phế tích của khu đền tháp Chăm đã đổ sập hoàn toàn. Hơn một nửa khu vườn nhà anh Phong (trưởng thôn) là những lớp gạch và những viên đá tảng có lõm chân cột, nhiều khối đá vuông, vài trụ đá dài nằm bừa bộn ngốn ngang dưới gốc mít, gốc chè.

Phía sau vườn nhà anh Phong, vốn là vườn chùa, nay chỉ còn lại một cái am nhỏ đứng giữa vạt cỏ cằn cỗi hoang vu với những hố đào ngốn ngang của những người đi tìm kiếm cổ vật kết hợp rà sắt thép vụn. Bệ thờ bằng đá lớn và một vài mảng phù điêu hình lá đề được phát hiện tình cờ tại khu đất này. Từ đó Vân Trạch Hòa bắt đầu có tên trong bản đồ khảo cổ học Việt Nam. Đầu nguồn sông Ô Lâu phần địa bàn thuộc tỉnh Quảng Trị nằm phía sau Vân Trạch Hòa, ngày trước có cụm tháp Hội Điền, cũng kỳ vĩ lắm. Chúng ta chưa có điều kiện điều tra thám sát toàn bộ khu vực miền tây hai huyện Hải Lăng (Quảng Trị) và Phong Điền (Thừa Thiên Huế) nhưng qua sự hiện diện hai phế tích cùng một loại hình kiến trúc đền tháp Hội Điền – Vân Trạch Hòa cũng đủ gợi nên một vùng thánh địa Chăm pa trong quá khứ.

Nếu ta kẻ một đường thẳng từ giữa Hội Điền – Vân Trạch Hòa qua trung tâm Thành Lồi (có lẽ là Khu Túc, hay Phật Thệ) nay thuộc xã Thủy Biều, Thành phố Huế thì đỉnh đồi Hà Khê nơi có chùa Thiên Mụ với núi Linh Thái bên cửa biển Tư Hiền (Tư Dung, Tư Khách) mà trên đỉnh có tòa tháp Chăm một thuở uy nghi cùng nằm trên đường thẳng này. Khoảng cách từ Vân Trạch Hòa đến thành Lồi tương đương khoảng cách từ thành Lồi đến cửa biển Tư Hiền – Linh Thái (xấp xỉ 40km mỗi bên).

Người xưa đã lập thánh địa nằm trong hệ quy chiếu này chăng?

MAI KHẮC ỨNG

Ô Lâu – Ô Châu, sông Bồ - Ngũ Bồ là những địa danh vương vấn bên dòng sông hiện thời còn đó như nhắc ta một thuở huy hoàng đã qua.

Những phế tích đền, tháp cổ Chămpa dày đặc trên đất Huế từ Phong Hòa, Phong Thu, Phong Mỹ, Phong Sơn, Phong Hiền, Phong Chương, Quảng Vinh, Quảng Thành, Quảng Thọ, Hương Xuân, Hương Toàn, Hương Vinh, Hương Long, Hương Hồ, Thủy Biều, Thủy Phương, Phú Diên, Vinh Hà, Vinh Thái, Vinh Hiền, Lộc Vĩnh, Lộc Hải,... cho ta nhìn lại một thuở Lâm Ấp – Hoàn Quốc xa xưa. Các xã Phong Thu, Phong Sơn, Phong Mỹ đứng đầu nguồn sông Ô Lâu, sông Bồ, qua Thành Lồi nhìn ra cửa Tư Hiền, giống như Thánh địa Mỹ Sơn đứng đầu nguồn sông Thu Bồn qua Trà Kiệu nhìn ra biển Hội An.

Sự nối kết tây – đông, núi – biển trong tâm thức tín ngưỡng chịu sự chi phối của Ấn Độ giáo, Phật giáo hằn lên trong lối bố cục xây dựng đền tháp Chămpa theo hệ quy chiếu cổ điển này.

Sumêru – Hương Thủy Hải luôn luôn là cặp song sinh trong quá trình sáng tạo miếu đền chùa tháp.

Vân Trạch Hòa vẫn ngổn ngang gạch đá, dân đi dũi đất thăm tìm của quý vẫn tự do hành nghề. May mà cái bệ thờ quá lớn chúng chỉ sờ vào vài cụm tượng góc thôi. Chỉ sờ là nói lên tai họa chưa nặng lắm nhưng cũng đủ bịt mắt những người thiện chí hiền lành muốn nhìn về dĩ vãng. Những góc bị mất là gì, ra sao ngoài những người có trình độ "văn hóa ăn cắp" lành nghề trực tiếp làm việc đó không ai biết.

Bệ thờ ba tầng ghép bởi hai khối đá có mặt bằng hình vuông và các mặt bên thẳng đứng hình chữ nhật. Tầng dưới và tầng thứ hai là một khối đá được thể hiện nhiều cụm tượng nửa tròn nửa phù điêu (chủ yếu ở bốn góc và bốn mặt đứng) tầng dưới, có độ cao trung bình là 155mm, chiều dài là 1170mm. Tầng thứ hai có chiều cao trung bình là 95mm, chiều dài là 870mm, chủ yếu để làm điểm tựa cho các cụm tượng ở tầng dưới nhô lên đồng thời làm đế định vị cho tầng ba (trên). Cạnh trên của tầng hai này được khắc sâu vào 20mm làm thành một gờ chìm chạy quanh bốn mặt. Giữa mặt bằng tầng hai được đục một ô vuông sâu 25mm, rộng 566mm.

Tầng ba (trên cùng) là một khối đá vuông mỗi cạnh mặt vuông là 565mm, cao toàn khối là 280mm. Viết "toàn khối", bởi nếu tách tầng ba ra mà xét thì có ba phần: thân, đai, chân. Thân cao 190mm, bốn mặt đều có bốn hợp thể phù điêu. Mỗi hợp thể đều có ba mảng cân đối. Đai là một gờ nổi ra khỏi thân 30mm, rộng 40mm, vừa làm đế cho bốn hợp thể phù điêu vừa trang trí như là giới hạn để dễ phân định với hai tầng dưới. Chân tầng ba tính từ gờ nổi xuống cạnh đáy là 50mm, một phần (25mm) ngập sâu vào lòng ô vuông của tầng hai (giữa), còn lại 25mm là khoảng cách tách đai ra khỏi mặt bàng đế (tầng hai).

Bệ thờ Vân Trạch Hòa được đào lên từ điểm cao nhất của khu phế tích có lẽ đó là trung tâm lòng tháp. Trên bệ thờ có một khối đá hình tháp Ai Cập, chia thành hai phần. Trên là một khối chóp bốn mặt là bốn tam giác gần đều có các cạnh dài 500mm. Dưới là một khối chữ nhật có chiều cao 110mm, chiều rộng 350mm, như một cái mộng đơn. Cả hai phần có chiều cao tổng cộng là 470mm. Nóc khối chóp tam giác không đều, bởi hai góc bên khoảng 60 độ, hai góc còn lại có một đoạn ngang nối khoảng 20mm. Nhìn toàn khối chóp giống như một cái bánh ít ghép bởi hai hình tam giác đều đối xứng và hai hình thang (cạnh trên rất ngắn = 20mm) cũng vậy. Tôi nghĩ rằng đây là khối đá úp nóc tháp vừa chống dột vừa tạo mũi nhọn cho đỉnh tháp vút lên cao.

Theo vị trí đặt bệ thờ này tại phòng trưng bày của Bảo tàng Lịch sử tỉnh Thừa Thiên-Huế (trường Hàm Nghi cũ – số 3 đường 23 tháng 8) thì mặt hướng ra cửa được coi là mặt ngoài có mười hai hợp thể trang trí. Hai góc bị đục mất còn lại mười nhóm như sau:

Nhóm giữa là ba tượng người ngồi trên lưng một con chim lớn đang dang rộng cánh của tư thế bay (tầng dưới).

Bên trái (trừ góc) có hai chim ngồi trong cửa (nhìn chính diện) hai bên một vòm cuốn dạng chữ U ngược. Trong vòm cuốn là một nữ thần đứng chắp hai tay trước ngực. Ba nhóm bên phải (từ góc) cũng vậy.

Tầng trên có ba nhóm: hai bên là hai ô vuông được trang trí chạm nổi bốn cạnh. Ở giữa ô vuông lớn đó là hai ô vuông nhỏ đồng tâm. Giữa hai ô vuông lớn đối xứng hai bên là nhóm phù điêu chính gồm một vòm cuốn gần tròn bao chung quanh tượng người ngồi hai chân xếp tư thế Kiết già, tay phải cầm tích trượng, tay trái cầm lá phướn.

Mặt trong có lẽ là mười bốn nhóm, nhưng bị đục mất một nhóm. Giữa là người ngồi trên voi. Phía trong sau lưng voi là một người ngồi trong vòm cuốn tay chắp trước ngực, chân phải chống, chân trái ở tư thế bán già. Góc trái mặt trong chung với góc phải mặt bên phải là một khối tượng dưới có hai con vật dạng nhân sư và trâu, trên là ba pho tượng người. Tượng giữa (chính góc) ngồi chống chân phải, tay phải cầm tích trượng, tay trái chống xuống bệ ngồi (sát mông). Hai tượng bên chắp tay đảnh lễ. Tượng bên trái chống chân phải, tượng bên phải chống chân trái. Góc phải mặt trong chung với góc trái mặt bên trái của nhóm tượng dưới là hai con vật có lẽ là nhân sư với tê giác. Phần trên bị đục gãy. Hai bên nhóm voi là hai tượng nữ thần đứng đảnh lễ trong hai vòm cửa kết bởi các lá nhĩ và bốn con chim, đối xứng từng đôi qua hai tượng nữ thần. Tầng trên giữa là tượng người ngồi kiết già, hai tay đặt trên hai đầu gối như bắt quyết, trong nửa vòm cuốn gần tròn. Hai ô vuông trang trí lá quỳ, hoa lựu đối xứng như mặt trước.

Mặt bên trái cũng có thể là mười bốn nhóm. Nhóm giữa là một người ngồi trên tòa sen kép đặt trên lưng bò. Phía trong có hai nhóm trong hai vòm cuốn chữ U ngược là hai người ngồi đảnh lễ. Người ngồi bên trái chống chân trái, người ngồi bên phải chống chân phải. Góc bên trái chung với góc bên phải mặt trong. Góc bên phải chung với góc trái mặt ngoài (đã mất). Ba nhóm tượng trên lưng bò đã bị mất, còn lại ba tòa sen kép. Tượng giữa tầng trên bốn tay. Hai tay giơ ngang tai, bên phải cầm tâm ấn, bên trái cầm một khối bầu dục. Vẫn có hai ô vuông, hai tượng nữ thần đứng và bốn con chim ngồi đối xứng từng cặp như ba mặt bên.

Mặt bên phải có thể phân thành mười ba nhóm. Bốn chim ngồi, hai nữ thần đứng như các mặt bên. Góc trái chung với góc phải mặt ngoài là ngựa và người đã bị đục mất mới thu lại. Góc phải chung với góc trái mặt trong là nhân sư chung với trâu đỡ ba pho tượng như đã trình bày. Mưu ý mặt này là phần giữa có ba tầng tượng. Tượng tầng trên ba đầu, hai tay đặt lên hai đầu gối ở thế kiết già. Tay trái cầm hồ lô. Tay phải cầm chùm hoa. Bên ngoài hai tay có hai tượng người nhỏ quỳ một chân, mông ngồi lên bàn chân còn lại. Lớp tượng thứ hai có ba người ngồi trên ba bệ riêng đều chống một chân. Tượng giữa và tượng bên trái chống chân phải, tượng bên phải chống chân trái. Riêng tượng giữa ngồi trên đài sen đơn, to cánh và rộng, phía sau có hai dáng người như gợi ý về một "Bảo tọa" với ba lớp người: Đức Phật, chư vị Bồ Tát với chúng sinh. Lớp tượng dưới là một người ngồi kiết già, tay phải cầm tích trượng, tay trái đặt lên đầu gối trái. Hai bên có hai người già tóc và râu đều dài đang hạ gối đảnh lễ. Có lẽ đây là sự mô phỏng truyền thuyết về các tu sĩ Bà La Môn giáo đã được giác ngộ Phật.

Hiện vật Vân Trạch Hòa, ngoài bệ thờ, chóp tháp còn có một nửa phù điêu hình lá đề cao 860mm, cạnh đáy còn lại 600mm (dưới đế). Bên trong là tượng một người ngồi lên gót chân trái, chân phải chống ngập ngừng. Hai tay trước chấp lễ, hai tay sau giơ ngang tai. Bên trái có một trụ dạng tích trượng. Phía trên tay trái sau là một tâm ấn có chữ thập cân ở giữa. Phía trên tay phải sau là một khối nổi nhỏ giống như ngọn lửa. Dưới tượng người còn có một con lợn quỳ mẹp xuống sát gờ gáy (có lẽ không phải tê giác).

Toàn bộ các nhóm tượng dường như đều đặt trên các tòa sen dưới dạng kiết già, trích tượng, tâm ấn, giáo huấn, đảnh lễ, giác ngộ, với các hình tượng Tây Phương Tam Thánh, Mã Minh Đại Sỹ, Đại Thế Chí... gợi lên trong tôi về Vân Trạch Hòa như là một bộ phận của Thánh Địa Phật giáo, để từ biển Linh Thái trông lên phía Thành Lồi người ta dễ tưởng thấy hùng vĩ một dải Sumeru hùng vĩ. Và, từ núi Thất Thế Giới qua Vân Trạch Hòa – Khu Túc (Thành Lồi) nhìn về phía Linh Thái thấy Hương Thủy Hải mênh mông.

Huế thấm đẫm môi trường thiền từ những điều như thế.

Tháp Liễu Cốc, Miếu Dương Phi
Dấu Xưa Còn Đó

Tháp Liễu Cốc và miếu Dương Phi tọa lạc giữa xóm Bàu Tháp, làng Liễu Cốc Thượng, xã Hương Xuân, huyện Hương Trà cách trung tâm thành phố Huế 10km về phía bắc-tây-bắc.

Liễu Cốc xưa là một làng lớn, đất rộng người thưa, địa thế nhiều cấp độ: núi, đồi, gò, biền, bàu liên hoàn từ dãy Thất Thế Giới sơn ra đến gần sông Bồ. Liễu Cốc có một vùng bình nguyên rộng góp phần làm nên vựa lúa Hương Trà. (Nhất Kinh kỳ. Nhì hai huyện: Lệ Thủy, Hương Trà).

Ngày trước tuyến thiên lý từ phía bắc vào, vượt qua sông Ô Lâu, men theo bờ phá Tam Giang nối Sịa (xã Quảng Phước) với thành Hóa Châu (Lý Thành) nay thuộc xã Quảng Thành rồi đến Thanh Hà - Bao Vinh (thương cảng cổ thuộc xã Hương Vinh) mới sang sông Hương bằng đò ngang ở bến gần chợ Được thuộc làng Thụy Lôi (nay là phường Phú Hòa, Phú Cát, Phú Hiệp, thành phố Huế). Nếu đi đường thủy thì xuống bến Ô Lâu rồi theo phá Tam Giang xuôi cửa Tư Hiền vượt Hang Dơi dưới chân Ngãi Lĩnh (sau gọi là Ải Vân).

Tuyến đường Thiên lý ấy cho các lớp người "nam tiến" thấy mà quen dần những đền, tháp hùng vĩ, những vùng Thánh địa uy nghi của một thời Chămpa.

Từ Phong Nha, Lệ Sơn, Đại Hữu (Quảng Bình) đến An Xá, Dương Lệ, Hội Điền (Quảng Trị) rồi Phong Hòa, Phong Thu, Phong Sơn, Phong Mỹ, Phong Hiền, Quảng Vinh, Thiên

Mụ, Thành Lồi... và, Linh Thái đứng trên một tầm cao giữa mây xanh nước biếc bên đại dương mênh mông (Thừa Thiên - Huế)... như là những gợi ý ứng xử ban đầu cho những người đi mở nước trên vùng đất lạ.

Các lớp người ấy hoặc đi bộ hoặc đi thuyền đều qua Hóa Châu và có lẽ (nếu cần) họ còn nghỉ lại. Thành Rí của một thời Châu Rí rồi trở nên thành Hóa Châu của một thời Thuận - Quảng làm "đầu cầu" vào nam của xứ ĐÀNG TRONG.

Tháp đôi Liễu Cốc tọa lạc trên gò đất cao giữa vùng bình nguyên hữu ngạn sông Bồ như hai "mẹ con" bên nhau cùng nhìn ra biển cả trước cửa Sình. Đó là hướng chính đông. Tháp nhỏ đứng bên trái và cách tháp lớn khoảng 3m, có lẽ như cặp tháp Đôi ở huyện Tuy Phước tỉnh Bình Định trước khi vào thành phố Qui Nhơn (xưa là Cri Bonei).

Ngày trước nơi đây là một cánh đồng rộng làm kho ngũ cốc cho cả làng Liễu nên hai ngôi tháp kiêu sa lồng lộng giữa trời mây và sóng lúa hẳn là hoành tráng kiêu sa lắm.

Đứng ở "Thành Lý" hướng vào Liễu Cốc và ngửng lên nóc tháp ta sẽ nhìn rõ đỉnh cao nằm ở vị trí trung tâm của dãy Thất Thế Giới sơn xưa là một khu rừng già uy linh trầm mặc.

Cuối thế kỷ XIX, người Pháp mở con đường xuyên Đông Dương. Nay là quốc lộ số Một. Quốc lộ số Một chạy qua làng Liễu Cốc nên mới sinh ra Liễu Cốc Thượng và Liễu Cốc Hạ. Xóm Bàu Tháp do một người ở Liễu Cốc Thượng có mặt trước để khai canh, thật ra là khai khẩn trên một địa hình cồn – bàu đã bỏ hoang hóa, nên dù nằm phía đông quốc lộ Một vẫn là đất Liễu Cốc Thượng. Nhà thờ họ Nguyễn Văn quay lưng với Liễu Cốc Hạ mà nhìn ra Tháp Đôi, nhìn ra Bàu Tháp như là những người đi tiên phong làm trụ mốc giữ đất cho làng.

Địa danh Bàu Tháp là để chỉ những hồ rộng có cạnh thẳng, có dáng vuông nối với nhau nằm ngang phía bắc tháp đôi Liễu Cốc. Từ lâu bà con sở tại coi đó là những hố lấy đất xây tháp mà thành. Quả là có lý. Trước đây tôi không tin điều đó nên cho rằng Bàu Tháp là cái rốn tự nhiên của cánh đồng chiêm trũng từng là vựa lúa của Liễu Cốc. Thế rồi với cái nghiệp đa mang, mỗi khi lặng ngắm Hồ Dài phía sau chùa Thiên Mụ, mà truyền thuyết cho là do Cao Biền bên Tàu sang bắt dân ta đào cho đứt long mạch để trấn yểm địa cuộc phát vương của nước ta, rồi nghĩ lại Bàu Tháp mới thấy người Liễu Cốc có lý. Hồ Dài sau chùa Thiên Mụ cũng là một thứ dấu tích thùng đấu lấy đất xây tháp đó thôi.

Truyền thuyết Cao Biền chỉ là suy đoán của người về sau khi nhận thấy đồi Hà Khê nối liền gò Triều Sơn phía bắc uốn lượn qua làng An Bình lên Long Hồ Hạ, như dáng một con rồng vươn từ phía tây ra phía đông đột nhiên quay đầu ra bờ sông Hương. Hồ Dài như một lát cắt ngang cổ tách đồi Hà Khê (đầu rồng) ra khỏi gò Triều Sơn (nay là nghĩa địa) thân rồng. Thiết nghĩ, để yểm một địa cuộc không ai lại ồn ào như vậy.

Ngoài Liễu Cốc có Bàu Tháp, Thiên Mụ có Hồ Dài, bên một số tháp Chăm cổ dọc miền Trung nước ta thường có những hồ vuông bên tháp nhọn. Đều là dấu tích thùng đấu lấy đất xây tháp mà thôi.

Bàu Tháp Liễu Cốc giúp tôi nhìn lại Hồ Dài sau chùa Thiên Mụ từ nhận thức đó.

Ngàn năm, hoặc hơn thế đã qua, những viên gạch vồ bị phũ phàng giữa nắng mưa với bao tuế nguyệt vẫn rắn rỏi như cố giữ những gì là quá khứ. Có lẽ cả Thừa Thiên - Huế hay rộng hơn, cả Bình - Trị - Thiên chỉ còn Liễu Cốc, chỉ còn Tháp Đôi ở đây đang đứng được một phần thân thể. Hình như đó là mảng thân phía sau. Chỗ đống gạch nổi cao nhất mà ta có thể leo lên được dường như là lòng tháp. Hai góc còn lại làm giới hạn thân sau cho ta một ước đoán diện tích mặt bằng nội thất có lẽ khoảng 9m^2 (3x3).

Phần thân tháp còn lại từ gờ bắt góc để gom mái lên chóp, xuống mặt đế cao khoảng 6m. Và nếu như cứ giật vào lòng một cấp 5cm và dày (cao) 20cm thì cần 30 cấp mới tạo nên đỉnh tháp. Tôi không có thước và cũng không biết đo, vẽ nên chỉ vũ đoán (đây là thói xấu của hạng quan liêu). Biết làm sao được "cha mẹ sinh con trời ban tính" mà. Từ cái nhìn giả định như thế tôi nghĩ rằng Tháp Đôi Liễu Cốc có lẽ cao khoảng 12m (không tính đế).

Tháp Đôi Liễu Cốc đã sụp đổ trở thành phế tích. Miếu Dương Phi đã đứng lên sẵn sàng thay thế. Dương Phi miếu có hai phần. Phần trong là nội điện có nhang án xây hai cấp. Phần ngoài là nơi chúng sinh hành lễ. Ba chữ Dương Phi miếu đắp nổi phía trước đủ nói lên nơi đây là một ngôi miếu thờ Bà.

Người Việt với tư duy tín ngưỡng "tứ bất tử", "tứ phủ" thấm sâu trong tâm thức đạo Mẫu Liễu Hạnh. Dương là bà phi họ Dương hay dương là cây liễu mà hậu thế mượn bóng để thay húy Bà. Bởi vì những lớp người nam tiến thường dừng lại trên đất vắng chủ mà thâm canh. Người cũ tuy ít nhưng vẫn còn. Họ đến đền, tháp với tấm lòng cung kính, tin cẩn như tìm ở đó chỗ dựa của tâm hồn. Dù là Bà La Môn giáo hay Phật giáo, cư dân bản địa vẫn tôn thờ nữ thần Po Nagar là Mẹ Xứ Sở. Người Việt bình dân cũng vậy, đạo Phật và đạo Mẫu là cứu cánh tâm linh của họ khi tha hương, hoặc tự nguyện đi tìm đất sống, hoặc lánh nạn bởi binh đao chinh chiến, hay hà khắc của kẻ cầm quyền và cả những người vì phạm tội phải lưu đày...Đền, tháp, am, miếu,... là nơi mà họ cầu mong lòng thành có chỗ an trú để cuộc sống mới được bình yên.

Lặng ngắm miếu Dương Phi mới nhận ra những bước đi của quá khứ. Thiên Mụ chùa thừa kế Thiên Mẫu am. Thiên Mẫu am thừa kế vị thế Tháp Bà PoNaga như là một tất yếu khi người Việt thay thế người Chăm theo dặm dài lịch sử.

Chùa thờ Phật, miếu thờ Mẫu có riêng và có chung. Chung quanh Liễu Cốc, các làng Văn Xá, Thanh Lương, Xuân Đài, Hương Cần, Triều Sơn, La Chữ... có rất nhiều chùa và cũng có rất nhiều am thờ Mẫu. Tôi có cảm tưởng rằng quanh một tòa tháp cổ bị sụp đổ thì một loạt các ngôi chùa lại mọc lên. Làng có tháp cổ, nhiều am chùa hơn làng khác. Am nhỏ thường có sàn cao như là tâm thức nhà chòi còn vương vấn.

Điều đó có thể không đúng, nhưng tôi vẫn nghĩ rằng người xưa đã biết dựa vào bóng tháp, tin rằng mọi sự bình an từ đó mà nên. Tháp đổ thì dựng am, chùa và điều dễ nhớ, dễ gây nên hòa hiếu vẫn là lời chào "A Di Đà Phật!" khi cũ mới tiếp xúc với nhau.

"Lời chào cao hơn mâm cỗ" ấy đã đưa họ đến với tứ vô lượng tâm TỪ - BI - HỶ - XẢ để rồi gần gũi nhau hơn, tin cậy nhau hơn.

Đôi câu đối dưới ba chữ Dương Phi miếu trước tháp Đôi Liễu Cốc do khảm bằng sứ nên bong lở mất nhiều nét, chúng tôi đã chép lại và nhờ các vị túc Nho đoán giùm thì có nội dung như sau:

Chung cổ linh căn lưu bảo tháp
Hậu nhân minh huống nhuận bình hồ

(Gốc linh thiêng ngàn xưa còn tụ lại nơi tòa tháp quý. Người sau được Thần Phật ban điều lành để làm đẹp cuộc đời nhờ có hồ nước phẳng lặng).

Cảm ơn Liễu Cốc đã cho tôi nhìn được những bước chuyển tháp - am - chùa trên đất Huế, cho tôi nghĩ rằng Phật giáo đã luôn luôn ở trong tâm hồn những người tiên phong đi mở nước. Bởi biết dung hợp từ tín ngưỡng nên đã sớm hòa hợp trong tình người.

Con đường Nam Tiến theo năm tháng cứ nối dài nhờ những điều như thế.

MAI KHẮC ỨNG

Thành Lồi

Từ trung tâm cố đô Huế men theo đường Lê Lợi lên phía cầu Ga thì gặp đường Bùi Thị Xuân. Đường Bùi Thị Xuân chạy dọc bờ nam sông Hương từ cầu Ga qua phường Đúc đến xã Thủy Biều. Ngày xưa, có lẽ để tri ân người đã làm nên mạch nối giao duyên giữa hai cổ thành Chăm – Việt nên đường này được mang tên Huyền Trân Công Chúa. Thời ta không cần điều đó nữa nên đã thay tên mới là Bùi Thị Xuân.

Mười lăm thế kỷ qua, thành Lồi đã hóa thân vào gò đồi để cưu mang một dải nghĩa địa. Tuy nhiên khoảng 600m vẫn còn hình hài rất dễ nhận ra. Có lẽ là một đoạn thành sau (hậu) chạy theo hướng đông tây. Bên ngoài thành (phía nam) còn hằn rõ một dải hồ chạy song song với nó. Giá như nhiều năm qua người ta không khai thác đất, gạch ở đó để nâng đường, răm le nền, bồi đắp bến thì đoạn phế tích này không phế lắm. Thế rồi xưởng sản xuất thuốc sát trùng san mặt bằng bạt đi một đoạn thành phía ngoài góc đông nam. Bên trong góc đó xí nghiệp sản xuất vật liệu xây dựng cũng muốn đẹp sân, đẹp vườn đã phát đi cho vuông góc thẳng bờ đoạn thành làm giới tuyến của hai cơ quan trên. Chỉn mong cả hai, thôi thì đã lỡ đừng lỡ tay thêm nữa. Để đó cho con cháu ta có cái mà ôn cố tri tân.

Tính từ góc này theo hướng chính bắc đến giới hạn xâm thực của sông Hương thành Lồi không lồi lên nữa mà chỉ để lại tung tích ở độ cao nhỉnh hơn hai bên một ít.

Góc đông bắc thành Lồi hiện thời mờ nhạt nhưng có lẽ đã lấn vào khuôn viên nhà thờ họ Phan của xóm Vĩnh An xưa, một thời dường như gần đất làng Bồi Thành và sau đó là

Trường Đồng thuộc phường Đúc. Từ góc đông nam đến góc đông bắc cạnh phía đông thành Lồi có độ dài khoảng 400m. Cạnh phía tây chạy song song với cạnh phía đông từ gò Trường Đá ra gò Thọ Cương mà bà con ở đây coi đó là đuôi rồng và đầu rồng. Đầu rồng làm góc tây bắc bên bờ sông Hương để đối ngạn với đồi Hà Khê được ví như con hổ. Hiện thời bên đó là chùa Thiên Mụ. Dường như cạnh phía tây này có ngắn hơn cạnh phía đông một ít, còn khoảng 360m gì đó. Như vậy là thành Lồi có dạng hình thang vuông nên cạnh phía Bắc (khoảng 700m) là cạnh bên (huyền) có độ dài hơn cạnh phía nam và không song song với cạnh này. Có lẽ vì địa thế, gò đồi và sông mà người xưa muốn dựa, đã tạo nên dáng đó.

Thành Lồi là thành có "Bà Lồi" chăng? Hay thành Lồi gọi theo đặc điểm có góc tây bắc lồi ra phía sông.

Ví như cầu Lòn giữa phường Đúc cũng bởi lý người ngựa phải lòn quá cầu này. Thành Lồi, tôi bâng khuâng cố nghĩ về 1.500 năm trước. Sông Hương bị núi Ngọc Trản hất ra phía đồi Nguyệt Biểu loáng choáng một chút rồi bình tĩnh dần bám theo phía hữu ngạn chảy xuống dưới chân đồi Thọ Cương. Bên phía tả ngạn đất mềm, bờ đứng, nước lũ lấn qua và làng Lương Quán cứ tự nhiên mà nhận thêm lãnh thổ. Lòng sông Hương cũ nay trở thành lằn cạn nằm sát bìa làng. Bãi bồi dáng bán nguyệt cứ tự nhiên mà vươn dần sang phía Long Hồ. Sông Hương uốn một vòng cung ngoạn mục định mở thêm lối mới qua sông Bạch Yến để về Bao Vinh cho nhanh. Mưu đó con người ngày nay biết nên đang đóng cọc hai bên bờ cầu Xước Dũ. Đồi Hà Khê (bắc) như cái trụ đá khổng lồ, nước vòng lại trước làng An Ninh Thượng rồi hướng mũi qua gò Thọ Cương (nam). Đó là góc tây bắc thành Lồi nơi có cầu Long Thọ mở cửa cho nước "hộ thành hà" chạy thoát ra sông. Nhìn từ phía tây hoặc phía bắc góc này có

48   MAI KHẮC ỨNG

"lồi" ra thật.

Đứng trên điểm cao nhất còn lại của thành hậu (nam) nhìn qua góc bên trái thấy rõ tháp Phước Duyên (chùa Thiên Mụ); nhìn sang góc bên phải qua hướng cột cờ kinh thành Huế thẳng về phía biển là thành Lý – Hóa Châu; quay ngược lại là hướng tây nam ta nhìn thấy đỉnh núi Kim Phụng, núi chủ của cả vùng. Góc trái phía sau là đông nam hướng về ngọn núi Thiên Thai. Nếu như kẻ một đường thẳng đông tây đi qua giữa thành Lồi thì mút núi phía đông là cửa biển Tư Hiền có tháp Linh Thái, có cảng thị Cảnh Dương (huyện Phú Lộc) và mút phía tây là các xã Phong Sơn, Phong Mỹ, Phong Thu (huyện Phong Điền) có dấu xưa của một thánh địa, mà phía sau là dãy Thất Thế Giới sơn.

Thành Lồi nằm bên bờ nam sông Hương, có lẽ phòng thủ sự tấn công của đối phương từ phía bắc. Đàn Hòa Chi (Bính Tuất – 446) và Lưu Phương (Ất Sửu-605) là hai gương mặt Thiên triều Tống, Tùy, hung hăng vượt đèo Ngang vào cướp, hẳn đã gợi ý cho thành Lồi đứng lên. Lịch sử còn ghi lại rằng cả hai đều bất đắc kỳ tử vì phạm vào đền miếu.

Hiện thời thành Lồi nằm trên địa phận của ba đơn vị hành chính thuộc thành phố Huế: phường Đúc (góc đông-bắc), xã Thủy Xuân (góc đông nam), xã Thủy Biều (đại bộ phận). Đường Huyền Trân Công Chúa bắt mối từ đường Bùi Thị Xuân băng qua thành Lồi lên phía đồi Vọng Cảnh (đối ngạn điện Hòn Chén). Miễn cưỡng thôi! Thật ra con người đã "Đền nợ Ô Ly... Đặng vài phân vì lợi cho dân; Tình đem lại mà cân" ấy, giá như cứ giữ nguyên vị trí vạch nối hai di tích thì mới xứng với "nước non ngàn dặm".

Giữa lòng thành Lồi xưa có một miếu thờ cấp quốc gia được lập vào năm Minh Mệnh thứ 14 (1833) để thờ các vua

Chămpa. Miếu có lẽ khang trang bề thế lắm. Cứ xem một hai viên đá tảng loại sa thạch còn lại thì đủ biết.

Sách "Khâm định Đại Nam Hội Điển Sự Lệ" ghi rằng:

"Chuẩn lời nghị, cho làm miếu ở địa phận núi về bờ phía nam sông Hương ở Kinh thành, hàng năm cứ tháng Trọng Xuân, Trọng Thu đến tế, đồ tế bằng một con trâu, một con lợn, một mâm xôi và ba mâm quả phẩm; đến khi tế, quan tam phẩm ban văn khâm mệnh làm lễ. Lại bắt dân phu xã Nguyệt Biều mười người sung làm phu quét dọn ở miếu" (Hội điển 6, trang 445)

Khu vực thờ phụng đó ngày nay không còn nữa mà đã hóa thành nghĩa địa hỗn hợp vừa của Phường Đúc, vừa của làng Nguyệt Biều. Những ngôi mộ giáo dân với những cây thánh giá cao thấp lô nhô. Những ngôi mộ Phật tử với chữ vạn hoặc các búp sen chưa nở khiêm nhường lặng lẽ. Bỗng nhiên tôi nhớ đến Trịnh Công Sơn với "một cõi đi về".

Từ ngã ba đường Huyền Trân Công Chúa mới, gặp đường Bùi Thị Xuân, tín ngưỡng tôn giáo dường như cũng chia hai. Bên trái là nhà thờ xứ Phường Đúc được lập từ giữa cuối thế kỉ XVII thời chúa Hiền Vương – Nguyễn Phúc Tần. Bên phải, ở vị trí trung tâm thành Lồi là Khuôn hội Phật giáo Dương Biều và chùa Nguyệt Biều. Phật giáo và Thiên chúa giáo đan xen trong cư trú ở thành Lồi có lẽ đã từ lâu lắm! Nhiều ngôi mộ cổ tuồng như đã quá phôi pha.

Bên trái chùa Nguyệt Biều kéo dài về phía gò Long Thọ nay là xóm Long Thọ ấp Trường Đá xã Thủy Biều đầu thế kỉ XIX là Xứ Thượng cục. Cơ sở sản xuất vật liệu xây dựng, chủ yếu là gạch ngói lưu ly. Đi rảo trong các khu vườn dân cư ở đây, đâu đâu chúng ta cũng gặp phế liệu của một thời rộn rã xây dựng kinh đô Huế. Hổ quyền, trường đấu giữa voi và cọp là thú tiêu khiển cho triều đình Nguyễn còn đó. Điện Voi Ré nơi thờ hai thớt voi có quân công triều Gia Long còn đó. Một thời khu vực Thọ Cương này hẳn là uy nghiêm bề thế lắm!

Người Pháp chiếm Huế, đồi Long Thọ mọc lên vài ba ngôi biệt thự của chủ lò vôi làm cớ cho nhà máy xi măng Long Thọ ngày nay phát triển. Và, cũng làm cớ cho khu chợ, khu dân cư mỗi ngày một thêm đông đúc.

Trước điện Voi Ré có một cái hồ rộng, sâu. Một vài góc đã sạt lở, nhưng vẫn còn dáng dấp hình vuông. Có lẽ là ô hồ. Nghĩ đến ô hồ, nghĩ đến Hương Thủy tôi như liên tưởng điều gì đó của một thời chuyển hóa của đạo Bà La Môn sang Phật giáo Mật Tông (Vajra - Yana) mà Bồ tát Nagarjunas đã hiện diện tại đây. Nagarjuna phiên âm Hán Việt là Long Thọ. Long Thọ ăn sâu vào tiềm thức chúng sinh rồi đứng lại làm địa danh Long Thọ chăng?

"Gió đưa cành trúc la đà
Hồi chuông Thiên Mụ, canh gà Thọ Cương"

Thiên Mụ là Bà Trời ở phía bên kia. Ban đầu nơi đó là một tập thể tháp nhiều tòa đứng uy nghi trên ngọn đồi Hà Khê như là trung tâm Tara (Thánh mẫu) của Mẹ Xứ Sở. Còn bên này, thành Lồi với Nagarjunas (Long Thọ) Bồ Tát, với Vajra Arhan (Kim cương A La Hán), Phật giáo coi như đã giành được thế thượng phong. Bà La Môn giáo, Siva giáo hẳn đã hòa vào trong đó.

Ngoại trừ từ Cương trong thuật ngữ Thọ Cương là đá cứng, thì Cương cũng có thể là Kim Cương Thừa để dễ đến bờ giác.

Người Huế thích Bồ Đề Đạt Ma (Bodhidharma), mong tìm đến sự đốn ngộ, có lẽ bắt đầu từ nguồn gốc sâu xa nào đó.

Thành Lồi với sự phát sáng thiền phái Đại Thừa (Mahayana) cũng là một nguyên nhân và phải chăng đó là kinh đô buổi đầu của Phật giáo Huế.

Long Thọ Bồ Tát với Kim Cương La Hán có lẽ đã đứng lại với Long Thọ Cương cho đến tận ngày nay để mãi mãi chiêm vọng Bổn Sư Thích Ca Mâu Ni Phật an tọa trên đỉnh tháp Phước Duyên trước chùa Thiên Mụ.

"Đêm khuya eo óc canh gà
Tưởng trời hừng sáng hóa ra còn mờ!
Ai qua Long Thọ gọi đò,
Hồi chuông Thiên Mụ bao giờ lại ngân!

(Bùi Công Trừng, 1922)

Linh Thái – Thúy Vân, Tháp Xưa Dấu Cũ

Núi biển Linh Thái
(ảnh: Mai Linh)

Tôi cứ ngỡ thành Hóa Châu xưa ban đầu là một cảng thị bên cửa Sình. Cửa Sình là nơi sông Hương gặp biển. Trước cửa Sình là đại dương mênh mông. Về sau có doi cát nổi phía trước cửa Sình giống như một con đê chắn sóng. Doi cát mỗi ngày một cao hất biển ra bên ngoài để vịnh biển nằm lại. Phần nước của đông Trường Sơn thuộc địa hạt Thừa Thiên qua sông Ô Lâu, sông Bồ, sông Hương, đều chảy vào đầm Thủy Tú hội với nước sông Truồi rồi ào ra cửa Tư Hiền. Phía đông - nam cửa Tư Hiền có mũi Chân Mây từ Hải Vân sơn lao xuống như một cái mỏ hàn hất nước ra ngoài biển. Nước tức, xoáy lại làm vụng sâu. Hàng ngàn năm với hàng ngàn mùa lũ nước chở đất cát về lấp dần một phần vịnh để người đến lập làng.

Lúc đầu Linh Thái sơn và Thúy Vân sơn còn là hai hòn đảo đứng giữa mênh mang sóng nước. Lâu ngày bởi sự lắng động của phù sa chân đảo cũng được bồi đắp cao dần. Doi cát nổi trước cửa Sình không ngừng vươn tới và đã gặp Thúy Vân sơn làm cho hai hòn đảo trở thành hai ngọn núi giữ thế định hướng cửa Tư Hiền.

Vậy là, từ cửa Sình thuyền muốn ra biển phải đi vòng ít cũng mất ba mươi cây số nên đành nhường cảng thị cho vùng vịnh Cảnh Dương – Lộc Vĩnh bên cửa Tư Hiền. Hóa Châu trở thành ly sở cai quản nội hạt. Làng Sình bên cạnh cảng thị Hóa Châu giữ nguyên làng tranh dân gian hàng hóa trong nhiều thế kỷ.

Đất và cát dồn về triền miên, cửa Tư Hiền nông và hẹp lại. Mùa lũ nước từ đông Trường Sơn gộp với nước của các dãy núi Thất Thế Giới, Kim Phụng, Định Môn, Lương Miêu, Đông Triều, Bạch Mã, Hải Vân... tràn xuống. Gặp cơn thủy triều xô ngược vào, cửa Tư Hiền nghẹn nước. Ba con sông (Hương, Bồ, Ô Lâu) quá tải đổ dồn vào Ngã Ba Sình. Tức nước vỡ bờ. Đê cát chắn sóng thiên tạo ấy bị đứt ra một quãng làm cửa Eo xả lũ. Cửa Eo tức cửa Thuận An ngày nay. Thế là vịnh biển trước thành Hóa Châu được mở cửa ra biển. Mở ra bất ngờ thì gọi là phá. Sức phá của ba con sông nên mới có tên là phá Tam Giang.

Từ cửa Thuận An vào cửa Tư Hiền thoạt đầu là ranh giới ngoài khơi trong lộng đã lên cạn làm đường bộ cho con người ngược xuôi, làm thổ cư để làng xóm đứng lại, ghi tên những người khai canh lập ấp.

Linh Thái sơn ở mút cuối con đường bộ này khởi thủy được người sở tại gọi là Độn Rùa bởi cái dáng na ná con rùa của nó. Rồi Độn Rùa lại trở thành Qui Sơn khi bước vào sách vở. Đến thời Minh Mệnh, Nguyễn Thánh Tổ đã đổi Qui Sơn thành Linh Thái sơn.

Ngọn núi con rùa linh thiêng bao la này đứng bên trái cửa Tư Hiền như một người lính ngày đêm canh giữ để trời yên biển lặng cho quốc thái dân an. Đất có núi có biển mới làm nên sơn thủy hữu tình. Núi được người vinh thăng mới lưu danh vạn thế.

Phía sau Linh Thái sơn có Thúy Vân sơn giữ vị trí trừ bị. Người xưa ví Thúy Vân sơn là con chim phượng hoàng, thì có lẽ đâu đó bên Hải Vân quan còn long, còn lân mới trọn bộ "tứ linh" (long, lân, quy, phụng) trấn đầu cửa sóng.

Đứng tại Linh Thái sơn nhìn qua tháp Điều Ngự trên Thúy Vân sơn ta nhận ra ngay đỉnh núi Bạch Mã ẩn hiện trong các áng mây trắng xóa làm bức tranh thủy mặc đặt giữa nền trời. Vịnh Cầu Hai là mặt thấu kính để lung linh núi, lung linh mây, lung linh cánh chim thần. Và, từ Linh Thái sơn vọng ngắm một vùng non nước ta mới nhận ra thế nào là huyền viễn nơi mảnh đất sơn hải giao hoan này.

Ngày xưa người đi biển tìm Bạch Mã mà định hướng đường về, nhìn Linh Thái khi vào cửa Tư Hiền, dựa Cù Lao Chàm để vào cửa Đại. Gắn bó một cung biển gần (Hội An - Huế) ngoài những ngọn núi ấy còn có bán đảo Sơn Trà, hai mũi Chân Mây đã từng là lá chắn cho thuyền buồm tránh bão.

Từ cửa Đại Chiêm đi lên Trà Kiệu, từ cửa Tư Hiền thuyền vào Thành Lồi của một thời Khu Túc như là những tuyến đường sống còn của vương quốc.

Tôi nghĩ đến tiểu vương quốc Amaravati với Đồng Dương (indrapura) Phật giáo khi nhìn lên Thúy Vân, Linh Thái những ngôi chùa. Núi Hải Vân gây khó khăn cho người đi bộ nhưng lại che chở người đi thuyền. Xứ Huế, xứ Quảng, Tư Hiền, Hội An nối với nhau ân tình bằng con đường nước vậy. Thuyền neo lại dưới chân Thúy Vân sơn và Linh Thái sơn hẳn là tấp nập lắm.

Trên đỉnh núi Linh Thái ngày xưa có một ngôi tháp Chăm kỳ vỹ. Những ngày nắng đẹp dáng tháp dựng giữa trời trông như một tượng đài uy nghi hùng tráng. Người ra biển, người vào sông lên núi hẹn nhau dưới chân ngôi tháp này.

Thế kỷ XIII chiến tranh chống Nguyên và sau đó các công trường xây dựng đền tháp của các nghệ sỹ kiến trúc Chămpa dường như chuyển náo nức vào xứ Vijaya (Bình Định ngày nay). Tháp Linh Thái cùng thời hoặc trước Đồng Dương mới phải.

Người địa phương bảo rằng gần chân tháp có một giếng động sâu đáy ăn thông với biển. Cứ thả một quả bưởi vào giếng sau đó ít lâu đã thấy nổi trôi trên mặt sóng. Chưa một ai làm việc đó, nhưng vẫn cứ truyền ngôn. Chủ nhật, 13-9-1998 tôi đi lang thang trên bờ biển phía ngoài núi Linh Thái nhìn xem có quả bưởi nào không. Sóng vỗ ì oàm vào mấy đôn đá bên vách núi như phả vào chân con rùa thiêng khổng lồ tưởng nó đang bơi. Tại đây tôi gặp vợ chồng chị Năm, cùng hai cậu con trai đi chơi biển, chị Năm bảo rằng lúc trẻ, trong một lần cắm trại chị đã nối dây múc nước ở giếng ấy. Giếng sâu hun hút nhưng nước thì ngọt và trong.

Trời đã về chiều. Những đám mây vần vũ đang chuyển nhanh vào phía núi Bạch Mã. Tôi nhẩm đọc mẫu kinh nghiệm dân gian: "Mây bay ra biển, trời nắng chang chang. Mây kéo về ngàn, trời mưa rúc rích". Chị Năm có chỉ nhưng tôi không thể trở lên núi được nữa. Và nghĩ rằng nếu là hang động tự nhiên thì chẳng nói làm gì, nhưng nếu có giếng đào thật thì người Chăm quả là vua của giếng khơi vậy. Giếng lấy nước ở độ cao ấy có lẽ được đào từ thời núi còn là hoang đảo giữa mênh mông sóng nước chăng?

Nhiều thế kỷ nắng mưa, tháp bị hư hại nặng. Tháng 4 năm Đinh Mùi (1667) Hiền Vương Nguyễn Phúc Tần đã giao cho quan thủ bạ Trần Đình Ân xây một ngôi chùa mới có tên là Hòa Vinh tự gần đó (nhiều tài liệu in là Vinh Hòa hay Vĩnh Hòa). Trong thời kỳ hỗn chiến Trịnh – Nguyễn – Tây Sơn, chùa Hòa Vinh bị tàn phá, người địa phương như luyến nhớ một thời chùa – tháp uy linh, đã xây thế một ngôi am nhỏ để có nơi thờ tự.

Núi cao, biển vắng, hương khói chẳng mấy người lo nên chỉ còn gió, còn mây giữa rì rào sóng vỗ. Giá như tháp xưa còn đứng lại. Giá như bỗng dưng trên đỉnh Linh Thái mọc lên vài ngôi vọng hải đài để khách thập phương có nơi chiêm ngưỡng suy tư hẳn là vui lắm!

Cách Linh Thái non một cây số là Thúy Vân sơn mà tên ban đầu là Mỹ Am. Vậy là am đẹp đã làm nên tên núi. Trước ngày đại trùng kiến chùa Thiên Mụ, Quốc chúa Nguyễn Phúc Chu có cho tu sửa am xưa thành một ngôi chùa tươm tất (Nhâm Thân – 1692). Cuối thế kỷ XVIII, chùa bị tàn phá hoàn toàn. Mỹ Am rơi vào cõi tịch liêu, hoang phế. Mãi đến năm Minh Mệnh thứ 6 (Giáp Thân – 1825) nhà vua Nguyễn Thánh Tổ đã cho dựng lại một ngôi chùa mới và đổi Mỹ Am thành Thúy Hoa. Núi có tên Thúy Hoa từ đó. Đến năm Minh Mệnh thứ 17 (Ất Mùi – 1836) nhân lễ đại khánh chúc thọ Thánh Mẫu Thuận Thiên Hoàng Thái Hậu 70 tuổi, nhà vua Nguyễn Thánh Tổ mới cho khắc bia đá về chùa Thánh Duyên, Đại Từ các và tháp Điều Ngự dựng tại Thúy Vân sơn.

Có lẽ từ Mỹ Am thành chùa Thúy Hoa đến năm đó (1836) mới mang tên Thánh Duyên tự.

Ngày 20 tháng giêng năm Tân Sửu (11-2-1841), Nguyễn Phúc Miên Tông nhận tên mới là Nguyễn Phúc

Tuyền, lên nối ngôi đặt niên hiệu Thiệu Trị. Vị vua hay thơ này đã đổi tên núi Thúy Hoa thành Thúy Vân (bởi kiêng tên húy Hoàng Thái Hậu là Hồ Thị Hoa). Bài thơ "Vân sơn thắng tích" của ông vẫn còn trên bia đá ở dưới chân núi.

Thúy Vân sơn là núi mây xanh biếc để hợp với thúy ba (sóng biếc) trước cửa Tư Hiền mà làm nên cảnh đẹp thứ 9 của đất Thần Kinh. Về sau có người chếnh choáng nhìn mây bay đỉnh núi cứ tưởng là mây say mới gọi là Túy Vân sơn. Cái sự tự vận vào như thế vô tình tạc sai ý tiền nhân đã khắc vào sử xanh bia đá.

Tên núi là thế, cho dù Mỹ Am, Thúy Hoa, Thúy Vân hay Độn Rùa, Qui Sơn, Linh Thái núi vẫn núi ấy nhưng dường như cũng có mạch chuyển tháp – am – chùa. Và, tháp Điều Ngự cho dù không uy nghi, kỳ vĩ như một ngôi tháp Chăm xưa, cũng cứ gợi nhớ một thời kiêu sa của nó.

Ba tầng tháp đứng cao trên đỉnh núi với khung pháp luân chuyển xoay theo gió, với tiếng chuông khánh râm ran trong không trung để thờ: Trung thiên Điều ngự Thích ca Mâu ni Phật, Tây Thiên cực lạc pháp vương (tầng trên); Nhân gian Điều ngự Phước bị Quần Sanh Vạn Thiên Chí Tôn (tầng giữa); Địa phủ Điều ngự Minh Sát sâm nghiêm Diện La chủ tể (tầng dưới), thì cũng để an ủi mà dẫn dắt chúng sinh vào cõi huyền viễn hư vô.

Có thể cư dân sở tại thuở đó còn nặng về tư duy tôn giáo Ấn Độ mà tín ngưỡng Bà La Môn giáo, Siva giáo hay Phật giáo đồng hành với tượng, tháp. Tháp Điều Ngự vươn lên tầm cao ấy phải chăng là cử chỉ hành xử hợp tự có văn hóa điều gì đã phôi pha cho gần xa, mới cũ đều có một điểm hẹn chung để tôn thờ.

Tư Hiền cảng thị, người đến, người đi đều an lòng với xứ sở biết tìm đạo mà thờ. Có điểm hướng thiện là có lương dân. Ở đâu cũng vậy. Xóa đi tất cả, để mất đi tất cả thì chỉ còn lại rối ren. Tiếng chuông chùa đêm vắng vọng xa trong thinh không như lan tỏa thái hòa đi mọi ngả.

Tôi cứ nghĩ miên man về tên làng Đông An, Hiền Vân bên núi Thúy, bên chùa Thánh Duyên phải chăng cũng là ước mơ cũng là sở nguyện. Dù không còn, rời khỏi Thúy Vân sơn, Linh Thái sơn, tôi vẫn mang theo ý niệm những tiếng chuông chùa với bóng dáng xa xăm của một tòa tháp cổ.

Xứ Huế
Chùa Xưa

Chùa Từ Hiếu
(tranh: Dương Phước Luyến)

Cửa Từ bi sớm tối chỉ đường, quay trở lại nguồn
chân bờ giác
Thuyền Bát nhã tháng ngày đưa khách, vượt ra ngoài
bể khổ sông mê.

Chúng tôi không phải là những đứa con được sinh ra tại
Huế và hiểu biết về Huế cũng chưa đủ chín như liền chị liền
anh là những người chôn rau cắt rốn ở đây. Nhưng lịch sử xứ
Huế dạy rằng qua nhiều thế hệ, kẻ trước người sau, dắt dẫn

nhau đi, giúp đỡ nhau sống, bày vẽ cho nhau việc làm mà lập thành cộng đồng để tồn tại với "Ô châu ác địa" rồi mở mang lãnh thổ Tổ quốc rộng dần về phương nam.

Từ thuở "đất khách quê người" ấy, cha ông ta sống đẹp, hòa nhập và cưu mang, không gây nên đố kỵ lại đậm đức cội nguồn, gắn bó nơi tha hương, chan hòa với sở tại mới làm nên "nhiễu điều phủ lấy giá gương".

Có ngày nay, tự ngày xưa như thế. Nhờ đó mà ta tiếp tục hành trình làm rạng danh xứ sở. Nhờ đó mà ta phát triển theo lẽ trường tồn. Vả lại, Huế buổi đầu mới chỉ là một bến sông, một trạm dừng chờ nhau đi tiếp, một thị tứ nghèo của làng Thụy Lôi bán lưới để sum họp dần mà làm nên làng Phú Xuân, tổng Phú Xuân giữa thế kỷ XVI với chúa Tiên Nguyễn Hoàng, rồi làm nên Thủ phủ Phú Xuân vào nửa cuối thế kỷ XVII với chúa Nghĩa Nguyễn Phúc Thái. Trước đó sách Ô châu cận lục còn ghi rằng *tiếng nói hơi giống miền Hoan Diễn, phong tục có khác người Chiêm Thành*. Người Hoan Ái nhập cư. Người Chăm ở lại. Những ngôi chùa một thời náo nức Đồng Dương được hồi sinh để lời kinh tiếng mõ sưởi ấm mọi tấm lòng bỡ ngỡ. Bởi đạo Phật chỉ vì giải thoát nhân loại không khuôn theo biên giới lãnh thổ quốc gia, không màng danh cầu lợi, không vì thể chế xã hội nên người Chăm, người Việt đều có thể chào nhau A Di Đà Phật. Chỉ thế thôi cũng đã đủ xua tan mọi nỗi hận thù.

Tôi muốn nói đến náo nức Đồng Dương, bởi trước thế kỷ XI dường như toàn bộ miền bắc Chămpa từ đèo Ngang vào đến đèo Cù Mông, Vương triều Indrapura cường thịnh, Phật giáo chiếm ưu thế chi phối trong triều ngoài nội. Những ngôi chùa thờ Phật từng bước thay thế đền tháp thờ PoNaga. Chùa Thiên Mụ có lẽ cũng nằm trong xu thế đó. Thiên Mụ là bà Trời. PoNaga là Mẹ Xứ Sở. Đứng giữa vùng cư dân tôn thờ chế độ mẫu hệ thì đền tháp mang dấu ấn nữ giới bao giờ cũng thiêng liêng và dễ được trân trọng tôn sùng. Nằm trong vùng ảnh hưởng đó, Phật giáo Huế nhìn vào Kinh đô ánh sáng Indrapura để độ pháp. Chùa xưa trên đất Huế được khai sơn hoặc được cải biên nô nức nhất có lẽ vào nửa cuối thế kỷ IX và đầu thế kỷ X song hành với sự phát triển và thịnh vượng của Vương triều Đồng Dương. Có thể là như thế. Bởi vì vào tháng 3 năm Tân Sửu, 1303, nghĩa là trước ngày Ô, Rí trở thành Thuận Hóa 4 năm, chùa Trì Kiến đã là chỗ dừng chân của Giác Hoàng Điều Ngự trong lần ngài vân du thăm viếng Chămpa *(theo Lịch sử Phật giáo xứ Huế của Thích Hải Ấn và Hà Xuân Liêm).*

Thịnh vượng là sung túc. Sung túc là sung sức. Nhà vua đầu của Vương triều này có lẽ là Inđravacman II hết lời ca tụng công đức và đề cao các vua sáng lập Vương triều Gangaraja và Vương triều Panđuranga. Mà sự suy yếu của Vương triều Gangaraja, sự sụp đổ của kinh đô Sinhapura – Trà Kiệu và những hư hại tại Thánh địa Mỹ Sơn đều được coi là do người Cửu Chân, Giao Chỉ gây nên. Hận thù và chiến tranh phục thù bắt nguồn từ những điều như thế thôi thúc trỗi dậy. Điều đáng tiếc là tai họa trong mối bang giao Chăm – Việt cũng lại bắt nguồn từ những điều thiếu sáng suốt, thiếu tỉnh táo như thế. Nếu như Inđravacman II và những người kế nghiệp của Vương triều Inđrapura nhìn được quá khứ xa từ những năm đầu Công nguyên nhân dân Giao Chỉ, Cửu Chân, Nhật Nam đã từng liên minh chống các quan đô hộ của nhà Hán, từng hưởng ứng khởi nghĩa Hai Bà Trưng. Nhất là vào năm 137 nhân dân Tượng Lâm nổi dậy thì binh lính người Giao Chỉ, Cửu Chân không phục tùng lệnh Thứ sử Phàn Diễn của nhà Hán nhất tề phản chiến tạo điều kiện cho nhân dân Tượng Lâm đánh thắng Giả Xương cùng đồng bọn. Trước thắng lợi đó của nhân dân Chăm làm Hán Thuận đế (126 –

144) tức giận triệu tập chư tướng bách quan huy động 4 vạn binh sĩ của 4 châu Kinh, Dương, Duyện, Dự sang đánh Chămpa. Đại tướng Lý Cố can và hiến kế rút quân Hán ra khỏi Nhật Nam rồi dùng vàng bạc tơ lụa mua chuộc ly gián để dân bản địa đánh nhau. Ai thắng thì phong hầu và hậu thưởng. Từ thế kỷ II quỷ kế "ném đá giấu tay" của Lý Cố được thực hiện không chỉ khoét sâu hận thù Chăm - Việt thuở đó mà còn để di họa nhiều đời về sau. Chiến tranh chống đô hộ chuyển thành chiến tranh lân bang. 6 thế kỷ qua đi người hai bên đèo Ngang quên kẻ chủ mưu giấu mặt là Thứ sử, Thái thú của Hán, Tống, Tùy, Đường chỉ nhìn thấy những người trực tiếp cầm gươm giáo mà không biết rằng họ bị bắt buộc. Inđravacman II và các nhà vua kế nghiệp của Vương triều Đồng Dương thường phát động bắc chinh rửa hận. Chiến tranh Chăm – Việt xảy ra liên miên trong hai thế kỷ XI, XII nhiều lần diễn ra trên đất Huế. Thánh địa Phong Nha, Thánh địa Hội Điền - Vân Trạch Hòa, Thành Lồi, bị phá cùng nhiều công trình kiến trúc đền tháp khác cũng chịu vạ lây. Và, qua các cuộc đọ gươm đấu giáo thế tất phải có bên thắng bên thua. Vương quốc Chămpa vốn được thành lập từ sự liên minh các tiểu quốc lại bị địa hình chia cắt nên hễ có chiến sự là dễ đứt gãy. Thất bại thường thuộc về phía gây hấn. Cắt đất bồi thường chiến tranh để bảo toàn sinh mệnh liên tiếp diễn ra. Ba châu Địa Lý, Bố Chính, Ma Linh của Vương quốc Chămpa chuyển vào bản đồ Đại Việt từ năm Kỷ Dậu, 1069 như đổ thêm dầu vào lửa làm nên nguyên nhân trực tiếp cho các cuộc đụng độ về sau. Bước sang thế kỷ XIII, bởi tham vọng bành trướng, nhà Nguyên gây ra cuộc chiến tranh xâm lược dường như toàn diện. Tham vọng lớn nên thất bại nặng. Nhà Nguyên để lại trong lịch sử nhân loại một vết nhơ máu lửa với sự bạo tàn trước khi tiêu vong và, cũng để lại cho hai quốc gia láng giềng nhỏ bé Chăm - Việt mối tình liên kết cùng chống kẻ thù chung. Nguyên nhân khách quan này đã làm nên sự phối hợp

tác chiến và sau ngày thắng trận cả hai quốc gia láng giềng bé nhỏ trước kẻ thù hùng mạnh đã hòa hoãn và trở thành thông gia giao hiếu ân tình. Trần Huyền Trân – Chế Mân với sính lễ Ô, Rí là biểu tượng của công cuộc bang giao hữu nghị Chăm – Việt đầu thế kỷ XIV. Nhà vua Trần Nhân Tông là người quy hoạch, thiết kế kiêm đạo diễn làm nên sự kiện bi hùng này và Thiền phái Trúc Lâm Yên Tử một thời tỏa sáng trên vùng lãnh thổ vốn từng chịu ảnh hưởng của Phật giáo Đồng Dương. Một số chùa Phật như Sùng Hóa, Thiên Mỗ ở Huế; Kính Thiên, Đại Phúc … ở Quảng Bình có lẽ được hồi sinh trong bối cảnh đó.

Điều này phù hợp với tình hình xã hội đương thời khi mà Thái thượng hoàng Trần Nhân Tông sau một thời trận mạc đã lên núi Yên Tử lập phái thiền Trúc Lâm như là sự khuyến khích thần dân hướng theo bóng Bồ Đề. Từ tâm thức hóa độ ấy Thái thượng hoàng Trần Nhân Tông thăm viếng Chămpa đã làm nên cuộc bang giao hiếm có nhất trong lịch sử đất nước. Hơn 70 năm sau một danh nho thời Trần đã viết:

"Chỗ nào có người ở, tất có chùa Phật, bỏ rồi lại xây, hỏng rồi lại sửa, chuông trống lâu đài chiếm đến nửa phần so với dân cư. Đạo Phật rất dễ hưng thịnh mà được rất mực tôn sùng".
(Ngô Sĩ Liên, Đại Việt Sử Ký Toàn Thư)
(dẫn theo Thích Hải Ấn và Hà Xuân Liêm)

Nhà vua Chế Mân băng hà. Trần Huyền Trân được giải thoát trở về Đại Việt. Ô, Rí thay Địa Lý, Bố Chính, Ma Linh làm nguyên nhân chiến tranh giành và giữ giữa hai Vương quốc vốn là bạn trong cuộc kháng chiến chống Nguyên một thuở. Cuối thế kỷ XIV nhận thấy nhà Trần suy yếu vua Chế Bồng Nga của Vương quốc Chămpa liên tiếp kéo quân ra đánh phá Thăng Long. Năm Canh Ngọ-1390 Chế Bồng Nga tử trận, chiến tranh Chăm Việt tạm ngưng. Đến năm Nhâm Ngọ - 1402, Hồ Qúy Ly sai tướng Đỗ Mẫn kéo quân sang đánh báo thù. Chămpa lại phải cắt đất Chiêm Động, Cổ Lũy. Hồ Qúy Ly đổi Chiêm Động thành châu Thăng, châu Hoa tức Quảng Nam ngày nay; Cổ Lũy thành châu Tư, Châu Nghĩa tức Quảng Ngãi ngày nay. Thăng, Hoa, Tư, Nghĩa lại thay hai châu Ô, Rí vốn đã được mang tên mới là Thuận Hóa làm nguyên nhân mới cho những cuộc đụng độ mới. Đầu thế kỷ XV quân Minh tràn sang Đại Việt. Thuận Hóa cũng bị đô hộ. Nghĩa quân Lam Sơn đuổi được quân Minh ra ngoài cõi. Thuận Hóa cùng cả nước hân hoan bước vào thời kỳ canh tân. Năm Canh Thìn – 1470 nhà vua Lê Thánh Tôn ngự giá thân chinh thành lập đạo Quảng Nam. Vương quốc Chămpa đứng trước nguy cơ suy vong khó phục hồi.

Như vậy là từ nửa sau thế kỷ XIV, khi Chế Bồng Nga bắc chinh đánh chiếm kinh đô Thăng Long thì Thiền phái Trúc Lâm ở Huế có lẽ cũng bắt đầu phai nhạt. Phật giáo Đại thừa vươn lên giành lại vị thế một thời Đồng Dương. Những ngôi chùa thờ Phật kịp có mặt để khỏa lấp mọi nỗi đau giành giữ. Như vậy là chùa thờ Phật của người Việt theo dấu chân nam chinh, nam tiến thay thế chùa thờ Phật của người Chăm rất có thể đã diễn ra êm thấm trong trường kỳ lịch sử. Bởi Phật giáo với đại Từ, đại Bi lúc nào cũng bao dung và là chỗ dựa cho cả hai phía nên đã góp phần hạn chế sự tàn bạo của bên thắng đồng thời làm vợi nỗi đau của người thua. Sự chia sẻ chở che ấy đã làm nên tính dung hòa trong cộng đồng dân cư mới cũ. Người Chăm hóa Việt. Người Việt hóa Chăm. Đã diễn ra tiệm tiến trong quá trình này.

Huế, một vùng nước non kỳ tú, êm đềm. Cảm nghĩ đầu tiên của tôi với sông Hương – sông thơ xứ Huế bắt đầu là thế.

Con sông xanh kiều diễm, rất trong và dường như không chảy, trải lòng mình giữa hai bờ cây cỏ sầm uất.

Cuối chiều, khi ánh nắng vàng phai loang tan trên mặt sóng để bóng núi Kim Phụng nghiêng soi cứ chập chờn như một giấc mơ. Đêm trăng sáng, mặt sông dát bạc, làm ngân xa những tiếng hát câu hò... Sáng, chiều, đêm mặt sông chuyển màu thành xanh, vàng, tím, bạc, lúc nào sông Hương cũng đẹp, cũng duyên dáng dịu hiền. Sâu lắng lắm trong tôi, sông thơ xứ Huế.

Nhiều người bảo rằng, thoạt đầu là những con suối nhỏ từ nhiều mạch núi của dải Trường Sơn hùng vĩ chảy qua các triền đá hoa cương xuống hợp lưu làm nên những ngọn thác. Đó là các bể lọc thiên tạo dồn nước trong, sạch lại, và cũng ghìm bớt sự vội vàng xô đẩy mở rộng lòng chảy đi tìm biển.

Dòng Tả Trạch từ Thượng Quảng, Thượng Long qua thị trấn Khe Tre của huyện Nam Đông về trước Thiên Thọ lăng (quen gọi là lăng Gia Long) để nhập vào Bằng Lãng. Dòng Hữu Trạch là hợp lưu thứ hai lại băng qua huyện A Lưới, thị tứ Bình Điền về trước Hiếu lăng (người ta thường viết lăng Minh Mạng), gặp Tả Trạch mà làm nên ngã ba Tuần.

Cả hai ngọn sông này sau khi đã vượt qua quá nhiều ghềnh thác dường như mệt mỏi nên dựa vào nhau, bỏ hết hùng khí của rừng, hòa dòng, mới êm đềm thơ mộng vậy. Giá như, không có những con thuyền gắn máy với bề ngoài đầy vẻ cải lương màu mè vớ vẩn làm ồn ào mà tức mắt thì sông Hương mãi mãi được coi là một trong những con sông đẹp nhất của hành tinh chúng ta.

Một thoáng yên tĩnh vào buổi sáng cuối tháng 7 năm 1996, chị Veronique Dollfus, kiến trúc sư người Pháp sung sướng và mãn nguyện, nói với chúng tôi – lúc đó đang đứng trước Hiếu lăng rằng, đến đây chị mới cảm thụ được hương riêng của sông Thơm, sông Thơ này. Đó là hương rừng vậy.

Nếu chúng ta có mặt ở ngã ba Tuần trước lúc bình minh sắp xóa tan những làn sương mỏng, trước khi mọi người trên các vạn đò í ở gọi nhau... thì sẽ được tận hưởng hương thơm man mác mà gió núi mang về nơi gặp gỡ của hai nguồn sông.

Hương giang lượn qua Kinh thành Huế, vượt qua cầu Trường Tiền (một nét văn hóa Pháp), xuống thương cảng cổ Thanh Hà - Bao Vinh, ngã ba làng Sình để hòa vào phá Tam Giang trước khi mặn mòi với biển cả.

Một đời sông cẩm tú đi trong quãng đường quê hương sinh thành với những vòng cung như muốn quay về với núi. Đứng ở đồi Vọng Cảnh nhìn dòng sông chậm rãi trôi về tây tưởng như về hướng đông mà ráng chiều cứ ngỡ là bình minh phía ấy. Đường cong Ngọc Trản – Ngọc Hồ - Hà Khê với những đỉnh điểm tháp, chùa, điện, vũ như vòng tay tạo hóa đang mở rộng đón nhận mọi tác phẩm của con người.

Nhạc đó, họa đó, thơ đó như là sự tổng hòa nơi con sông thiên phú này.

Hoàng hôn, khi màu tím nhạt thoảng lên mặt nước, chúng tôi đành phải rời đồi Vọng Cảnh trong nỗi luyến nhớ khôn nguôi. Thì ra khi ngồi trên một con thuyền gọi là rồng, phượng gì đó để dạo ngắm sông Hương, chúng ta đã tước mất một phần cái đẹp của chính nó. Sự giả dạng bề ngoài, tiếng máy nổ đinh tai, tiếng ì oặp của sóng xô mạn thuyền càng làm ta rối mắt, rối tai khi lướt giữa hai dải cây không phân định.

MAI KHẮC ỨNG

Sự ô nhiễm của loại thuyền đã thành vạn đò du lịch ấy xin đừng chỉ nhận thấy ở vật chất hữu hình. Màu sắc, âm thanh và hương duyên của Huế đang bị hủy hoại hàng ngày.

Xin giữ cho Huế trong sạch để màu trời sao thì sắc nước vậy. Hãy lặng ngắm sông Hương từ một điểm bất kì trên bờ. Ở đó chốc lát một thoáng thơm man mác, tưởng như dâng lên từ mặt sóng, ta mới cảm nhận hết sông Hương là vậy.

Tô điểm cho sông Hương – theo nghĩa không gian và sự hài hòa thanh tú là những khuôn viên thơ mộng. Đặc sắc nhất, dễ nhận biết nhất có lẽ là các vườn chùa.

Huế với hàng trăm ngôi chùa để làm nên hoa trái xen giữa màu xanh bạt ngàn, thấp thoáng, nhấp nhô theo thế đất, theo hướng trời bình dị mà thanh tao, gần gũi mà tôn nghiêm như là những điểm nối nhân thế với cõi niết bàn. Chùa nối đời với đạo, nối hiện thực với siêu nhiên và tổng hòa cảnh sắc làm nên sự ngoạn mục riêng và chung. Chùa Huế là sự giao thoa giữa nhân sinh và vạn vật để hợp thành một Đại Thiền Viện mà sông Hương như mặt gương soi mỗi cõi lòng.

Những ngôi chùa, nhất là danh lam cổ tự dường như còn giữ nguyên nét đẹp vườn cực lạc mà từ trong sâu thẳm của hóa độ đã dậy lên các đấng chân nhân. Chùa Phật vốn là những trung tâm phát tuệ buổi ban đầu, thuở hoang sơ của người đi mở nước. Về mặt đó, chùa Huế đã góp phần tố thành bản sắc văn hóa Huế. 108 tiếng chuông ngân mỗi sáng mỗi chiều như 108 giọt nước thơm và sạch tinh khiết gạn đục khơi trong gột rửa tâm hồn chúng sinh lấm bụi trần bởi kế mưu sinh. Phải chăng, nhờ tiếng chuông chùa còn đọng trong không gian và trong tâm hồn cư dân sở tại nên so với cả nước Huế vẫn là mảnh đất ít nhiễu nhương hơn.

Chùa ở Huế đa dạng phong phú về quy mô, vị trí, nguyên vật liệu, chủ đầu tư. Chùa có thể do Nhà nước (Triều đình) đứng ra xây dựng, cũng có thể do một vị quan, một bà hoàng hậu, bà phi, một nhóm cư dân liên hiệp làng, xóm hoặc tư nhân phát tâm lập nên. Chùa sắc tứ thuộc loại quốc tự, chùa thuộc loại danh lam, chùa dưới dạng Khuôn hội, Niệm Phật đường…Về mật độ, có lẽ Huế và vùng phụ cận là nơi nhiều chùa, quán nhất nước. Hàng trăm ngôi chùa ở đây với hàng trăm khu vườn chùa được gia công chăm sóc, cỏ xén hoa chăm, đẹp như những công viên kiểu mẫu và sạch hơn, yên tĩnh hơn bất cứ công viên công cộng nào. Chùa và vườn chùa là biểu tượng của Từ, Bi, Hỷ, Xả lúc nào cũng toát ra sự nhân ái chan hoà. Nét chung nhất của mọi ngôi chùa Huế là thật, là êm đềm, thanh tú, là thanh bình lắng sâu.

Chỉ chừng đó thôi đủ lan tỏa thái hoà ra mọi nẻo.

Xứ Huế chùa xưa trong tôi. Cảm thức ban đầu là vậy.

Đoan Quốc Công Nguyễn Hoàng
Với Chùa Thiên Mụ

Chùa Thiên Mụ
(tranh: Dương Phước Luyến)

"Chùa ở phía nam làng Hà Khê, huyện Kim Trà. Trên nương đỉnh núi, dưới gối dòng sông. Tấc gang gần gũi ven trời, vượt thoát cõi trần tận thế giới ba ngàn. Khách tản bộ lên thăm, bất giác thiện tâm phát khởi, lòng tục tiêu trừ, thật là một cảnh trí thần tiên vậy".
(Ô châu cận lục, năm 1555 thời Mạc Phúc Nguyên. Theo bản hiệu đính của Trần Đại Vinh)

"Xưa kia đã có "Bà Trời" giáng xuống nơi đây và bảo; "Sẽ có bậc chân chúa, thuận tính trời, hợp lòng người, dựng chùa ở đây để tụ linh khí, rạng khai long mạch".
(Bia tháp Phước Duyên chùa Thiên Mụ thời Thiệu Trị)

"Bắt đầu dựng chùa Thiên Mụ. Bấy giờ chúa dạo xem hình thế núi sông, thấy trên cánh đồng bằng ở xã Hà Khê (thuộc huyện Hương Trà) giữa đồng bằng nổi lên một gò cao, như hình đầu rồng quay lại, phía trước thì nhìn ra sông lớn, phía sau thì có hồ rộng, cảnh trí rất đẹp. Nhân thể hỏi chuyện người địa phương, họ đều nói rằng gò này rất thiêng. Tục truyền rằng Xưa có người đêm thấy một bà già áo đỏ quần xanh ngồi trên đỉnh gò nói rằng "Sẽ có vị chân chúa đến xây chùa ở đây, để tụ khí thiêng, cho bền long mạch". Nói xong bà già ấy biến mất. Bấy giờ nhân đấy mới gọi núi Thiên Mụ. Chúa cho là núi ấy có linh khí, mới dựng chùa gọi là chùa Thiên Mụ".
(Đại Nam thực lục tiền biên, bản in năm 1962, trang 42)

"Chúa Thượng đến xã Hà Khê, thấy giữa đồng bằng nổi lên một gò đất cao như hình đầu rồng ngoảnh trông trở lại, phía trước ngó thẳng ra trường giang, phía sau có hồ, cảnh trí rất đẹp, nhân hỏi thăm dân địa phương, họ nói gò này linh dị. Tương truyền ngày xưa có người ban đêm, thấy một bà già mặc áo đỏ quần lục ngồi trên gò nói rằng "Sau sẽ có vị chân chúa đến sửa dựng lại núi này, tụ linh khí để giữ vững long mạch cho được bền vững". Nói xong thì biến mất. Nhân đó mà núi này được gọi là Thiên Mụ sơn. Chúa Thượng cho rằng đất này có linh khí, bèn dựng chùa gọi là Thiên Mụ tự".
(Đại Nam Nhất Thống Chí thời Duy Tân)

"Truyền thuyết nói Đế gặp lão mẫu ở núi này, lão mẫu tặng một cây hương và bảo "Hãy cầm cây hương xuôi theo dòng sông về phương Đông, cây hương cháy hết ở đâu thì ở đó có thể dựng nghiệp Đế đó. Vì lý do như thế, cho nên sau khi chọn nơi lập địa để xây dựng kinh thành; chúa liền sắc chỉ dựng chùa thờ Phật và chúa tự an bài cái tên gọi là Thiên Mụ sơn Linh Mụ tự".
(Trích nội dung văn bia do nhà vua Nguyễn Hoằng Tông soạn ngày 27 tháng 10 năm Khải Định, thứ 4, 1919 dựng sau tháp Phước Duyên chùa Thiên Mụ).

Dường như từ nửa đầu thế kỷ XX về trước chưa mấy ai có sách "Ô châu cận lục" nên chỉ qua bia đá dựng tại chùa nhất là nội dung tấm bia dựng năm Khải Định thứ 4 (1919) phía sau tháp Phước Duyên (chúng tôi đã trích dẫn trên) và một vài cuốn sách của Quốc sử quán triều Nguyễn, truyền tụng huyền thoại bà nhà Trời xuất hiện trên đồi Hà Khê, tặng chúa Tiên Nguyễn Hoàng một cây Hương để lựa chọn vị trí định đô. Từ đó *"chúa liền sắc chỉ dựng chùa thờ Phật và chúa tự an bài cái tên gọi là Thiên Mụ sơn Linh Mụ tự"*.

Nhà vua Nguyễn Hoằng Tông viết những điều như thế rồi sai khắc lên bia đá không phải là không có căn cứ. Căn cứ thứ nhất là nội dung bia nói về xây dựng tháp Phước Duyên của nhà vua Nguyễn Hiến Tổ dựng dưới thời Thiệu Trị, thứ hai là từ sách Đại Nam Thực lục Tiền biên. Thứ ba là sách Đại Nam nhất thống chí của Quốc Sử quán triều Nguyễn in năm Duy Tân thứ 4 (1910). Thứ tư là truyền khẩu trong nội bộ Hoàng gia nhằm nuôi niềm tự hào cho con cháu.

Bia đã khắc là chuyện đã thành. Nhất là bia vua. Ai dám sửa. 90 năm đã qua. Ngày nay chúng ta nghiệm lại. Có lẽ là không đúng. *"Thiên Mụ sơn Linh Mụ tự"* mà nhà vua Nguyễn Hoằng Tông dùng trong văn bia trên có lẽ đã nhầm. Tiền biên ghi *"Bắt đầu dựng chùa Thiên Mụ"*. Như vậy là chùa đứng trên đỉnh gò cao giữa cánh đồng bằng của làng Hà Khê, mang tên Thiên Mụ tự từ đầu. Bước sang thế kỷ XVIII, Minh vương Nguyễn Phúc Chu cho tổ chức đại trùng tu với quy mô nguy nga đồ sộ đồng thời ban biển "Linh Thứu Cao Phong" trang nghiêm tề chỉnh. Nhưng phải đợi đến cuối thời Tự Đức thì tên Linh Mụ tự mới chính thức thay Thiên Mụ tự. Linh Mụ có lẽ bắt nguồn từ Linh Thứu Cao Phong để tránh tên húy "Thiên" của Trời mà cầu tự.

Quan sát cảnh trí gần của ngoại vi chùa Thiên Mụ ta sẽ thấy về bên tả ngạn sông Hương phía thượng lưu có núi Ngọc Trản, đồi Đức Mẹ, đồi Đá Dựng bên cửa khe Cổ Hộp, đồi Xước Dũ, Đồi Hà Khê, phía hạ lưu có Thủ phủ Kim Long cũ, Kinh thành Phú Xuân. Bên hữu ngạn có làng Nguyệt Biểu (bầu trăng), có gò Long Thọ, có Thành Lồi (Phật Thệ), có Phường Đúc. Trước khi người Việt nam tiến làm chủ hai châu Ô, Rí (1306), vùng đất này thuộc Vương triều Inđrapura. Vương triều Inđrapura thừa kế Vương triều Panđuranga, chuyển kinh đô từ nam Chăm ra bắc Chăm, xiển dương Phật giáo nên các cụm đền tháp PoNaga thờ nữ thần Uma một thời huy hoàng tráng lệ tại đây dần dần nhường chỗ cho đền chùa thờ Phật. Đồi Đức Mẹ và rộng hơn là làng Ngọc Hồ chung quanh ngọn đồi này rải rác còn nhiều phế tích đền tháp Chămpa. Một vài gia đình còn giữ được một số mảnh vỡ bằng đá làm cối giã ngũ cốc. Điều đó cho ta nghĩ rằng trên đồi Đức Mẹ ngày xưa hẳn đã có một tòa đền tháp cổ. Đồi Hà Khê nằm trong chuỗi địa hình này hẳn cũng có một tòa đền tháp tương tự. Có thể đã có sự chuyển dời đền thờ PoNaga mà người Việt nhập cư dâng tên là Thánh mẫu Thiên Y A Na từ đồi Hà Khê lên núi Ngọc Trản. Dân gian gọi là điện Hòn Chén. Nhìn vào vị trí và bố cục kiến trúc điện Hòn Chén người ta dễ biết đó là công trình văn hóa tín ngưỡng do người Việt lập nên muộn hơn nhiều so với đền tháp Chămpa. Phía hữu ngạn bên trên thành Lồi có đồi Long Thọ thường gọi là Long Thọ Cương. Long Thọ chính là Bồ tát Nagarjunas. Môi trường tín ngưỡng này như là bản sao của kinh đô ánh sáng Inđrapura – Đồng Dương.

Chúa Tiên Nguyễn Hoàng nhận chức trấn thủ Thuận Hóa năm Mậu Ngọ, 1558, qua 34 năm ở hai dinh Ái Tử và Trà Bát chưa thấy xây dựng chùa thờ Phật. Tháng 5 năm Quý Tỵ, 1593 ông lại đem binh thuyền ra Đông Đô giúp vua Lê đánh Mạc và bị khống chế suốt 8 năm, phải lập kế mới thoát khỏi vòng tay Trịnh Tùng. Liệu thế chưa địch được buộc lòng phải để con trai ở lại làm con tin. Trước tình thế đó, Nguyễn Hoàng về đến Trà Bát là chuyển Thủ phủ sang Dinh Cát ngay và đi thị sát địa bàn xây thành Quảng Nam, dựng kho lương, khảo sát tư tưởng tâm lý dân tình lựa thế đất đứng chân vững chắc chuẩn bị cho sự đụng độ máu lửa tất sẽ xẩy ra. Huyền thoại nén hương, bà nhà trời, lập chùa Thiên Mụ vào năm Tân Sửu, 1601 nằm trong sự chuẩn bị này. Huyền thoại về Bà Nhà Trời áo điều quần lục đêm đêm thường xuất hiện trên đồi Hà Khê nói rằng rồi đây sẽ có vị chân chúa đến xây dựng chùa để tụ linh khí cho bền long mạch" là đã thể hiện tư tưởng cát cứ, xác lập thế chính nghĩa để thu phục nhân tâm. Ai xây dựng chùa người đó là chân chúa. Ngọn đồi phía nam xã Giang Đạm có tên là đồi Hà Khê. Hà Khê là sông suối. Nhiều người suy đoán Hà Khê có lẽ là Hạ Khê. Tước đầu đời của Nguyễn Hoàng, sau ngày lập được võ công hiển hách. Đại Nam thực lục Tiền biên có đoạn ghi rằng:

"Đầu làm quan ở triều Lê, được phong Hạ Khê hầu. Đem quân đánh Mạc Phúc Hải con trưởng Mạc Đăng Doanh, chém được tướng là Trịnh Chí ở huyện Ngọc Sơn, khi khải hoàn vua yên ủy khen rằng Thực là cha hổ sinh con hổ".

Nhưng Hạ Khê hầu có mặt tại đồi Hà Khê sau Ô Châu Cận Lục do Dương Văn An hiệu đính (1553) đã có chùa Thiên Mụ. Hơn nữa, sau ngày Đoan Quốc Công bỏ Đông Đô (1600) thể hiện tư tưởng "bất cộng đái thiên" với Trịnh thì nhu cầu xây dựng lực lượng trong lòng người trở nên cấp thiết. Tư tưởng "Cư Nho mộ Thích" chính là một "sáng chế" thích hợp nhất trên vùng lãnh thổ vốn nặng lòng với văn hóa Ấn Độ hơn là văn hóa Trung Hoa. Vả lại, tái thiết (1601) không phải là khai sơn nên tên chùa Thiên Mụ vốn đã có sẵn.

Huyền thoại thứ hai cũng lại là Bà Nhà Trời còn dặn thắp một nén hương rồi cho ngựa chạy nước kiệu từ chùa Thiên Mụ về phía hạ lưu. Hương cháy hết nơi đâu thì đất định đô tại đó. Một nén hương trung bình cháy hết trong khoảng thời gian 30 phút. Ngựa chạy nước kiệu 10km/giờ. 30 phút sẽ được đoạn đường 5km. Từ chùa Thiên Mụ đến trung tâm làng Thụy Lôi mà chúa Tiên Nguyễn Hoàng đã đổi thành Phú Xuân có khoảng cách tương ứng. Đổi Thụy Lôi thành Phú Xuân làm địa điểm cho con ngựa huyền thoại dừng chân khi nén hương vừa tắt là sự chuẩn bị tiền đồ ngày mai như là phương hướng, như là mục tiêu. Cho dù lúc này Nguyễn Hoàng còn đứng trên Đại bản doanh Dinh Cát, ngoài Quảng Trị.

Năm 2003 tôi được theo Thượng tọa Thích Trí Tựu, trú trì chùa Thiên Mụ ra thăm chùa Phước Yên, thuộc xã Quảng Thọ, huyện Quảng Điền, tình cờ phát hiện được 3 bài vị đang trân thiết tại bàn thờ tổ của chùa này. Bài vị thứ nhất đã quá cũ, một góc bị mục. Bài vị thứ hai còn tốt. Bài vị thứ ba một nửa nội dung của bài vị thứ nhất.

Xin ghi nội dung ba bài vị trên:

1. Khai sơn Hà Khê cổ tự tiền triều nội viện, chiêm tế húy Nhu Tuệ Trí Thiện Đại sư mạo tọa.

2. Phụng vị Hội chủ Hà Khê tự nhuận tích Tỳ kheo Ni Trần Thị Tý, pháp danh Đại Ninh, tự Tâm An chánh hồn thần vị.

3. Hai dòng:

Bên trái; Tây thiên tứ thất, Đông Độ nhị tam, Việt Nam truyền thừa chính pháp lịch đại tổ sư Hòa thượng.

Bên phải; Khai sơn Hà Khê cổ tự tiền triều nội viện chiêm tế húy Như Tuệ Trí Thiện Đại sư giác linh.

Chúng tôi thực sự băn khoăn là Hà Khê cổ tự sao lại đặt trên bàn thờ Tổ chùa Phước Yên? Bài vị thứ 3 phải chăng là bản sao bài vị thứ nhất nhưng dòng bên trái có 4 chữ "Việt Nam truyền thừa" có vẻ quá mới so với "Hà Khê cổ tự tiền triều".

Suy nghĩ ban đầu chúng tôi cho rằng ba bài vị trên có lẽ được phục nguyên dưới Vương triều Nguyễn theo những bài vị cũ vốn là của chùa Thiên Mụ được một quý nhân mộ Phật mang đi cất giấu khi ngôi danh lam này bị lạm chiếm vào thời Tây Sơn. Vì giấu giếm nên có lẽ bản gốc đã bị hư mục, mối mọt hoặc đã bị kẻ vô đạo phá hủy. Cụm "tiền triều nội viện" thường là cách xưng tụng của Vương triều Nguyễn đối với các triều trước. Nhất là câu "Việt Nam truyền thừa chính pháp lịch đại tổ sư" thì chắc chắn là sau năm 1806 mới thông dụng.

Điều lý thú ở đây là nửa dòng trên bài vị thứ nhất có mấy chữ đáng quan tâm "Khai sơn Hà Khê cổ tự...". Khai sơn cổ tự có nghĩa là dựng chùa mới trên nền chùa cũ. Thời nào? Đó là điều chúng ta muốn biết. Thượng tọa Thích Trí Tựu đã trao đổi với một số vị Cao Tăng, vài nhà thức giả đều cho rằng Như Tuệ Trí Thiện có thể là Thiện Huệ Đại sư phái Thiền Trúc Lâm cuối thế kỷ XV. Dựng chùa cũ trên nền chùa mới là điều đã diễn ra trên đất Huế từ nhiều thế kỷ trước. Bởi sự thế thăng trầm. Người đi kẻ đến. "Thịnh suy như lộ thảo đầu phô". Mà tất cả cư dân mới hay cũ đều mong nương nhờ cửa Phật.

Từ năm 1374 danh Nho thời Trần - Lê Quát từng viết "Chỗ nào có người ở, tất có chùa Phật, bỏ rồi lại xây, hỏng rồi lại sửa" là đã phản ảnh trung thực tình hình xã hội từ sau thế kỷ chống quân Nguyên. Dự đoán chùa Thiên Mụ ban đầu đã đứng lên trên nền đền tháp cũ. Giống như miếu Dương Phi đứng trước tháp đôi Liễu Cốc sẽ có ngày thay thế tháp đôi này.

Một điều gợi lên trong tôi như thể để phụ họa ý nghĩ chùa đứng trên phế tích đền tháp cổ là Ô Hồ phía sau đồi Hà Khê thường gọi là Hồ Vuông mà huyền thoại dân gian coi đó là hành vi yểm huyệt đế vương do viên tướng Tàu có tên là Cao Biền thực hiện.

Với tôi suy tưởng như thế hoàn toàn thiếu cơ sở mà có lẽ đó chính là hố lấy đất xây tháp như nhiều ao hồ dưới chân các tháp Chăm hiện còn trên lãnh thổ miền Trung nước Việt. Hồ Vuông bên ngoài tháp Đôi Liễu Cốc xã Hương Xuân, huyện Hương Trà, thuộc loại hình "thùng đấu" tương tự.

Thiên Mụ hay Mẹ Xứ Sở chỉ là sự thay đổi cái vỏ của khái niệm ngôn ngữ còn nội dung vẫn là để tri ân bà Nhà Trời qua bóng Phật. Quán Thế Âm Bồ tát đậm trong tâm thức chùa. Tái thiết xong chùa Thiên Mụ, chúa Tiên Nguyễn Hoàng còn tiếp tục cho tái thiết chùa Sùng Hóa, chùa Long Hưng, chùa Bảo Châu, chùa Kính Thiên…Sự thay đổi đột biến của một nhà Nho, một lão tướng, một nhà chiến lược kiệt xuất sau ngày bỏ Đông Đô của Trịnh Tùng là vậy.

Công việc tái thiết chùa Thiên Mụ vào năm Tân Sửu, 1601 của chúa Tiên Nguyễn Hoàng khác với các nhà tu hành đắc đạo cắm tích trượng dựng thảo am nơi rừng sâu suối vắng. "Tụ linh khí bền long mạch" để củng cố uy thế chân chúa là mục đích đã được nêu ra từ đầu. Bởi vậy, ngoài chùa Thiên Mụ chúa còn cho xây dựng hoặc khôi phục nhiều chùa mới, cũ trên đất Thuận Quảng lúc bấy giờ. Nhiều tác giả quen tay thường viết chúa dựng "thảo am" gợi lên cho người đọc một cái lều cỏ đơn sơ chỉ đủ chỗ tụng kinh gõ mõ tìm cõi huyền vi. Một điều ai cũng biết chúa Tiên không phải là nhà tu hành, không phải là một cao tăng. Chúa dựng chùa để "tụ linh khí bền long mạch" suy cho cùng là làm điểm đồng quy dân cư để thu phục nhân tâm mà củng cố thế đứng chân của mình. Dựng chùa thực chất là quảng bá. Xuất phát từ ý nghĩa đó nên việc xây dựng không thể đơn giản sơ sài là làm một cái lều cỏ. Do điều kiện vật liệu xây dựng thuở đó chưa dễ kiếm gạch ngói nhưng là công trình quan trọng nên có lẽ dù là gỗ lá vẫn vững chái khang trang. Nhờ thế, ngôi danh lam này mới đứng vững suốt 64 mùa gió bão để đến tháng 7 năm Ất Tỵ, 1665, chúa Hiền Nguyễn Phúc Tần mới cho tu bổ sửa sang lại.

Chùa Thiên Mụ được tái sinh và sinh khí Thuận - Quảng cũng được tái sinh. Chúa Tiên băng hà. Chúa Sãi Nguyễn Phúc Nguyên chuyển Thủ phủ vào Phước Yên, thực hiện di huấn *cố giữ vững đất đai để chờ cơ hội*. Trong tình thế buộc phải đối phó bằng vũ lực với họ Trịnh, họ Nguyễn dốc lực lượng xây dựng phòng tuyến Trường Dục, chuẩn bị binh sĩ, quân lương, khí cụ nên không có thì giờ nghĩ đến việc xây dựng thêm đền chùa. Vả lại những việc chúa Tiên đã làm đang trong tầm phát tán ảnh hưởng chúa Sãi nhận chừng đó là vừa. Chúa Sãi tạ thế. Chúa Thượng chuyển ngay Thủ phủ vào Kim Long giữa chặng đường con ngựa và cây hương để được dựa vào bóng chùa Thiên Mụ. Sách cũ viết có chi tiết làm ta hiểu thêm lòng người xưa. Sau một lần dự lễ tại chùa Thiên Mụ, chúa Tiên dong thuyền về phía hạ lưu sông Hương đã nhận ra phế tích chùa Sùng Hóa và lập tức cho tu sửa ngôi chùa này. Như vậy là muốn sùng hóa là phải mộ Phật. Sức mạnh từ đó mà nên. Thừa hưởng lòng nhân từ của ông nội mình, năm Mậu Tý, 1648, chúa Thượng Nguyễn Phúc Lan không hành hạ, trả thù 3 vạn tướng sĩ Trịnh bị bắt hoặc đầu hàng cùng những người từ miền ngoài chạy theo lánh nạn mà đã đối xử tử tế với họ một cách khoan dung độ lượng. Tù, hàng binh cùng người lánh nạn được phát lương ăn, được cấp canh ngưu điền khí, lại được chia ruộng đất, trong khi tại cố hương họ triền miên mất mùa đói rét giống như một cuộc tái sinh. Nam, Ngãi, Bình, Phú từ đó dân cư đông đúc hơn. Làng xóm sầm uất hơn chính là sự chuẩn bị nhân lực bổ sung cho các đợt nam tiến về sau. Chúa Hiền Nguyễn Phúc Tần thừa hưởng ân đức của ba đời dồn lại sung sức đánh đuổi quân Trịnh ra bên ngoài sông Lam để rảnh tay đưa dân vào Khánh Hòa, Đồng Nai. Những bước đi của các chúa Nguyễn trên con đường đại độ theo tư tưởng Phật giáo thực sự đã làm nên sức mạnh Đàng Trong đủ ngăn Trịnh dừng lại bên ngoài lũy Trường Dục để dốc tổng lực kịp thời mở mang bờ cõi vào Tân Châu, Châu Đốc, Hà Tiên. 64 năm (1601 – 1665) hồi sinh chùa Thiên Mụ, Chúa Tiên Nguyễn Hoàng và các thế hệ kế nghiệp ông đã nâng hai trấn Thuận Hóa, Quảng Nam thành xứ Đàng Trong giàu mạnh nên người thuở bấy giờ tự nhận là Nam Hà để đối trọng với Bắc Hà của Trịnh.

Trong xu thế hưng phấn đánh đuổi được quân Trịnh ra bên ngoài sông Lam (Nghệ An), lập được dinh Thái Khang, Qúi Tỵ, 1653 (Khánh Hòa ngày nay), đưa quân vào Mỗi Xuy, Mậu Tuất, 1658 (Bà Rịa, Đồng Nai ngày nay) tháng 7 năm Ất Tỵ, 1665, chúa Hiền cho tu bổ sửa sang chùa Thiên Mụ đàng hoàng hơn. Sự trùng lặp hi hữu là sửa chùa xong thì được mùa to. Dân chúng khắp xứ Đàng Trong nô nức. Và, đến tháng Tư hai năm sau (Đinh Mùi, 1667) chúa Hiền lại sai Thủ bạ Trần Đình Ân xây dựng chùa Hòa Vinh trên núi Linh Thái bên cửa Tư Hiền. Chùa Phật đổ bóng hoằng dương vào họ Nguyễn, xứ Đàng Trong từ một vùng "Ô châu ác địa" vươn lên đủ sức đương đầu với họ Trịnh.

Theo chí ông cha, chúa Nghĩa Nguyễn Phúc Thái đổi tên thảo am Vĩnh Ân thành Quốc Ân và ban biển "Sắc tứ Quốc Ân tự". Tổ đình Quốc Ân nhanh chóng trở thành trung tâm hóa độ không chỉ cho Thuận Hóa mà khắp cả xứ Đàng Trong. "Sắc tứ Quốc Ân tự" với Thiên Mụ tự đều là chốn "Linh Thứu Cao Phong" trở thành trung tâm phát tuệ và là điểm đồng quy mọi tấm lòng.

Nhận thức đầy đủ vai trò Phật giáo cho sự bình yên thịnh vượng xứ sở có lẽ là chúa Minh Nguyễn Phúc Chu. Lẽ đó, vào tháng 4 năm Canh Dần, 1710, sau khi đi kiểm tra thành lũy cùng pháo đài Trấn Ninh, yên tâm về sự vững chắc, rồi nói chuyện với tướng sĩ về dũng tướng Nguyễn Hữu Dật và trận đánh quyết liệt năm Nhâm Tý, 1672, chúa Minh trở về cho đúc đại hồng chung nặng 3.285 cân (2.021kg) với bài minh như sau:

"Quốc chúa nước Đại Việt là Nguyễn Phúc Chu, pháp danh Hưng Long, đời thứ ba mươi, môn phái Tào Động chánh tông, đúc chuông lớn này nặng 3.285 cân, để vào chùa Thiên Mụ, cúng Tam Bảo vĩnh viễn. Nguyện cầu mưa thuận gió hòa, dân yên nước thịnh, chúng sinh trong pháp giới đều được vẹn toàn trí tuệ".

Lạc khoản ghi:

Ngày Phật Đản, tháng 4 năm Vĩnh Thịnh thứ 6, Canh Dần, 1710.

Với nghĩa cử đúc chuông cúng dường cửa Phật, Hưng Long – Thiên Túng Đạo Nhân, Minh chúa Nguyễn Phúc Chu thực sự đã gõ vào tâm hồn con dân xứ sở đức đại từ đại bi và sự giác ngộ vô biên. Bốn năm sau ngày đúc Đại hồng chung, tháng 6 năm Giáp Ngọ, 1714, vị chúa Nguyễn thứ 6 này lại cho quy hoạch xây dựng mới chùa Thiên Mụ với quy mô hoành tráng nguy nga mà sử sách viết là đại trùng kiến. Trong lịch sử chùa Thiên Mụ thì đợt xây dựng này là lớn nhất, quy mô bề thế hoàn chỉnh nhất. Sách Đại Nam thực lục ghi rằng:

"Mùa Hạ, tháng 6, trùng tu chùa Thiên Mụ. Sai bọn chưởng cơ Tống Đức Đại trông nom công việc. Qui chế thì bắt đầu từ cổng chùa rồi đến điện Thiên vương, điện Ngọc hoàng, nhà Thuyết pháp, lầu tàng kinh, hai bên thì lầu chuông, lầu trống, điện Thập vương, nhà Vân thủy, nhà Tri vị, nhà Thiền đường, điện Đại bi, điện Dược sư và phòng tăng nhà thiền có tới vài mươi sở, mà đẳng sau các nơi phương trượng trong vườn Côn gia cũng không kém vài mươi sở, đều là rực rỡ chói lọi, làm tới một năm mới xong. Chúa thân chế bài văn bia để ghi, sai người sang nước Thanh mua kinh Đại tạng cùng luật và luận hơn nghìn bộ để ở tự viện. Đẳng trước chùa kề sông, dựng đài câu. Chúa thường ra chơi".

Dăm ba chục sở cũng có nghĩa là vài ba trăm gian. Một ngôi chùa như thế đứng trên đỉnh một ngọn đồi bên dòng sông đẹp vào loại nhất hành tinh không náo nức sao được. Minh vương Nguyễn Phúc Chu với 34 năm quản lý xứ Đàng Trong xứng đáng là vị chân chúa mang tâm thức Thiên Túng Đạo Nhân. Diễm phước lắm thay.

Dưới đây là nội dung văn bia chúa Minh Nguyễn Phúc Chu soạn năm Giáp Ngọ, 1714, hiện đang đứng trong nhà bia bên trái tháp Phước Duyên chùa Thiên Mụ.

"Ngự kiến Thiên Mụ tự

Bài ký khắc vào bia đá nói về việc trùng kiến chùa Thiên Mụ tại Thuận Hóa của Quốc chủ Nguyễn Phúc Chu, Phật tử dòng Tào Động đời thứ 30, pháp danh Hưng Long, tự Thiên Túng Đạo Nhân. Bia dựng trước chùa Thiên Mụ, Huế.

MAI KHẮC ỨNG

Từng nghe: Vắng lặng vô hình chí đạo nan ngôn, Phật tính vốn không cội nguồn, thanh tịnh, thiệt tính hiển bày giác chiếu viên dung, pháp chẳng phải hai quy về một nghĩa, trời đất xoay vần không chia nội ngoại, đất nước gió lửa tứ phương chuyển hoài, Phật tính hư linh thể thường trong lặng. Từ Phật tính hư linh, biến nên cõi Kim Sắc, trong cõi Kim Sắc lại ẩn hiện Hương Thủy hải, trong Hương Thủy hải có thế giới Quang Minh Tạng.

Thế giới Quang Minh Tạng phước báo gồm đủ, cả thiên hình vạn trạng, như cây rừng núi báu, hoa hương chói rạng bao hàm cõi Phật hằng hà sa số. Tất cả mọi thứ chói rạng ấy đều bắt nguồn từ một Quang Minh Tạng. Được an trú vào Quang Minh Tạng là nhân lành dệt nên. "Y báo", "chánh báo" đều trang nghiêm hội đủ. Nguyên nhân đưa đến như vậy, thì trong âm thầm sẽ ẩn hiện tam thân, không hề sai biệt. Thiệt sự thấy biết như vậy, thì đất trời ngang nhau, cả bốn phương cùng chung một tự thể, chẳng có xa gần. Phật tính, chúng sanh tính đều trôi vào biển trí Tỳ-lô-giá-na.

Nội tạng con người có huyết mạch. Hình dáng núi đồi hiện thấp cao. Phía nam đại hải là khu vực nước Nam ta. Nơi đây núi rừng trùng điệp phía Tây Nam, biển cả mênh mông phía Đông Bắc, đầm vây cát trắng, chung tạo nên hình thế đất nước an khang, núi biển nối liền, xanh tươi tú mậu dưới bầu trời mầu ngọc. Ngũ cốc dồi dào nhờ có ruộng vườn mầu mỡ tốt tươi, chốn này cọp beo vãng lai lẫn lộn tây ngu, chim chóc bay lượn như là phụng múa, phong tục dân quê xưa nay hiền dịu, dân chúng hiền lành, mọi người đều lấy tánh thiện làm tôn chỉ, trong cuộc sống lại đem lòng thành thật lương thiện xử sự với nhau.

Tôn sùng đạo Nho, mà lại kính trọng đạo Phật. Lẽ đương nhiên con đường chính trị, ắt phải lấy nhân nghĩa mà cưu mang sự nghiệp. Tín mộ đạo pháp, thờ trọng chân sư nên phải gieo trồng phước đức "và dạy cho dân gieo trồng phước đức" bằng đạo lý nhân quả. Nhờ vậy đất nước thái bình, thân tâm an lạc. Thế mới biết:

Ở nhà cao sang, há bằng phương trượng Cỡi ngựa hay, chắc gì bằng gậy tầm xích. Gấm the lượt là chắc gì sánh "Cà sa". Vàng bạc đầy nhà, lìa trần cũng tay trắng. Ăn ngon, đâu sánh bằng cơm Hương Tích. Nghe nhạc hay, đâu bằng kinh giải thoát.

Trên đây là những điều ta mượn mà suy tư việc đời, rồi ra ta hãy trở về vườn xưa nhiều hoan hỷ. Thế là hữu vi, vô vi cùng đi chung một nẻo mà không hề trái chống

Nhớ lại năm xưa mới được đường đầu đại sư, tên chữ Đại Sán, hiệu Thạch Liêm. Ngài là bậc thầy tinh thuần giáo lý, nguyện lực hoằng thâm, lòng thương rộng mở, y báo, chánh báo rực rỡ vô biên, đạo thấu tam thừa, tu có tôn chỉ.

Như cây có gốc, nước ấy có nguồn. Ngài truyền tâm ấn gốc tại "Tây bang". Ta nhờ ơn đánh hét mà tâm ấn hòa nhu, tịnh như rót mật, chẳng khác gì sữa hòa trong nước. Những toan nối gót Linh Sơn, nhưng nghĩ thẹn mình không đủ sáng. Canh cánh bên lòng chỉ mong duy trì "sự nghiệp đạo tâm". Những muốn dốc hết tài lực mà ứng dụng, nhưng chưa dám, (còn nại quốc sự xao lãng), cứ hẹn ngày nào mới đảm đang Đắc pháp đã lâu, lòng những muốn xây lầu vàng điện ngọc, bèn chọn đất thượng du vùng Thuận Hóa, nơi núi loan đỉnh phụng, ranh giới phía tây xứ Kim Long. Nơi đây xuyên qua đám ruộng dâu, nối liền những ngọn đồi trùng điệp, kết lại với nhau như một bức họa. Bên tả của dòng sông là một đỉnh núi nhô ra và vươn mình lên cao, trông dáng điệu rất hùng vĩ. Y theo trên nền cũ của ngôi chùa Thiên Mụ ngày xưa, nay cho

MAI KHẮC ỨNG

xây lại một cảnh quan Phật quốc đồ sộ ở trời Nam.

Quyên góp ngọc ngà, tiếc chi vàng bạc, chỉ y theo truyền thống của người xưa. Đất gỗ nhân công chẳng hề quan ngại, chỉ ngại công trình không sánh được với việc lập quốc ở Kỳ Châu.

Tận nguồn thì có dân giúp, mà không hề ngại ngày tháng. Công trình lớn lao cậy nhờ các quan cần chánh, chưởng cơ, đại chưởng cơ, vĩnh chưởng cơ, giám miên, phó giám miên cùng nhau tuyển chọn số ít trong số đông, rồi chọn thợ giỏi trong số ít ấy, tùy lực thưởng công, chỉ tin cậy nhau ở tấm lòng thành. Ân uy hợp tình, đốc thúc nhân công thợ thuyền, làm trọn một năm thì hoàn mãn.

Từ cửa chùa nhìn vào quang cảnh gồm; Điện Thiên Vương, điện Ngọc Hoàng, Đại Hùng bảo điện, Thuyết Pháp đường, Tàng Kinh lâu, Chung Cổ đường, Thập Vương điện, Vân Thủy đường, Tri Vị đường, Thiền đường, Đại Bi điện, Dược Sư điện, Tăng xá, Thiền xá, tất cả không dưới vài mươi sở.

Phía sau còn có vườn Tỳ Da, bên trong còn có Phương Trượng và các nhà khác không dưới mười sở. Tất cả đều được trang hoàng lộng lẫy, ai thấy cũng phải khen ngợi. Nơi đây, chẳng khác một thế giới vàng son. Đúng hơn, đây là một "Việt Nam Quang Minh Tạng".

Thấy vậy, ta vui mừng khôn xiết kể. Ta gắn bó với Phật sự tại vườn Tỳ Da suốt một tháng, ngày ngày vui chơi cảnh chùa. Mỗi lần lên Tàng Kinh lâu, xem qua vài đoạn Kinh Luận, tự thấy lòng mình tuồng như có phần khai thái, khoan khoái lạ thường.

Tựa lan can phóng tầm mắt nhìn xa xa ta thấy ở phương Đông mặt trời treo lững lờ nhả ánh sáng hiền dịu muôn loại đang cậy nhờ. Phương nam núi rừng trùng điệp hiển lộ độ dày, mây trắng vờn bất tận thấu trời xanh, mầu sắc thắm tươi hiện nhiều văn vẻ, núi rừng sáng lên thời văn minh thịnh trị. Phương Tây tùng bách lớp lớp xanh tươi, như bình phong trấn đỡ chốn chùa xưa. Phương Bắc người vật vọng về triều phủ. Dưới lớp tre xanh nhà dân khoáng đạt, ngọn gió Nam Lào thổi vào cửa ngõ. Cảnh đẹp tuyệt vời, họa sĩ cũng phải chịu thua. Chùa viện trang nghiêm, người người chiêm lễ, dụng sáu pháp mầu thành tựu mong được lưu truyền.

Bỗng ký ức nảy lên pháp số;
Từ một Sát na dẫn đến một Lạc sát,
Từ một Lạc sát dẫn đến một Câu kì,
Từ một Câu kì dẫn đến một Tăng kì,
Từ một Tăng kì dẫn đến Cao xuất,
Từ một Cao xuất dẫn đến bất khả chuyển, vô biên vô ngại, tuyệt diệu vô cùng. Điều ấy chẳng vi diệu lắm đó sao?

Tóm lại cái vi diệu thậm thâm đó là thánh đế. Vi diệu thậm thâm ấy có nghĩa là thế giới Quang Minh Tạng, đủ sức giúp quốc gia dựng cảnh thái bình, hướng dẫn lương dân vào đường lạc nghiệp. Ngoài đường nghe thấy trẻ thơ nô đùa bên bầu sữa trước bụng mẹ. Trong nhà nghe tiếng đàn sắt, đàn cầm chan hòa vang vọng. Thiệt là cảnh tượng hữu vi hòa nhập vào vô vi tạo nên pháp hóa. Từ nay về sau, cứ nối tiếp, vẫn khơi bày, lấy pháp truyền thừa khơi đèn sáng mãi.

Thầy ta đã ra đi mà chưa hề trở lại. Ta cứ hoài hoài trông ngóng vị cao tăng, đã từng chống tích trượng vượt qua núi, qua ải, dùng thuyền tự vượt biển, băng suối đi đến trời Nam để tuyên dương diệu kệ, ca tụng tôn phong. Ta nghĩ lúc bấy giờ, đa số mộng sâu chưa tỉnh. *Dâng chiếc búa mở mang núi báu, ngăn dòng nước vẩn đục bao la, lau bụi trần gương lòng sáng cả, cùng ích lợi nhân thiên đạo lý. Nguyện cầu họ Nguyễn nội ngoại xa gần đều đăng pháp hội, luôn luôn làm chúa phước ủng hộ Già lam. Nội ngoại đều chứng Bồ đề, để ta xứng được lãnh tiếng khen muôn thuở. Cầu nguyện hàng năm được mùa, đất trời thêm sáng, nông thương thịnh đạt, quân mạnh nước giàu, an cư lạc nghiệp. Được thế thì toại nguyện lắm lắm.*

Quần thần muốn ta phải lập ngôn tỏ lộ đôi lời, nói lên nỗi lòng ước nguyện và mong mỏi hoài hoài. Phóng bút không tiếc lời, viết bài minh:

Phương Nam nước Việt chừ vững núi đẹp non.
Chùa viện hùng tráng chừ tuệ nhật soi cửa.
Nội tâm thanh tịnh chừ nước từ bi thấm.
Đất nước yên ổn chừ bốn phương êm ấm.
Pháp hóa vô vi chừ Phật Nho thuận đạo.
Viết lời cảm khái chừ nhân quả tròn vuông.
Dựng bia lưu niệm chừ chính còn tà tiêu.

Bia dựng vào niên hiệu Vĩnh Thịnh thứ 11, ngày tốt tháng 10 năm Ất Mùi-1715.
(Theo bản dịch của Cố Hoà thượng Thích Giới Hương)

Tưởng chẳng phải bình luận gì nhiều nội dung và tấm lòng của một người đứng đầu xứ sở viết được như thế, nghĩ được như thế và hoài mong được như thế. Ông viết cho ông và viết cho bàn dân vậy.

Phúc cho muôn dân lắm thay.

Dường như 42 năm đầu (1558 – 1600), dũng tướng Nguyễn Hoàng có vẻ còn lúng túng trong phương pháp đối nhân xử thế. Có thể vì sa cơ, thiếu lực. Cũng có thể vì nệ Nho theo lẽ "trung quân ái quốc" ông loay hoay với Ái Tử, Trà Bát, Dinh Cát dưới dạng doanh trại không phát triển được. 8 năm ra Đông Đô nhận biết thế lực và năng lực vua Lê trong tay Trịnh khó mà trung mãi được, Đoan Quốc công đã tìm kế về Thuận Hóa dựng chùa thờ Phật để "thờ" dân, cho dù trước đó ông đã từng nệ Nho nệ Lão.

Chùa Thiên Mụ đứng lên. Lòng dân quy về một hướng. Chúa Sãi đánh thắng trận đầu. Các chúa Nguyễn kế nghiệp giữ vững lũy Trường Dục, mở mang xứ Đàng Trong đều lấy chùa Thiên Mụ làm tâm định hướng. Chúa Hiền ưu đãi khuyến khích Hòa thượng Nguyên Thiều lập thảo am Vĩnh Ân. Chúa Nghĩa ban biển "Sắc tứ Quốc Ân tự" rồi nhờ ngài Nguyên Thiều về Trung Hoa mời các vị Cao tăng. Chúa Minh mở rộng vòng tay đón Thạch Liêm Hòa thượng (1692). Cuộc đại trùng kiến ngôi quốc tự này với quy mô bề thế vào năm Giáp Ngọ, 1714, như văn bia vừa nêu là mạch tư duy khởi từ chúa Tiên Nguyễn Hoàng. 113 năm (1601 – 1714) chùa Thiên Mụ trên tay 6 chúa Nguyễn đã đưa dân đi một chặng đường dài từ Phú Xuân vào Gia Định. Đạo Phật được hoằng dương và xứ Đàng Trong cũng được hoằng dương.

Chúa Tiên Nguyễn Hoàng với chùa Thiên Mụ là điểm xuất phát. Ninh vương Nguyễn Phúc Thụ thừa hưởng thành quả nhưng không đủ tầm vươn xa hơn. Vũ vương Nguyễn Phúc Khoát thiếu tỉnh táo lại không nghe những lời phân giải khảng khái, trung thực của Nguyễn Cư Trinh, dựa vào gian thần Trương Phúc Loan để nạn tham nhũng thao túng, gây nên tai họa khôn lường cho họ Nguyễn cũng có nghĩa là cho xứ sở.

Chùa Thiên Mụ huy hoàng tráng lệ rơi vào tay nghĩa quân Tây Sơn mà tư tưởng chủ đạo lại mang tính tự nhiên như núi rừng Tây Nguyên nên sự hủy hoại các miếu đường điện vũ là điều khó tránh. Lịch sử thường lặp lại những điều trớ trêu như thế.

"Sùng cương, áp lãnh thảo thông thanh
Tịnh giới yên hà thuộc diểu minh.
Hòa thượng am không từ địa dị
Như Lai viện cổ trú loan đình.
Đài bi tàn triện già hành kính
Bảo khánh di âm nhập cẩm đình.
Nhị thập niên tiền du lãm xứ
Vân dương tiều xướng bất kham thinh".
Phan Huy Ích, 1792
(Theo Hà Xuân Liêm)

Cỏ dại đồi cao lớp lớp dày
Chùa không hương khói bẽ bàng thay.
Cô liêu đất cũ am Hòa Thượng,
Ngạo nghễ xe vua điện Như Lai.
Mặt chữ bia xưa rêu phủ kín,
Âm thanh khánh cũ gió mưa bay.
Hai mươi năm trước nguy nga thế,
Chiều xám tiều phu gọi chốn này.
(Mai Khắc Ứng phỏng dịch)

Phan Huy Ích là một vị trọng thần từng phụng sự dưới Vương triều Tây Sơn chỉ mới qua 6 năm mà vật đổi sao dời khác hai mươi năm trước đến thế. Am Hòa Thượng bỏ hoang thành phế tích. Điện Như Lai làm chỗ để xe vua. Bia cũ rêu phong không nhận ra nét chữ. Âm thanh của tiếng khánh xưa chỉ để lại trong không trung xa vời. Chùa Thiên Mụ một thuở huy hoàng đã trở thành phế tích tang thương. Buổi chiều ngoài tiếng gọi của người kiếm củi không còn gì là âm thanh cảnh tú!

Sau 27 năm vào sinh ra tử Nguyễn Phúc Ánh, di duệ của chúa Tiên Nguyễn Hoàng khải hoàn trở về Phú Xuân. Thiết lập Vương triều sau ngót 300 năm nội chiến vương triều không đơn giản chút nào. Năm Tân Dậu, 1801 nhà vua cho dựng đàn làm lễ lên ngôi ở cánh đồng làng An Ninh dưới chân chùa Thiên Mụ vừa bị tàn phá hẳn cũng muốn trùng tu, ngặt vì phía bắc chưa yên. Bắc phạt xong thì lo tìm đất định đô, đặt niên hiệu, quốc hiệu, tổ chức quản lý đất nước mới hai nửa hợp thành. Công việc trước mắt là tìm di cốt thân nhân bị Vương triều trước quật phá, tổ chức xây dựng kinh đô mới với bao nhiêu là thành quách, cung điện, lầu tạ, sông ngòi. Bởi vậy phải đợi đến năm Gia Long thứ 14, Ất Hợi – 1815 nhà vua Nguyễn Thế Tổ mới cho khởi công xây dựng ba công trình chính của chùa Thiên Mụ là điện Đại Hùng, điện Di Lặc, điện Quan Âm theo thế chữ tam trên nền đất cũ. Những công trình kiến trúc nguy nga tráng lệ là chân dung văn hóa tín ngưỡng của thế kỷ XVIII chỉ còn trong ký ức bởi đã bị chính người của thế kỷ XVIII xóa bỏ.

Như vậy là qua bao bước thăng trầm đến năm 1815 với nhà vua đầu triều Nguyễn, chùa Thiên Mụ lại khiêm tốn hồi sinh. Tuy không thực sự mộ Phật nhưng cần dân và nhất là cần tri ân những người chết trận cho mình, vào dịp tiết trung nguyên 15 tháng 7 năm Minh Mệnh thứ 16, 1835, nhà vua Nguyễn Thánh Tổ đã cho tổ chức lễ trai đàn suốt 7 ngày đêm tại chùa Thiên Mụ để cầu siêu cho vong linh tướng sĩ chết trận trong khi đánh dẹp các cuộc nổi loạn của Phan Bá Vành ở Sơn Nam hạ, Lê Văn Khôi ở Gia Định, Nông Văn Vân ở Tuyên Quang, Cao Bằng. Như vậy, là ngoài chức năng thờ Phật độ sinh chùa Thiên Mụ còn là điểm độ vong, xóa bớt nỗi đau cho kẻ mất, người còn trở thành một địa chỉ giải tỏa về mặt tư tưởng tâm lý cho triều đại.

Theo chí vua cha, ngày 19 tháng 7 năm Thiệu Trị thứ 2, Nhâm Dần, 1842, nhà vua Nguyễn Hiến Tổ cũng sai quần thần tổ chức lễ cầu siêu cho tướng sĩ thủy bộ trận vong. Có lẽ là tại mặt trận biên giới tây – nam mà Nguyễn Công Trứ đã nhiều lần dâng sớ xin nhà vua vãn hồi.

Mẫu sớ văn cúng tại đàn dưới sông

"Kẻ nối ngôi thiên tử nước Đại Nam kính cẩn sai ....bái dâng sớ về việc chọn ngày tốt khai đàn tụng kinh vãng sinh bạt độ.

Phục dĩ
Đài sen sáng rõ, mười phương chói lọi hào quang.
Đàn việt xông hương, bốn chúng quy y tịnh cảnh
Chẳng trụ nơi tướng
Có cảm ắt thông
Mấy niệm chân thừa
Chỉ y phạm giáo
Mây lành che mát, rộng khai bất nhị pháp môn.
Mưa ngọc rưới nhuần, thấu khắp đại thiên thế giới.
Hôm nay
Gió về đền ngọc
Mát mẻ tiết thu
Ai tiến hiếu thành, sắm sửa đã đầy hải hội
Hộ trì pháp lực, siêu thăng tỏa khắp tầm hinh.
Nương nhớ tứ đại chư linh
Đã có tam thừa thầm giúp
Kính cẩn chọn ngày 19 tháng này thiết đàn tụng kinh, tu trai bạt độ.
Mây lành hương khói
Một thất trai diên
Xa tắp pháp đàn
Đều thông sáu cõi.

Phúng tụng một bộ Địa Tạng Bồ tát bản nguyên kinh, một bộ Từ bi đạo tràng sám pháp, chú gia tri vãng sinh tịnh độ, một đàn đốt đèn Dược sỹ, một đàn khai tịch, một đàn chẩn tế, một tiệc trai tăng, ảnh lễ hồng danh hữu hiệu, thầm soi chiếu thấu lòng thành, hòa nam bái tấu.

Nam mô đạo tràng giáo chủ bổn sư Thích Ca Mâu Ni Văn Phật tác đại chứng minh. Dưới tòa sen vàng, kính thỉnh hộ pháp long thiên, phong đô triết chúng các thánh vị trong tam thừa, chư vương quan nơi tứ phủ.

Phục nguyện
Pháp luân khéo chuyển
Gương tuệ sáng soi
Nước đức rửa oan khiên, chỉ rõ chân như bờ giác.
Thuyền từ thông tế độ, cùng về bát nhã bến kia.
Nam Hải chẳng xa, đều được Như Lai cứu giúp,
Tây Thiên tự tại, chung vui Cực Lạc quê hương.
Núi Tuyết đức ngưng
Sông Hằng phước chứa
Thật nhờ đức của Phật ta mặc tướng âm phù vậy.
Cẩn sớ.

Tuế thứ Nhâm Dần tháng 7 ngày 19

Mẫu sớ văn cúng tại đàn trên sân chùa

"Kẻ nối ngôi thiên tử nước Đại Nam kính cẩn sai ...bái lạy dâng sớ về việc chọn ngày tốt khai đàn tụng kinh vãng sinh bạt độ.

Phục dĩ
Bửu phạm gió thanh, tỏa khắp mây lành bóng mát
Tịnh đàn hương nức, thơm viên linh ngọc chiếu soi
Xa đạt tốc thành
Nghĩa mong chiếu giám

Chỉ theo Phật dạy
Diệu khế chân thừa
Cửa Từ bi quảng đại, ấy sắc ấy không
Sức siêu độ hộ trì, vô biên vô lượng
Hôm nay ngày thanh cảnh đẹp
Hoàn mãn pháp diên, nguyện cầu tăng trưởng hiếu tâm
Thiện quả viên thành, tế độ mong sao đều khắp
Pháp thức nhờ có bí mật Như Lai, hàm ơn tri vãng
Kính cẩn chọn ngày 19 tháng này thiết đàn tụng kinh, tu trai
bạt độ, đạo tràng một thất, hải hội trang nghiêm.

Kế thiết đàn hương liêu nhiễu, đại thiên thế giới xa thông phúng tụng một bộ Địa Tạng Bồ tát Bản nguyện kinh, một bộ Từ bi đạo tràng sám pháp, chú gia tri vãng sinh Tịnh độ, một đàn đốt đèn Dược sư, một đàn khai tịch, một đàn chẩn tế, một tiệc trai tăng, đảnh lễ hồng danh bửu hiệu, thầm soi chiếu thấu lòng thành, hòa nam bái tấu.

Nam mô đạo tràng giáo chủ bản sư Thích Ca Mâu Ni Văn Phật tác đại chứng minh. Dưới tòa sen vàng, kính thỉnh hộ pháp long thiên, phong đô triết chúng, các thành vị trong tam thừa, chư vương quan nơi tứ phủ.

Phục nguyện
Gương tuệ cao treo
Pháp luân khéo chuyển
Đuốc báu điểm đàn tràng, xua hết mười phương đường nẻo tối.
Dây vàng buông pháp tọa, lay hồn muôn kiếp tỉnh cơn mê.
Hằng nương Cực lạc quê hương
Luôn được hằng hà phước báo.
Thật là nhờ đức của Phật ta mặc tướng âm phù vậy.
Cẩn sớ".

Tuế thứ Nhâm Dần tháng 7 ngày 19,
Thần Vũ Nguyên Doanh phụng thảo.
Thần Nguyễn Trung Mậu phụng duyệt.

Tôi chép hai bản sớ do quan Vũ Nguyên Doanh khởi
thảo, quan Nguyễn Trung Mậu xét duyệt sửa chữa bổ sung
theo lệnh chủ tế - nhà vua Nguyễn Hiến Tổ, để bạn đọc tham
khảo một biểu hiện về văn hóa tư tưởng, về cái tâm, cái tình
của người xưa. Thiết nghĩ, cũng là một điều mà mỗi chúng ta
nên biết để chia sẻ với quá khứ.

Sau lễ cầu siêu này 2 năm, nhân dịp sinh nhật thượng thọ
"Bát tuần đại khánh" bà Thuận Thiên Cao Hoàng hậu, thân
mẫu nhà vua Nguyễn Thánh Tổ, vào năm Thiệu Trị thứ tư,
Giáp Thìn, 1844, nhà vua Nguyễn Hiến Tổ đã tự mình vẽ thiết
kế tháp Từ Nhân rồi sai Thống chế quân Hữu Dực doanh Vũ
Lâm tổ chức thi công. Sau hai năm (1844 – 1845) xây dựng
thì hoàn công được đổi tên là tháp Phước Duyên, gồm 7 tầng,
cao tổng thể 21,20m, tiết diện bát giác (8 cạnh) theo hình bánh
xe "Pháp luân" dưới lớn trên nhỏ dáng búp măng biểu tượng
Sumeru, để thờ quá khứ thất Phật.

Từ dưới lên trên mỗi tầng tháp mang một tên riêng như
sau:

Phước Duyên Bảo tháp

Thờ "Trung thiên Điều ngự Bổn sư Thích Ca Mâu Ni
Văn Phật, Tây thiên Cực lạc pháp vương (Cakya
Mouni) ở giữa. Bên trái thờ Anan. Bên phải thờ Ca
Diếp Tôn giả.

Phúc Bị Quần sinh

Thờ Ca Diếp Phật (Kacyapa).

Hóa Thông Vạn loại

Thờ Câu Na hàm Mâu Ni Phật (Kanacamouni).

Thiện Căn Hữu khế

Thờ Câu Lưu Tôn Phật (Krakontehanda).

Phước Qủa Thường viên

Thờ Tỳ Xá Phù Phật (Visvabhu).

Cực Lạc cảnh

Thờ Thi Khí Phật (Sikhi).

Tự Tại Thiên

Thờ Tỳ Bà Thi Phật (Vispayi).

Để ghi nhớ công cuộc xây dựng tháp Phước Duyên và đình Hương Nguyện, nhà vua Nguyễn Hiến Tổ đã trứ tác văn bia và đến năm thứ 6, Bính Ngọ, 1846 thì cho khắc vào đá dựng cạnh tháp này.

Từ đó tháp Phước Duyên trở thành biểu tượng của chùa Thiên Mụ và cũng là biểu tượng của xứ Huế chùa xưa.

Nội dung bia như sau:

"Trẫm nghe đạo Nho dạy:
Nghe điều thiện liền bảo nhau biết.
Thấy việc thiện khuyên nhau hãy làm,
Dùng người thiện là chủ của dân.

Ngày xưa Đức Thế Tôn từ cõi trời Đâu Suất giáng trần tại Tây Vực, nhằm thời Châu Chiêu Vương. Ngài thành đạo. Ngài Niết bàn nhằm thời Châu Mục Vương.

Pháp giáo Ngài dạy: Mọi loài chúng sinh đều do nghiệp lực, phương diện thần thức không hề tiêu hoại, thay hình đổi dạng suốt cả ba kỳ, việc làm thiện, việc làm ác đều có báo ứng theo luật nhân quả. Vì vậy, hãy un đúc nuôi dưỡng các mầm thiện và thanh lọc dần dần những mầm bất thiện. Cứ như vậy mà tô bồi, un đúc tu luyện, trải qua vô lượng A tăng kỳ kiếp, khiến cho nội tâm ngày càng sáng lên, mới có thể tựu thành đạo quả. Tu luyện hướng dẫn tinh thần sáng lên đến mức độ "cùng lý tận tánh" mới lọt vào vòng Đại giác.

Đạo của bậc Đại giác là một năng lực hư linh huyền diệu, rất mầu nhiệm, không thể dùng trí óc bình thường mà biết, không thể dùng bất cứ hình thái đo đạc cân lường nào trong đời này mà trắc lượng. Đạo vẫn hữu vi như muôn loại, song thực tính vẫn ở vào cõi vô vi. Đạo vẫn diễn đạt bằng ngôn ngữ, nhưng tự tánh của đạo vẫn là vô ngôn. Không thiệt có, chẳng phải không. Chẳng phải không, mà không hẳn là có. Tự thể của đạo vắng lặng rỗng rang, không thể dùng sự vật mà trắc lượng. Trên tự thể vắng lặng rỗng rang ấy, mà hưng khởi lòng từ bi một cách "vô duyên cơ", tự như có cảm thì có ứng.

Đến đời Hán Minh đế thì đạo sáng trăm pháp. Mầu nhiệm thiên cổ. Nói về dấu tích thì sự nghiệp tu hành phải trải qua ba A Tăng kỳ, để rồi tướng hảo trọn đầy trăm kiếp. Nương voi ngọc, Ngài giáng trần, che khuất mặt trời để thân vàng xuất hiện, rạng ba mươi hai tướng tốt, ngời chói địa phủ, tám mươi vẻ đẹp chấn động cả thiên cung, linh tướng ngàn phương, thần quang soi tám nẻo.

Soi xét cội nguồn thì lâu lắm rồi, đã thiệt chứng viện minh, dù cho cát bụi cả tam thiên cũng không sánh được số kiếp. Đã sớm trở về với tánh tịch lặng chiếu soi; tịch lặng chiếu soi ấy, tự thể của hư không, cũng không sánh bằng. Bằng vào chức năng tịch lặng ấy mà hưng phát Bồ Đề tâm, khuyến người hành thiện, rộng bày phương tiện nhằm hướng lộ cho mọi người đến bến hiền lương. Đó là duyên lành kỳ bí, khiến cho lương tâm phước đức nảy sinh một cách sâu dày.

Sách Nho dạy: "Nói lên điều thiện, dù muôn dặm xa cách, người ta vẫn ứng theo". Thiệt chất của đức vốn không do thần dạy mà do nội tâm thể hiện điều thiện, thì không có gì bằng khuyến dạy cho dân chăm gìn giữ giềng mối của "luân thường đạo lý", đồng thời phải dạy cho dân biết mà yêu quý đạo đức, bằng cách nêu cao điều thiện và phê phán tính ác. Phải thực sự có lòng nhân hậu đối với dân. Được như vậy thì dân mỗi ngày mỗi tiến gần với điều thiện mà không hề hay biết. Điều này sách Đạo đức kinh nói "Thiên hạ biết đẹp và ưa cái đẹp, vì ghét cái xấu. Thiên hạ đều biết thiện và quý mến cái thiện, vì chán ghét điều bất thiện". Tám điều cốt lõi của sách Đại Học cũng dừng lại nơi "chí thiện". Sở dĩ phương pháp không hề sai này vì đạo gồm một lý.

Nước Đại Nam ta trời cho sanh Thánh nhân để tạo dựng sơn hà, mở mang bờ cõi. Ngài xem kỹ mọi cảnh giới thắng tích của núi sông đất nước, thấy bình nguyên ở chốn Hà Khê đột khởi gò cao, hình dạng như một con rồng cuộn khúc, quay đầu nhìn lại. Phía trước là một dòng sông sâu thẳm, nước chảy trong veo và mùi hương thơm ngát. Phía sau có dải bình hồ, cảnh trí thâm u. Hỏi ra mới biết, xưa kia đã có "Bà Trời" giáng xuống nơi đây và bảo: "Sẽ có bậc chân chúa, thuận tính trời, hợp lòng người, dựng chùa ở đây để tụ linh khí, rạng khai long mạch". Tin như lời nói.

Bấy giờ vào năm Tân Sửu thứ 44 đại trùng kiến chùa Thiên Mụ tại núi này. Đó là điềm lành, biểu trưng cho sự kiện định cuộc lâu dài, của dòng họ đại phước trên linh địa này. Thánh nhân ra đời hội ngộ với duyên may khắp mọi nẻo. Năm Canh Dần thứ 19 đúc đại hồng chung. Năm Giáp Ngọ thứ 23 trùng *tu toàn bộ chùa Thiên Mụ. Công trình làm suốt một năm. Năm Ất Mùi dựng bia lưu dấu.*

Từ đây điện Phật lầu kinh, Thiền đường, nhà giảng... mỗi sở giao tiếp nhau, tự biến nơi này trở thành một nơi phong quang Thứu lĩnh.

Gia Long năm Ất Hợi, đại trùng tu, quang cảnh ngày càng sáng tỏa. Minh Mệnh về sau, tiếp tục chỉnh lý, cứ như thế mỗi ngày mỗi quang rạng thêm lên.

Tất cả những việc làm ấy, đều nhằm đến mục đích "hướng dẫn con dân tạo điều phước thiện". Từ ngày dựng chùa cho đến nay, đã trải qua 245 năm, danh lam thắng tích hướng thiện ấy, chắc chắn sẽ còn mãi với đời sau.

Trẫm nay thừa hưởng ân trên sâu dày và rộng lớn của các bậc tiên vương đã dày công tạo dựng. Dựa trên ân sủng ấy nguyện cầu đức Từ sống lâu trong an lạc và cũng từ đó cầu nguyện đức nhân từ thấm dày trong dân chúng.

Ngày nay quốc sự ở triều đình có phần nhàn hạ, đối nội, đối ngoại trong ngoài tất cả đều bình yên, ổn định. Cho nên Trẫm xuất tiền kho cho xây tháp bảy tầng mục đích: Phát triển thiện duyên, khiến cho muôn phương đều thấm nhuần đức trạch.

Trẫm tự thân hành định chế cách thức kiến trúc. Bèn hạ lệnh cho Thống chế Hoàng Văn Hậu, thuộc đội Hữu Dực, dinh Vũ Lâm, đứng ra lo quản đốc việc xây dựng. Công trình thi công suốt hai năm từ Giáp Thìn đến Ất Tỵ dưới triều Thiệu Trị mới hoàn tất.

Trên đỉnh núi, ngọn tháp đứng sừng sững cao vút lên không trung. Thước xưa đo được 87 thước. Dùng thước hiện nay thì ngọn tháp cao 5 trượng 3 thước 2 tấc. Công trình xây dựng ngọn tháp này không hao tốn tiền bạc trong dân, cũng không huy động sức lực của dân, mà chỉ lấy tiền trong kho Thừa Thiên phủ và công sức của đội lính túc vệ mà làm và hoàn thành một cách thong thả. Xong rồi, lại còn xây thêm một đình trước tháp, gọi là Hương Nguyện đình. Ngọn tháp cao vút kia gọi là Phước Duyên bảo tháp. Mục đích của công trình lớn lao ấy là: Mong tạo phương tiện rộng rãi, khiến cho nhiều người giác ngộ, duyên của phước đức sáng lên, để rồi cảm hóa cả vạn loại bằng công đức của tứ đại trọng ân (Hòa thượng Thích Giới Hương chú tứ đại trọng ân gồm 1- Ân Tam bảo. 2- Ân cha mẹ. 3- Ân quốc gia. 4- Ân chúng sinh). Nguyện cầu khắp cả mười phương đều được thấm nhuần bởi Đức Từ để rồi đáp ứng ước nguyện của mọi người.

Trong bảy tầng, mỗi tầng đều tôn thờ tượng Phật bằng đồng mầu vàng sáng chói, hiển lộ tướng tốt viên dung. Chiếu theo kinh điển, thờ 7 vị Phật cổ lai. Từ trên kể xuống, tầng trên cùng gọi là tầng cao nhất thì thờ như sau:

Tầng thứ nhất thờ Qúa khứ Tỳ bà thi Phật. Tầng thứ hai thờ Thi khí Phật. Tầng thứ ba thờ Tỳ xá phù Phật. Tầng thứ tư thờ Câu lưu tôn Phật. Tầng thứ năm thờ Câu na hàm mâu ni Phật. Tầng thứ sáu thờ Ca diếp Phật. Tầng thứ bảy thờ Trung thiên Điều Ngự Bổn sư Thích ca Mâu ni Phật, Tây phương Cực lạc pháp vương. Tả hữu còn thờ hai pho A-nan và Ca-diếp tôn giả.

Tất cả đều hiển lộ tướng hảo trang nghiêm.

Như vậy trước chùa lại xây thêm một ngọn tháp. Trong tháp báu phụng thờ bảy pho tượng Phật với mầu sắc hoàng kim chói rạng. Quang cảnh phảng phất như trong thế giới Kim Quang có Hương Thủy hải. Trong Hương Thủy hải lại có

Quang Minh Tạng tối thượng thừa. Quang Minh Tạng tối thượng thừa là một thế giới tự tại. Tự tánh vốn là "bất quy, vô sở quy xứ".

Phước đức sâu dày được phát xuất từ toàn bộ nội tâm, chứ không phải do một phương diện của tác dụng suy lượng.

Trong nhất niệm, nội tâm có thể đủ năng lực thể hiện trọn vẹn tự tính lục độ Ba La Mật Đa. Tính bất sanh diệt của nội tâm là đạo lý chân thường, vì thế, ở đây biểu trưng: "Tháp cao thì Đạo càng cao. Tháp rộng thì phước thiện càng sâu dày".

Nguy nga thẳng đứng, mây lành phủ mát cả hai bên.
Vun vút vươn cao, vạn vật sáng soi qua nhật nguyệt
Tháp đứng bảy tầng hào quang chiếu tỏa khắp tám hướng
Chiều cao trăm trượng hướng dẫn sáng soi thấu Tam đồ.

Sừng sững nguy nga với đất trời
Mây lành che sáng rạng muôn nơi
Huy quang chiếu tỏa khoe muôn vật
Khác thể mây bay treo mặt trời
Tháp báu bảy tầng phơi ánh ngọc
Nhìn xa tám cõi thấu mù khơi
Tháp cao trăm trượng cheo leo núi
Chiếu rọi Tam đồ ngộ thấu nơi.

Nước trong đứng lặng, bao hàm pháp giới tận biển khơi.
Lớp lớp núi đồi trải lòng ngưỡng mộ xuyên nguồn cội
Chuông ngân huyền diệu thấm thâu kẽ lá đến viên thông
Bóng tháp soi dòng dẫn dắt dân gian vào chánh giác.

Nước nguồn hải hội đổ về đây
Biển pháp mênh mông diệu ý đầy
Trùng điệp Linh Sơn về thức vọng
Trải lòng ngưỡng khấu thấu trời Tây.

MAI KHẮC ỨNG

Hồi chuông vang vọng xuyên rừng lá
Đại trí viên thông rộng chí thầy
Tháp ngọc linh thiêng trời đất thấu
Diệu hàm giác ngộ lộ chân mây.
Vua tôi tích phước công đức khang kiện thọ vô cùng
Dòng dõi trâm anh cháu con tuệ dân cảm mến.
Nước yên dân trị, nghiệp cả kéo dài đến ngàn năm.
Năm tròn tháng đủ hoa cỏ sum tươi nuôi vạn loại.

Vua tôi tích thiện phước thêm nhiều
Khang kiện sống lâu sáng đại triều.
Dòng dõi trâm anh thêm trí tuệ
Hướng tâm chánh đạo thiệt cao siêu.
Nước yên dân trí đời an lạc
Nghiệp cả mai sau mãi mỹ miều.
Thời tiết thuận hòa hoa quả tốt
Lòng dân hướng thiện đẹp bao nhiêu.

Ngoài yên trong tịnh, dân chúng vui ca mộ đức lành
Vua sáng tôi hiền giỏi giang kế tục trong đường bệ.
Thế mới khỏi phụ công bồi phước đức nơi Tịnh Độ
Họa may ra có khai mở thiện duyên khắp bảo phường.

Ngoài yên trong tịnh thảy hoan ca
Mến mộ đạo tâm sống một nhà
Vua sáng tôi hiền văn hóa đẹp
Giỏi giang đường bệ tuyệt bao la
Thế là khỏi phụ bạc mình đấy
Tịnh độ xây nên tâm thiệt thà.
Khai mở thiện duyên khắp cả nước
Đường về tịnh lạc thật không xa.

Phật trí tuệ ngày càng sáng ra, quốc gia còn thấm mãi.
Chớ hiểu lầm hư vô tịch diệt, nhân quả chẳng hề sai.
Thầm lặng cảm ứng, đắp xây tròn đầy những ước nguyện.
Nhờ Đạo từ bi lấy thiện làm gốc tâm cội nguồn.

"Thiện niệm tại tâm. Tâm ấy là Phật".

Phật tuệ sáng ngời tháp Phước Duyên
Quốc gia tịnh độ đóa hồng liên
Hư vô tịch diệt này thâm lý
Nhân quả tròn đầy chẳng đảo điên.
Thầm lặng hanh thông không trái lẽ
Âm thầm mang lại cái trung kiên.
Từ bi làm gốc Phật tâm ấy
Chánh giáo tâm hiền kết thiện duyên.

Luận ngữ dạy rằng: Chọn thiện mà chơi. Kinh Dịch lại dạy: Quân tử ngăn ác, tuyên dương lẽ thiện theo mệnh trời. Kinh Thư dạy: Hành thiện tốt trăm điều xét soi, tánh thiện chẳng hại quốc gia. Biết dụng giúp Vương đạo dựng nước nhà.

Nay các quan trong triều đều tỏ ý muốn ta viết bài để tỏ lòng sùng kính với cảnh sắc, ta bèn phóng bút không tiếc lời viết bài minh:

Dòng dõi Hoàng Thiên chừ sinh cảnh thánh nhân.
Mở rộng biên cương chừ giáo dục nhân dân
Dựng nghiệp Phú Xuân chừ giúp người tu thiện
Bậc thánh dạy dân chừ chú trọng đức nhân.
Chùa viện mở mang chừ thắng tích tuyệt hảo
Quốc gia thịnh vượng chừ pháp luân thường chuyển.

Cơ đồ bền vững chừ bảo tháp thêm tươi
Tăng ích nhân thọ chừ phước lộc song toàn.

Bia dựng vào niên hiệu Thiệu Trị năm thứ sáu, tháng tư, ngày tốt.
(Theo bản dịch của Cố Hòa thượng Thích Giới Hương, chùa Diệu Đế)

MAI KHẮC ỨNG

Bia cổ và văn bia cổ nhưng vẫn mới mãi mãi với muôn đời khi con người còn có lòng hướng thiện.

Thế kỷ XIX khép lại với nỗi đau mất nước. Người Pháp mộ đạo Ki Tô đương nhiên là bạc đãi với Phật giáo. Chiến tranh thế giới thứ 2 bùng nổ. Việt Nam trở thành địa bàn độ sức của hai phe. Đất nước tang thương. Chùa Thiên Mụ rơi vào cảnh "cha chung không ai khóc". Những kẻ cơ hội được thể bày ra đủ chước buôn thần bán thánh mỗi người tranh chiếm một sở, một điện, một xá, một đường. Quan công, Ngọc Hoàng, Mẫu Thoải, Mẫu Ngàn, Nam Tào, Bắc Đầu…đủ loại thờ, đủ loại cầu cúng, ma chay đồng bóng, biến cõi danh lam cổ tự này thành chợ tín ngưỡng phức tạp rối ren. Trước tình thế mạt pháp đó Hòa thượng Thích Giác Thanh (1905-1992), thế danh Diệp Trường Thuần, pháp húy Trừng Nguyên, pháp hiệu Đôn Hậu, (đạo hữu tôn kính thường gọi là Ôn Linh Mụ), nguyên Chánh Hội trưởng Hội Phật học Trung Kỳ được Sơn Môn công cử giữ chức trú trì chùa Thiên Mụ. Ngài về nhận chùa trong bối cảnh đó không đơn giản chút nào. Chưa nói đến đói khát, nhiều khi mạng sống còn khó toàn nên đêm đêm phải lánh nạn. Có tâm Phật thì Phật độ. Từng bước giành lại chùa, giành lại đất, giành lại nơi thờ tự để tổ thành một cõi Già Lam nhất nguyên, trang nghiêm, tinh tấn. Công lao lớn nhất của Ngài không dừng lại chừng đó mà chính sự hóa độ chúng sinh giác ngộ đạo pháp xóa bỏ mọi hình thức mê tín dị đoan, đưa ra khỏi chùa các loại hình thờ cúng không minh bạch, quy tụ mọi tấm lòng từ bi hỷ xả như là một cuộc tái sinh. Đạo hữu và lương dân đến với Ngài mỗi ngày một đông, giặc Pháp tưởng Ngài tụ tập dân chúng để đánh giặc cứu nước nên tra tấn ngài cực kỳ dã man và đã bắt Ngài tự đào mồ cho mình trước khi chúng xử bắn. Nhờ đức tính an nhiên tự tại và nhờ sự can thiệp kịp thời của Đức Từ

Cung thân mẫu vua Bảo Đại ngày trước nên Ngài đã trở lại với cõi sống. Âu cũng là bản mệnh. Trong suốt 50 năm gắn bó với chùa Thiên Mụ Ngài đã từng bước trùng tu khôi phục điện Đại Hùng, điện Di Lặc, điện Quan Âm và cảnh quan tổng thể của chùa. Trên cơ sở đó vào ngày 27 tháng 8 năm 1996 chùa Thiên Mụ được Nhà nước công nhận là Di tích Lịch sử Văn hóa Quốc gia, một bộ phận hợp thành di sản văn hóa nhân loại. Chuông tháp của chùa trở thành bảo vật quốc gia.

Ngày nay khách thập phương vãng cảnh chùa ngoài bia, tháp điện, đường xưa còn được chiêm ngưỡng một ngôi bảo tháp thanh tao ngoạn mục giữa tiếng thông reo quyện với hương đồng gió nội, nơi an nghỉ nghìn đời của một đấng chân nhân mà người Huế và đạo hữu gần xa quý mến gọi là Ôn Linh Mụ.

Tiếp nối tư tưởng của chúa Tiên Nguyễn Hoàng và để bảo tồn một danh lam thắng tích đặc biệt, được phép trên, Trung Tâm Bảo Tồn Di Tích Cố Đô Huế phối hợp với Trung Tâm Triển Khai & Tư Vấn Xây Dựng miền Trung, thuộc Viện Khoa Học Công Nghệ Xây Dựng, vào ngày 28-8-2003 đã khởi công đại trùng tu chùa Thiên Mụ và hoàn công cơ bản vào ngày 30-12-2005.

Với đội ngũ Tiến sĩ, Kiến trúc sư, Kỹ sư, Nghệ nhân, thợ thủ công có tay nghề cao mà trước hết là có tấm lòng thành kiên nhẫn, miệt mài, khổ công trùng kiến toàn diện chùa Thiên Mụ với vật liệu tốt nhất, đã trả lại thần thái cũng như diện mạo một cõi Già Lam tồn tại trên 400 năm, từng là điểm đồng quy xứ sở.

Nếu như. Vâng nếu như khu vực 1 bảo vệ di tích vốn là đất chùa bị lấn chiếm trái phép được sớm giải tỏa trả lại cảnh quan cũ để tổ thành một danh lam hoa viên kỳ tú thì chùa

Thiên Mụ thực sự là một "viên ngọc văn hóa" đặc sắc làm mát lòng mọi nẻo gần xa.

Chúa Tiên Nguyễn Hoàng người đặt nền móng cho tư tưởng "cư Nho mộ Thích" trùng kiến chùa Thiên Mụ, những mong "quốc thái dân an, phong điều vũ thuận" đã làm nên một thời mở mang đất nước. Tiếp bước Người, hậu thế đã và đang trân trọng bảo tồn cõi Già Lam lịch sử có một không hai này.

Tháp Đại Lão Hòa Thượng Thích Đôn Hậu (Chùa Thiên Mụ)
(ảnh: Mai Linh)

Hòa Thượng Nguyên Thiều
Với Chùa Quốc Ân

Mộ Hòa thượng Nguyên Thiều
(ảnh: Mai Linh)

Năm Tân Sửu-1601, khôi phục chùa Thiên Mỗ theo huyền thoại mang hoài bão "chân chúa dựng chùa, tụ linh khí, bền long mạch" chúa Tiên Nguyễn Hoàng công khai nhận mình là chân chúa thay đổi sách lược xây dựng "thành lũy" trong lòng người chuẩn bị cho một cuộc đấu tranh vũ trang không khoan nhượng giữa hai thế lực giành cờ phò Lê. Đạo Phật thực sự trở thành chỗ dựa của nhà Nho đã từng là Đề điệu (Chánh chủ khảo) khoa thi Hội năm Ất Mùi – 1595 dưới thời Quang Hưng-Lê Thế Tông (1573 – 1600). "Cư Nho mộ Thích" là phương châm chiến lược thu phục nhân tâm làm kế "rễ sâu gốc vững" chuẩn bị cho con cháu "xây dựng cơ nghiệp muôn đời".

Một điều đáng cho ta suy nghĩ là đứng giữa môi trường văn hóa hợp lưu của hai nền văn minh Ấn – Hoa cổ đại còn đậm mà vị quan Đề điệu lại xiển dương Phật giáo và coi đó là cứu cánh để thiết lập vương triều. Sự lựa chọn quả là không bay bổng hồ đồ. Tại thời điểm này Ấn Độ giáo, Bà La Môn giáo, Phật giáo, Nho giáo và cả Lão giáo đều đang phát tán ảnh hưởng. Nho giáo với phương châm "Tu thân, tề gia, trị quốc, bình thiên hạ" hấp dẫn đấy nhưng du nhập chưa sâu mà nhà Lê - Nho giáo với hình tượng Trịnh Tùng lúc đó là bất trung, bất để, bất hiếu không còn gì để quảng bá trước dân. Bà La Môn giáo, Ấn Độ giáo chưa kịp gần gũi với những người đang trên bước đường đi mở nước. Phật giáo từ lâu đã thấm với tầng lớp bình dân mà đức Từ, Bi, Hỷ, Xả như một bản tuyên ngôn lập thân, một nguồn an ủi gieo vào lòng người bản địa cũng như di trú hoài vọng hạnh phúc, yêu thương, gắn bó và an lạc. Nhà Nho Nguyễn Hoàng bắt đúng mạch tâm thức dân chúng sở tại cũng như di trú, nghĩa là mới cũ, nam bắc nên đã cho tái tạo lại chính là khai sơn đã làm dấy lên xu thế hoằng dương Phật Pháp.

Tiếp đó, chùa Sùng Hóa (1602), chùa Long Hưng (1602), chùa Bảo Châu (1607), chùa Kính Thiên (1609) lần lượt được xây dựng mới vào những năm cuối đời vị lão tướng có tầm kinh bang tế thế này đã tạo dựng nên môi trường tín ngưỡng tỏa bóng mát Bồ Đề trên khắp miền Thuận Quảng. Từ xu thế hướng đạo đó Vương hiệu của 6 vị chúa Nguyễn dường như nghiêng về phía của Thiền. Nguyễn Phúc Nguyên trở thành chúa Sãi. Nguyễn Phúc Lan trở thành chúa Thượng. Nguyễn Phúc Tần trở thành chúa Hiền. Nguyễn Phúc Thái trở thành chúa Nghĩa, Nguyễn Phúc Chu trở thành chúa Minh. Như vậy là Tiên (1558 – 1613), Sãi (1613 – 1635), Thượng

(1635 – 1648), Hiền (1648 – 1687), Nghĩa (1687 – 1691), Minh (1691 – 1725) của Trấn thủ Thuận Quảng kể từ năm Mậu Ngọ, 1558 đến năm Ất Tị, 1725 đã là tiếng gọi bạn để làm nên xứ Đàng Trong khởi đầu từ "Ô châu ác địa".

Có thể nói thế kỷ XVII là thế kỷ sinh thành của những ngôi chùa trên đất Huế. Nâng cấp chùa Thiên Mụ, Ất Ty-1665. Khôi phục chùa Kim Sơn, xây dựng chùa Hòa Vinh, Đinh Mùi -1667, vị chúa Nguyễn thứ tư thừa kế thực hiện một cách trung thành di huấn của cố Nội mình đã làm huy hoàng rạng rỡ những cõi Già Lam bên dòng sông Huế. Người tha hương đầy lòng trắc ẩn có chỗ an trú, an ủi, tìm được sự sẻ chia dưới mái ấm những ngôi chùa như vụn sắt thép tìm các thỏi nam châm.

Giữa thế kỷ XVII, nhà Minh bên Tàu mất ngôi vào tay một thế lực ngoại tộc làm nảy sinh sự phân hóa xã hội sâu sắc. Tầng lớp bài Thanh phục Minh lần lượt tan rã yếm thế hoặc bỏ chạy. Trong số đó không ít là các nhà tu hành. Họ Nguyễn vốn từ thất thế đã trở thành điểm sáng bởi các ngôi chùa Phật, trở thành niềm tin tất thắng sau 7 trận đánh lớn, quân họ Trịnh đều thua đậm, có khi còn bị đuổi ra bên ngoài sông Lam, xứ Nghệ. Thuận Quảng trở thành nơi chia sẻ, nơi gửi gắm niềm tin vào sự an lành.

Trong số những du tăng Trung Hoa chọn Thuận Quảng làm nơi an trú độ pháp vào dịp này có Hòa thượng Siêu Bạch Nguyên Thiều từ chùa Báo Tư tỉnh Quảng Đông sang Quy Nhơn vào năm Đinh Ty, 1677 và đã thiết lập chùa Thập Tháp Di Đà tại đây. Như vậy là đúng 12 năm sau ngày chúa Hiền cho chỉnh trang nâng cấp chùa Thiên Mụ, Ất Ty, 1665 và 10 năm sau ngày vị chúa này cho trùng tu phục hồi chùa Kim Sơn tại làng Lựu Bảo, xây mới chùa Hòa Vinh trên núi Linh Thái bên cửa Tư Hiền, Đinh Mùi, 1667, Thuận Hóa thấm đẫm mầu thiền rộn ràng cửa Phật trở thành điểm sáng dưới ánh hào quang. Năm Nhâm Tuất, 1682 hướng theo lượng sáng đó vị du tăng Trung Hoa đầu đàn này dong buồm theo ngọn gió nồm từ Quy Nhơn ra hướng bắc rồi cho thuyền vào phá Tam Giang ngược dòng ghé bến chùa Phổ Thành, làng Hà Trung tá túc để một năm sau thì lên đồi Phước Qủa nằm giữa một dải rừng nguyên sinh đầy dã thú cắm tích trượng khai sơn thảo am Vĩnh Ân. Vĩnh Ân mang kỳ vọng ân lượng vĩnh hằng vô biên, hợp lòng dân, vừa ý chúa nên đã nhận được nhiều ưu đãi. Một du tăng từ nước ngoài đến không những được tự do hành đạo, tự do lựa chọn đất cắm tích trượng lập chùa mà còn được cấp kinh phí xây dựng thì quả là hy hữu. Thảo am Vĩnh Ân sớm trở thành Tổ đình đầu tiên trên đất Huế tính từ năm Giáp Tý, 1684 khi chúa Hiền Nguyễn Phúc Tần ban cấp kinh phí xây dựng. Ngày nay tuyến đường phố mang tên danh nhân Đặng Huy Trứ, phường Trường An, đã vươn lên nối chùa Quốc Ân với trung tâm thành phố Huế.

Một vị chúa ở ngôi 39 năm đã lập nên phủ Thái Khang (Khánh Hòa ngày nay), xác nhận chủ quyền trên đất Mỗi Xuy (Đồng Nai ngày nay), đã đuổi quân Trịnh ra bên ngoài sông Lam để yên mặt bắc mà mở mặt nam, lại dang rộng vòng tay đón nhận Long môn Tổng binh Dương Ngạn Địch, Cao Lôi Liêm Tổng binh Trần Thượng Xuyên với 3.000 binh sĩ thuộc quyền xin tỵ nạn khi sự nghiệp bài Thanh phục Minh bất thành. Nghĩa cử cứu người khi lâm nạn đó với việc xây dựng chùa thờ Phật, Hiền vương Nguyễn Phúc Tần đã làm nên sự cao trọng của miền Thuận Quảng.

Tiếp thu tư tưởng nhân nghĩa và mộ Phật của chúa cha, Nghĩa vương Nguyễn Phúc Thụ nối ngôi, dành Thủ phủ Kim Long làm phủ thờ thân phụ mình rồi xây dựng Thủ phủ mới trên đất làng Phú Xuân nơi con ngựa huyền thoại dưới thời chúa Tiên Nguyễn Hoàng dừng chân 86 năm về trước. Công việc xây dựng và dời chuyển Thủ phủ xong xuôi, vị chúa Nguyễn thứ năm này liền ký lệnh miễn thuế ruộng đất đối với chùa Vĩnh Ân, tạo mọi điều kiện thuận lợi để tăng đoàn chú tâm tu tập đồng thời đổi tên chùa Vĩnh Ân thành chùa Quốc Ân và ban bức hoành sơn son thếp vàng "Sắc tứ Quốc Ân tự", Kỷ Tỵ-1689 và cử ngài Nguyên Thiều về Trung Hoa mời các vị danh tăng sang Thuận Hóa. Chúa Nghĩa Nguyễn Phúc Thái ở ngôi 4 năm thì tạ thế. Chúa Minh Nguyễn Phúc Chu con trai của ông vừa bước sang tuổi 17 lên nối nghiệp, hân hoan đón tiếp các vị danh tăng thân phụ mình mời về. Chùa xưa xứ Huế liên tiếp được khai sơn sau ngày chùa Vĩnh Ân được mang tên "Sắc tứ Quốc Ân tự".

Hàm Long Thiên Thọ tự với Lão tổ Giác Phong Hòa thượng nay là chùa Báo Quốc. Ấn Tôn tự với Hòa thượng Minh Hoằng Tử Dung nay là chùa Từ Đàm. Viên Thông tự với Sư Tổ Liễu Quán. Thiền Lâm tự với Đại lão Hòa thượng Khắc Huyền. Từ Lâm tự với Lão tổ Từ Lâm... làm nô nức những tháng năm cuối thế kỷ XVII như là tiếng vọng truyền thừa được khai sinh ngay năm đầu của thế kỷ ấy trên đỉnh đồi Hà Khê.

24 năm sau ngày Hòa thượng Nguyên Thiều khai sơn Tổ đình Quốc Ân, từ chùa Viên Thông Sư Tổ Liễu Quán đã lên núi Thiên Thai thuộc sơn địa làng An Cựu, nay là phường An Cựu thành phố Huế, dựng thảo am Thiên Thai Thiền Tôn tự khai sơn Tổ đình thứ hai trên đất Huế. Hai Tổ đình này như hai trung tâm phát tuệ để Huế nhanh chóng trở thành rừng thiền ngoạn mục của xứ Đàng Trong. Tổ đình Quốc Ân do một Lão Du tăng Trung Hoa truyền giới trong tâm trạng yếm thế khi khát vọng bài Thanh phục Minh không thành nên sự thiết trí nội thất mang đậm dấu ấn phức hợp Phật Lão Nho.

Và, chính sự có mặt của Quan Thánh, Quan Bình, Châu Xương, Ngọc Hoàng Thượng đế, Nam Tào Bắc Đẩu...trong hệ thống thờ tự làm cho ngôi chùa không thuần Phật đã phần nào gây nên nỗi phân tâm nên ít nhiều đã vợi tính minh biện của một Tổ đình.

Cùng với Tổ đình Quốc Ân, Tổ đình Thiền Tôn do ngài Liễu Quán, một Tổ sư gốc Việt từ Phú Yên ra Phú Xuân tầm sư học đạo thấm nhuần giáo lý tông phái Thiền Lâm Tế dẫn dắt chúng sinh vào thế giới chân tâm hướng thiện hòa ái tạo nên môi trường tín ngưỡng thuần Phật quy tụ lòng người từ quan đến dân từ giàu đến nghèo chung một cõi từ bi.

Như vậy là với chùa Thiên Mụ đầu thế kỷ XVII, đã gọi được các danh tăng, các vị chân tu mọi miền về Huế để làm nên Tổ đình Quốc Ân cuối thế kỷ ấy và Tổ đình Thiền Tôn đầu thế kỷ sau để cùng làm nên một rừng Già Lam rợp bóng mát Bồ Đề. Huế trở thành điểm đồng quy làm nên trung tâm Phật giáo xứ Đàng Trong.

"Sắc Tứ Quốc Ân Tự" là ánh phản tâm thức của một vị chúa Nguyễn và Tổ đình Quốc Ân là chân dung ngoạn mục của xứ Đàng Trong thuở bấy giờ.

"Hoành Sơn nhất đái" có bóng dáng trong tòa Tổ đình này.

Bài minh và bài ký của Quốc chủ Nguyễn Phúc Thụ hiệu Ninh vương, khắc vào bia đá dựng trước chùa Quốc Ân, nói về ngài Nguyên Thiều, khai sơn chùa Quốc Ân và chùa Hà Trung tại Phú Xuân

"Ta vâng mệnh trời đến với trăm họ để lo việc chăn dân. Canh khuya khi tiếng gà vừa gáy sáng, ta đã tung màn trở dậy. Canh cánh bên lòng, chẳng lúc nào tâm ta không ẩn hiện

đường nét "chí thiện".

Nhìn lại quá trình của nước ta, từ khi khai quốc dựng nước đến nay, trên từ vua chúa quan quân, cho đến thứ sĩ nhân dân, đâu cũng lập chùa dựng am, cung đốn và đào tạo Tăng tài, cúng dường Phật tổ, mở rộng mọi phương tiện nhằm mục đích, khiến mọi người khắp trong thiên hạ sớm biết mà bỏ dần những tư tưởng cục bộ sai lầm, thiếu tinh thần xây dựng đời sống chung, để nuôi dưỡng và thể hiện đức tính thương người giúp đời trong cuộc sống chung, bất luận làm việc gì cũng thể hiện đức tính chánh niệm.

Có như vậy mới mong xây dựng một xã hội mà mọi người trong ấy ai ai cũng được sống thì an lạc và tràn trề hạnh phúc, khi thọ hưởng hết tuổi trời, đến lúc phải chết thì thuận đời đẹp đạo. Và cũng bắt nguồn từ đó mà tiến hóa dần, bằng cách thầy trò đồng đạo, vua quan thứ dân, tất cả đều làm trợ nhân cho nhau, đều dắt dìu hướng dẫn khiến mọi người đều thấm nhuần đạo giải thoát, tất cả đồng hưởng hạnh phúc của: "hóa thành cảnh giới".

Điều này đã có thiền sư Hoán Bích. Năm Đinh Tỵ ngài từ xứ Trung Hoa nương thuyền vượt sóng thẳng đến trời Nam. Bước sơ khởi, Ngài đã dựng tích trượng tại xứ Quy Ninh. Nơi đây, Ngài đã sáng lập ngôi chùa Thập Tháp Di Đà, làm phương tiện hóa độ quần sanh. Sau khi mãn nguyện xứ này, Ngài lại băng đèo vượt suối tìm đến xứ kinh thành nước ta, chọn núi Phú Xuân lập chùa Quốc Ân và cạnh chùa xây một tháp Phổ Đồng.

Kịp đến thánh triều Nghĩa vương mệnh lệnh nhờ Ngài trở về Quảng Đông, nghinh thỉnh ngài Trường Thọ Thạch Liêm Hòa thượng, cùng một số tượng Phật và mọi thứ pháp khí quan trọng. Chuyến công du ấy đi về tất cả đều hoàn tất và tựu tành công đức vô cùng to lớn.

Từ đây ngài Nguyên Thiều trở lại trú trì chùa Hà Trung. Ngài an cư nhập thất ở đây một cách liên tục và thầm lặng. Cũng từ đây, Ngài tạo cơ duyên quán chiếu nội tâm, củ soát mọi tác dụng biến động của toàn bộ nội tâm, khiến tâm địa sáng tỏa và chiếu rọi một trạng thái nhận thức sáng rực, soi thấu diệu lý nhiệm mầu, nắm bắt được thiệt tính huyền vi. Và cũng từ đây, Ngài tự hoàn bị chức năng kiến văn giác tri tận nguồn tâm thức sâu thẳm, để tự nội tâm đủ năng lực của thiền công và trí tuệ. Ngài tự cắt đứt mọi tâm niệm tà ngụy, tự tâm nối lại một cách liên tục mối đạo chân thuyên tận đáy lòng, mở bày cho kẻ hậu học được tiếp tục thọ giới nối mãi dòng thiền, môn đồ tứ chúng tiếp tục vô cùng tận.

Thiền sư sinh giờ Tuất, ngày 18 tháng 5 năm Mậu Tý, con nhà họ Tạ, quê quán huyện Trinh Hương, phủ Triều châu, Quảng Đông. Năm 19 tuổi, Ngài xuất gia với hòa thượng Khoáng Viên tại chùa Báo Tư, nhận pháp danh Nguyên Thiều, tự Hoán Bích. Từ ngày Ngài vượt thuyền lướt sóng đến nước ta, kể ra cũng đã năm mươi năm rồi!

Qua năm Mậu Thân, Ngài nhuốm bệnh. Ngày 19 tháng 10 cho gọi đồ chúng dạy bảo vài điều cơ duyên huyền diệu, dặn dò lưu lại vài ngữ ngôn kỳ bí! Lúc ấy Ngài cầm bút viết bài kệ:

> *Tâm tịnh lắng như gương*
> *Sáng tinh không bóng lời*
> *Hàm vạn vật phi vật*
> *Mênh mông không chẳng không.*

Viết xong bài kệ, Ngài đoan nhiên thị tịch, pháp lạp 81 tuổi. Chư vị tể quan và môn đồ tứ chúng xây tháp Ngài ở xứ Cửa Hóa. Môn đồ đến cầu ta xin bài ký và bài minh. Ta "nhân danh quốc chủ ban thụy là Hạnh Đoan Thiền Sư.

Bởi vì, ta cũng muốn muôn đời về sau mọi người ai cũng noi theo gương ngài Nguyên Thiều mà nuôi dưỡng và thể hiện trọn vẹn đức tính thiện tâm của đạo từ bi, ngõ hầu đem giá trị đạo tâm nơi qủa vị "vô thượng Bồ Đề" của đức Như Lai mà ẩn hiện trong cuộc sống, để mọi người đều chung hưởng cảnh giới thái bình. Và trong cảnh giới thái bình ấy, mọi người đều noi gương nhau mà tạo điều phước đức đến vô cùng tận. Suy tư theo chiều hướng ấy nên ta viết bài ký và bai minh.

Minh rằng:

Bát nhã rạng soi
Phạm hạnh ngập trời
Trăng lồng đáy nước
Giới định tuyệt vời
Vắng lặng kiêu cường
Cô với vô thường
Thấu triệt chân không
Giáo hóa hanh thông
Mây lành che đủ
Mặt trời rạng soi
Người người chiêm ngưỡng
Thái sơn vòi vọi".

(Theo bản dịch của Cố Hoà thượng Thích Giới Hương, chùa Diệu Đế).

Sư Tổ Liễu Quán
Với Chùa Thiền Tôn

(ảnh: internet)

Tám năm (1593-1600) ra Đông Đô, hợp sức với Trịnh, những tưởng phục hưng lại Vương Triều Lê, mà trong lòng dân ngọn cờ Lam Sơn tụ nghĩa còn thiêng liêng bất diệt, Nguyễn Hoàng hoàn toàn thất vọng. Chế độ quân chủ quan liêu Lê do Trịnh khuynh đảo khó phục hưng. Với tư cách là đề điệu khoa thi hội năm Ất Mùi (1595) và hai lần (Bính Thân – 1596, Đinh Dậu – 1597) tháp tùng vua Lê đi đón sứ Tàu, Nguyễn Hoàng càng nhận ra sự vô nghĩa mù quáng nếu vẫn theo chủ nghĩa "tam cương" trên nền văn hóa Khổng Nho của triều Lê trong tay Trịnh.

Thuận Quảng dưới mắt ông là một vùng đất sỏi đá, dân hỗn cư mà phiêu bạt đói nghèo. Tù phát lưu, người tứ chiếng du thủ du thực cùng hội lại trên một vùng lãnh thổ vốn là vương quốc Chămpa một thời hưng thịnh. Sự mặc cảm mất nước của cư dân bản địa và tình trạng phiêu tán của cư dân lưu vong cần phải gom lại mới có đất dung thân.

Các thánh địa Phật giáo, Bà La Môn giáo, Siva giáo, các đền tháp kỳ vĩ chứa đậm tư duy tôn giáo niềm tin mãnh liệt trong tâm hồn vốn nhân hậu của Nguyễn Hoàng về sự cố kết mọi hạng người trên đất Thuận - Quảng bằng tịnh độ và gây dựng nên thế giới bản nguyện với tứ ân mới làm nên nghiệp lớn.

Sức mạnh văn hóa Phật giáo Lý – Trần với thực tại nội tâm của dân Thuận – Quảng như là những gợi ý minh tuệ để Nguyễn Hoàng – Nhà Nho dựa hẳn vào Phật giáo mà xây dựng nền móng lập nên vương triều Nguyễn.

Một loạt các ngôi chùa được tái thiết, trùng tu hoặc xây dựng mới, lần lượt ra đời trên đất Thuận Hóa – Quảng Nam từ sau ngày Nguyễn Hoàng bỏ Đông Đô về Dinh Cát (1600).

Thiên Mụ (1601), Sùng Hóa (1602), Long Hưng (1602), Bảo Châu (1607), Kính Thiên (1609),... là những điểm đồng quy hướng thiện. Nguyễn Hoàng được Phú Yên, và con ông nối nghiệp trở thành chúa Phật (Sãi Vương), họ Nguyễn Phúc với xứ Đàng Trong là nhân là quả hai chiều bắt đầu như thế.

Năm Đinh Mão (1672) Trịnh Tráng ép vua Lê Thần Tông nam chinh đánh Nguyễn thì xứ Đàng Trong đã có lũy Thầy đã nhiều mưu sĩ và nhất là đã gom được dân.

Chiến tranh khốc liệt và dai dẳng làm nảy sinh sự phân hóa nội bộ mỗi bên. Nhất là cuộc chiến huynh đệ tương tàn thì sự hoài nghi càng có nguy cơ phát triển. Nhiều vị thiền sư từ phía ngoài đèo Ngang vào Thuận Hóa, sau lần viếng thăm vương quốc Chămpa vào năm Tân Sửu (1301) của thượng hoàng Trần Nhân Tông và những năm kế tiếp gặp nhiều rắc rối khó khăn. Một số khác phải vượt biển ra Đàng Ngoài. Triều Thanh cướp ngôi triều Minh, người Trung Quốc vượt biển vào Đàng Trong tị nạn, một số đại sư của họ chạy theo chúng sinh và cũng để tỏ thái độ bất hợp tác với triều ngoại tộc. Những vị đại sư này có học vấn, làu thông kinh sách, thích dựa vào chính quyền nước sở tại để cho dân họ có chỗ cậy nhờ và mặt khác các nhà cầm quyền cũng muốn tìm kiếm những vị tu sĩ không có quan hệ với xứ Đàng Ngoài như họ.

Vài vị chúa Nguyễn, vài vị đại sư Trung Hoa và ngôi quốc tự mọc lên ở Huế với một hai đại giới đàn nổi đình đám một thời làm đời sau có người nghĩ rằng Phật giáo và chùa Huế khởi sắc từ đó.

Xin thưa Phật giáo qua được gió bão không phải một mùa mà xuyên dài suốt bao thế kỷ. Và, cái nền tâm Phật vốn là sự thừa kế của bao thế hệ. Vì can qua cuối thế kỷ XVIII, chùa bị phá, tăng đoàn phân hóa tan rã. Chính quyền bài Phật sụp đổ, các thiền sư xu thời hoài nhị dường như mất chốn dung thân. Nhưng Phật giáo Huế vẫn như mạng lưới vô hình liên kết mọi tâm hồn vị tha trắc ẩn. Ví như một ngôi thảo am nhỏ mọc lên giữa chốn thâm sơn cùng cốc thuộc xóm Ngũ Tây làng Thủy An cách trung tâm Huế khoảng 7km về phía nam vào năm Mậu Tý (1708) vẫn là ngọn đuốc tuệ Việt Phật thắp giữa rừng sâu. Đó là sự ra đời của Thiên Thai Thiền Tông tự mà nay được mang tên "Tổ đình Thuyền Tôn". Vị khai sơn Tổ đình này là Liễu Quán Thiền sư tên thật là Lê Thiệt Diệu, quê hương là làng Bạc Mã, huyện Đồng Xuân, tỉnh Phú Yên.

Ngài mồ côi mẹ lúc 6 tuổi, được người cha sớm phát hiện ra tính vị tha dĩnh ngộ của con mình nên đã dẫn con đến xin thụ giới hòa thượng Tế Viên tại chùa Hội Tôn. Bảy năm sau hòa thượng Tế Viên viên tịch. Ngài lại ra Thuận Hóa xin thụ giáo với Giác Phong lão tổ (cũng là đại sư Trung Hoa) tại chùa Báo Quốc. Năm Tân Mùi (1691) được tin cha già đau yếu Liễu Quán xin về phụng dưỡng. Năm Ất Hợi (1695) thân phụ tạ thế, Ngài lại trở ra Thuận Hóa thọ giới Sa Di với Thạch Liêm hòa thượng. Hai năm sau (Đinh Sửu – 1697) Ngài lại được sang thọ giới cụ túc với Đại lão hòa thượng Từ Lâm. Sau một thời gian nhà sư Liễu Quán đi khắp mọi nẻo thiền lâm gian nan, đồng lai cộng khổ với tăng chúng và bần dân để chia sẻ nỗi đau đời bằng bồ đề tâm hướng hạ, Ngài lại trở về Long Sơn tham thiền với hòa thượng Tử Dung tại thảo am Ấn Tôn (nay là chùa Từ Đàm) vào năm Nhâm Ngọ (1702).

Từ Hòa thượng Tế Viên đến Giác Phong lão tổ, từ Giác Phong lão tổ qua nhà sư Thích Đại Sán, đến đại lão Hòa thượng Từ Lâm và sau cùng là Hòa thượng Minh Hoằng Tử Dung, thiền sư Liễu Quán như dung hội được giáo lý của cả hai dòng Thiền Lâm Tế và Tào Động Trung Hoa từ năm vị đại sư trên.

Nhưng có lẽ cũng từ 5 nhà tu hành nước ngoài này hoằng dương trên đất Đàng Trong thuở bấy giờ cũng để lại trong tâm trí Liễu Quán thiền sư đôi điều đục trong bên bờ giác ngộ chánh tín. Ngài rời phái Tào Động sớm và tự thân tạo lập nên phái Thiền Liễu Quán dưới chân núi Thiên Thai giữa khu rừng hoang tịch cô liêu đầy thú dữ và chướng khí với sở ngộ "chỉ vật truyền tâm, nhân bất hội xứ".

Khác hẳn với Thạch Liêm Thích Đại Sán, Ngài xa lánh cửa quyền, thành tâm thọ chứng quả vô thượng giác với sở nguyện chính quả tứ vô lượng tâm (Brahma Vihara). Ninh Vương Nguyễn Phúc Thụ (1697-1738) cảm mến nhân đức, trân trọng đạo hạnh trác việt của Ngài nhiều lần hạ cố vời

Ngài vào phủ chúa nhưng Ngài vẫn tìm đủ lý do để thoái thác. Từ thảo am Viên Thông vào thảo am Thiền Tông vì lẽ đó.

Cho hay có chân tu mới chân nhân và dù đứng giữa rừng sâu núi thẳm vẫn phát sáng vào không gian và cả thời gian vĩnh hằng.

Thảo am Thiên Thai Thiền Tông tự buổi đầu được chuyển về phía sau khoảng 500m nay là tổ đình Thuyền Tôn dành vị trí khai sơn khởi thủy xây dựng bảo tháp Lão Tổ Liễu Quán hiệu Đạo Hạnh, thụy Chánh giác Viên Ngộ Hòa thượng vào năm Cảnh Hưng thứ 7 (1746).

Theo bài kệ từ biệt, Ngài viết trước lúc viên tịch vào cuối tháng Trọng Xuân năm Quý Hợi (1743) thì Tổ Sư Liễu Quán hưởng dương trên 70 tuổi đời với 65 tuổi đạo.

"Thất thập dư niên thế giới trung
Không không sắc sắc diệt dung thông
Kim triêu nguyện mãn hoàn gia lý
Hà tất bôn man vấn tổ tông"

Vâng! Ngài đã trở về thế giới bất diệt, nhưng con đường đạo pháp mà ngài khai quang thiết lập thì đúng như câu kệ của một vị cao tăng Việt Nam nào đó đã khắc lên cửa vào tháp Lăng Liễu Quán:

"Đàm hoa lạc khứ hữu dư hương".
(Hoa ưu đàm hàng ngàn năm mới nở một lần, nhưng rụng rồi thì hương vẫn thơm mãi mãi).

Và, hương ưu đàm đó đang phảng phất thơm trong bài kệ pháp phái của Tổ sư Liễu Quán:

Thật tế đại đạo
Tánh hải thanh trừng
Tâm nguyên quảng nhuận
Đức bổn từ phong
Giới định phước huệ
Thể dụng viên thông
Vĩnh siêu trí quả
Mật khế thành công
Diễn sướng chánh tông
Hạnh giải tương ưng
Đạt ngộ chơn không.

Phật giáo Huế, Phật giáo xứ Đàng Trong với những danh lam cổ tự thuộc dòng Lâm Tế Liễu Quán qua nhiều bước thăng trầm suy thịnh vẫn ngan ngát ưu đàm, và nhiều vị cao túc đắc pháp của Ngài luôn luôn là lương đống của Thuyền Tôn (Thiên Thai Thiền Tôn tự) và các Đại Danh Lam xứ Huế cùng cả xứ Đàng Trong qua nhiều biến cố lịch sử.

Chỉ mong các vị cao tăng đứng dưới bóng Ngài giữ cho trọn hương thơm của hoa ưu đàm Liễu Quán. Âu cũng là hạnh nguyện mà chúng sinh đang gửi vào tứ vô lượng tâm nơi tấm áo nâu sồng.

Tổ đình Thuyền Tôn ngày càng nguy nga sau mỗi lần trùng kiến, đường vào tổ đình Thuyền Tôn đã dễ đến hơn, không còn cô tịch chưa rõ lối mòn trên cỏ như 290 năm trước.

Tăng chúng hôm nay với thế giới bản nguyện dưới ánh sáng xã hội hóa văn hóa hẳn sẽ làm cho hương ưu đàm phát đi từ Tháp Tổ Sư Liễu Quán ngày càng ngào ngạt hơn.

Đứng sau tháp vị tổ Khai sơn thiền phái Liễu Quán theo trục thần đạo nhìn về phía tây ta dễ dàng nhận thấy đỉnh núi Kim Phụng cao ngất, xa xưa hẳn thâm u hùng vĩ lắm!

MAI KHẮC ỨNG

Ngài Tổ sư nằm đó như hướng về Tây Trúc với vườn Lâm Tì Ni (Lumbini) đầu nguồn của sự sáng tạo.

Hãy lên tháp Ngài và hãy nhìn về Kim Phụng chúng ta sẽ hiểu Phật giáo là gì, bởi chánh pháp vẫn ngự ở đỉnh cao thiêng liêng vô lượng đó. Và những thiên niên kỉ qua trong niềm tin sâu lắng của chúng sinh, mỗi khi người ta nghĩ đến xứ Tu Di (Su Mê Ru) đều ngẩng cao đầu nhìn về phía đỉnh xanh muôn thuở kia mà tìm nguồn an ủi.

Ngót ba thế kỷ đã qua, Tháp Tổ Liễu Quán, với Thiên Thai Thiền Tôn tự như đại thụ giữa rừng thiền xứ Huế chùa xưa.

Nội dung bia Hòa thượng Liễu Quán, thụy "Chánh Giác Viên Ngộ", đời thứ 35 dòng Thiền Lâm Tế, tại chùa Thiền Tôn.

Thiện Kế

Phật dạy, sanh tử đại sự. Tại sao? Sanh không phải ra khỏi cửa tử mà đến. Tử không phải vào cửa tử để mà đi.

Thế nên, người xưa sống trong rừng sâu, hang động, quên ăn ít ngủ, không tiếc mệnh trời... Vì họ am hiểu sanh tử đại sự.

Thời nay cũng đang ở vào lúc giáo suy pháp mạt, gặp được người đủ sức đảm đang đại sự như Hòa thượng Liễu Quán cũng thật là hi hữu.

Ngài dòng họ Lê, sinh quán làng Bạc Mã, huyện Đồng Xuân, phủ Phú Yên.

Ngài có Pháp danh Thiệt Diệu, pháp tự Liễu Quán. Học đạo lúc còn thơ ấu. Năm lên sáu đã mồ côi mẹ. Tùy theo chí nguyện xuất trần của Ngài, thân phụ đã đưa Ngài đến đảnh lễ

và xin thọ giáo với Tế Viên Hòa thượng tại chùa Hội Tôn.
Ngài tỏ ra thiên tư đĩnh đạc, thông thái xuất sắc hơn bạn cùng
học.

Thọ giáo được bảy năm thì Hòa thượng Tế Viên viên tịch.
Ngài Liễu Quán đơn thương độc mã lặn lội tìm đến kinh
thành Phú Xuân, thẳng đến Hàm Long sơn Thiên Thọ tự, đảnh
lễ Giác Phong lão tổ. Qua năm Tân Mùi được xuống tóc, học
đạo vừa tròn một năm, đại sư phải xin phép trở về quê nuôi
dưỡng thân phụ trong lúc tuổi già. Thấm thoắt bốn năm thân
phụ qua đời, Ngài lo tròn tang lễ.

Năm Ất Hợi, đại sư trở lại Thuận đô. Lần này, đại sư thẳng
đến Thiền Lâm, đảnh lễ Trường Thọ Thạch Liêm lão Hòa
thượng xin thọ sa di giới.

Năm Đinh Sửu đảnh lễ Từ Lâm lão Hòa thượng, cầu thọ cụ
túc giới.

Năm Kỷ Mão chu du khắp chốn thiền lâm tổ đường, tham
cầu yết kiến hầu hết chư vị lão Tăng trong sơn môn, mong cầu
học hỏi diệu lý. Từ đây, tâm nội vắng lặng, quyết chí nhập sâu
vào ý đạo, trong lòng luôn luôn ôm mối suy tư; Thế nào là
pháp đệ nhất nghĩa tối thượng thừa, ta quyết chí tu theo pháp
ấy.

Thế rồi được nghe chư vị đạo nhân trong sơn môn thảo
luận rằng: Hiện nay Hòa thượng Tử Dung ở Long Sơn là vị
đệ nhất có biệt tài trong việc hướng dẫn môn nhân niệm Phật
tu tâm.

Năm Nhâm Ngọ, đại sư tìm đến Long Sơn, chùa Ấn Tôn
cầu học. Hòa thượng Tử Dung dạy: Hãy tham cứu công án
"Vạn pháp duy nhất, nhất quy hà xứ". Từ đây đại sư để trọn
thì giờ, suốt ngày thâu đêm chỉ tham thiền một công án ấy.

Thời gian liên tục hơn tám năm vẫn chưa tìm ra câu giải đáp. Cứ vậy ôm lòng băn khoăn. Một hôm, nhân đọc "truyền đăng lục" nhân đọc đến câu "Chỉ vật truyền tâm, nhân bất hội xứ", bỗng nhiên đã được câu giải đáp. Vì núi sông cách trở, nên Ngài chưa đến trình thầy. Phải đợi đến mùa Xuân năm Mậu Tý, đại sư Liễu Quán mới tìm tới Long Sơn, cầu Hòa thượng chứng minh cho công phu tu tập. Liền tuần tự trình lên Hòa thượng mọi diễn biến trong quá trình tu tập theo công án mà Ngài đã trao cho. Khi nói đến câu "Chỉ vật truyền tâm, nhân bất hội xứ", Hòa thượng liền dạy "Huyền nhai tán thủ, tự khẳng thừa dương, tuyệt hậu tái tô, khi quân bất đắc" có nghĩa là gì, nói thử xem.

Đại sư liền vỗ tay cười.
Hòa thượng dạy: chưa phải ở đó.
Sư đáp: Xứng chùy nguyên thị thiết.
Hòa thượng dạy: Chưa phải ở đó.

Hôm sau vừa gặp, Hòa thượng dạy: Công án ngày hôm qua giải quyết chưa xong, hãy nói lại xem sao. Sư liền ứng khẩu đọc hai câu; "Tảo tri đăng thị hỏa, phạn thục dĩ đa thì". Hòa thượng khen ngợi tán dương.

Mùa hạ năm Nhâm Thìn, khi Hòa thượng Tử Dung vào Quảng Nam tham dự lễ toàn viện, Sư trình kệ "Dục Phật" (tắm Phật). Xem bài kệ, Hòa thượng hỏi: "Tổ tổ tương truyền, Phật Phật thọ thọ"(tổ trao cho tổ, Phật truyền cho Phật), chẳng hay trao truyền cái gì vậy? Sư thưa: "Thạch duẩn trừu điều trường nhất trượng, quy mao phất tử trọng tam cân" (măng đá đâm chồi cao một tượng, quạt bằng sừng thỏ nặng ba cân).

Hòa thượng dạy tiếp: "Cao cao sơn thượng hành thuyền, thâm thâm hải để tẩu mã" (Thuyền trượt trên núi cao, ngựa đua dưới đáy biển) nghĩa là gì, nói thử xem! Sư đáp: "Chiết giác nê ngưu triệt dạ hống, một huyền cầm tử tận nhật đàn" (gãy sừng trâu đất thâu đêm rống dây đứt đàn cần gãy suốt canh). Thế rồi trình tự trình bày mọi sở chứng với Hòa thượng Tử Dung, liền được Hòa thượng khen ngợi và ấn chứng.

Đến ngày 22 tháng 11, đại sư thị tịch. Trước đó vài hôm Ngài ngồi ngay thẳng cầm bút viết bài kệ thị tịch.

Kệ rằng:

Bảy chục năm nay thế giới trung
Ta từng nắm bắt sắc cùng không
Hôm nay nguyện mãn về quê ngoại
Có phải thưa trình Phật tổ tông!

Tuy nhiên như vậy, câu nói tối hậu của lão Tăng là gì? "Nguy nguy đường đường vĩ vĩ hoàng hoàng (cung điện nguy nga trang nghiêm sáng rạng). Đó là chân tâm tuyệt diệu, vòi vọi nguy nga. Cái ấy xưa kia từ đâu mà đến, bây giờ sẽ đến nơi đâu! Cần phải soi sáng, thấu triệt sự kiện đến (sanh) và đi (diệt) ấy. Nó như mảnh trăng mùa thu, trong veo giữa bầu trời xanh biếc, trong khoảng tam thiên đại thiên Hà sa thế giới, hiển lộ toàn bộ chân tâm. Sau khi ta ra đi, các con phải tế nhị để thấy cho bằng được sự kiện mau chóng của cơn vô thường, và phải học cho bằng được tinh thần tự tại của Bát nhã. Chớ quên lời ta, mỗi người hãy tự cố gắng.

Qua ngày 22, buổi sáng, Tổ sư dùng trà và nói chuyện bình thường. Sau đại chúng hành lễ, Tổ sư hỏi: Bây giờ là giờ gì? Môn nhân thưa: Bây giờ là giờ Thìn. Tổ an nhiên thị tịch!

Nghe lời tấu, vua sắc tứ khắc vào bia đá để tưởng niệm đạo hạnh của Ngài, ban thụy là: "Chánh Giác Viên Ngộ Hòa thượng".

Ngài sinh giờ Thìn, ngày 18 tháng 11, năm Đinh Mùi, Xuân Thu 76 tuổi, 43 năm trao truyền y bát, 34 năm thuyết pháp độ sanh, độ 49 đệ tử xuất gia ưu tú kế tục dòng thiền. Số người nhờ ngài mà liễu đạo thì khá đông. Ngày 19 tháng 2 năm Quý Hợi nhập tháp. Tháp Ngài được tôn trí tại phía nam núi Thiên Thai, thuộc địa phận làng An Cựu, huyện Hương Trà.

Chúng tôi là Thiện Kế, nguyên pháp điệt của Ngài, nhưng hiện chúng tôi thường trú tại chùa Tang Liên, thị tứ Ôn Lăng, tỉnh Phúc Kiến tại Trung Hoa. Chúng tôi từng biết đạo phong cao khoáng, hành hóa thâm diệu của Ngài ở xứ mình, rất phù hợp với ý Phật tâm tổ. Chúng tôi từng khâm phục cuộc sống thanh đạm và rất lấy làm ngưỡng mộ đức tánh thuần trực của ngài. Chỉ tiếc là không có cơ duyên hầu hạ bên Ngài ngõ hầu thấy biết sâu hơn.

Nay tôi về thăm, chư vị đạo nhân trong môn đồ đã xây tháp, bây giờ ai cũng muốn dựng bia luôn. Chư vị trong môn đồ ai cũng biết Thiện Kế là người trong cuộc, đương nhiên am tường mọi việc trong cuộc, cho nên mọi người cầu Thiện Kế chấp bút viết bài minh khắc vào bia đá. Thiện Kế tôi tự thẹn tài hèn, chưa dám nhận lấy trách nhiệm. Song lại thấy chư Thượng tọa trong môn đồ suy luận đúng, do vậy không thể từ chối. Hơn nữa, Thiện Kế tôi hết lòng khâm phục đời sống đạo hạnh của Ngài. Do vậy, phải lưu lại sự nghiệp hành hóa ấy cho mai hậu, chứ không thể để cho mất dấu tích đi được.

Ôi! Lấy con mắt trần mà xem, thì thấy có tướng trạng sinh diệt khứ lai. Song nếu nhìn bằng con mắt đạo thì lại khác. Tuy Ngài có tịch diệt, nhưng biết đâu Ngài đã không chứng Niết bàn ở nơi bất sinh diệt! Nếu vậy, Ngài có cần gì văn chương chữ nghĩa của người sau ca tụng để làm trợ nhân. Huống gì lúc sinh tiền, Ngài đã tạo dựng biết bao nhiêu là công đức thuộc dạng vô lậu, không bao giờ bị tiêu mất. Thật ra thì: Cuộc sống của Ngài đã hòa nhập với đạo.

Tuy nhiên, cũng lo cho đời sau không rõ hành trạng của Ngài, nên chúng tôi cũng phải cung soạn. Thú thật, chúng tôi viết về đời Ngài cũng chỉ nói lên được một phần và chúng tôi tự ví mình như người mù sờ voi.

Bài minh rằng:

> *Nguồn đạo sinh phái*
> *Ngọn ra xa dài*
> *Tiếp soi bằng tuệ*
> *Tổ đạo sáng hoài*
> *Hậu duệ càng đông*
> *Như voi như rồng*
> *Núi báu đột xuất*
> *Siêu tôn dị mục*
> *Tri biện làu thông*
> *Thống khoái cơ phong*
> *Quyền hóa chi nghiệm*
> *Cao nối tiếp dòng*
> *Đỉnh núi Thiên Thai*
> *Vách thẳng một mầu*
> *Pháp thân vòi vọi*
> *Khắp cõi trước sau.*

(Theo bản dịch của Cố Hòa thượng Thích Giới Hương, Chùa Diệu Đế)

Lời người sao chép

Bia đá và nội dung văn bia là di sản văn hoá hữu thể dung chứa văn hoá vô thể. Vì vậy khi viết về ba ngôi chùa tiêu biểu của xứ Huế, thiết nghĩ chép đầy đủ nội dung bia tại ba ngôi chùa này cũng là việc làm mưu cầu có ích để ta nhìn lại quá khứ một cách trọn vẹn.

Hoà thượng Thích Giới Hương, trú trì chùa Diệu Đế đã ghi chép và phiên âm dịch nghĩa "Văn bia chùa Huế" thực sự công phu. Tuy nhiên chưa thể nói là hoàn hảo. Ngài dự định tu chính bổ sung nhưng chưa kịp thì bị bạo bệnh và viên tịch.

Ngưỡng mộ công quả của một vị chân tu và ghi ơn Ngài đã dành cho tôi bản thảo đầu tay "Văn bia chùa Huế" nên cung kính chép để hiến dâng quý bằng hữu gần xa thể tình Ngài Diệu Đế.

Cảm Nhận Ban Đầu
Sau Khi Đọc Hai Bài Viết
Của Cha Léopold-Michel Cadière
Về Chùa Quốc Ân

Chùa Quốc Ân
(ảnh: Mai Linh)

Trong hai tập B.A.V.H. 1 và 2, phát hành vào các năm 1914, 1915, do Nhà Xuất bản Thuận Hóa cho dịch và in năm 1997, có hai bài viết của Cha Léopold-Michel Cadière về chùa Quốc Ân.

Đó là: **CHÙA QUỐC ÂN: NGƯỜI SÁNG LẬP** (từ trang 160 đến trang 176, tập 1, 1914)

và **CHÙA QUỐC ÂN: CÁC VỊ TRỤ TRÌ** (từ trang 279 đến trang 296, tập 2, 1915).

Nghiền ngẫm hai công trình nghiên cứu trên, cảm nhận ban đầu của tôi là tính vô tư, khách quan, nghiêm cẩn và trung thực của tác giả. Tôi nghĩ mình phải học tập phương pháp nghiên cứu, lập luận và cách viết này. Vậy là, đọc rồi đọc lại. Càng đọc tôi càng thấy nhân cách của người cầm bút viết nên hai bài trên trong sáng biết nhường nào.

Thông thường những người truyền đạo tầm thường, ít khi vô tư với các đối tượng ngoại đạo. Tính định kiến cố hữu thường đẩy quan điểm của những người đó sang cực đối lập. Đôi khi quá cực đoan. Cha Léopold-Michel Cadière là một Linh mục thuộc Hội truyền giáo nước ngoài Paris, viết về một ngôi chùa Phật giáo cổ ở Việt Nam, nơi ông có sứ mệnh truyền đạo Thiên Chúa của mình, không có bất kỳ dấu hiệu nào cho thấy Cha tỏ ra thiếu tôn trọng. Chưa nói đến biểu hiện định kiến, giềm pha. Nhất là ngôi chùa đó lại do một người truyền đạo từ Trung Hoa khai sơn.

Từ suy nghĩ đó, tuy Cha không trực tiếp đứng trên bục giảng để truyền cho tôi kiến thức của Người, tôi vẫn coi Cha là vị thầy đáng kính của mình.

Trong sáng về tư duy cộng với vốn kiến thức dồi dào và nhân cách mẫu mực kết hợp phương pháp luận khách quan khoa học đã đưa Cha góp phần làm nên "Những Người Bạn Của Cố Đô Huế".

Ưu thế đó thể hiện trong từng chi tiết cụ thể của bài viết. Ví như tính niên đại ghi trên các lạc khoản, bia, biển, văn tự... có thể sai lệch do đất nước ở những thế kỷ Nam - Bắc phân tranh gây nên. Các chúa Nguyễn hùng cứ một phương, nhưng lại phải dùng niên hiệu nhà Lê trên các loại ghi nhớ của mình. Mà vua Lê lại nằm trong tay họ Trịnh. Sự thay đổi, phế truất ngôi vua là chuyện xẩy ra không mấy bình thường. Lẽ đó có khi ngoài Đông Đô thay niên hiệu rồi nhưng trong Phú Xuân không biết. Cứ niên hiệu cũ mà ghi. Một số bia, biển, vạc đồng ở Huế đôi chỗ đã thể hiện điều này.

Cha Léopold-Michel Cadière là người sớm nhận ra những sai lệch đó. Sự tinh tế và tỉnh táo này đối với công tác nghiên cứu khoa học vô cùng cần thiết. "Sai một ly đi một dặm". Niên đại kéo theo thời đại. Mỗi sự kiện trong quá khứ chỉ có giá trị khi đặt đúng thời điểm xuất hiện của sự kiện đó. Lạc đi là hoàn toàn vô nghĩa. Một người Pháp, rộng hơn là một người châu Âu, Cha Léopold-Michel Cadière lại biết tường tận về cách tính tuổi hoặc ghi năm tháng theo hệ can, chi của người Á Đông và rất công tâm, luôn luôn "cảnh giác", tránh mọi sự ngộ nhận nhầm lẫn không đáng có.

Để xác định năm nhà sư Tạ Nguyên Thiều đến Việt Nam, Cha đã áp dụng cả phương pháp nghiên cứu như là tam đoạn luận của Triết học, bác bỏ một niên đại nghi vấn mà nhiều nguồn tư liệu đã ghi sai. Đó là năm 1665 mà có người cho là năm nhà sư Nguyên Thiều đặt chân lên lãnh thổ Việt Nam.

Xin được trích đoạn viết dưới đây trong bài: "Chùa Quốc Ân: Người Sáng Lập"

"Theo ghi chép thì có nói là năm Ất Tỵ (1665) là ngày đến. Các tài liệu khác cũng đều nói như vậy nhưng lại chỉ rõ là vào niên hiệu 17 Hiền Vương. Nếu như chi tiết này là đúng thì lại không phải vào năm ấy. Có hai lý để buộc chúng ta không chấp nhận được.

Chúng ta thấy ở trên, theo bia đá thì Nguyên Thiều tu ở chùa Báo Tư vào năm 19 tuổi. Ông ấy sinh năm 1648. Nếu chúng ta tính 19 tuổi theo kiểu Trung Hoa và Việt Nam thì phải đến năm 1666 (mới vào tu ở chùa Báo Tư - mkứ chú thêm). Vậy làm sao ông ấy có mặt ở An-nam năm 1665?

Trên bia phía dưới ghi <u>giữa lúc ông đến An-nam là lúc mất</u> (có lẽ dịch chưa thoát, MKỨ ghi chú) vào năm Mậu Thân (1728) và phải tính là đã 51 năm. Nếu trừ 1728 cho 51 chúng ta có không phải là năm 1665 mà là 1677.

Chính năm 1677 mà chúng ta xem là chính xác ngày Nguyên Thiều sang An-nam. Sự nhầm lẫn của người làm bia hay những người cho thông tin cũng dễ thôi. Mỗi năm theo chu kỳ can, chi đều gọi bằng hai từ mà từ đầu trở lại vòng 10 năm và từ sau trở lại vòng 12 năm cộng lại là giai đoạn 60 năm. Đó là chu kỳ. Nhưng thật ra, thông thường tên năm thường không nói đến. Một người An-nam nói với ông "Tôi sinh năm Tỵ", nếu người ta yêu cầu nói rõ thì họ mới thêm chữ đầu: "Tôi sinh năm Đinh Tỵ". Và khi họ về già, khi bị lú lẫn, thì có thể quên mà trả lời rằng: "Tôi sinh năm Ất Tỵ hay Kỷ Tỵ". Như vậy là họ có thể tăng tuổi thọ lên 12 năm hay bớt đi 12 năm.

Trong trường hợp ngày đến của Nguyên Thiều cũng vậy. Ông biết hay người ta nhớ là ông đến năm Tỵ. Như thế có thể là 1677 - Đinh Tỵ; 1665 - Ất Tỵ hay năm 1689 - Kỷ Tỵ. Người ta thường quên chữ đầu của chu kỳ. Người ta có ghi trên bia năm Kỷ Tỵ - 1789 (?). Năm Nguyên Thiều đi về Trung Hoa. Như chúng ta đã biết, người ta bỏ quên. Ngày chính xác Đinh Tỵ - 1677 mà người ta ghi Ất Tỵ - 1665 mà không hiểu rằng ngày ấy không phù hợp với hai ngày khác trên bia đã ghi tuổi mà Nguyên Thiều vào chùa tu Báo Tư và với những năm sống ở An-nam"...

(Tập 1 trang 165-166)

"Như vậy không phải là năm 1665 mà chắc chắn là 1677 Nguyên Thiều đến An-nam".

(nt, trang 167)

MAI KHẮC ỨNG

Sau bài viết Chùa Quốc Ân: Người Sáng Lập, Cha Léopold-Michel Cadière viết tiếp bài Chùa Quốc Ân: Các Vị Trụ Trì. Cùng với mạch tư duy khách quan, vô tư vốn có, không hề định kiến, không hời hợt, Cha lập luận vững chắc và khẳng định nhà sư Nguyên Thiều, người khai sơn chùa Quốc Ân, là người trụ trì đầu tiên, liên tục rồi viên tịch tại chùa này, đồng thời lần lượt điểm qua quá trình truyền thừa và các vị trụ trì chùa Quốc Ân từ năm 1728 đến năm 1914 khi Cha trực tiếp trò chuyện với nhà sư hiện diện tại chùa Quốc Ân lúc đó.

Tinh thần làm việc như thế, tấm lòng chân thành như thế, mới làm nên những trang viết "vàng" để lại hôm nay.

Một điều lý thú là Cha đã đính chính sự hiểu nhầm của nhiều người cho rằng: sau khi sang Trung Quốc theo đề cử của Nghĩa Vương Nguyễn Phúc Thái trở về, nhà sư Nguyên Thiều "bị đẩy xuống chùa Hà Trung" không được trụ trì chùa Quốc Ân nữa. Thực tế Ngài được giao giám tự chùa Hà Trung là có thật nhưng đó là kiêm nhiệm. Như cuối thế kỷ XX, Hòa thượng Thích Thiện Siêu trụ trì chùa Từ Đàm vẫn là Giám tự chùa Thuyền Tôn vậy. Về điều này Cha Léopold-Michel Cadière quả thật tinh tế. Người viết:

"Sau một đợt hành trình sang Trung Hoa vào năm 1687 - 1690, ông được bổ nhiệm trụ trì nghĩa là vị sư cả chùa Hà Trung, về phía Đông Nam của Thừa Thiên. Chúng ta rất ngạc nhiên về sự phong vị này vì chúng ta xem như là một sự thất sủng. Nói như thế không đúng. Chức vụ mới này cho Nguyên Thiều chứng tỏ ông không hề bị buộc phải xa Huế và việc trụ trì kiêm nhiệm thường xảy ra trong các chùa ở Huế thời đó. Một sư phụ của một chùa này có thể cai quản hai, ba cho đến bốn chùa. Có thể làm trụ trì ở đây đồng thời làm tăng cang nơi khác...

Có hai lý do để chứng tỏ là tháp của ông không ở xa chùa Quốc Ân lắm, như thế là ông đã mất tại chùa này. Nếu ông có mặt ở chùa Hà Trung cách Huế nửa ngày đường thì ông cũng đã được chôn ở Hà Trung chứ người ta không được đưa thi hài ông lên Huế.

Một lý do thứ hai nữa quan trọng hơn và tên của vị trụ trì vẫn thấy có ở chùa Quốc Ân sau khi Nguyên Thiều mất. Như vậy là người sáng lập chùa Quốc Ân vẫn trụ trì ở chùa cho đến khi mất."

(Tập 2 trang 279-280)

Nghiêm túc, thận trọng, vô tư, khách quan Cha đã để lại cho hậu thế những trang viết giàu tính thuyết phục và nêu một tấm gương mẫu mực cho mỗi chúng ta hôm nay.

Nhân Năm Thánh 2010 của Giao Hội Công Giáo Việt Nam, kỷ niệm 350 năm thiết lập hai Giáo phận Tông tòa Đàng Ngoài và Đàng Trong (1659 - 2009), 50 năm thiết lập Hàng Giáo phẩm (1960 - 2010) và tưởng niệm 55 năm ngày Linh mục Léopold-Michel Cadière (1955-2010) từ trần, tôi xin dâng lên Cha - Con Chim đầu đàn về nghiên cứu văn hóa Huế (cho phép tôi được dùng mệnh đề này) bài viết thô thiển với tấm lòng tri ân vô hạn.

Suy Nghĩ Về Thời Điểm Xuất Hiện Danh Xưng Xứ Đàng Trong

Hoành Sơn Quan trên đỉnh Đèo Ngang
(ảnh: internet)

Địa danh Đàng Ngoài, Đàng Trong xuất hiện từ bao giờ, với tôi vẫn còn là một câu hỏi. Có người cho rằng năm 1558, Nguyễn Hoàng thực hiện lời khuyên của Trạng Trình - Nguyễn Bỉnh Khiêm "Hoành Sơn nhất đái. Vạn đại dung thân", vào làm Trấn thủ Thuận Hóa, khai sinh ra xứ Đàng Trong và coi Hoành Sơn (Đèo Ngang) là ranh giới hai Xứ.

Tôi nghĩ, Nguyễn Hoàng vào làm Trấn thủ Thuận Hóa gây dựng nên nghiệp đế vương của họ Nguyễn ở xứ Đàng Trong thì không sai. Nhưng khai sinh xứ Đàng Trong năm 1558 thì có lẽ chưa phải. Bởi vì từ năm Mậu Ngọ (1558) đến năm Canh Ngọ (1570), phía nam Thuận Hóa, Nguyễn Bá

Quýnh còn giữ chức Trấn thủ Quảng Nam. Nguyễn Hoàng chưa dám vào Trấn phủ Hóa Châu mà phải đứng chân trên đất Ái Tử. Để yên thân của những ngày đầu, vị Trấn thủ này tỏ ra cúc cung tận tụy với vua Lê Anh Tông (1557-1573) và anh rể Trịnh Kiểm để được lòng triều đình Lê - Trịnh, bên ngoài, hòa dụ với Quảng Nam, bên trong. Những ngày đầu sức còn sơ, lực còn mỏng, khiêm nhường là lẽ sống còn, Nguyễn Hoàng được kiêm nhiệm Trấn thủ Quảng Nam, trở thành Tổng trấn Thuận - Quảng ông vẫn loanh quanh tại Trà Bát hoang cát mà thôi. Vả lại, 13 năm (1545 - 1558), ở độ tuổi hai mươi khi mà lưỡi gươm oan nghiệt trong tay thế lực Trịnh đang hướng tới, Nguyễn Hoàng chưa thể đến hoặc cho người đến vấn kế Trạng. Bởi lộ ý đồ thù hận là tiêu vong. "Hoành Sơn nhất đái. Vạn đại dung thân". Chưa thể ra đời trong thời điểm này.

"Đất Thuận Quảng phía bắc có núi Ngang (Hoành Sơn) và sông Gianh (Linh Giang) hiểm trở, phía nam có núi Hải Vân và núi Đá Bia (Thạch Bi Sơn) vững bền. Núi sẵn vàng sắt, biển có cá muối, thật là đất dụng võ của người anh hùng. Nếu biết dạy dân luyện binh để chống chọi với họ Trịnh thì đủ xây dựng cơ nghiệp muôn đời. Ví bằng thế lực không địch được, thì cố giữ vững đất đai để chờ cơ hội, chứ đừng bỏ qua lời dặn của ta".

(Tr44. ĐNTL Tiền biên bản Nhà Xuất bản Sử học, 1962)

Tháng 10 năm Mậu Ngọ (1558), Nguyễn Hoàng 34 tuổi nhận chức Trấn thủ Thuận Hóa. Dựng dinh ở Ái Tử.

Tháng 9 năm Kỷ Ty (1569) Nguyễn Hoàng đi Thanh Hóa, yết kiến vua Lê ở Khoa Trường. Vua Lê điều Tổng binh Quảng Nam là Nguyễn Bá Quýnh ra làm Trấn thủ Nghệ An. Giao Quảng Nam cho Nguyễn Hoàng kiêm nhiệm.

Tháng Giêng năm Canh Ngọ, Nguyễn Hoàng đeo ấn Tổng Trấn tướng quân, từ Tây Đô về dời dinh sang Trà Bát.

Thuận Hóa có 2 phủ 9 huyện, 3 châu. Phủ Tiên Bình 3 huyện Khang Lộc, Lệ Thủy, Minh Linh 1 châu Bố Chánh. Phủ Triệu Phong 6 huyện Vũ Xương, Hải Lăng, Quảng Điền, Hương Trà (Kim Trà), Phú Vang (Tư Vang), Điện Bàn, 2 châu Thuận Bình, Sa Bồn.

Quảng Nam có 3 phủ, 9 huyện: Phủ Thăng Hoa, có 3 huyện: Lê Giang, Hà Đông, Hy Giang; Phủ Tư Nghĩa 3 huyện: Bình Sơn, Mộ Hoa, Nghĩa Giang; Phủ Hoài Nhân 3 huyện Bồng Sơn, Phù Ly, Tuy Viễn.

Tháng Giêng năm Nhâm Thìn (1592) Lê Trịnh đánh Mạc Mậu Hợp chiếm Đông Đô.

Tháng 5 năm Quý Tỵ (1593) Nguyễn Hoàng ra Đông Đô giúp Trịnh Tùng đánh Mạc.

Tháng 3 năm Ất Mùi Nguyễn Hoàng được vua Lê giao làm đề điệu thi Hội chọn được 6 người.

Tháng 5 năm Canh Tý (1600) Nguyễn Hoàng từ Đông Đô về Thuận Hóa dời dinh sang Dinh Cát.

Tháng 5 năm Tân Sửu (1601) dựng kho thóc Thuận Hóa, Tái thiết chùa Thiên Mụ.

Tháng 7 nămNhâm Dần sửa chùa Sùng Hóa.

Giao cho Nguyễn Phúc Nguyên làm trấn thủ Quảng Nam. Lập dinh trấn Quảng Nam.

Giáp Thìn (1604) tách Điện Bàn khỏi Triệu Phong lập thành phủ quản 5 huyện: Tân Phúc, An Nông, Hòa Vang, Diên Khánh, Phú Châu nhập vào Quảng Nam. Đổi Tiên Bình thành Quảng Bình. Tư Nghĩa thành Quảng Nghĩa. Lê Giang thành Lê Dương sau là Thăng Bình, Hy Giang thành Duy Xuyên.

Đinh Mùi (1607) dựng chùa Bảo Châu ở Trà Kiệu.

Kỷ Dậu (1609) dựng chùa Kính Thiên ở Lệ Thủy.

Tân Hợi (1611) lập phủ Phú Yên.

Tháng 6 năm Quý Sửu (1613) Nguyễn Hoàng tạ thế thọ 89 tuổi.

Năm Giáp Tý (1624) Trịnh Tráng sai thượng thư bộ Công là Nguyễn Duy Thì vào đòi thuế đất. Nguyễn Phúc Nguyên lấy lý do mất mùa xin khất.

Tháng 3 năm Bính Dần (1626) chuyển dinh từ Dinh Cát vào Phước Yên đổi gọi là phủ. Tháng 10 Trịnh Tráng lại sai Nguyễn Hữu Bản vào đòi thuế từ năm Giáp Tý về sau và mời Nguyễn Phúc Nguyên ra Đông Đô. Nguyễn Phúc Nguyên cho đó là mưu Trịnh nên đòi được nhận cả Nghệ An mới xứng với công lao ông Nội.

Tháng Giêng năm Đinh Mão (1627), Trịnh Tráng lại cho người vào dụ cho con ra chầu + nộp 30 thớt voi đực + 30 thuyền đi biển để cống triều Minh. Nguyễn Phúc Nguyên bác bỏ.

Tháng 10 năm Kỷ Tỵ, Trịnh Tráng định dụng binh nhưng nhiều người can và bày mưu phong Nguyễn Phúc

Nguyên làm Tiết chế Thuận Hóa Quảng Nam nhị xứ thủy bộ chư dinh kiêm tổng nội ngoại bình chương quân quốc trọng sự thái phó quốc công và giục ra Đông Đô để đi đánh Cao Bằng.

Để làm kế hoãn binh Nguyễn Phúc Nguyên theo lời bàn cứ nhận sắc phong bởi "Việc hiềm khích ngoài biên đã gây thì không phải là phúc cho sinh dân". Chúa nhận sắc phong. Sứ Trịnh hoan hỷ ra về.

Trao đổi:

Nguyễn Phúc Nguyên: "Tiên vương tài trí hơn đời cũng còn phải đi lại thông hiếu. Ta nay nhỏ mọn không bằng tiên vương, đất đai binh giáp lại không bằng một phần mười của Đông Đô, nếu không nộp thuế cống thì lấy gì mà giữ đất đai để nối nghiệp trước".

Đào Duy Từ: "Thần nghe nói dẫu có trí tuệ, không bằng nhân thời thế. Cứ uy vũ anh hùng, mưu kế sáng suốt của tiên vương, không phải là không giữ được đất đai. Song thời bấy giờ những thuộc tướng ở ba ty đều tự họ Trịnh cất đặt. (Thời Thế Tông nhà Lê, Mai Cầu làm Tổng binh Thuận Hóa, thời Kính Tông nhà Lê, Vũ Chân làm hiến sát Thuận Hóa), phàm cử động việc gì cũng bị bọn họ kiềm chế, nên tiên vương phải nhẫn nại như thế. Nay chúa thượng chuyên chế một phương, quan liêu đều tự quyền cất đặt, một lời nói ra ai còn dám trái. Thần xin hiến một kế, theo kế ấy thì không phải nộp thuế, mà giữ được đất đai và có thể dựng nên nghiệp lớn...." (tr56).

"Muốn mưu đồ sự nghiệp vương bá, cần phải có kế vạn toàn. Người xưa nói: không một lần khó nhọc thì không được yên nghỉ lâu dài, không phí tổn tạm thời thì không được yên ổn mãi mãi. Thần xin hiến bản vẽ, đem quân dân hai trấn đắp một cái lũy dài, trên từ chân núi Trường Dục, dưới đến bãi cát Hạc Hải, nhân thế đất mà đặt chỗ hiểm để vững biên phòng. Quân địch có đến cũng không làm gì được".

Tháng 3 năm Canh Ngọ (1630) đắp lũy Trường Dục. Đắp xong lũy Trường Dục Nguyễn Phúc Nguyên theo kế Đào Duy Từ sai Văn Khuông ra Đông Đô trả sắc phong của nhà Lê. Dùng mâm 2 đáy đựng sắc và thiếp có mấy dòng ngắn ngủi: Mâu nhi vô dịch. Mịch phi kiến tích. Ái lạc tâm trường. Lực lai tương dịch. Trịnh Tráng không hiểu nên hỏi bầy tôi. Không ai biết, may có Phùng Khắc Khoan giải: Đó là ẩn ngữ của 4 từ Ta chẳng nhận sắc.

Mâu nhi vô dịch. Chữ mâu không có phẩy nách là chữ dư: ta

Mịch phi kiến tích. Chữ mịch không có chữ kiến là chữ bất: chẳng.

Ái lạc tâm trường. Chữ ái rơi mất chữ tâm thành chữ thụ: chịu nhận.

Lực lai tương dịch. Chữ lực ghép với chữ lai thành chữ sắc.

TA CHẲNG NHẬN SẮC

Trường Dục thành chiến lũy thuật ngữ đàng trong đàng ngoài lũy thành Đàng Trong Đàng Ngoài lãnh thổ cát cứ.

Đào Duy Từ
Với Bước Ngoặt Lịch Sử
Của Xứ Đàng Trong

Đào Duy Từ
(ảnh: internet)

Cuối thế kỷ XIV đầu thế kỷ XV, Hồ Quý Ly chen ngang làm cớ cho quân Minh tràn sang giày xéo đất nước ta. Lê Lợi, đỉnh cao của nguyện vọng và khí phách dân tộc dựng cờ khởi nghĩa trên đất Lam Sơn, tưởng phải bó tay bởi *"Khi Linh-sơn lương hết mấy tuần, khi Khôi-huyện quân không một đội"* thì Nguyễn Trãi xuất hiện như là vị cứu tinh trở thành linh hồn của cuộc khởi nghĩa này và làm nên áng trường ca bất hủ: **Đại Cáo Bình Ngô**.

Đầu thế kỷ XVI, Mạc Đăng Dung lại chen ngang, gây nên nguy cơ tái diễn đại nạn "thập nhị sứ quân". Nguyễn Kim dựng cờ phò Lê, mở đầu nội chiến Nam – Bắc triều

(1530-1592). Trịnh Kiểm trở thành con rể của Nguyễn Kim, cùng xây dựng liên minh phò Lê, mà trước đó chưa lâu Trịnh, Nguyễn vốn là hai đối thủ bất cộng đái thiên dưới thời Lê Chiêu tông và Lê Cung hoàng (1516-1527). Do duyên trời hay tự lòng người, chuyện đó chỉ có Trịnh Kiểm biết.

"Bọn Nguyễn Hoằng Dụ và Trịnh Tuy cứ đánh nhau mãi, sau Trần Chân bênh Trịnh Tuy đem quân đánh Nguyễn Hoằng Dụ. Nguyễn Hoằng Dụ bỏ chạy về giữ Thanh Hóa". (1)

Trịnh Kiểm chưa hẳn thuộc dòng Trịnh Tuy, nhưng mâu thuẫn giữa hai họ Trịnh, Nguyễn không chỉ với Nguyễn Hoằng Dụ trước năm 1527 mà còn sau năm 1533 khi Trịnh Duy Tuấn và Lê Lan có công đưa được Lê Ninh (con của vua Lê Chiêu tông) sang Lào lánh nạn, Nguyễn Kim đón Lê Ninh từ tay hai người đó lại *"được phong Thượng phụ thái sư Hưng quốc công chưởng nội ngoại sự".* (2)

Cho dù là ngày trước. Cho dù là đại nghĩa. Tính người và tình người bao giờ cũng ẩn chứa bản năng so sánh hơn thiệt, được thua. Trịnh Tuy hay Trịnh Duy Tuấn đã chìm theo dĩ vãng thì Trịnh Kiểm xuất hiện sau khi Nguyễn Kim lập Lê Ninh lên làm vua Trang tông (1533). Liên minh Trịnh – Nguyễn hình thành biết đâu không chỉ là đại nghĩa mà còn mục tiêu riêng của mỗi dòng họ.

Nguyễn Kim bất đắc kỳ tử trên đường cùng Trịnh Kiểm tiến quân đánh Mạc vì miếng dưa hấu do một hàng tướng phía bên kia mới qui phục đem dâng. Đơn giản vậy sao. Vị lão tướng 78 tuổi đã từng xông pha trận mạc lẽ nào lại nhẹ dạ cả tin đến thế. Mặt khác, Nguyễn Kim chết, Trịnh Kiểm thâu tóm binh quyền không nhân thế thắng truy kích đối phương mà gấp gáp quay trở về Thanh Hóa lập mưu giết Tả tướng quốc Nguyễn Uông, em ruột vợ mình nhưng lại là cấp trên của ông ta? Vì sao Trịnh Kiểm lại sợ sự có mặt của Nguyễn Uông đến thế? Trước nỗi đau mất cha, mất anh, Nguyễn Hoàng đáng lẽ được anh rể chia sẻ bù đắp thì ngược lại, lại bị lâm nguy khó toàn nếu không biết né tránh, tìm cách thoát khỏi lưỡi gươm của Trịnh Kiểm, chạy hợp pháp vào Thuận Hóa. Âu cũng là vận nước. Nhờ vậy, trước mắt Nguyễn Hoàng có chốn dung thân để bảo toàn tính mạng, rồi thầm lặng thực hiện cơ mưu phục hưng vị thế phò Lê mà thân phụ mình đã gây dựng nên. Hận thù Trịnh - Nguyễn nhen nhóm và là nguyên nhân Nam – Bắc phân tranh kéo dài suốt 147 năm (1627-1774). Vương triều Lê trung hưng tồn tại dai dẳng thêm 256 năm (1533 – 1789) nhờ tương quan thế lực buổi đầu là Mạc – Nguyễn, Trịnh rồi Trịnh - Nguyễn, về sau là Tây Sơn – Trịnh.

Đại Nam thực lục Tiền biên ghi:

"Chúa (Nguyễn Hoàng, mkứ) *mới nhờ chị là Ngọc Bảo nói với Kiểm* (chồng, mkứ) *để xin vào trấn đất Thuận Hóa. Kiểm thấy đất ấy hiểm nghèo xa xôi cho ngay. Anh Tông lên ngôi, Kiểm dâng biểu nói: 'Thuận Hóa là nơi quan trọng, quân và của do đấy mà ra, buổi quốc sơ nhờ đấy mà nên nghiệp lớn. Nay lòng dân hãy còn giáo giở, nhiều kẻ vượt biển đi theo họ Mạc, sợ có kẻ dẫn giặc về cướp, ví không được tướng tài trấn thủ vỗ yên thì không thể xong. Đoan quận công là con nhà tướng, có tài trí mưu lược, có thể sai đi trấn ở đấy, để cùng với tướng trấn thủ Quảng Nam cùng nhau giúp sức thì mới đỡ lo đến miền Nam'. Vua Lê nghe theo và trao cho chúa trấn tiết, phàm mọi việc đều ủy thác cả, chỉ mỗi năm nộp thuế mà thôi".* (3)

Thiện chí hay tà tâm? Có kẻ cho rằng Trịnh Kiểm thiếu tầm nhìn chiến lược nên đã thả hổ về rừng. Nhiều người lại nghĩ khác. Dù gian manh tàn bạo đến mấy, Trịnh Kiểm giết Nguyễn Uông làm dấy lên nỗi bất bình trong hàng ngũ tướng lĩnh dù đã thuộc quyền Trịnh nhưng trước đó chưa lâu vốn là tâm phúc của Nguyễn Kim. Mặt khác, cho dù chỉ là hình thức, mấy vị vua Lê đầu thời phục hưng cũng còn được vì nể. Trịnh Kiểm lại đóng vai hăng hái phò Lê còn phải cân nhắc chưa muốn qua mặt. Hơn nữa, bà Ngọc Bảo vừa mất một người em chẳng lẽ để chồng mình táng tận lương tâm tiếp. Nguyễn Hoàng mà sau lưng là Nguyễn U Dĩ (Ưng Kỷ), người cậu đã từng tận tâm cưu mang lại khôn ngoan tỉnh táo nên luôn luôn biết đề phòng, né tránh. Tất cả những điều như thế đã phần nào ngăn được tính tàn bạo tức thì của Trịnh Kiểm. Không có cớ hạ sát Nguyễn Hoàng tại chỗ, ông anh rể đành lập mưu "ném đá giấu tay" thâm độc hơn lại tránh được tai tiếng là đẩy em vợ đi xa rồi gài bẫy sai thuộc hạ giết. Với toan tính như thế, Trịnh Kiểm không phải "thả hổ về rừng" mà chính là thảy mồi vào chuồng cọp. Nguyễn Hoàng tỉnh táo, khôn ngoan, biết rõ tâm địa anh rể mình nên nhận trấn thủ nhưng không vào trấn phủ mà hạ trại tại Ái Tử, cách Hóa Châu hơn hai ngày đường bộ để cảnh giới và đủ thời gian chuẩn bị đối phó khi thấy bất an. Theo truyền thuyết vị tân trấn thủ này đã được nhân dân sở tại dâng lên 7 vò nước ngọt. Lời đồn cho đó là điềm được nước loang xa. Về tâm lý, tay chân Trịnh dưới quyền Nguyễn bởi trấn tiết vua ban lẽ nào không biết, không chột dạ. Như vậy là, ngay từ đầu Nguyễn Hoàng dù đã có lệnh tiễn trong tay cũng còn biết dựa vào dân và được dân che chở.

Mặt khác, Ái Tử gần biển, đội binh thuyền thuộc quân bản bộ của Nguyễn Hoàng chiếm lĩnh cửa Việt xây dựng hậu cứ thủy quân vững chắc đồng thời nhanh chóng triển khai quân tâm phúc của mình lập ngay các đồn biên phòng tiền tiêu dọc bờ biển từ cửa Việt vào cửa Tư Hiền tạo thành thế kiềm chế, răn đe vòng ngoài. Cái hên và cái hơn Trịnh Kiểm của Nguyễn Hoàng là chỗ đó.

Biết "người của mình" trong thành Hóa Châu bất tài, Trịnh Kiểm lo sợ Nguyễn Hoàng có thêm vây cánh nôn nóng lệnh cho nhóm thuộc hạ mà ông ta ém sẵn từ trước là Mỹ Lương, Văn Lan, Nghĩa Sơn *"đánh úp dinh Vũ Xương* (Ái Tử của Nguyễn Hoàng, mkứ), *hẹn nếu thành công sẽ trọng thưởng"*. (4)

"Ba đánh một không chột cũng què". Trịnh Kiểm mười phần chắc thắng, bởi ông ta nghĩ rằng Nguyễn Hoàng thân cô, thế cô giữa vùng đất lạ, lại mới chuyển trại từ Ái Tử qua Trà Bát (1570). Nhưng dường như mọi mưu toan của Trịnh Kiểm, Nguyễn Hoàng đều tính trước nên cuộc tập kích bất ngờ của Mỹ Lương, Văn Lan, Nghĩa Sơn không những không thành mà còn bị Nguyễn Hoàng đánh cho tơi tả. Trịnh Kiểm chết. Nguyễn Hoàng phủi tay, các đám thuộc hạ của Trịnh nằm vùng tại Thuận Hóa, Quảng Nam lần lượt bị khuất phục trở thành quân dưới trướng của họ Nguyễn. Nguyễn Hoàng thoát nạn, về chủ quan là nhờ có trí, về khách quan là nhờ có dân. Từ đó, các loại thế lực Trịnh lần lượt hoặc được "vời" trở ra với Trịnh, hoặc thuần phục ngả theo họ Nguyễn. Số binh sĩ "thủy quân lục chiến" ở các đồn biên phòng của Nguyễn Hoàng dần dần trở thành những vị tiền khai canh lập nên một số làng biển trên đất Thuận Hóa. Làng Mỹ Toàn về sau đổi thành Mỹ Lợi, huyện Phú Lộc tỉnh Thừa Thiên Huế nằm trong số này. (Xin xem Lê Nguyễn Lưu, Huế Đời sống Văn hóa Gia tộc).

Suy diễn không thuộc về phương pháp luận sử học, lại dễ phạm sai lầm chủ quan có khi gây oan cho người khác. Nhưng qua nhiều nguồn tư liệu đủ nói lên sự gian nguy của Nguyễn Hoàng những năm đầu vào Thuận Hóa. Cuộc mưu sát của anh rể Trịnh Kiểm và sự né tránh của Nguyễn Hoàng hằn rõ trên từng dấu tích.

"Thần nghe nói dẫu có trí tuệ, không bằng nhân thời thế. Cứ uy vũ anh hùng, mưu kế sáng suốt của tiên vương, không phải là không giữ được đất đai. Song thời bấy giờ những thuộc tướng ở ba ty đều tự họ Trịnh cắt đặt, phàm cử động việc gì cũng bị bọn họ kiềm chế, nên tiên vương phải nhẫn nại như thế. (5)

Anh rể Trịnh Kiểm chết. Quan hệ Trịnh - Nguyễn trong liên minh phò Lê chuyển thành quan hệ cậu cháu. Nhân Trịnh Tùng chiếm được Đông Đô, Nguyễn Hoàng lại ra bắc lần thứ hai (1593).

"Tháng 5, chúa đem binh thuyền [ra Đông Đô] yết kiến. Vua Lê yên ủi rằng: "Ông trấn thủ hai xứ, dân nhờ được yên, công ấy rất lớn". Liền tấn phong làm Trung quân đô đốc phủ tả đô đốc chưởng phủ sự thái úy Đoan Quốc công".(6)

Nhưng dù là cậu cháu, dù là trung quân đô đốc phủ quyền ngang Bộ trưởng Bộ Quốc phòng, Nguyễn Hoàng vẫn không sao đảo ngược được tình thế. Bởi thời nào cũng vậy "phò thịnh" bao giờ cũng mạnh hơn "phò suy".

Tìm kiếm nhân tài, tìm kiếm vây cánh, tìm kế về Thuận Hóa của Nguyễn Hoàng dưới sự kiềm chế giám sát chặt chẽ của cháu trong suốt 8 năm cho dù cậu đã từng tháp tùng vua

Lê lên cửa ải tiếp sứ Tàu, đã từng là Đề điệu của một khoa thi Hội. Chính trong bối cảnh đó *"Chúa trở về Thanh Hóa, yết kiến tôn lăng"*. Có lẽ dịp này, Nguyễn Hoàng đã gặp Nguyễn Hữu Liêu và được xem quyển thi của một thí sinh vừa bị biếm bởi sự kỳ thị đẳng cấp. Qua bài luận đó Nguyễn Hoàng nhận ra tác giả là một anh tài tuấn kiệt có chí lớn dời non lấp biển. Và, ngay sau buổi đàm đạo với Nguyễn Hữu Liêu, Nguyễn Hoàng đã tìm gặp Đào Duy Từ. Tại nơi ở riêng của vị sĩ tử này, Nguyễn Hoàng nhác thấy bức tranh Lưu Bị đến Long Trung thỉnh cầu Gia Cát Lượng hạ sơn ra giúp nhà Hán, treo trên vách nên ứng khẩu đọc hai câu thay lời chào xã giao đã có ý thăm dò:

"Vó ngựa sườn non đá chập chùng
Cầu hiền lặn lội biết bao công.

Đào Duy Từ thản nhiên ứng khẩu đáp lễ ngay:

Đem câu phò Hán ra dò ý
Lấy nghĩa tôn Lưu để ướm lòng.

Nguyễn Hoàng nối thêm:

Lãnh thổ đoán chia ba xứ sở
Biên thùy vạch sẵn một dòng sông".

Đến đây, Đào Duy Từ dường như đã hiểu ý vị khách vong niên này muốn gì nên đã đọc tiếp hai câu kết để bày tỏ lòng mình:

"Ví chăng không có lời Nguyên Trực
Thì biết đâu mà đón Ngọa Long".

Nguyễn Hoàng thật sự tâm đắc. Qua bài thơ ngẫu hứng xuất khẩu nối vần, tân chủ nhận ra nhau. Trước khi rời tệ xá của anh con trai họ Đào, vị khách Thuận Hóa đã nói nhỏ với đồng tác giả bài thơ thù tiếp rằng:

"Lão phu về trước, xin đắp sẵn đàn bái tướng chờ tiên sinh. Năm nay lão phu hơn 70 tuổi, nếu có thất lộc cũng xin di ngôn cho con cháu phải đón tiên sinh về dạy bảo". (7)

"Lão phu hơn 70 tuổi", có lẽ vào các năm 1596, 1597, 1598. Sau ngày gặp gỡ đó Nguyễn Hoàng tìm cớ đưa binh thuyền trở về Thuận Hóa.

"Canh Tý, năm thứ 43 [1600]...mùa hạ, tháng 5, chúa từ Đông Đô trở về. Bấy giờ chúa đã ở Đông Đô 8 năm, đánh dẹp bốn phương đều thắng. Vì có công to, nên họ Trịnh ghét. Gặp lúc bọn tướng Lê là Phan Ngạn, Ngô Đình Nga và Bùi Văn Khuê làm phản ở cửa Đại An (nay thuộc Nam Định), chúa nhân dịp đem quân tiến đánh, liền đem cả tướng sĩ thuyền ghe bản bộ, do đường biển thẳng về Thuận Hóa, để hoàng tử thứ năm là Hải và hoàng tôn là Hắc ở lại làm con tin". (8)

Vậy là Đào Duy Từ vào Thuận Hóa không đơn giản như Đại Nam Thực lục Tiền biên đã ghi:

"Ất Sửu, năm thứ 12 (1625), mùa đông, Đào Duy Từ đến theo. Duy Từ người xã Hoa Trai, huyện Ngọc Sơn, Thanh Hóa, thông suốt kinh sử, rất giỏi thiên văn thuật số. Năm ấy có khoa thi hương ở Thanh Hóa. Hiến ty cho Duy Từ là con phường chèo, tước bỏ tên không cho vào thi. Duy Từ buồn bực quay về. Nghe tiếng chúa yêu dân quý học trò, hào kiệt đều quý phục, quyết chí đi theo, bèn vào nam ở huyện Vũ

Xương hơn một tháng; không ai biết cả. Nghe tin khám lý Hoài Nhân Trần Đức Hòa là người có mưu trí, được chúa tin dùng, bèn vào Hoài Nhân, thác làm người ở chăn trâu cho phú ông ở xã Tùng Châu. Phú ông thấy người biết rộng nghe nhiều, nói với Đức Hòa. Đức Hòa nói chuyện với, thấy không điều gì là không thông suốt, rất quý trọng, đem con gái gả cho. Duy Từ từng ngâm bài "Ngọa Long cương" để ví mình (với Khổng Minh). Đức Hòa thấy thế nói rằng: "Duy Từ là Ngọa Long ở đời này chăng". (9)

Sau đó hai trang, Đại Nam Thực lục Tiền biên lại ghi tiếp:

"Trần Đức Hòa nghe tin thắng trận, từ Hoài Nhơn đến mừng.

Chúa hỏi tình hình trăm họ ở Quảng Nam sướng khổ thế nào. Hòa thưa rằng: Chúa thượng rộng ra ân huệ, hiệu lệnh nghiêm minh, trăm họ ai chẳng yên cư lạc nghiệp". Chúa vui mừng. Đức Hòa ung dung lấy bài "Ngọa long cương ngâm" từ trong tay áo ra tiến, nói rằng: "Bài này do thầy dạy học ở nhà tôi là Đào Duy Từ làm". Chúa xem thấy lạ, giục sai đi vời đến gặp. Sau mấy ngày thì Đức Hòa cùng Duy Từ đến ra mắt. Lúc ấy chúa mặc áo trắng đứng ở cửa nách chờ. Duy Từ nhìn thấy, dừng lại không đi. Chúa tức thì áo mũ chỉnh tề, ra vời vào. Duy Từ rảo bước vào lạy. Cùng nói chuyện. Chúa rất vui lòng nói: "Khanh sao đến muộn thế?"Tức thì trao cho chức nha úy nội tán, tước Lộc Khê hầu, trông coi việc quân cơ trong ngoài và tham lý quốc chính". (10)

Hai mẫu trích dẫn này đã có sự mâu thuẫn. *"Ất Sửu, năm thứ 12 (1625), mùa đông, Đào Duy Từ đến theo"*. Và, *"Trần Đức Hòa nghe tin thắng trận, từ Hoài Nhơn đến mừng"*.

Chúa Nguyễn thắng quân Trịnh trận đầu vào tháng 3 năm Đinh Mão (1627) Trần Đức Hòa mới ra mừng và đưa con rể là Đào Duy Từ đi theo để tiến cử. Hơn bốn năm sau Đào Duy Từ đã có con gái lớn gả cho Nguyễn Hữu Tiến, thì vị tân quan này được làm rể Trần Đức Hòa trước đó chí ít là mười sáu năm. Cũng có thể là năm 1613 trong thời gian chúa Tiên vừa băng hà, chúa Sãi còn tang gia bối rối nên Đào Duy Từ vào Vũ Xương hơn một tháng thăm dò mà không ai hay biết mới thẳng đường vào Bình Định. Và, ngay buổi gặp ban đầu, thấy Nguyễn Phúc Nguyên đứng ở cửa nách Đào Duy Từ dừng lại. Khi Nguyễn Phúc Nguyên áo mũ chỉnh tề ông ta mới tiến lên. Vậy là Đào Duy Từ không phải thất cơ lỡ vận đi xin việc mà đã được Nguyễn Hoàng mời và Nguyễn Phúc Nguyên lĩnh ý chúa cha căn dặn như giao ước trước *"**xin đắp đàn bái tướng chờ tiên sinh**"*. Bởi thế mới có chuyện: *"Khanh sao đến muộn thế"*. Tức thì trao cho chức nha úy nội tán, tước Lộc Khê hầu, trông coi việc quân cơ trong ngoài và tham lý quốc chính.

Qua buổi sơ giao giữa chúa Sãi Nguyễn Phúc Nguyên với Đào Duy Từ mà đã thân tình, tin cậy như thế rõ ràng là có sự chuẩn bị từ trước.

"Vó ngựa sườn non đá chập chùng
Cầu hiền lặn lội biết bao công.

Đem câu phò Hán ra dò ý
Lấy nghĩa tôn Lưu để ướm lòng.

Lãnh thổ đoán chia ba xứ sở
Biên thùy vạch sẵn một dòng sông.

Ví chăng không có lời Nguyên Trực
Thì biết đâu mà đón Ngọa Long".

Và,

"So xem trong đạo làm người
Lấy nơi đâu chánh, bỏ nơi đâu tà"
(Tư Dung vãn)

Giống như Nguyễn Trãi xuất hiện kịp thời để bày cho Lê Lợi hoàn thành sứ mệnh, Đào Duy Từ đã có mặt bên cạnh Nguyễn Phúc Nguyên đúng lúc họ Nguyễn đang chập chững đứng dậy sau 68 năm (1545 - 1613) Nguyễn Hoàng "ngậm bồ hòn vẫn phải coi rằng ngọt".

So sánh giữa Nguyễn Trãi với Đào Duy Từ là so sánh khập khiễng về thời gian, về tầm thước nhưng một lẽ dễ nhận chung trong lịch sử nước ta là hễ người hiền gặp nạn thường có người tài nhập thế kịp thời bênh che giúp đỡ. Tôi muốn nói Đào Duy Từ đến với Nguyễn Phúc Nguyên như Nguyễn Trãi đến với Lê Lợi trong lẽ thiên cơ đó. Cho hay, việc gì lịch sử bày ra thì không thể khác là tự lịch sử phải tìm cách thu xếp sao cho đúng với cả ba lẽ Thiên lý, Địa lý, Nhân lý theo luật tam tài. Nghĩa là phải có Thiên thời, Địa lợi, Nhân hòa. Thiếu một hoặc hai là lệch. Lệch là loạn. Bởi vậy, các sự cố chen ngang chẳng có cuộc nào bền. Vài ba hay dăm bảy chục năm là cùng.

Tôi coi đó cũng là vận mệnh.

Nguyễn Trãi là cứu tinh của vương triều Lê, có nghĩa là cứu tinh Dân tộc Đại Việt. Đào Duy Từ chỉ là quân sư của Nguyễn Phúc Nguyên, vị Trấn thủ cô thế ở một vùng lãnh thổ lúc đó còn được coi là "Ô châu ác địa". Nhưng xét cho cùng thì dù chỉ giúp chúa Sãi chưa trọn 9 năm, Đào Duy Từ lại chính là người góp phần đắc lực nhất kéo dài sự tồn tại của các vị chúa Nguyễn và, nhờ vậy họ Nguyễn mới đủ thời gian, điều kiện mở thêm cho Tổ quốc một nửa đất nước, làm nên vương triều Nguyễn với lãnh thổ trọn vẹn mang quốc hiệu Việt Nam cho đến ngày nay và mai sau.

"Tiên vương tài trí hơn đời cũng còn phải đi lại thông hiểu. Ta nay nhỏ mọn không bằng tiên vương, đất đai binh giáp lại không bằng một phần mười của Đông-đô, nếu không nộp thuế cống thì lấy gì mà giữ đất để nối nghiệp trước" (Nguyễn Phúc Nguyên).

"Muốn mưu đồ sự nghiệp vương bá, cần phải có kế vạn toàn. Người xưa nói: không một lần khó nhọc thì không được yên nghỉ lâu dài, không phí tổn tạm thời thì không được yên ổn mãi mãi" (Đào Duy Từ). (11)

Những lời nói thẳng thắn, chân thành như thế giữa Chúa Sãi Nguyễn Phúc Nguyên và Đào Duy Từ trong buổi tiếp xúc ban đầu, đã giúp hai người tìm được tiếng nói chung để làm nên hệ thống phòng thủ bất khả xâm phạm mà người đời trân trọng gọi là LŨY THẦY.

Vậy là di huấn của Nguyễn Hoàng trước phút lâm chung đã được những người thừa kế trung thành thực hiện.

"Đất Thuận Quảng phía bắc có núi Ngang (Hoành Sơn)
và sông Gianh (Linh Giang) hiểm trở, phía nam có núi Hải
Vân và núi Đá Bia (Thạch Bi Sơn) vững bền. Núi sẵn vàng
sắt, biển có cá muối, thật là đất dụng võ của người anh hùng.
Nếu biết dạy dân luyện binh để chống chọi với họ Trịnh thì đủ
xây dựng cơ nghiệp muôn đời. Ví bằng thế lực không địch
được, thì cố giữ vững đất đai để chờ cơ hội, chớ đừng bỏ qua
lời dặn của ta". (12)

LŨY THẦY là tác phẩm của Đào Duy Từ, Nguyễn Phúc
Nguyên và LŨY THẦY chính là nhân tố cơ bản làm nên bước
ngoặt lịch sử của xứ Đàng Trong.

"Mạnh thì qua được Thanh Hà.
Dẫu rằng có cánh khôn qua Lũy Thầy".

Sự đúc kết đã vào ca dao giúp ta nhận ra tác dụng của
phòng tuyến Đào Duy Từ thuở Nam – Bắc phân tranh và cũng
để người đời đánh giá đúng vị thế và sự đóng góp của nhân
dân Quảng Bình trong quá trình mở đất phương Nam. Bởi
không có Lũy Thầy, họ Nguyễn sẽ bị họ Trịnh đánh bại. Thời
cơ mở nước "ngàn năm có một" chắc chắn sẽ bị bỏ lỡ. Phú
Xuân với mười hai năm (1774-1786) dưới tay quân Trịnh và
mười lăm năm (1786-1801) thuộc vương triều Tây Sơn, cho
tôi suy đoán điều này.

Như mọi người đều biết, Trịnh Kiểm là con rể, Trịnh
Tùng là cháu ngoại (Nguyễn Kim), "vuốt mặt còn nể mũi",
đến Trịnh Tráng, tiếp theo là Trịnh Tạc thì "máu đã loãng",
cuộc chiến trở thành sống mái, mất còn không khoan nhượng
giữa hai họ Trịnh, Nguyễn nên ngày càng quyết liệt.

Tháng 3 năm Đinh Mão (1627) Trịnh Tráng ép vua Lê cùng kéo quân vào đánh Nguyễn, coi như tuyên chiến. Với tương quan thế và lực của họ Nguyễn lúc đó quá non kém so với họ Trịnh, Nguyễn Hữu Dật mới nghĩ ra kế phao tin đánh lừa "Đông Đô có biến". Trịnh Tráng hoang mang rút quân. Nhưng lừa nhau trong so gươm đấu giáo chỉ một lần thôi. Nếu như không có Đào Duy Từ, nếu như chưa có lũy Trường Dục, lũy Trấn Ninh họ Nguyễn không thể lừa lần thứ hai và thực sự khó toàn.

Không tính trận đầu (1627) còn mang tính gây hấn răn đe lại bị lừa, hai trận kế tiếp (1633 và 1643) do âm mưu nội công ngoại kích giữa Trịnh với những kẻ phản phúc ẩn trong nội bộ chúa Nguyễn lỡ hẹn không thành, trận thứ tư (Mậu Tý, 1648) cuộc chiến quả đã rất cam go. Nguyễn Phúc Tần là thế tử của chúa Thượng Nguyễn Phúc Lan phải trực tiếp cầm quân xung trận mới giữ vững lũy Thầy và giành thắng lợi chung cuộc bắt được trên 3.000 tù binh Trịnh (thực lục ghi 30.000). Nhiều tướng lĩnh Nguyễn muốn nhân cơ trả thù, giết hoặc đày biệt xứ số tù binh đó. Chúa Thượng Nguyễn Phúc Lan lại có tầm nhìn nhân văn với ý tưởng đại nghĩa hơn đã quyết:

"Hiện nay từ miền Thăng (tức phủ Thăng Bình) Điện (tức phủ Điện Bàn)) trở vào Nam đều là đất cũ của người Chàm, dân cư thưa thớt, nếu đem chúng an tháp vào đất ấy, cấp cho canh ngưu điền khí, chia ra từng bộ từng xóm, tính nhân khẩu cấp cho lương ăn để chúng khai khẩn ruộng hoang, thời trong khoảng mấy năm, thuế má thu được có thể đủ giúp quốc dụng, và sau hai mươi năm, sinh sản ngày nhiều, có thể thêm vào quân số, có gì mà lo về sau!". (13)

Nhờ vậy, số tù hàng binh Trịnh không bị ngược đãi tàn

bạo lại được an tháp vào các vùng đất ngày nay là Quảng Nam, Quảng Ngãi, Bình Định, Phú Yên với sự cung ứng đầy đủ về nơi ăn chốn ở, nông cụ khuyến khích khai hoang lập làng xã như là đưa dân đi xây dựng các vùng kinh tế mới đã nhanh chóng làm nên thịnh vượng trên vùng quê thứ hai và chính họ là lực lượng dự bị chiến lược cho những bước nam tiến về sau.

Qua đó mọi người đều thấy rõ, nhờ lòng nhân đạo cao cả như thế đã có tác động không nhỏ trong hàng ngũ tướng sĩ Trịnh cọng với hệ thống thành lũy vững chắc và nhờ sức dân sở tại một lòng, họ Nguyễn không chỉ đứng vững mà còn chớp thời cơ mở mang lãnh thổ. Công lao đó là của họ Nguyễn, của Đào Duy Từ, của toàn dân xứ Đàng Trong mà Quảng Bình là đại diện đứng ở tuyến trước.

"Tháng 9 (1672), Triều Tín bày lũy đối với quân Trịnh, chia binh tiến đánh không được, bèn đem dân châu vào trong lũy Động Hồi để cố thủ, Bấy giờ quân Trịnh đóng từ Chính Thủy đến Sơn Đầu, từ Phù Xá đến Trấn Ninh lại đắp lũy từ Sơn Đầu đến bờ biển, bày một nghìn chiến thuyền ở sông Gianh và cửa biển Nhật Lệ, để tiếp ứng bộ binh, thanh thế vang dậy. Nguyên soái Hiệp nghe tin, sai tham tướng Tài Lễ đem thủy quân đắp pháo đài ở lũy Trấn Ninh. Tham mưu Đồng Giang (không rõ họ) mộ dân ven núi làm binh (tác giả gạch dưới) *để giữ những đường xung yếu ở các cửa nguồn để phòng quân Trịnh thọc vào"*.

"Mộ dân ven núi làm binh" đủ gợi nên tính quyết liệt đồng thời nói lên sức đóng góp như là "chiến tranh toàn dân" đã diễn ra trên đất Quảng Bình vậy.

Đại Nam Thực lục ghi lại những giây phút cam go quyết liệt như sau:

"Tháng 11 (Nhâm Tý, 1672), tướng Trịnh là Lê Thời Hiến đem quân đến lũy Trấn Ninh. Nguyên soái Hiệp thống suất đại binh đóng ở Cừ Hà, sai các tướng chia đóng ở đồn Sa Chủy và ở cửa Nhật Lệ để chia thế lực của giặc. Quân Trịnh đánh không được. Trịnh Tạc triệu các tướng đến quở trách. Thời Hiến lại đốc thúc 3.000 quân đến sát dưới lũy, san hào lấp rãnh, hợp sức đánh gấp. Quân ta ở trên lũy bày súng bắn xuống. Quân Trịnh bu vào đông như kiến leo lên. Quân ta chụm mác mà đâm. Quân Trịnh đào đất khoét thân lũy; hoặc thả diều giấy nhân gió mà phóng hỏa, hoặc bắn đạn lửa. Trong một ngày mà lũy sắp bị hạ ba bốn lần. Thủ tường Trương Phúc Cương xin bỏ Trấn Ninh, lui giữ lũy Mối Nại. Hiệp đáp rằng: 'Quân ta mà lui thì địch tất thừa thế đuổi theo, ta không thể chống được. Nên gắng sức cố giữ, ta đến cứu nguy'. Bèn sai người chạy đến lũy Sa Phụ khiến Hữu Dật đem quân cứu viện Trấn Ninh. Hữu Dật nói: 'Nhiệm vụ ta phải giữ Sa Phụ. Trấn Ninh không phải phận sự của ta, ta không dám đi'. Dật lên trên lũy đứng trông xa thấy khói lửa mù trời, tiếng súng không dứt, biết là quân Trịnh đánh Trấn Ninh rất gấp, mới nghĩ lại rằng: 'Ta nếu không đi thì nguyên soái tất phải thân đi. Có lẽ nào ta lại đùn địch cho nguyên soái đánh!'. Tức thì dẫn quân đi. Lại đạc chừng rằng nguyên soái đã đi rồi, bẩm báo không kịp nữa, bèn vạch chữ ở cây đa giữa đường nói rằng: 'Hữu Dật đã đến Trấn Ninh rồi, xin nguyên soái dời quân thay giữ Sa Phụ'. Khi Dật đến thì lũy đã bị phá vỡ hơn 30 trượng, hầu như không thể chống được nữa. Bấy giờ đêm tối mò, cách nhau gang thước mà không thể nhận nhau. Hữu Dật sai bó củi và cỏ khô làm đuốc, đốt lửa

soi sáng rõ như ban ngày. Quân Trịnh ngờ có phục binh, không dám tới gần. Hữu Dật kịp sai quân sĩ dựng ván làm phên, lấy sọt tre đựng đất để đắp vá những chỗ lũy vỡ lở. Sáng sớm quân Trịnh hết sức tiến đánh thì lũy đã bền vững rồi, không thể phá được". (14)

Trong tình thế phải lấy *"củi và cỏ khô làm đuốc"*... *"ván làm phên, lấy sọt tre đựng đất để đắp vá những chỗ lũy vỡ lở"* (15) không từ cư dân sở tại thì kiếm đâu ra. Như vậy rõ ràng là nhân lực, vật lực của Quảng Bình đã kịp thời cung ứng mới giữ vững chiến lũy. Trận đánh kết thúc, họ Nguyễn giành toàn thắng, vị Nguyên soái 23 tuổi Nguyễn Phúc Hiệp định tổ chức khao quân mừng đại thắng, bất giác nhìn thấy những lá cờ bên phía Trịnh tan nát giữa chiến địa đã thốt lên: *"vật còn như thế huống chi là người"*, bèn bỏ ý định tổ chức lễ ăn mừng chiến thắng mà chuyển thành lễ cúng *"trận vong tướng sĩ"* cả hai phía trong và ngoài lũy Thầy bằng những mâm cỗ thái lao với hai bản văn tế thống thiết.

Lũy Thầy! Vâng! Lũy Thầy – Đồng Hới – Quảng Bình với quyết tâm sắt đá của quân dân xứ Đàng Trong đã ngăn được các cuộc tấn công tổng lực từ Đàng Ngoài (1648) và đã đánh trận cuối (1672) kiên cường bất khuất mới đè bẹp tư tưởng hiếu thắng của họ Trịnh trong một thời gian dài để họ Nguyễn rảnh tay đưa dân đi tiếp, kịp thời chiếm lĩnh đồng bằng sông Cửu Long rộng lớn phì nhiêu hoàn thành công cuộc chinh phục các vùng đất mới phương Nam cho Tổ quốc.

Đào Duy Từ tạ thế (Giáp Tuất, 1634) sau ngày "tác phẩm" Lũy Thầy do ông thiết kế và chỉ đạo xây dựng hoàn công, dù không nhìn thấy chiến quả của nó nhưng với "Tư Dung vãn" dường như ông đã mãn nguyện khi nghĩ rằng "trai trung chọn chúa mà thờ" của mình không chỉ vì miếng cơm manh áo, không chỉ vì vinh thân phì gia hão huyền mà hoàn toàn vì đại nghĩa.

"Đã rằng chống vững kim cương
Nào gươm cắt muộn, nào gương soi tà.
Nào phương ngay chúa, thảo cha
Nào phương lợi nước, lợi nhà xa toan ". (16)

143 năm (1631-1774) tồn tại phòng tuyến Lũy Thầy, tương ứng với 143 năm (1802-1945) tồn tại vương triều Nguyễn. Rõ ràng là ngẫu nhiên nhưng rõ ràng cũng là hệ quả.

Với chỗ đứng, tuổi tác và năng lực của mình, bản báo cáo này tôi chỉ dựa vào hai nguồn tài liệu mà mọi người đều biết là Đại Nam Thực Lục của Quốc Sử quán triều Nguyễn và Việt Nam Sử Lược của Trần Trọng Kim. Hạn chế tầm nhìn và tầm tri thức so với toàn thể là chuyện không thể che giấu. Kính xin quý vị thông cảm châm chước và độ lượng.

Trí Thức Huế Với Thế Mạnh Du Lịch Văn Hoá Huế (*)

Hiển Đức Môn
(ảnh: Mai Linh)

Chúng ta đang có một Huế vốn là Thủ phủ của xứ Đàng Trong.

Chúng ta đang có một Huế đã từng là Kinh đô đất nước.

Thủ phủ ấy, Kinh đô ấy nằm bên bờ một con sông đẹp ở giữa chặng đường ra bắc vào nam nên từ lâu đã là điểm hẹn của hai đầu đất nước. Và, cũng từ rất lâu, Huế là nơi gặp gỡ của tạo hoá và của các lớp người trong trường kỳ lịch sử.

Trường Sơn vươn ra Thái Bình Dương mới làm nên Hải Vân, Phú Gia, Phước Tượng, Tuý Vân, Linh Thái... Biển rút lui để lại cho Huế Tam Giang, Hà Trung, Thuỷ Tú, Cầu Hai.

Sông Hương như dải lụa giao duyên giữa núi với biển êm đềm và trong xanh ngàn đời làm chiếc gương soi cho mọi thế hệ. Ôn đới cho ta Bạch Mã kỳ vĩ. Nhiệt đới cho ta biển nắng với Thuận An, Tư Hiền, Cảnh Dương, Lăng Cô.

Của cải trời cho riêng ta ở giang sơn cẩm tú ấy.

Các lớp người từ thuở Đông Sơn, Sa Huỳnh cũng để lại cho ta nhiều kho báu trong dặm dài lịch sử và trong các bước trưởng thành. Ta lớn lên và tự hoàn thiện mình trên tảng nền của sự giao lưu trời - đất, bắc – nam, đông – tây ấy. Đồng bào trong nước đến với ta để một thoáng nhìn về quá khứ. Bạn bè bốn biển đến với ta để tìm hiểu nhiều điều về diện mạo một Kinh đô thời trung - cận đại.

Ta đã nói nhiều về thế mạnh của ta là ở chỗ đó.

Nhưng thế mạnh tự nó không biết đưa cơm áo đến cho ta mà phải có sự tác động của con người. Nghĩa là có đội ngũ trí thức biết cụm lại trong sự nghiệp đổi mới thực sự.

Tôi muốn nói đến đổi mới thực sự bởi vì trong tôi vẫn đầy đặc hoài nghi về tính cổ động, tính hình thức trong địa hạt này. Bình cho dù có mới mà vẫn một thứ rượu cũ nặng hơi cồn thì thiếu sức hấp dẫn và chẳng thú vị chút nào.

Huế là một phần cơ thể Việt Nam nên không thể bay ra ngoài cơ chế Việt Nam. Nhưng Huế lại không giống Tuyên Quang, Yên Bái, Vũng Tàu, Đồng Nai... Cho nên đừng học theo những hình mẫu xơ cứng một cách máy móc.

Đội ngũ trí thức Huế đã được huy động như thế nào, đã được làm gì trong công cuộc đổi mới ngành du lịch văn hoá hôm nay.

Xác định được thế mạnh đang ở dạng tiềm năng lại không muốn tập hợp lực lượng trí thức để giữ gìn và khai thác tiềm năng đó thì chẳng khác gì con dơi ngậm một đồng tiền vàng được trang trí trong các công trình kiến trúc cổ. Của cải vật chất muôn năm vẫn vậy, không thể nào sinh sôi mà con dơi vẫn muôn năm đói.

Hãy đưa trí thức vào cuộc và để cho họ có tiếng nói trong thế mạnh trời và người hôm qua cho ta. Quá khứ đang để dấu ấn lại bên bờ con sông mà ai cũng tự hào. Tri thức và thế lực cũng hằn lên như hai thái cực tri ân và hờn giận. Cầu Tràng Tiền tạo dáng đẹp thêm cho sông Hương. Cầu Phú Xuân phô trương cho sức mạnh giàu có đã làm sông Hương đứt ruột. Trạm bơm nước Vạn Niên tự tìm cho mình vị trí trong một hốc bờ sông kín vắng và tự thu xếp ngoại hình phù hợp với chung quanh. Tháp nước Dã Viên phô trương sự dư thừa của cải phô trương uy quyền nhưng thiếu trí tuệ, ngông nghênh như một cái đinh giữa nền trời thơ xứ Huế. Mấy năm trước đây người ta đã đóng hàng trăm chiếc cọc bê tông vững chắc xuống thềm nước Bến Me để làm khách sạn nổi. Bà con Huế dũng cảm phản đối dự án. Xây dựng tạm dừng nhưng những hàng cọc ấy vẫn đứng đó như một thứ vô tri.

Tổ quốc này là của chung. Giang sơn cẩm tú này là của chung. Hình như còn vắng bóng tri thức nên ta hay phạm sai lầm trong xử sự với tiềm năng văn hoá của ta.

Du lịch văn hoá là một hoạt động trí tuệ, đa dạng và phong phú. Ai đơn giản công việc này sẽ làm nghèo nàn mình và làm nghèo nàn xứ sở. Trí thức Huế hay trí thức Việt Nam cũng vậy. Họ không đòi hỏi quá đáng về tính ngang giá của cống hiến mà đòi hỏi người quản lý họ, sử dụng họ thừa nhận sự cống hiến của họ.

Để tập hợp được lực lượng trí thức ở Huế, trước hết về phía chính quyền cần xoá bỏ định kiến, hẹp hòi, cục bộ. Bất luận hôm qua họ được đào tạo ở đâu, quê quán ở đâu, nếu họ có tri thức, có nhiệt huyết và tự nguyện cống hiến thì nên thu nạp, trân trọng. Trên đường phố Huế hiện nay rất nhiều người đạp xích lô, xe thồ kiêm luôn công việc của người hướng dẫn du lịch. Còn lâu ta mới đào tạo được những người như thế. Tôi cũng biết nhiều trí thức Huế hiện tại rất nhàn rỗi, nhưng khi bạn hỏi dạo này làm gì thì trả lời: làm thinh.

Làm thinh là im lặng. Im lặng là bất hợp tác. Tình trạng này tuy không làm phương hại về an ninh nhưng kéo dài mãi trong quan hệ xã hội là một sự lãng phí nhân lực – cái mà ta đang rất cần, là một hiện tượng đáng buồn. Nhiều trí thức ngày qua có hạng lắm đã yếm thế bế tắc, bi quan trở nên nát rượu.

Lãng phí tri thức là tai hoạ xã hội, là tội lỗi đối với quốc gia dân tộc.

(*): *Trích tham luận tại Hội Thảo Thế Mạnh Du Lịch Văn Hóa Huế, 1988.*

MAI KHẮC ỨNG

Sông Hương – Sông Thơm, Mặt Gương Soi Và Thước Đo Tâm Thức Văn Hóa Mỗi Thời (1)

Sông Hương
(tranh: Marius Hubert Robert)

Trên đất nước chúng ta hầu như ở đâu cũng có núi, có sông. Núi sông không chỉ làm nên nét đẹp mỗi vùng mà còn làm nên niềm tự hào xứ sở. Núi có tên núi. Sông có tên sông. Tên núi, tên sông cũng như tên người định vị cho ta nhận ra địa danh đây đó. Có những dãy núi kỳ vĩ như Hoàng Liên Sơn, Yên Tử Sơn, Trường Sơn, Hồng Lĩnh, Ngọc Linh, Ngũ Hành Sơn, Thạch Bi Sơn, Lang Biang, Bà Đen...Có những dòng sông nổi tiếng như Hồng Hà, Bạch Đằng Giang, Lam Giang, Hương Giang, Thu Bồn, Vệ Giang, Lại Giang, Cửu Long Giang... Tên của núi, tên của sông ra đời thường khi lệ thuộc vào vị trí, hình thế, lịch sử, truyền thuyết, huyền thoại...

mà thành. Có thể thật. Ví như sông Lô với đôi bờ mọc nhiều lau lách, sông Hồng vì phù sa mầu đỏ, Quy Sơn giống con rùa... Phần nhiều là thế. Nhưng còn có ngoại lệ. Ấy là ý Trời. Con người làm chủ non nước nào thì định tên cho non nước ấy. Tên sông, tên núi do con người đặt nên, do con người y ước. Bởi vậy đôi khi con người tưởng mình đứng trên tất cả. Từ sự ngộ nhận như thế nên mới "coi trời bằng vung" lớn tiếng hung hăng "một mo cơm, một quả cà với cây rạ (rựa) sắp xếp lại giang san". "Sắp xếp" chừng nào thì giang sơn nát bét ra chừng đó. Đói và rách là hệ quả của sự "sắp xếp" này. Đây đó thở dài. Thật may. Ta đã kịp nhận ra căn bệnh trầm kha "duy ý chí" để kịp thời đổi mới. Bởi mọi con đường viễn vông đều đang tiêu vong. Không đổi mới là tự sát. Nhưng dù cho con người đặt nên tên sông núi thì mặc nhiên sông núi vẫn xuất hiện trước con người. Con người được toàn quyền làm chủ khai thác và giữ gìn sông núi, ăn theo sông núi, dựa vào sông núi để bảo tồn giống nòi. Uốn lại một dòng sông. Xây mương phai, dựng cọn đưa nước về đồng ruộng. Đắp đập làm thuỷ điện... Tất cả đều dựa vào núi sông. Nhưng "Thái quá thì bất cập". "Tức nước là vỡ bờ". Ngạn ngữ này như một lời giáo huấn và như có cả sự răn đe. Ngót nghìn năm trước, tổ tiên ta đã đắp đê. Những thước đê đầu tiên xuất hiện có lợi cục bộ tức thì. Đắp đê được coi là phát kiến vĩ đại. Ta tự hào về các công trình trị thuỷ như là những bản anh hùng ca lập quốc. Nhưng rồi đê nối đê. Sông nghẹn nước. Phù sa lắng xuống nâng sông cao dần lên. Con người bị động trước lũ lụt. Lăn lưng ra vật nhau với nước. Có người tưởng Sơn Tinh, Thuỷ Tinh xưa cũng chống lũ lụt như ta ngày nay. Thế là mấy kẻ cơ hội a dua lái chuyện Sơn Tinh, Thuỷ Tinh thuở khai thiên lập địa chưa có khái niệm đê điều về hùa với ta, để tự tâng bốc ta. Nhưng đê là bởi sức người. Nước là của tạo hoá. Đê theo nước mỗi năm một cao. Có nơi độ cao đáy sông nằm trên độ cao đồng ruộng. Nước tức đê, không năm nào không phá (nơi nơi nô nức làm thuỷ điện mai sau rồi cũng thế này chăng?). Tỉnh táo mà hạch toán thì công sức, tiền của bỏ ra đắp đê cộng với thiệt hại mỗi khi đê vỡ tốn kém hơn nhiều lần, nếu để nước trang trải tự nhiên giữa không gian vốn dĩ. (Trên đây là nói về đê sông. Đê biển ngăn mặn thì tất yếu phải có).

Sau hơn hai mươi năm đầu thế kỷ XIX, khi trong hàng ngũ triều đình đã đủ tiếng nói ba miền Bắc Trung Nam, đã có mặt ông Nghè ông Cống, thì chuyện tiếp tục bồi trúc hay phá bỏ đê được đưa ra bàn luận. Một bên nhìn thấy hậu quả đứt ruột khi cố ý chống trời. Một bên lại nệ vào truyền thống. Điều đáng tiếc là tính bảo thủ cực đoan của các lớp người ở đất nước ta thời nào cũng lắm. Nhùng nhằng mãi rồi cuối cùng "thôi thì đã đâm lao phải theo lao". Công việc đắp đê chống lụt lại miễn cưỡng làm. Tai hoạ vỡ đê dài dài tiếp diễn. Mãi cho đến những năm cuối cùng của thế kỷ XX ở đồng bằng sông Cửu Long mới xuất hiện cụm từ "sống chung với lũ". "Sống chung với lũ" là tự biết vị trí con người trong mối tương quan "thế giới đồng hiện hữu". Bởi môi trường mà tạo hoá ban cho là của chung vạn vật. Loài người được dự phần như cây, như con khác không nên lạm chiếm thái quá. Thái quá là bất cập. Xem ra điều đó rất hợp thiên thời địa lợi và môi trường sống dành cho cư dân cuối mỗi dòng sông. Nếu từ xửa từ xưa tổ tiên ta đã nghĩ được như thế thì "bản anh hùng ca trị thuỷ" không để lại cho hôm nay gánh nặng sông cao hơn đồng và chuyện Sơn Tinh - Thuỷ Tinh là ngày hội phân công cư dân lên núi xuống biển khai thác bảo vệ giang sơn của "100 người" con Lạc Việt cũng không bị hiểu nhầm là đắp đê chống lụt. Vậy mà đây đó chỉ vì một chút lợi ích cục bộ làm phách không chịu "sống chung với lũ" nên đã đắp đê bao. Bởi có việc là có kinh phí. Có kinh phí là có ăn chia. Đê bao nhiều, nước nghẹn gây nên ách tắc. Lợi chỗ này ít, hại chỗ khác nhiều. Tai hoạ dài dài. Mọi hành vi tác oai tác quái phá hoại môi trường sống đều phải trả giá. "Đời cha ăn mặn, đời con khát nước" là luật vay trả mọi thời.

Bàn về "**Định hướng quy hoạch xây dựng đô thị Huế - đô thị cấp quốc gia**" tôi lại bắt đầu từ núi sông lũ lụt hẳn là lạc đề. Vâng ! Có thể là như thế. Nếu Huế không nằm bên sông Thơm.

Một buổi chiều 27 năm trước, khi mới đặt chân lên mảnh đất vừa gọi tôi đến, lòng tôi nao nao nghĩ về "Đất Thánh" Thủ đô. Bởi Hà Nội đối với tôi đã có bao nhiêu năm gắn bó. Ngỡ ngàng giữa Huế một thuở Kinh đô, tôi men bờ sông lang thang khi mặt trời đang rơi dần xuống phía núi để làm hoàng hôn thì cả một vầng hào quang tia lên giữa vòm không trung phía sau dãy Thất Thế Giới. Ngỡ ngàng ! Vâng ! Thật sự ngỡ ngàng. Tu Di – Su Mê Ru – Lâm Tì Ni là suy tưởng làm nên địa danh này có lẽ bắt nguồn từ một khoảnh khắc ráng chiều hi hữu ấy. Với người Việt, Su Mê Ru là Thất Thế Giới. Có Thất Thế Giới đương nhiên phải có Hương Thuỷ Hải. Hương Thuỷ Hải trong ý tưởng tâm linh là Hương Thuỷ Giang – Hương Giang ngoài trần thế. Tên núi ra đời từ một hiện tượng Trời bày. Tên sông xuất hiện theo tên thiêng của núi. Núi sông nhuốm đẫm mầu Thiền. Bồ tát Long Thọ (Nagarjunas) dõi Bầu Trăng (Nguyệt Biểu) mà an toạ. Huế Kinh đô cuối cùng của chế độ quân chủ tập quyền Việt Nam cũng từng là Trung tâm Phật giáo Việt Nam. Tôi thanh thản bình yên nạp mình vào Huế.

"Trên đất nước chúng ta hầu như ở đâu cũng có núi, có sông". Tôi xin nhắc lại điều này. Nhưng thưa quý vị. Núi nào sông ấy. Ta có bao nhiêu ngọn núi được mang tên thần Tản Viên ? Có bao nhiêu dòng sông được mang tên Tích Giang ? Tản Viên Sơn không cao hơn Tam Đảo, càng không hùng vĩ hơn Yên Tử Sơn, Hoàng Liên Sơn... Thế mà lại là "núi chủ"- thần của các vị thần (núi) làm hệ quy chiếu cho đồng bằng Bắc Bộ. Thăng Long của Lý Công Uẩn ra đời từ hệ quy chiếu này. Quy hoạch xây dựng Hà Nội nếu bỏ quên vị thế Ba Vì thì rối rắm hiển nhiên sẽ là điều khó tránh. Ta có bao nhiêu dãy Thất Thế Giới Sơn? Có mấy dòng Hương Giang? Đã có khi tôi nghĩ, nhiều người trong chúng ta làm quy hoạch xây dựng đô thị Huế chưa một lần nhắc tên ngọn núi chủ cho cả miền Trung vẫn đứng sau lưng ta. Thất Thế Giới Sơn không cao nhưng kết thành dải "Tây thiên" gần như song song với dòng sông êm đềm nhất, thanh tú nhất nước Việt, được mang tên Hương Thuỷ - Hương Giang. Dãy núi thứ ba làm chủ đồng bằng Nam Bộ là Thất Sơn (An Giang) đứng cạnh Hà Tiên. Có núi Phật, có sông Tiên trấn nơi biên ải làm nên bền vững muôn năm.

Như vậy là cả nước có ba ngọn núi được mang tên thiêng – ngoại lệ, Trời bày. Một Tản Viên Sơn của Bắc Bộ. Một Thất Thế Giới Sơn của Trung Bộ. Một Thất Sơn của Nam Bộ. Ba địa danh này lâu nay cứ ám ảnh trong tôi. Tản Viên là vị thần sáng tạo cao cả. Thất Thế Giới Sơn mà gọn lại thành Thất Sơn là Tu Di – Su Mê Ru – Lâm Tì Ni, nơi Đức Phật ra đời.

Trời ban cho ba miền đất nước ba ngọn danh sơn với thiên chức tâm linh hẳn là không ngẫu hứng.

Tản Viên Sơn – Tích Giang gắn với huyền tích sinh thành. Thất Thế Giới Sơn – Hương Giang (Hương Thuỷ Hải) gieo tứ đức (Đại Từ Đại Bi Đại Hỉ Đại Xả). Thất Sơn – Hà Tiên, làm nên miền lúa gạo mà "Con trâu là đầu cơ nghiệp. Có thực mới vực được đạo". Người đời sau nhận thêm Ngưu Chữ giang.

Chúng ta ai cũng biết điều này.

Ba cặp núi sông là hiện thân Ba Cõi đất trời bổ sung, hun đúc nhân tâm giống nòi làm nên "phong điều vũ thuận", làm nên "quốc thái dân an". Hợp lòng dân thì thịnh. Trái lòng dân thì suy. Địa lý nhân văn là nền của tâm thức tư duy văn hoá vậy. Con cháu người biết, người không, người nhận ra, người chưa nhận ra hoặc giả bộ coi thường không nhận. Tất cả tuỳ tâm. Tâm là quả.

Những năm bảy mươi của thế kỷ trước vài ba nhóm tác giả phác thảo quy hoạch Hà Nội mang nặng tư tưởng bài nam phục bắc đã dự định kéo Thủ đô lên mạn Sóc Sơn, Đình Bảng để dựa vào chân người anh ngoài biên giới. Lại có một thời né tránh, người ta đã đưa Hà Nội chạy lên phía Sơn Tây – Xuân Mai. Cũng có ý kiến chưa yên muốn đưa Thủ đô vào mạn sông Bến Nghé...

Đô thị vệ tinh hình như là đề án cuối cùng được chọn. Điều đáng tiếc là các tác giả quy hoạch không mấy quan tâm vị thế tâm linh, địa lý của hệ quy chiếu với tư cách là núi chủ Ba Vì - Tản Viên Sơn. Mở rộng phát triển Hà Nội hiện thời có vẻ còn lúng túng.

Thất Sơn của Nam Bộ làm sứ mệnh trấn ải biên cương tây – nam Tổ quốc đổ bóng xuống làm hệ quy chiếu cho thành phố Hồ Chí Minh, nhưng chỉ mới được đối xử như một vệ sĩ canh giữ đất trời Tổ quốc, chưa mấy ai coi là "Sơn chủ" của một vùng non nước ! Anh em văn nghệ sĩ An Giang nhận ra, đặt tên cho Tạp chí của mình: Thất Sơn, như một điều nhắc nhở, gợi ý, cũng chỉ loanh quanh trong tứ giác Long Xuyên. Các Tổng công trình sư, Kiến trúc sư và các nhóm tác giả quy hoạch khác muốn tô điểm "Hòn ngọc viễn đông" bằng tài năng, tâm trí, mấy ai nhìn thấu biên ải xa xôi với Thất Sơn - Hà Tiên vốn là hệ quả sinh thành bởi sự an bài tạo hoá.

Ngẫu nhiên chăng! Người xưa không dưng lại nhận ra Tản Viên Sơn cho Bắc Bộ, Thất Thế Giới Sơn cho Trung Bộ và Thất Sơn cho Nam Bộ.

Riêng với chúng ta, Su Mê Ru đã hoá thân vào Thất Thế Giới Sơn rồi ngưng lại trên Bảy tầng tháp Phước Duyên ở chùa Thiên Mụ từ lâu và đã làm điểm đồng quy xứ sở từ lâu. Xin hãy lấy đó làm hệ quy chiếu để *"Định hướng quy hoạch xây dựng đô thị Huế - Đô thị cấp quốc gia"*.

Theo tôi, quy hoạch đô thị Huế không nên bỏ qua yếu tố thiên thời, địa lợi, nhân hoà Huế. Càng không nên bỏ qua những gợi ý và sự vun đắp của người xưa. Huế một thuở là Kinh đô nhưng không phải Hà Nội. Càng không nên đối xử với Huế như Đà Nẵng, Hải Phòng. Dù hiện đại đến bậc nào Huế vẫn phải giữ vững cốt cách yêu kiều diễm lệ. Huế là CÔNG – DUNG – NGÔN - HẠNH hợp thành. Không tính đến điều đó hay tệ hại hơn, phớt lờ yếu tố thiên tạo của Huế mọi công trình kiến trúc dù to cao đường bệ đến mấy, đồ sộ đến mấy đều làm nên tai hoạ cho Huế.

Chỉ mới có một Tân Hoàng Cung thôi, Huế đã ngột thở rồi. Nhìn từ cửa Thuận An lên, khách sạn mới mẻ này như một lô cốt boong ke của Pháp thời kháng chiến 9 năm. Nhìn từ chùa Thiên Mụ xuống lại giống như một tảng đá xám khổng lồ đặt trên ngực Huế. Ngày đầu mới được làm con dân Cố đô, tôi đã muốn nhổ ngay tháp nước cắm trên đầu Hổ Trắng. Bởi nó ám ảnh trong tâm như một cái đinh khổng lồ yểm giữa biểu tượng linh vật làm nên nét riêng của Huế. Tháp nước Dã Viên chưa nhổ được thì Tân Hoàng Cung lại phụ hoạ thêm. Xót biết nhường nào !

Thời hội nhập người ta đi đây đi đó không bị ngăn cấm, không mấy khó khăn. Thậm chí chưa bay xa mà ngồi nhà nối mạng cũng kiếm được vô vàn các mô hình mới lạ đủ kiểu, đủ dáng.

"Định hướng quy hoạch xây dựng đô thị Huế - Đô thị cấp quốc gia" nhưng ở Huế, của Huế không thể là Hà Nội, không thể là thành phố Hồ Chí Minh.

Có những người Huế hiện đang làm thinh khuyên tôi rằng "Hăng hái là một đức tính quý, nhưng non tri thức thì đó là thứ hăng hái vay mượn. Khi nào thật sự thấm tương chao rồi mới nên viết về chùa Huế". Tôi thấy mình dù đã quen với tương chao mà chưa thấm tương chao. Thấm cho được tương chao vào máu thịt, vào tâm thức đâu chỉ là thời gian cơ học mà sâu xa hơn phải bằng ý thức tư duy. Nghĩa là phải có vốn trí tuệ làm nền. Vốn trí tuệ không bao giờ chụp giật mà giàu. Học vấn. Phải có nó mới làm nên những điều mơ ước. Đi ngang chạy tắt theo lối ăn xổi ở thì bởi thiếu vắng tri thức chỉ làm rối đường, nát nước mà thôi!

Năm 1959, nghĩa là 48 năm trước, trên một số báo Nhân Dân, Cơ quan ngôn luận của Đảng Lao Động Việt Nam có bài xã luận với tiêu đề *Đã đến lúc không thể lấy nhiệt tình thay thế cho sự thiếu hiểu biết*. Tôi tâm đắc với luận điểm này. Điều đáng tiếc là xã luận của tờ nhật báo chỉ sống trọn một ngày. Hôm sau đã có bài xã luận khác thay thế. 48 năm ngót 17.520 bài xã luận đã đến với người đọc, nhưng bài có tiêu đề trên vẫn còn giữ nguyên tính thời sự của nó. Nhiệt tình thiếu hiểu biết lợi bất cập hại là điều hiển nhiên.

Quy hoạch xây dựng đô thị Huế, cũng nên nghĩ như thế. Trong Nam, ngoài Bắc thật lắm người tài. Tôi nhắc lại để thừa nhận đó là một sự thật. Nhưng mấy ai thấm đủ "Tam thiên thế giới tĩnh tam duyên" theo câu thơ thứ tư trong bài Thiên Mụ Chung Thanh của nhà vua Nguyễn Hiến Tổ.

172   MAI KHẮC ỨNG

Một Century. Một phân viện Bảo tàng Hồ Chí Minh. Một Tân Hoàng Cung đủ cho ta chiêm nghiệm điều này. Lẽ nào, "Bụt chùa nhà không thiêng". Lắm điều còn trăn trở.

Huyền thoại "Bà nhà Trời" xuất hiện trên đồi Hà Khê vào năm Tân Sửu – 1601 với lời truyền "Rồi đây sẽ có vị chân chúa đến lập chùa để tụ linh khí cho bền long mạch". Long mạch nào?

Làng Thụy Lôi mà Chúa Tiên Nguyễn Hoàng đã ban tên mới là Phú Xuân (giàu có trẻ trung) ứng với huyền thoại này. "Tụ linh khí, bền long mạch" cho Kinh đô mai sau đã được chăm lo từ 86 năm về trước. Ái Tử (Mậu Ngọ - 1558) vào Phước Yên (Bính Dần – 1626), lên Kim Long (Ất Hợi – 1635), rồi mới xuống Phú Xuân (Đinh Mão – 1687) đã trải qua cả một quá trình chuẩn bị thế, lực và nhân tâm (giành lại địa vị chân chúa), họ Nguyễn mới dám đưa Thủ phủ đến điểm hẹn – nơi ngựa dừng chân theo lời chỉ bảo của "Bà Nhà Trời" khi nén hương Chúa Tiên vừa tắt.

Sớm nhận ra vị thế tụ linh khí non sông, Chúa Tiên Nguyễn Hoàng đã lấy đồi Hà Khê trên đó có chùa Thiên Mụ vừa làm án trấn thuỷ ("Cao cương cổ sát trấn tiền xuyên") vừa làm đích kết tinh vượng khí bảo toàn long mạch cho Phú Xuân Kinh đô mai sau. Tầm xa của tư duy mà người đời coi như tiên tri chính là biết định hướng đại cuộc. Tâm tưởng quy hoạch Huế của người xưa là vậy. Và, trong lịch sử, chùa Thiên Mụ đã là điểm đồng quy xứ sở, mang hồn cố quốc vào tận Thất Sơn – Hà Tiên để làm nên Đông Phố - Đồng Nai. Chùa Thiên Mụ là tiếng gọi hợp quần gom lãnh thổ một thời phân ly trở về với Đại Việt, cũng lại là điểm định hướng làm nên quy hoạch xây dựng Kinh đô Huế. Từ Phú Xuân vào Phú Yên ra Phú Quốc là con đường bươn theo tư tưởng khởi nguyên tại chùa Thiên Mụ, ngót ba thế kỷ mới nên.

Các vua Nguyễn lấy Nho giáo làm hệ tư tưởng chính thống không mấy khuyến khích xiển dương Phật giáo, vẫn trung thành thực hiện chủ trương "cư Nho, mộ Thích" và phải thừa nhận chùa Thiên Mụ là "quốc tự". Tháp Phước Duyên được nhà vua Nguyễn Hiến Tổ cho xây dựng vào năm 1844 dưới thời Thiệu Trị là bước đi tiếp theo thể hiện tính nhất quán về "tụ linh khí, bền long mạch" mà Chúa Tiên Nguyễn Hoàng đã nêu lên 243 năm trước, với tâm nguyện truyền kỳ: "Nguyệt tướng thường viên tự tại thiên".

Vào đầu những năm 80 của thế kỷ trước, với tư cách là người nghiên cứu bảo tồn di sản văn hóa Cố đô Huế, tôi được phân công chuẩn bị bản báo cáo về bảo tồn di tích và danh thắng để Giám đốc cơ quan trình bày tại Hội thảo cấp quốc gia. Ý tưởng chủ đạo của bản báo cáo này là bảo tồn nguyên trạng diện mạo Kinh đô Huế và lấy dòng Hương Giang làm tâm định hướng quy hoạch xây dựng đô thị Huế sao cho có mặt cắt bắc – nam qua sông Hương mang dáng lòng chảo – lòng thuyền, để mỗi người đứng ở điểm cao bất kỳ nào cũng thấy rõ dòng sông Thơm - sông Thiêng này. Nhiều Hội thảo đã qua. Báo cáo sau xếp chồng lên báo cáo trước trong kho lưu trữ. Hội và thảo và luận dường như không có điểm dừng. Nghe nhau tìm một tiếng nói chung quả là không dễ.

Hội thảo *"Định hướng quy hoạch xây dựng đô thị Huế - Đô thị cấp quốc gia"* lần này tôi vẫn giữ nguyên ý tưởng lấy sông Hương làm tâm phát triển, sao cho nhìn tổng thể, đô thị Huế mang dáng một con thuyền giữa Hương Thuỷ Hải - đại dương. Khác người, ta mới là ta.

Từ suy nghĩ trên tôi mong muốn các nhà tham gia quy hoạch xây dựng đô thị Huế hãy chọn sông Hương mà tâm điểm là chùa Thiên Mụ để định hướng phát triển lâu dài bền vững. Dải kiến trúc nằm trong cụm di tích Tư tưởng - Văn hoá

- Giáo dục thuộc Cố đô Huế bao gồm Khải Thánh từ, Công Thần miếu, Quốc Tử Giám, Văn miếu, Võ miếu, chùa Thiên Mụ. Phía dưới qua Kim Long một thời Thủ phủ là Kinh thành Phú Xuân. Nên chăng, quy hoạch xây dựng đô thị Huế phát triển về mạn gò đồi phía sau chùa Thiên Mụ và phía trên Khải Thánh từ. Khu đô thị phía bắc sông Hương này vừa có lớp vừa có tầng lại tránh được lũ lụt (nếu được quy hoạch) nhất là tiết kiệm được ruộng cấy lúa. Giãn dân về phía biển theo xu hướng vừa qua quả là bất lợi. Đồng ruộng ở Phú Thượng, Thuỷ An, Phú Hồ, Phú Xuân, Phú Mỹ đã bị/được san lấp xây dựng nhiều và đang hăng hái khẩn trương phân lô có lẽ cũng cần xem xét lại. Động đất và sóng thần đây đó như một lời cảnh tĩnh cho ta tránh tiến ra hướng này. Vả lại, để dành một ít ruộng đồng cày cấy phòng khi bất trắc cũng là điều nên nghĩ đến.

"Được mùa chớ phụ ngô khoai.
Đến khi thiếu đói lấy ai bạn cùng".

Nước ta có hai vùng châu thổ làm nên hai vựa lúa khổng lồ. Nhờ đó, xuất khẩu gạo ta đứng hàng thứ hai thế giới. Nếu yên hàn chỉ riêng lương thực đồng bằng sông Cửu Long cũng dư thừa nuôi dân cả nước. Đó là yên hàn. Bất trắc thì sao? Sông Mê Kông làm nên vựa lúa Nam Bộ dài 4.220km ta nằm ở đoạn hạ lưu cuối cùng chưa bằng số lẻ 220. Những người anh em chung một dòng sông không phải ai cũng thiện chí như ai. Nhất là người làm chủ đầu nguồn. Thời gian trước Trung Quốc chuyên chở mỗi năm 1.000 tấn dầu qua sông Mê Kông. Cá tự nhiên đã vợi mất một phần. Gần đây Trung Quốc đã cho phá nhiều ghềnh thác, đào sâu, mở rộng lòng sông đầu nguồn nâng số dầu mua từ Thái Lan lên 4.000tấn/năm. Chưa nói các hoạt động ngấm ngầm khác, tai hoạ sẽ đổ lên đầu sông Mê Kông mà Cửu Long Giang của chúng ta sẽ lãnh đủ. Sông

Hồng làm nên vựa lúa Bắc Bộ dài 1.183km. Phần thượng lưu nằm bên hồ Đại Lý và dãy Ngụy Sơn ở Vân Nam, Trung Quốc. Phần hạ lưu nằm trên lãnh thổ Tổ quốc ta 495km nhưng chỉ có khoảng 100km cuối dòng làm nên châu thổ. Nhiều năm qua ta đều thiếu nước cấy cày. Ấy là anh ta mới nắn nhẹ tay đã vậy. Chiếm Tây Tạng và gấp rút ưu tiên phát triển miền tây của bạn hẳn là chủ trương lớn xây dựng nước Cộng Hoà Nhân Dân Trung Hoa trở thành cường quốc không bá chủ toàn cầu thì cũng bá chủ phương Đông, không ngoại trừ sử dụng ưu thế hai dòng sông để làm thòng lọng cột chặt các nước nhỏ bé phía nam vào chân mình.

Bởi thế núi, thế sông làm nên thế nước, dân ta từ lâu thường khuyên bảo nhau "quân tử phòng thân, tiểu nhân phòng bị gậy". Tiết kiệm đồng ruộng đối với Thừa Thiên Huế chúng ta nên coi là mục tiêu không thể bỏ qua.

Đề phòng lũ lụt, sóng thần, bảo tồn di sản thế giới, để dành ruộng cấy lúa trồng ngô, khoai, đậu... phòng khi hai đầu thất bát như đã trình bày, theo tôi phải là tư tưởng chủ đạo định hướng quy hoạch xây dựng đô thị Huế.

Vùng gò đồi phía sau chùa Thiên Mụ thuộc các xã Hương Hồ, Hương Long, Hương An, Hương Chữ, Hương Sơ... nên được đặt trong sự cân nhắc này !

Nhân loại có một cõi Su Mê Ru, một dòng sông Hằng nằm trên đất Nê Pan - Ấn Độ. Việt Nam có một dãy Thất Thế Giới, một dòng Hương Giang – Hương Thuỷ Hải duy nhất trong tay ta. Hãy giữ cho sông Hương mãi mãi bình yên với đời sông Thơm – sông Thiêng Trời ban. Các lưu vực sông Xê Sáp, sông Bồ, sông Ô Lâu, sông Truồi, sông Bù Lu... còn nhiều thế đẹp cho ta đắp đập làm hồ. Với sông Hương một đập Thảo Long ngăn mặn là đủ. Bởi không ở đâu trên cõi giang sơn gấm vóc này được lựa chọn làm điểm giao hoà Bắc - Nam, Nóng - Lạnh, Âm - Dương để cho con người nhập vào Trời - Đất theo lẽ tam tài Thiên - Địa - Nhân tương dữ như dòng sông thơ kiều diễm này. Sông tự đổi mầu, sông của trong xanh êm đềm, sâu lắng. Sông yên là đời yên. Làm rách nát ô uế méo mó nham nhở "Hương Thuỷ Hải" là phạm lòng Trời Phật đó. Tai hoạ khôn lường.

Có một vị nhân sĩ già xứ Huế bảo tôi xem cho kỹ, hiểu cho thấu hai chữ Thuận Hoá (…) mà người xưa đã ban cho đất này. Chữ "Thuận" (…) là ghép chữ xuyên (…) với chữ hiệt (…). Xuyên là dòng sông - nguồn chảy bất tận. Hiệt là phía trên đầu. Ý người xưa dặn rằng hãy giữ cho đầu nguồn nguyên vẹn, bình yên, trong lành, thông thoáng thì mới thuận. Có thuận mới hoá (…). Đầu nguồn không thuận thì khó hoá hoặc hoá không toàn. Hoá suy cho cùng là phát triển. Tôi lĩnh hội được thâm ý người xưa qua vị nhân sĩ này và chia sẻ với nỗi ưu tư trăn trở hiện thời của những người già xứ Huế khi đầu nguồn sông Hương có lắm chuyện đáng buồn.

Chùa Thiên Mụ nằm trên đồi Hà Khê từng được coi là điểm gợi ý định hướng quy hoạch xây dựng Kinh đô Huế xưa, cũng nên chọn làm vị thế trung tâm định hướng quy hoạch xây dựng phát triển đô thị Huế thời hậu hiện đại.

Sông Hương - sông Thơm muôn đời là mặt gương soi và thước đo tâm thức văn hoá mỗi thời.

Huế, 2005

(1): Báo cáo viết để tham gia Hội thảo: "Định hướng quy hoạch xây dựng đô thị Huế-đô thị cấp quốc gia" do ba cơ quan cùng ký tên đóng dấu chung một giấy mời là Chủ tịch UBND thành phố Huế, Giám đốc Sở Xây dựng Thừa Thiên

Huế, Chủ tịch Hội Kiến trúc sư Thừa Thiên Huế. Do hăng hái gửi bài này quá sớm nên đến khi diễn ra Hội thảo Ban Tổ chức "quên" không báo. Vui thiệt tình ta!

Hoàng hôn trên sông Hương
(ảnh: Mai Linh)

PHẦN 2

Huế, Cõi Thơ Thời Mở Cõi

"Nước non ngàn dặm ra đi,
Cái tình chi?
Mượn màu son phấn
Đền nợ Ô, Ly.
Đắng cay vì
Đương độ xuân thì.
Độ xuân thì!
Cái lương duyên hay là cái nợ duyên gì?
Má hồng da tuyết
Quyết liều như hoa tàn trăng khuyết,
Vàng lộn theo chì!
Khúc ly ca,
Sao còn mường tượng nghe gì!
Thấy chim hồng nhạn bay đi,
Tình lai láng, bóng như hoa quỳ…
Dặn một lời Mân Quân,
Nay chuyện mà như nguyện,
Đặng vài phân,
Vì lợi cho dân,
Tình đem lại mà cân,
Đắng cay muôn phần!"
(Nam bình, dân ca xứ Huế)

Huế, Cõi Thơ
Thời Mở Cõi

Phá Tam Giang
(ảnh: Mai Linh)

Một lần lên chùa Thiên Mụ gặp đoàn khách có người dẫn, tôi nhập lại để nghe thuyết minh. Nền cũ đình Hương Nguyện trước tháp Phước Duyên được chọn làm diễn đài. Mở đầu giới thiệu về cõi danh lam này, người của ngành du lịch Huế véo von mấy câu ca nằm lòng.

"Gió đưa cành trúc la đà
Tiếng chuông Thiên Mụ canh gà Thọ Cương.
Mịt mờ khói tỏa màn sương,
Lắng nghe tâm sự đôi đường đắng cay".

Tôi nghe rồi ngờ ngợ như lạ như quen, như đúng như sai. Muốn hỏi, nhưng chưa tiện. Bởi sau lời mở là chuyện về tên con sông trước mặt hấp dẫn quá. Sông này đã có lúc được gọi là Lô Dung, bởi chảy ra cửa biển một thời mang tên ấy. Từ năm 1527, Mạc Đăng Dung cướp ngôi vua Lê, sai người vào quản lý Thuận Hóa đã đổi Lô Dung thành Tư Khách. Tư Khách là Tư Hiền ngày nay. Linh Giang, Tư Khách, Tư Hiền có liên hệ gì với bốn vị Thủ lĩnh chống Minh phục Trần, bị Trương Phụ bắt giải về Yên Kinh đã nhảy xuống biển tuẫn tiết hay không, chưa có tư liệu nào cho biết! Mạc hết thời. Lô Dung có lúc mang tên sông Dinh. Sang giữa thế kỷ XVI, khi Kim Trà được đổi thành Hương Trà và địa danh Hương Thủy xuất hiện thì dòng sông nằm giữa đất Hương Trà, Hương Thủy mới chính danh là Hương Giang.

Tuy vậy cho đến nay vẫn còn hai luồng giải thích.

Một là dựa vào huyền thoại "bà nhà trời" khuyên Đoan Quốc Công Nguyễn Hoàng mà thần dân xứ Đàng Trong trân trọng gọi là chúa Tiên, thắp một nén hương rồi ngồi lên yên cho ngựa chạy dọc bờ tả ngạn con sông này về phía hạ lưu, hương cháy hết ở đâu thì đất định đô tại đó. Thể theo lời "bà nhà trời" và cũng để tri ân, Đoan Quốc Công mới cho xây cất một ngôi chùa trên đỉnh đồi Hà Khê rồi đặt tên là Thiên Mụ tự (1601).

Tấm bia đá lộ thiên trước tam quan, phía sau tháp Phước Duyên kia, do nhà vua Nguyễn Hoằng Tông cho khắc và dựng vào năm Khải Định thứ 4 (1920) có nội dung như thế, nên nhiều người nghĩ rằng sông mang tên Hương bởi sự tích này.

Một nén hương le lói dăm ba cây số ven bờ thành tên sông sao được. Hơn nữa tên Hương Giang có trước năm 1601, ít nhất là 43 năm. Tôi thầm nghĩ thế.

Luồng thứ hai lại cho rằng vì bên bờ dòng sông này có lắm cây "thạch xương bồ" hoa rất thơm. Hoa thơm tỏa hương bát ngát mới nên tên sông Hương.

Nghe vậy thì biết vậy. Từ trước đến nay chưa mấy ai nhìn thấy thạch xương bồ bên bờ dòng sông này. Có chăng trên mạn A Đớt, A Roàng xa lắc. Vả lại, ở những nơi đó chưa phải là sông mà chỉ là những con suối nhỏ.

Thế đấy, vùng đất một thời được mệnh danh là "Ô châu ác địa" chỉ tên một con sông không thôi cũng đã lắm đa đoan.

Nghĩ lại mà coi. Ô, Lý thành Thuận Hóa, người Chăm buồn nhượng địa, người Việt buồn "Tiếc thay cây quế giữa rừng". Lai láng một dòng sông cứ tích tụ nỗi buồn man mác.

Hồ Quý Ly cướp công nhà Trần, quân Minh lấy cớ tràn sang thôn tính Đại Việt. Đặng Dung trong một phút lưỡng lự sợ giết nhầm người đã để Trương Phụ thoát chết. Không lâu sau đó, tên tướng giặc gian manh này lựa lúc nhóm phục Trần sơ ý đã bất ngờ vây bắt Trần Quý Khoách, Đặng Dung, Nguyễn Cảnh Dị, Nguyễn Súy giải về Tàu. Ra cửa Tư Hiền cả bốn vị nhảy xuống biển tuẫn tiết (đầu thế kỷ XV). Sông Hương mang mối hận *"Quốc thù vị báo đầu tiên bạch"* từ đó.

Chuyện Huế, chuyện sông Hương với ngành du lịch nói mấy cho vừa, vả lại thời gian đâu để mà trao đổi với nhau cho thấu ngọn ngành. Bởi qua vài lời dạo đầu là những điều cụ thể cần phải nghe ví như quả chuông đã được đặc danh là Đại Hồng Chung nặng 3.285 cân ta (2.025kg), được đúc vào năm 1710 dưới thời Quốc chúa Thiên Túng Đạo Nhân Nguyễn Phúc Chu. Tấm bia đá cẩm thạch cũng do vị chúa Nguyễn thứ 6 này soạn nội dung và cho khắc, dựng vào năm 1715 nói về công cuộc xây dựng chùa Thiên Mụ suốt một năm với khoảng 20 công trình lớn nhỏ gồm lâu, đài, điện, viện, … ở trung tâm và ngót 20 công trình kiến trúc khác tại các khu Côn Gia, Phương Trượng chung quanh.

11 năm Phú Xuân dưới tay quân Trịnh và 15 năm thuộc Vương triều Tây Sơn (1786-1801), ngót 40 công trình kiến trúc lớn nhỏ của ngôi danh lam này đã bị tàn phá. Phan Huy Ích một vị trọng thần của vua Quang Trung, từng có mặt nơi đây, sau bốn năm trở lại, không ngờ cõi danh lam hoành tráng dường ấy đã tan hoang thành một phế tích nằm giữa điêu linh

nên cảm cảnh mới viết nên bài thơ "Dấu tích chùa xưa" (1792
– 1796).

"Nhị thập niên tiền du lãm xứ,
Vân dương tiểu xướng bất kham thinh..."

Quả là "tang thương ngẫu lục".

Chỉ mới nghe thế thôi đã bái phục vị chúa mộ Phật làm
nên một thời cực thịnh của xứ Đàng Trong. Và, xót xa thay
những công trình giàu tính nhân văn nhường ấy lại lọt vào tay
những kẻ vô thần. Rối ren từ đó mà nên.

Cho hay một thể chế xã hội biết chọn đạo mà thờ thì dân
yên nước ổn.

Năm Gia Long thứ 14 (1815), mặc dù công cuộc kiến
thiết Kinh đô Huế đang bề bộn, nhà vua Nguyễn Thế Tổ vẫn
cho xây dựng lại chùa Thiên Mụ, nhưng không thể phục
nguyên theo quy mô xưa nên chỉ cho làm mới ba ngôi điện là
Đại Hùng, Di Lặc, Quan Âm xếp thành hình chữ "tam" với
điện Thập vương và lầu Tàng kinh như chúng ta thấy hiện
thời. Vào năm Thiệu Trị thứ 4 (1844), nghĩa là 29 năm sau,
nhân lễ bát tuần đại khánh bà Thái hoàng Thái hậu Thuận
Thiên, nhà vua Nguyễn Hiến Tổ tự thiết kế và cho xây dựng
tháp Phước Duyên 7 tầng thờ "quá khứ thất Phật". Từ đó tháp
Phước Duyên không chỉ là biểu tượng của ngôi danh lam này
mà còn là biểu tượng xứ Huế có khi còn đại diện cho cả miền
Trung. Ngoài tấm bia đá to lớn viết về công cuộc xây dựng
tháp Phước Duyên, nhà vua-nhà thơ này còn cho khắc thêm
một số bài thơ. Trong đó có bài Thiên Mụ Chung Thanh, đã
được tuyển với 19 bài thơ khác làm nên tập Ngự chế thi
"Thần Kinh Nhị Thập Cảnh" …

Xong phần giới thiệu chung, du khách được tùy nghi di
tản để lục vấn, để văn cảnh tự do, tôi lại trở ra mạn la thành
bên phải phía trước lặng nhìn cho thấu sông Hương mà lục trí

nhớ xem còn nẻo khuất nào trong tâm khảm dan díu với mấy câu ca mở màn vừa nghe.

Sông Hương man mác phẳng như một tấm gương. Lồng lộng với vòm trời xanh và vài ba dải mây trắng lững lờ trôi. Tôi liên tưởng ngay mặt nước Hồ Tây khi đứng ở đường Cổ Ngư nhìn lên mé chợ Bưởi. Thế là câu ca cũ lắng sâu trong ký ức tôi từ từ dấy lên.

"Gió đưa cành trúc la đà
Hồi chuông Trấn Võ canh gà Thọ Xương.
Mịt mờ khói tỏa màn sương,
Nhịp chày Yên Thái mặt gương Tây Hồ".

Thôi rồi! Một thời xa lắc ai đó từ phía bắc vào, gặp sông Hương kiều diễm mà thanh bình, êm đềm mà sâu lắng phẳng như tấm gương soi cả vòm trời, bỗng liên tưởng đến Hồ Tây mới thay Thiên Mụ vào Trấn Võ, thay Thọ Cương vào Thọ Xương rồi *"Lắng nghe tâm sự đôi đường đắng cay"* mà gửi nỗi bâng khuâng của mình để thay *"Nhịp chày Yên Thái mặt gương Tây Hồ".*

Nhịp chày giã bột giấy Yên Thái (làng Bưởi) thậm thình trong sương khói Hồ Tây. Nỗi niềm của người tha phương la đà theo cành trúc bên mặt nước sông Hương đã kéo cả Thọ Xương, Trấn Võ vào với Thọ Cương, Thiên Mụ. Thế rồi, có những lúc trà dư tửu hậu, nhớ thêm vài mẫu dân ca, ân tình mà lai láng xứ bắc mới nhận ra rằng xa xưa Huế là một điểm hẹn, một trạm chờ trung chuyển dài ngày nên những nỗi lòng di lưu đã đọng lại thành tâm hồn bản địa.

Bất giao Nguyệt Biều hữu.
Bất thú Dạ Lê thê.
Bất tranh Thế Lại trưởng.
Bất thực Lương Quán kê.

Nghe qua tôi nhận ra ngay đó là "đặc khẩu" Sơn Tây mà

những năm 1955, 1956 khủng khiếp tôi đã từng được nơi đó cưu mang.

Mạc giao Đông Viên hữu.
Mạc tảo Phùng Thượng thê.
Mạc tranh Đại Đồng trưởng.
Mạc thực Mỹ Lương kê.

Trai Nguyệt Biểu có hào hoa phong nhã như trai Đông Viên hay không, chưa ai một lần so sánh bàn luận. Nhưng chỉ thế thôi đã để lại cho người hôm nay nhận ra rằng Huế từng là điểm hẹn chờ nhau nhiều ngày nhiều tháng. Người tứ xứ phía ngoài đã từng đọng lại nơi đây như thể chờ nhau đi tiếp. Bởi Nam, Ngãi, Bình, Phú bên trong và Thanh, Nghệ, Bình, Trị bên ngoài chẳng nơi đâu có nhiều chứng tích trùng ngôn tương tự.

Từ những điều như thế tôi nhận ra bản sắc sông Hương qua dáng một vị Thiền sư, một đấng chân nhân đẹp cả tâm lẫn tướng. Khác với nhiều dòng sông đất nước, sông Hương không quá hung dữ lúc lũ lụt, không quá khắt khe keo kiệt khi nhiều nắng vắng mưa. Thùy mị nên êm đềm, thanh bình nên cẩm tú. Vì thế nhiều tao nhân mặc khách mới hình dung sông Hương như một dáng anh thư nhu mì kiều diễm, thư thái, đoan trang, gom đủ tứ đức "công, dung, ngôn, hạnh" mà người Việt một thời nhắc nhau gìn giữ. Bởi những điều như thế nên Đại Thi hào Nguyễn Du từng viết nên bài Thu Chí để đời:

"Hương Giang nhất phiếm nguyệt.
Kim cổ hứa đa sầu.
Vãng sự bi thanh trủng
Tân thu đáo bạch đầu
Hữu hình đồ dịch dịch
Vô bệnh cố câu câu
Hồi thủ Lam Giang phố
Nhàn tâm tạ bạch âu".

(Nguyễn Du)

Dịch nghĩa:

Thu Đến

Một mảnh trăng sông Hương
Xưa nay mang nhiều nỗi sầu.
Nhìn nấm mồ xanh cỏ mà buồn chuyện cũ
Thu mới đến qua mái đầu bạc trắng.
Vì có thân nên thân khốn khổ
Không bệnh nên ráng giữ gìn.
Quay đầu nhìn bến sông Lam
Yên lòng cảm tạ chim âu trắng.
(Võ Kỳ Điền)

Dịch thơ:

Thu Đến

Một mảnh trăng muôn thuở,
Hương Giang vương vấn sầu.
Chuyện xưa mồ xanh cỏ
Thu vừa sang bạc đầu.
Có thân là thân khổ,
Không bệnh cố giữ lâu.
Quay nhìn Lam Giang bến,
An lòng tạ hải âu.
(Mai Khắc Ứng)

Đứng trước chùa Thiên Mụ ta lặng ngắm mặt nước từ dưới chân đồi Hà Khê lên phía ngã ba Bằng Lãng sẽ nhận ra "mặt gương Tây Hồ" mà câu ca người trước đã mượn. Ví von bởi tâm hồn đa cảm nguyên vẹn tình xưa nằm lại trong câu ca vừa Thăng Long vừa Phú Xuân sao mà da diết vậy. Từng làn sóng nhẹ trườn lên ven bờ để những vạt cỏ nép xuống chốc lát rồi lại thản nhiên ngoi lên. Những bờ hoa xen giữa các bờ cây ken nhau bên mấy lối mòn bởi chân đất như những dải khăn cột diềm sông vào với chân làng làm nên sự gần gũi thân tình.

Sông say. Lòng người say. Và, đền đài cũng nghiêng ngả say.

Sông Hương hóa rượu ta đến uống.
Ta tỉnh đền đài ngả nghiêng say.
(Nguyễn Trọng Tạo)

Vì thế mới dấy lên trong tâm hồn lữ khách niềm vui, nỗi buồn mỗi khi "Hồi chuông Thiên Mụ, canh gà Thọ Cương" cùng gọi sáng.

Một vùng non nước thấm đẫm mầu thiền mới có Long Thọ (Bồ tát Nagajunas) mới có Nguyệt Biều (bầu trăng), Ngọc Trản (chén ngọc), mới có Hương Thủy, Hải Cát, Lương Quán, An Bình, An Ninh, An Lạc, Xuân Hòa,...

Ngôn ngữ bác học làm nên địa danh bình dân bởi sự êm đềm của một vùng non nước đẹp sau một quá trình dài giao lưu và tiếp nhận để làm nên những nét riêng tư của Huế.

Dấu xưa đâu mất đâu còn
Mắt xưa mưa móc mài mòn con ngươi.
(Nguyễn Duy)

Trước năm 1975 con đường gối vào đầu phố Lê Lợi từ cầu Ga chạy lên Long Thọ, Nguyệt Biều mang tên Huyền Trân Công Chúa. Thủy chung, ân nghĩa ngày xưa thể hiện trong sự tri ân như thể làm nên điểm tựa nhân văn của một dòng chảy muôn năm để nuôi mãi khúc Nam Bình sâu lắng.

"Nước non ngàn dặm ra đi,
Cái tình chi?

190   MAI KHẮC ỨNG

Mượn màu son phấn
Đền nợ Ô, Ly.
Đắng cay vì
Đương độ xuân thì.
Độ xuân thì!
Cái lương duyên hay là cái nợ duyên gì?
Má hồng da tuyết
Quyết liều như hoa tàn trăng khuyết,
Vàng lộn theo chì!
Khúc ly ca,
Sao còn mường tượng nghe gì!
Thấy chim hồng nhạn bay đi,
Tình lai láng, bóng như hoa quỳ...
Dặn một lời Mân Quân,
Nay chuyện mà như nguyện,
Đặng vài phân,
Vì lợi cho dân,
Tình đem lại mà cân,
Đắng cay muôn phần!"
Ưng Bình Thúc Dạ Thị

Ô, Lý thành Thuận, Hóa không tốn máu xương. Thượng hoàng Trần Nhân Tông được coi là bậc vĩ nhân đất Việt. Nhưng nhàn cư ngồi nghĩ *"Tình đem lại mà cân"* vẫn gây nên *"Đắng cay muôn phần"* giữa được và mất.

Vì nước quên thân. Vì mỹ nhân quên nước. Thiện và bất thiện đọng lại trong mối bang giao thế kỷ.

"Hai châu Ô, Lý vuông ngàn dặm.
Một gái thuyền quyên của mấy mươi!"
(Hoàng Cao Khải)

Sông Hương như thể ngậm ngùi. Trời Huế như thể đồng cảm. Mưa Huế mỗi cuối năm hơn hẳn mọi miền đất nước bởi sự dai dẳng triền miên quên tháng quên ngày.

Sau một quãng dài, Thuận Hóa là điểm dừng chân của các thế hệ nam tiến, Phú Xuân trở thành Thủ phủ của xứ Đàng Trong, Phú Xuân trở thành Kinh đô của nước Việt. Các lớp thầy và thợ mọi miền đến đây xây dựng Thủ phủ, xây dựng Kinh đô. Các lớp sĩ tử ba miền tề tựu thi Hội, thi Đình làm nên náo nức. Các bậc sĩ phu cùng nhiều hạng tao nhân mặc khách Bắc Trung Nam lai kinh... Ít nhiều, hay dở đều mang hương sắc văn hóa mỗi vùng đến Huế làm cho chủ nhân đất thần kinh cảm thấy tự mình cũng cần lớn cao hơn. Tân, chủ giao lưu và năm tháng vốn có tiềm năng của một băng từ vô hình thu gom tích lũy. Sông Hương trở thành cái nôi thơ như thể mặc nhiên bởi ý trời và lòng người tương dữ.

"Con sông giùng giằng con sông không chảy.
Sông chảy vào lòng nên Huế rất sâu".
(Thu Bồn)

"Huế rất sâu" bởi biết thành tâm đón nhận mọi nỗi niềm, mọi sinh cảnh và cả mọi tình cảnh, bởi sẵn sàng cưu mang và chấp nhận. Đắng cay lắm. Ngọt bùi nhiều. Thi ca Huế dư nguồn bởi "tốt vốn" lại giàu tiềm năng và điều may mắn nhất là sông Hương luôn luôn bao dung và luôn luôn được ưu ái, luôn luôn là nơi đón nhận.

"Huế đẹp, Huế thơ" phát xuất tự hồn thiêng và sự trong lành mà kiều diễm của dòng sông xứ sở.

Cung đường từ cầu Bạch Hổ xuống cầu Gia Hội song song với mặt thành phía nam của Kinh đô Huế và song song với bờ bắc sông Hương đoạn tương ứng. Trục trung đạo (dũng đạo) của Kinh thành Huế trùng với trung trực của cung đường này lập thành trục tung và hoành của Kinh đô. Năm Gia Long thứ 18 (1819), nhà vua Nguyễn Thế Tổ cho xây dựng tại phía bắc giao điểm tung và hoành này một công trình kiến trúc hai tầng nhỏ nhưng đẹp rồi ban tên: Phu Văn lâu. Phu Văn lâu là nhà niêm yết các văn bản của triều đình đứng phía trước Kinh thành nhìn ra sông Hương như một biểu tượng của sự minh bạch. Do nhu cầu người hiền tài ra giúp nước và từng bước thay quan có học vào vị thế quan có công chiến trận, năm Minh Mạng thứ 3 (1822), nhà vua Nguyễn Thánh Tổ cho mở kỳ thi Hội đầu tiên tại Huế đã tuyển được một vị Hoàng giáp và bảy vị Tiến sĩ.

Là kỳ thi Hội khai khoa mở đầu trào lưu tiến thân bằng khoa cử và lần đầu tiên Phu Văn lâu treo bảng vàng đại khoa. Theo thông lệ vua ban từ đó cứ 3 năm tổ chức một kỳ thi Hương và một kỳ thi Hội. Thi Hương tổ chức từng vùng theo quy định của triều đình. Thi Hội tổ chức tại Kinh đô. Bảng vàng ghi tên tuổi, quê quán các vị Bảng nhãn, Thám hoa, Hoàng giáp, Tiến si, Phó bảng của các khoa thi Hội được treo tại Phu Văn lâu. Vì thế nên Phu Văn lâu có lúc mang thêm tên là Bảng đình.

Từ khoa thi Hội đầu tiên vào năm Minh Mạng thứ 3 (Nhâm Ngọ,1822) đến khoa thi Hội cuối cùng vào năm Khải Định thứ 4 (Kỷ Mùi, 1919), Vương triều Nguyễn đã tuyển được 2 vị Bảng nhãn, 9 vị Thám hoa, 44 vị Hoàng giáp, 238 vị Tiến sĩ, 210 vị Phó bảng (thời Nguyễn bỏ học vị Trạng nguyên nhưng thêm học vị Phó bảng nên Bảng nhãn coi như Trạng nguyên). Theo lối học khoa cử ngày trước, các vị Bảng nhãn cho chí Cử nhân, Tú tài đều biết làm thơ. Nhà Nho là nhà thơ từ lẽ đó.

Năm Thiệu Trị thứ 3 (1843) nhà vua Nguyễn Hiến Tổ cho khắc bài thơ Ngự chế Hương Giang Hiểu Phiếm vào bia đá dựng trong một ngôi nhà nhỏ mái lợp ngói, gọi là Bi đình bên phải Bảng đình. Tiếp đến năm Thiệu Trị thứ 7 (1847), nhân sinh nhật lần thứ 40, nhà vua thứ ba Vương triều Nguyễn đã hạ chỉ để trong kinh ngoài tỉnh tiến cử các vị bô lão hiền lương. Dịp này nhà vua đã cho đón 773 vị lão trượng trên cả nước với số tuổi tổng cộng là 59.017, về Kinh đô Huế dự lễ tứ tuần đại khánh diễn ra suốt 3 ngày tại quảng trường Phu Văn lâu, hồ hởi như "Hội nghị Diên Hồng".

Do thời gian giữ ngôi quá ngắn, nhà vua Nguyễn Hiến Tổ chưa có dịp Ngự giá gần xa, nhưng qua cuộc tiếp xúc thân tình với các bậc hiền lương luống tuổi lần ấy đã để lại ấn tượng gần gũi mà sâu xa trong lòng thần dân cả nước.

Để lưu dấu tích sự kiện trọng đại này, năm Tự Đức thứ 6 (1852), nhà vua Nguyễn Dực Tông đã cho dựng tại bến Phu Văn lâu một công trình kiến trúc trùng thiềm điệp ốc mang dáng dấp thủy tạ rồi ban tên là Nghinh Lương đình. Nghinh Lương đình không cao lớn đồ sộ nhưng lại là biểu tượng gần gũi thân dân đứng bên bờ sông như một cái neo Kinh thành thả xuống sông Hương để gắn niềm vui vào gương trong mặt nước.

Tưởng là ngẫu nhiên về sự hiện diện của Bảng đình - Phu Văn lâu (1819), Bi đình thơ Hương Giang Hiểu Phiếm (1843), Nghinh Lương đình (1852. Nhưng khi quan sát thấu đáo vị trí của ba công trình kiến trúc khiêm tốn này đều đứng trên và bên trục trung đạo trước Kỳ đài mà hai bên có hai lối vào Kinh thành qua hai cửa mang tên Thể Nhân (trái), Quảng Đức (phải) với vọng lâu đường bệ uy nghi đã tổ thành bố cục làm nên diện mạo tiếp xúc của Kinh đô. Nhân và đức là khát vọng, là hoài bão của một đất nước từ đó đã bày ra trước mắt thiên hạ.

Nghinh Lương đình với dấu nối sông Hương đã kéo Ngự Bình bên bờ nam xích lại gần hơn với Phu Văn lâu, với Kỳ đài cũng có nghĩa là với Kinh đô Huế.

Mới từng đó hình tượng như thể đã hòa vào bài thơ Hương Giang Hiểu Phiếm được khắc lên bia đá đứng trong bi đình luôn luôn nhắc nhở "Nhất phái uyên nguyên hộ đế thành".

Sông Hương, một thực thể tự nhiên thiên nhiên về địa lý đã trở thành một bộ phận thuộc "cơ thể" của Kinh đô. Và, chính sông Hương đã gọi Kinh đô đến, rồi lại làm sáng vị thế độn Ba Tầng bên phía bờ nam mà gắn vào Nghinh Lương đình cũng có nghĩa là gắn vào Phu Văn lâu, Kỳ đài, gắn vào Kinh thành Huế. Ba Tầng được chọn làm tiền án Kinh đô mới nên Ngự Bình, xét cho cùng là nhờ sông Hương vậy.

Xem ra nhân lý đã hòa hợp được với thiên lý, địa lý của vùng Hương Ngự (không phải là Ngự Hương) người xưa mới dọn chỗ cho cho Kinh đô đứng lên trong mối quan hệ "tam tài".

Vậy là, ngay điểm giao tiếp ban đầu chỉ với Phu Văn lâu, Nghinh Lương đình, cùng hai ô cửa Thể Nhân, Quảng Đức như phô ra trên mặt nước sông Hương đã hội thành một môi trường thơ, một tiềm năng thơ, một nguồn thơ vô tận. Đọc cho hết bài thơ Hương Giang Hiểu Phiếm rồi lắng lại mà suy ngẫm từ một làn sương khói ban mai trên sông Hương. Một âm thanh nhẹ nhàng dìu dặt phát ra từ mái chèo tưởng cùng lắc lư với bờ cây đẫm sương như say rượu trời. Trên đỉnh cao xa xanh của các ngọn núi, từng đóa hoa rừng như vẫy chào các làn mây trắng. Tất cả những điều như thế đã hòa vào nhau làm nên hồn sông, hồn nước, làm nên sự êm đềm vang ngân như một cõi xa xăm âm thanh trong lắng sống động mà hài hòa để làm nên "thương lang khúc". Và, chính vào thời điểm thần tiên đó, mặt trời bừng lên từ phương đông phả những tia nắng đầu ngày xuống vạn vật. Sông Hương như cánh cửa đón ánh sáng trời trước tiên làm bừng sáng cả kinh thành.

Thế là từ thuở "Nước non ngàn dặm ra đi" sông Hương yêu kiều diễm lệ trở thành sông thơ. Sông là mạch nguồn của đất. Sông cũng mang lòng trời. Đất, Trời gợi ý cho người viết thơ. Thơ do con người làm ra. Sông do trời đất làm nên. Ai riêng phận ấy. Nào ngờ từ khi vị vua thứ ba của Vương triều Nguyễn cho khắc in một đặc sản thơ "Thần Kinh Nhị Thập Cảnh" trong đó có Hương Giang Hiểu Phiếm (Buổi sáng đi thuyền trên sông Hương) tôi mới vỡ lẽ ra rằng dưới vòm trời này mọi thứ, mọi vật là của nhau. Sông Hương dù "Nhất phái" nhưng không đơn độc mà chính là một bộ phận của Kinh đô, tự giác "hộ đế thành". Thiên tạo đã hóa nên nhân tạo vậy. Một giọt móc cũng ví như rượu trời để cây rung gió lắc lư say. Một đóa hoa trên núi như muốn níu kéo đám mây trời dừng lại. Và, tất cả những điều trong buổi ban mai ấy đã làm nên tình sông, tâm hồn sông. Thế rồi ánh nắng òa lên là lòng trời phả xuống mặt sông như phả vào cánh cửa Kinh thành.

Sông Hương sống động. Sông Hương nghĩa tình. Sông Hương là một thể của "tam tài" dành cho Kinh đô Huế bởi thiên lý, địa lý, nhân lý vậy.

Trước và sau Hương Giang Hiểu Phiếm chưa có bài thơ nào bao la mà cô đúc một thể trạng tổng hợp gắn bó hài hòa đến thế.

Nhà vua, nhà thơ với tâm hồn quảng đại mới nhìn ra sự bao dung dường ấy.

> Nhất phái uyên nguyên hộ đế thành,
> Thanh lưu sấn tảo nhạ lương sinh.
> Ba bình xuân thủy lung yên sắc,
> Chu trục thần phong động lỗ thanh.
> Thiên tửu vị can nhu ngạn thụ,
> Sơn hoa do tuyến kết vân anh.
> Kỷ hồi hà hiết thương lang khúc,
> Song khuyết phương thăng thụy nhật minh.

Có Hay Không
Một Thời Thơ Chúa Nguyễn

Cõi Bình Yên
(tranh: Dương Phước Luyến)

Tôi tin là có.

Bởi chín chúa xứ Đàng Trong là người họ Nguyễn. Đều là hậu duệ của chúa Nguyễn Hoàng.

Vả lại nếu không có một thời Phú Xuân thịnh thơ thì khó có sự đồng cảm để Mạc Thiên Tứ hồ hởi lập nên Chiêu Anh Các, cái nôi sinh thành Hà Tiên Thập vịnh. 10 bài thơ khai tâm ca ngợi xứ Hà Tiên đã là nguồn sinh thành trên 300 bài thơ nối đuôi về một vùng đất cực nam của Tổ quốc.

Hà Tiên Thập Vịnh, từ góc nào đó mà nhìn như thể bóng dáng một thời thơ của xứ Đang Trong.

Họ Nguyễn với Vạn Hạnh Thiền sư, Quảng Nghiêm Thiền sư từ thế kỷ thứ X là những người khai tâm dòng thơ Việt. Mạch thơ Nguyễn vừa tiên phong vừa bền lại lẫy lừng bậc nhất trong gia tài thơ non sông. Nguyễn Sưởng, Nguyễn Trung Ngạn, Nguyễn Bá Thông, Nguyễn Phi Khanh, Nguyễn Húc... (thời Trần); Nguyễn Trãi, Nguyễn Mộng Tuân, Nguyễn Trực, Nguyễn Báo, Nguyễn Bỉnh Khiêm, Nguyễn Dữ, Nguyễn Hàng ... (thời Lê); Nguyễn Du, Nguyễn Công Trứ, Nguyễn Khuyến, Nguyễn Thượng Hiền ... (thời Nguyễn) đều là những nhà thơ cừ khôi trở thành những con chim đầu đàn ở từng thế kỷ.

Nguyễn Hoàng là một nhà Nho. Hơn thế, Nguyễn Hoàng đã từng là đề điệu thi Hội khoa Ất Mùi (1595) dưới thời vua Lê Thế Tông (1573-1599). Nhà Nho là nhà thơ. Nho y lý số. Hẳn rồi. Hơn nữa, 8 năm ra Đông Đô liên minh với Trịnh phò Lê không thành, trước khi về Thuận Hóa, Nguyễn Hoàng đã được Nguyễn Hữu Liêu cho biết có một sĩ tử tài trí hơn người nhưng đã bị gạt ra khỏi trường thi Hương bởi con nhà xướng ca. Nguyễn Hoàng tìm gặp người sĩ tử đó và nhác thấy bức tranh "Lưu Bị đến Long Trung thỉnh cầu Khổng Minh" treo trên vách mới xuất khẩu thay một lời chào. Thế rồi tân chủ đã làm nên một bài thơ nối vần tâm đắc để trở thành tri âm, tri kỷ.

Nguyễn Hoàng và Đào Duy Từ

Vó ngựa sườn non đá chập chùng,
Cầu hiền lặn lội biết bao công.

Đem câu phò Hán ra dò ý,
Lấy nghĩa tôn Lưu để ướm lòng.

Lãnh thổ đoán chia ba xứ sở,
Biên thùy vạch sẵn một dòng sông.

Ví chăng không có lời Nguyên Trực,
Thì biết đâu mà đón Ngọa Long.

Vậy là thơ đã nối Nguyễn Hoàng với Đào Duy Từ. Và, cũng từ thơ, Đào Duy Từ nhận biết Nguyễn Hoàng và tự nguyện "đầu quân" để trở thành quân sư số Một của xứ Đàng Trong.

Cuối thế kỷ XVII với Minh chúa Nguyễn Phúc Chu cùng sự ra đời trấn thành Gia Định, hình như thơ Phú Xuân đã man mác tình đời vào tận Hà Tiên, Phú Quốc, Thổ Chu của Mạc Cửu. Có lẽ đang bâng khuâng với Nam Vang của các vua Miên, Vọng Các của các vua Xiêm, Mạc Cửu đã đắm đuối những áng thơ Nguyễn với một Phú Xuân hùng mạnh nên đã tự nguyện thần phục, sáp nhập lãnh địa của mình để được làm thần dân xứ Đàng Trong. Đương nhiên sự tự nguyện sáp nhập này còn lắm lý do cao cả hơn. Nhưng thơ dường như là sợi dây giao tiếp ban đầu để vẫy gọi nhau. Mạc Cửu tạ thế, Mạc Thiên Tứ (con trai Mạc Cửu) thừa kế sự nghiệp của thân phụ mình, được Ninh chúa Nguyễn Phúc Thụ tin cậy, trở thành Đô đốc trấn Hà Tiên (1736).

Cha trung con hiếu. Chúa sáng tôi hiền. Bằng sự tôn trọng lẫn nhau như thế mới làm nên hưng phấn Hà Tiên ngay từ những ngày đầu. Tài và tình. Tôi nghĩ Hà Tiên gắn vào Gia Định xuất phát từ nhiều lẽ, trong đó có thơ.

Bính Thìn (1736) lấy Mạc Thiên Tứ (con Mạc Cửu) làm Đô đốc trấn Hà Tiên. "Thiên Tứ chia đặt nha thuộc, kén bổ quan ngũ, đắp thành lũy, mở phố chợ, khách buôn các nước đến họp đông. Lại vời những người văn học, mở Chiêu Anh Các, ngày cùng nhau giảng bàn và xướng họa, có 10 bài vịnh Hà Tiên". (Hà Tiên Thập Vịnh):

1. *Kim Dữ lan đào (Sóng bên đảo Kim Dữ)*
2. *Bình Sơn điệp thúy*
3. *Tiêu Tự thần chung*
4. *Giang Thành dạ cổ*
5. *Thạch Động thôn vân*
6. *Châu Nham lạc lộ*
7. *Đông Hồ ấn nguyệt*
8. *Nam Phố trừng ba*
9. *Lộc Trĩ thôn cư*
10. *Lư Khê ngư bạc*
(Thực lục, Tập 1, tr.146)

Chiêu Anh Các ra đời dưới thời Ninh chúa Nguyễn Phúc Thụ (1725-1738), nhưng là sự kết tinh hun đúc từ mối tình Mạc Cửu - Nguyễn Phúc Chu. Hà Tiên Thập vịnh để lại bóng dáng hồ hởi của Mạc Thiên Tứ, của Nguyễn Cư Trinh, cũng có nghĩa là để lại bóng dáng một thời thịnh thơ của xứ Đàng Trong.

May thay Hà Tiên Thập vịnh đương thời nằm ngoài tầm với của 12 năm Trịnh đánh chiếm Phú Xuân (1774-1786) và 15 năm Vương triều Tây Sơn (1786-1801) chiếm giữ đất này. Gia tài thơ Phú Xuân dưới hai thời đó quả là khó còn.

Năm 1978, thấy người ta ra lệnh đốt hàng trăm tấn sách giữa sân Trung tâm Nghiên cứu Văn hóa Chăm tại Phan Rang, tôi xót ruột trót mau mồm đề nghị khoan đốt để phân loại đã. Người ta không nghe. Lửa rừng rực cháy. Bà con lân bang bỏ nhà đi nơi khác tránh lửa. Một số trang viết bị hơi nóng, khói và gió hất theo tàn văng ra phía ngoài. Khiếp quá! Chữ nghĩa bay theo mệnh lệnh.

Thế rồi ông Giám đốc Thư viện tỉnh (người ra lệnh đốt) nói gì đó với ông Giám đốc bề trên. Vậy là công văn Sở Văn hóa Thông tin Thuận Hải gửi ra, công văn Bộ Văn hóa Thông tin gửi vào, tôi bỏ dở khóa hướng dẫn nghiệp vụ văn hóa nhảy xe đò ra Hà Nội theo lệnh triệu hồi. Dịp đó cùng với bệnh mau mồm tôi cũng mau tay khoèo kịp cuốn Từ điển Việt - A Rập vừa bị sém góc, mang ra làm quà tặng thầy Hà Văn Tấn.

Ngót 40 năm sau ngồi viết những dòng này, tôi nghĩ một vài bài thơ thời chúa Nguyễn còn sót lại cho đến hôm nay cũng có số phận may mắn như mấy trang viết chưa kịp cháy rồi bị văng ra bên ngoài như cuộc đốt ở Phan Rang. Tư Dung vãn. Ngọa Long Cương vãn…cùng với vài mẩu thơ chúa Minh, nên coi đó là quốc bảo, là sự sống sót từ mớ tro hỏa hoạn.

4.000 năm dựng nước. Khoảng 200 thế hệ đã bàn giao cho nhau non sông này. Bởi mỗi lớp người đều có sứ mệnh lịch sử ở thời đoạn họ sống. Không có các lớp người hôm qua làm gì có các lớp người hôm nay.

Nhìn về quá khứ để xây dựng tương lai bền vững là phương châm chung của toàn nhân loại. Không tính đến điều đó là tự hành hạ mình.

Xin được sao chép những gì qua khói lửa vẫn còn. Và, xin được coi đó là bóng dáng một thời thơ đã qua.

Hơn hai thế kỷ mở nước (1558-1774) thơ thời chúa Nguyễn gặp nạn, chỉ còn lại mấy bài dưới đây mà thôi! Thiết nghĩ, chịu khó đọc không chỉ/coi như đã ban cho người sao chép một lời khen mà còn là nghĩa cử tri ân quá khứ.

Đào Duy Từ

Tư Dung Thắng Cảnh (1)

Một bầu trinh kĩ thú yên hà
Nghi ngút hương bay cửa Đại La.
Ngày vắng đỉnh đang chuông Bát Nhã,

Đêm khuya dắng dỏi kệ Di Đà.
Nhặt khoan đàn suối ban mưa tạnh,
Eo óc cầm ve thuở ác tà.
Mựa lãng đạo xa hòa nhọc kiếm,
Bồ đề kết quả ở lòng ta.
(Đào Duy Từ)

(1): *Trên đĩa sứ men lam ký kiểu thế kỷ XVII.*
Theo Trần Đình Sơn, Hoàng Anh, Tản Mạn Phú Xuân,
Nhà Xuất bản Trẻ, 2001

Tư Dung Vãn

Cõi Nam từ định phong cương.
Thành đồng chống vững Âu vàng đặt an.
Trải xem mấy chốn hồ san,
Hoa tươi cỏ tốt đôi ngàn gấm phong.
Khéo ưa thay cảnh Tư Dung,
Cửa thâu bốn biển, nước thông trăm ngòi.
Trên thời tinh tú phân ngôi.
Đêm treo thỏ bạc, ngày soi ác vàng.
Dưới thời sơn thủy khác thường,
Động Đình ấy nước, Thái Hàng kìa non.
Cuộc thiên hiểm nửa Kiếm Môn,
Chốn tranh vương bá, dòng tuôn công hầu.
Vần xoay hùm núp rồng chầu,
Quanh dòng nước biếc, giỡn màu trên xanh.
Đoái dòng thương hải rộng thênh,
Bâng khuâng sẽ nhớ đức lành tiên quân.
Đường Ngu lấy đức trị dân,
Súng trời buông lửa, sóng thần nép oai.
Đặt an nệm chiếu trong ngoài,
Cánh chim hồng nhạn phới bay vui vầy.
Sực nhìn đáy nước in mây,
Trăng kia soi sóng, sóng này giỡn trăng.

MAI KHẮC ỨNG

Đuốc hồng thấp thoáng trông chừng,
Đưa thoi nhật nguyệt chơi vừng Đẩu Ngưu.
Lần xem ngàn khoảnh ba đào,
Vũng không thấy đục, dòng nào chẳng trong.
Éo le lũ hến đầu đồng,
Sức đâu tinh vệ ra công lấp hồ.
Nực cười hai gã ngao cò,
Tranh chi nên nỗi đôi co vậy là?
Thú vui thửa thú ngư hà
Rùa linh đội sách, bạng già sanh châu.
Thắm xanh trăm trượng khôn dò,
Cớ sao khát uống chẳng no một người.
Lẽ thường đắp đổi đầy vơi,
Chi Di bao nỡ tếch khơi Ngũ hồ.
Nhạn đâu văng vẳng kê thu,
Trương Hàn hứng cảm Thành Đô ra về.
Canh thuần gói vược thú quê,
Nồng phương tiêu sái, lạt bề công danh.
Cảnh mầu, trời sẵn để dành,
Có doi thả lưới, có ghềnh buông câu.
Bên thuyền lác đác giọt châu,
Cầm đâu đã phiếm, ca đâu lại bài.
Lạnh lùng lãnh bắc khoảng tây,
Châu cày đảnh Sở, Doãn cày nội Thang.
Gió đưa thoảng nực mùi nhang,
Người tiên đất Ngọc, phong quang ưa nhìn.
Có nơi vịnh nguyệt bá thuyền,
Kinh ngâm thánh thót, chuông chiền đỉnh đang.
Là nơi từ vũ nghiêm trang,
Trung trinh hai chữ, lửa hương muôn đời.
Đông tây đều khách vãng lai.
Rước ai nọ quán, đưa ai nọ đò.
Am ta kiệt lập non Vu?
Đêm khuya chuông gióng gọi chùa Ba Viên.
Dập dìu buồm xuống thuyền lên,
Cánh hồng lướt gió, khách tiên nghiêng hồ.

Bên hồ đá mọc khi khu,
Cây che tán gấm, ngàn thu điểm đà.
Thú vui mảng những lân la,
Bỗng đâu xao xác tiếng gà gióng canh.
Bích đàm leo lẻo trong xanh,
Kìa vòng kiệu tẩu nọ danh miếu thờ.
Danh thành tiếng nổi gần xa,
Làm trai dường ấy thiệt là nên trai.
Mênh mông biển rộng trời dài;
Hải tân còn dấu, Vân đài còn danh.
So le cuối vịnh đầu gành,
Người nôn bắt Ngọc, kẻ giành cắp ngao.
Côn đưa sóng nhảy lao xao,
Vẫy đuôi một phút bay cao chín trời.
Xa trông biển rộng vơi vơi,
Thuyền ông Phu Tử nổi chơi chốn nào.
Lánh đời mấy khách ly tao,
Non tiên ngao ngán, nguồn đào sóng khơi.
Buồm ai dàng dạng chân trời,
Phất phơ cờ gió, thẳng vời chèo trăng.
Lửa ngư ánh lộn bóng hằng
Nhắm miền hải đảo tưởng chừng Thiên Thai.
Thủy tần chốn ấy nghiêm thay,
Người vui rượu thánh, cá say thơ thần.
Chợ hoa quán nguyệt ngày xuân,
Mặc dầu khách Sở, người Tần nghỉ ngơi.
Kìa đâu khói biếc ngời ngời,
Mỗi am một đảnh kẻ nơi bồng hồ.
Bút Vương Duy khéo vẽ đồ,
Mây xuân dường gấm, nước thu tợ ngần.
Người thanh tân, cảnh thanh tân,
Ngàn lau quyến nhạn, bãi tần sa le.
Mảng còn ngợi cảnh giang khê,
Lá ngô phơi nắng, ngọn quỳ dầm sương.
Vẳng nghe điệu đấu tiếng vang,
Ló xem thấy một tòa vàng cẩn nghiêm.

MAI KHẮC ỨNG

Tử vi rạng tỏ trước rèm,
Trong mừng chúa thánh dủ xiêm trị lành.
Điềm trình hải án hà thanh,
Khánh vân quanh nhiễu, cảnh tinh sáng lòa.
Đôi nơi tiệc mở ỷ la,
Chốn ngâm bạch tuyết, nơi ca thái bình.
Rợp đường kiệu tía tàn xanh,
Kìa đoàn quân sói, nọ dinh tướng hùm.
Giữa trời rồng dấy mây sum,
Xuân đưa muôn hộc, đàm thâm hòa ngàn.
Cửa son trông lại bến lan,
Giữa dòng nổi đá thạch bàn lạ sao!
Kình nghê chống vững đảnh ngao,
Gập ghềnh nanh sấu, dợn sao bọt kình.
Kim ngư đeo ấn ở mình,
Cá trông cửa Vũ, rồng giành hột châu.

Ngọa Long Cương vãn

Vườn lê muôn khoảnh mô hồ,
Gấm tuôn vẻ biếc, quyến phô nhị đào.
Giao long cuồn cuộn chầu vào,
Sánh nơi cửa ngọc, khác nào cung tiên.
Hồ gương rạng tỏ thuyền quyên,
Đêm thanh có khách nổi thuyền ca chơi.

Ca rằng:

"Non xanh xanh, nước xanh xanh,
Có non có nước mới song thanh,
Hồ tiên biển thánh dầu thong thả,
Thuyền ai một lá nổi Động Đình".

Ca thôi thóc thóc cả cười,
Ghé thuyền bãi tuyết, nhẹ giầy bước lên.

Thần châu cảnh hảo vô biên,
Lãnh mai, sơn tẩu, hồ liên, tây hồ.
Đoái nhìn nọ tháp kìa chùa,
Trinh Măng một đỉnh cổ cò khá khen.
Bửu Đông nên một hồ thiên,
Trăng thiền soi tỏ, rừng thiền rạng thanh.
Lạ thay tạo hóa đúc hình,
Đất bằng nổi một đỉnh xanh trước trời.
Xa trông chất ngất am mây,
Mái nam hạc diễu, mái tây rồng chầu.
Kiền khôn riêng quảy một bầu,
Ngoài thâu tám cõi, trong thâu ba tài.
Tốt thay cảnh hợp với người,
Đã lầu trông sóng lại đài chơi trăng.
Sóc tuông, cáo nhảy tưng bừng
Ong say nếm nhị, bướm mừng giỡn hoa.
Những khi khói tỏa yên hà,
Mảng âu mấy chốn Di Đà Tây Thiên.
Những khi Thái Ất nhen đèn
Hào quang soi tỏ trên đền Thái la.
Những khi bóng ác ban tà,
Nhành treo gấm kết, lửa già vàng tương.
Những khi Ngân Hán treo gương
Kim quy hiện vẩy, lục dương mở mày.
Trách lòng ai khéo thày lay
Khua chuông lầu bắc, gióng chày thành nam.
Chốn thanh gọi một danh lam,
Ước tay tiêu sái mới cam dựa nhờ.
Linh chi rưới nước ma-a
Trân cầm chiu chít, kỳ hoa lăng tăng.
Thiên thê từng vẹn đôi tầng
Bước lên ngửa đã thấy chừng Ngọc kinh.
Tay tiên chống vững thạch bình,
Tam quan trông thấy uy linh động người.
Xưa kia ba chữ tốt tươi,
Rằng chuông hải tự, kết vời huyền đô.

MAI KHẮC ỨNG

Rõ ràng son điểm phấn tô,
Bên tranh cửu lão bên đồ bát tiên.
Chuông đâu vừa động mái thiền.
Mây lành kết đóa, trái tiên phơi màu.
Cuộc trời lồng lộng trước sau.
Từ bi nọ các, tiêu diêu ấy đền.
Kíp thâu thế giới ba nghìn
Danh sơn có một, danh triền đâu hai.
Rửa thanh bán điểm trần ai,
Nghĩ xem tiên cảnh đã ngoài phàm gian.
Tỏa vàng bông lục chan chan,
Đan thanh quyết vẽ, trầm đàn cột xoi.
Đòi nơi ngọc trổ châu rơi,
San hô lề đá, đồi mồi tường xây.
Mưa hoa rưới khắp sân mây,
Khói hương nghi ngút, rồng bay ngất trời.
Nghiêm thay tướng pháp Như lai,
Cao giơ tuệ kiếm sáng ngời thủy tinh.
Thời lành cả mở hội lành
Reo đưa gió Phật, quét thanh bụi tà.
Vầy đoàn yến múa, oanh ca
Vượn xanh dâng trái, hạc già nghe kinh.
Phật đình nào khác vương đình,
Ngũ vân tán lớn, cảnh tinh thoại tường.
Tiên nga nung chén quỳnh tương,
Tiêu thiều nhạc múa, thái dương khí hòa.
Xiêm nghê rạng thức tử hà,
Kim đồng Ngọc nữ xướng ca đôi hàng.
Người dâng thánh thọ vô cương,
Bàn đao chánh nhụy, thiên hương đầy tòa.
Rừng công, cây đức diềm dà
Trổ chồi y bát, kết hoa bồ đề.
Vắng nghe tiếng mõ đồ lê
Ngòi phiền bến não rửa thì sạch không.
Dịch (ước) nên cảnh lạ vô song
Hứng xui tao khách điêu trùng ngợi khen?

Thơ rằng:

Một bầu chi cũng thú yên hà,
Nghi ngút hương bay cửa Thái La.
Ngày vắng, vang reo chuông Bát nhã.
Đêm thanh dóng dõi kệ Di Đà.
Nhặt khoan đờn suối ban mưa tạnh,
Réo rắt ca chim thuở bóng tà.
Há đạo đâu xa mà nhọc kiếm,
Bồ đề kết quả ở lòng ta.

Thơ thôi vẫy gọi thiền tăng,
Cảnh này thú ấy vui chăng hỡi thầy?
Nghêu ngao, tắm suối, nằm mây,
Thị phi mặc thế, tháng ngày thung dung.
Làu làu gương sáng giá trong,
Vui niềm son đỏ, lánh vòng bạc đen.
Người đà nên đấng cao thiền
Phật dầu chưa hẳn, ắt tiên đã gần.
Kìa ai thói tục chẳng răn,
Tiềm tâm Đạo Chích, ẩn thân Di Đà.
Rừng thiền lẩn dấu vào ra
Cắt trăng vườn hạnh, trộm hoa cửa đào.
Nam mô hai chữ bán rao
Lòng gương soi tỏ, lưỡi dao sáng ngời.
Rằng hay cứu vật độ người,
Xử mình chẳng chính, chính ai đó là.
Đã rằng nương dấu Thích ca
Nào thuyền Bát nhã vượt qua ái hồ.
Đã rằng dưa muối bả bô
Lập bình tướng thủy những đồ cao lương.
Đã rằng chống vững kin cương
Nào gươm cắt muộn, nào gương soi tà.
Nào phương ngay chúa, thảo cha,
Nào phương lợi nước, lợi nhà xa toan.
Nào ai sức trải gian nan,

Chẳng noi chính đạo, dẹp loàn dưới dân.
Sao bằng người ẩn non nhân,
Cây che mắt tục, suối ngăn lòng tà.
Dạo chơi thế giới bà sa,
Sớm vào cửa thánh, tối ra hang thần.
Ở trần mà chẳng nhiễm trần,
Tả chân bèn ngợi một vần họ xoang.

Thơ rằng:

Ai gọi lâm tuyền thú chẳng vui?
Ca chim đờn suối hảo hòa đôi.
Hây ha thu rót bầu huỳnh cúc,
Thủng thỉnh xuân trèo lãnh bạch mai.
Chống tuyết thông già đeo hổ phách
Lướt sương trúc cứng đượm đồi mồi.
Hay đâu là phúc đâu không phúc,
Tạm lánh nhân gian chốn lẻ loi.

Thơ thôi bước tới ngàn thông
Đường chim lắt léo, suối rồng nhiễu quanh.
Lầu dựng đá, cảnh vẽ tranh,
Hòe vàng trương tán, lầu xanh phất cờ.
Liễu tươi trúc đượm đó ưa?
Đào non ngậm tuyết, thông già chống sương.
Lơ thơ bóng xế hải đường,
Gà rừng eo óc, dế tường đảnh đa.
Thoảng chừng trông lại thanh sa
So le cánh nhạn bay qua mái chiền.
Rèm hồng lầu tía đua chen,
Đỏ lòe khoảnh biếc, xanh in đáy ngần.
Linh Sơn một đỉnh tần ngần,
Tám phương cõi thọ đài xuân sum vầy.
Màn trời muôn trượng không dời
Cao thay Kiều nhạc, vững thay Thái bàn.

Doi le vịnh hạc chen đoàn,
Cầm bầu thanh cúc, rủ màn bạch vân.
Thuyền ai kề tận bãi tần?
Thương lang dóng dãi một vần hòa ghê.

Ca rằng:

Dòng trong vì nguồn sạch
Bóng thẳng bởi cây ngay.
Thái bình mừng gặp hội,
Chốn chốn hứng đều say.

Ngâm thôi cười nói hỏa huê,
Thú ta mát mẻ bén kề thú trăng.
Tới lui can niệm đạo hằng
Loan le gá bạn, gió trăng kết mành.
Lánh thời yến sẻ cùng anh,
Quảy bầu danh lợi, chí kình sá bao?
Trót trừng hồng hộc bay cao,
Lẽ đâu ngồi luận cò ngao rối lòng.
Khách nghe cả gọi ngư ông,
Thuyền người đậu đó, tớ cùng luận chơi.
So xem trong đạo làm người,
Lấy nơi đâu chính, bỏ nơi đâu tà.
Ngư rằng: lời thiệt chẳng ngoa,
Tại minh minh đức ấy là nẻo xưa.
Trăng ngô, gió liễu chẳng ưa,
Lẽ đâu gẫm biết lời xưa tiền hiền.
Suối mới thông, lửa mới nhen,
Càng cao càng vọi, càng bền càng xoi.
Bầu Nhan nếm cũng biết mùi,
Gội dòng sông Tứ, nảy chồi non Ngưu.
Năm hàng, ba mối làm đầu,
Cội tùng nhành bách mặc dầu đông tây.
Chớ nghe lời nói êm tai,

Dẫn đường họa phước, luận lời hư vô.
Sao bằng tâm chánh thân tu,
Thảo ngay là chí trượng phu trên đời.
Đàm thôi trở lại non mây,
Suối đờn thánh thót, niềm tây chạnh phiền.
Gẫm thế sự, thể bóng đèn,
Cớ chi quyến luyến trần duyên nhọc mình.
Xa hơi vừa cách góc thành,
Vật vờ hồn tục trên thành chào ai.
Người nào thắc thoải non đoài,
Tay xoang khoan nhặt, miệng thài nghêu ngao.

Ngâm rằng:

Búa trăng đủng đỉnh,
Rìu gió thảnh thơi.
Ngàn liễu mưa vừa ráo,
Nguồn đào nắng mới phơi.
Xa xem thấy Thiên Thai vòi vọi,
Bàn Khê đầu điểm tuyết là ai.
Yên hà treo một gánh,
Trung hiếu nặng hai vai.
Kíp thâu dài với ngắn,
Nào khác thánh dụng tài.
Dừng chân xin hỏi gã tiều:
Thú non thú nước, người yêu thú nào?
Tiều rằng: nhân trí đứng cao,
Non tiên từng trải, suối đào từng sang.
Kìa như Lượng ẩn Long Cang,
Vững chia chân vạc vinh vang muôn đời.
Kìa như Quang Võ điếu đài,
Côn Dương một trận phá hoài Mãng gian.
Những mong ngợi thú khảo bàn,
Cây kia đã gác trên ngàn cao ngâm.

Ngâm rằng:

Sớm thời dậy, tối thời nằm,
Khát đào uống, đói cày ăn.
Sự ai ta chẳng biết,
Thú ta ai chẳng ngăn?
Lều Doãn ơ thờ ba mớ cỏ,
Kịp thâu phong nguyệt bốn mùa xuân.

Xa nghe cả gọi kẻ cày,
Thú ta vui đạo chốn này ai ngăn.
Mặc dầu cuốc giá cày trăng,
Rau cần sự cũ lẽ hằng đó chăng?
Lem nhem sách Nịnh treo sừng,
Duyên sao tỏ đặng phế hưng sự đời.
Lịch Sơn ấy dấu ai cày?
Chim kia tha cỏ, voi này thế trâu.
Mựa nơi trái gió tắm mưa,
Họa may nhuốm gội ơn thừa Đường, Ngu.
Mảng xem cảnh cũ làm vui,
Vẳng nghe tiếng địch mục phu góc rừng.
Bên rừng vừa gác bóng trăng,
Gác chân cật nghé gõ sừng ca chơi.

Ca rằng:

Nội Võ rộng.
Dặm Châu ngay.
Rau non nhiễm,
Cỏ xanh rì,
Hứng vui cánh diều mặc lòng ai,
No miệng trâu ta thẳng nét cày.
Dầu có Điền Đan ra kế xảo,
Nên ngồi ta cũng chẳng rằng hay.

Lân la vẫy mực buông lời
Rằng người chắc đã nên người phong lưu.
Hiu hiu hứng mát đền Vu,
Gió xuân thay quạt, trăng thu thế đèn.
Ấy là cưỡi hạc lên tiên,
Thị thành cũng trải, lâm tuyền cũng xê.
Kìa ai lụm khụm Bàn Khê,
Tám trăm chỉ đó, cuộn về một dây.
Kìa ai thơ thẩn non tây,
Nương không cưỡi gió, ước vì theo tiên.
Kìa ai mến cảnh hồ thiên,
Chí nguyền viên hạc, kết nguyền gió trăng.
Kìa ai dạo chốn sơn trang,
Ghê noi cảnh lạ, thú càng vui xuê.
Kìa ai tay hái cỏ vi,
Chim kêu ngỡ tiếng Bá Di nên mừng.
Kìa ai cầm chén gọi trăng,
Xưa nay rằng cũng mấy vừng tỏ soi.
Kìa ai đạp tuyết tìm mai,
Lục bào, kim đái, nở chồi gấm xuân.
Kìa ai xa lánh cõi trần,
Ba căn hải ốc, mấy lần tang thương.
Kìa ai mến cảnh Tiêu Tương,
Lênh đênh một lá, dọc ngang năm hồ.
Kìa ai thích chí ngao du,
Nhà nhà ngạch hở, bạch câu nước dồn.
Thảnh thơi khách hứng nước non,
Thông reo thế địch, suối tuôn tạm đờn.
Thiên thai người khéo lang đang,
Dạ lăm cắp núi, chí toan vá trời.
Rộng thênh đường thế mặc ai,
Ngụ trong bốn thú, gác ngoài một thơ.
(Đào Duy Từ 1572-1634)

Nguyễn Phúc Hiệp

Văn tế tướng sĩ Nguyễn trận vong

Các ngươi!
Chí thỏa tang bồng
Mạnh dương uy vũ.
Từng lo gắng sức việc binh nhung,
Thề quyết tận trung mà báo chủ.
Gầm vang hổ rống, những mong nuốt chửng tặc đồ,
Nhảy nhót diều vờn, ngờ đâu mệnh trời yểu số.
Tới chiến trường chết ắt thành danh,
Xông đao thương công truyền bất hủ.
Xót nghĩa tình đau đớn khôn nguôi,
Dựng đàn tế lễ nghi đã đủ.
Các ngươi!
Hãy nghe lời mời
Cùng nhau về dự.
Hương cỗ trên chiếu đau buồn,
Lĩnh bạc về nơi âm phủ.
Giải thoát tướng sĩ nghìn sầu,
Nhận mối ân tình vạn thuở.
Phách có linh nên về phụ với thê nhi,
Hồn có thiêng khuông phò quê tổ.
Hưởng tế tự vô cùng,
Giúp đàn con cháu nhỏ.

Hỡi ơi!
Thương thay!
Cúi mong chư linh thượng hưởng.
(Nhâm Tí, 1672)

Văn tế tướng sĩ Trịnh trận vong

Nghĩ các ngươi,
Chí ước thỏa tang bồng,
Danh muốn ghi tre lụa.
Giúp chủ tướng tranh đao thương,
Liều chết xông vào tên đạn.
Vì chúa các ngươi chẳng biết sức mình,
Khiến các ngươi phải xông pha chết trận.
Hoặc sĩ tốt chưa có phẩm danh,
Hoặc tướng tá tước hầu tước bá.
Khoảnh khắc lửa cháy Côn Cương,
Thảng thốt thân về âm phủ.
Hoặc lênh đênh chết rụi chốn sa trường,
Hoặc lẩn trốn lọt vào nơi đất hiểm.
Hoặc vì súng đạn tổn thương,
Hoặc vì gươm đao chém giết.
Hoặc vì đau ốm thủy thổ không quen sụt hố sụt hầm thân lâm
tai ách.
Hoặc chìm thân sóng nước bay hồn hoặc đói khát rừng sâu
rụng phách.
Than ôi!
Sống chẳng nên công, xót các ngươi chết mà vô ích,
Nay vâng đức lớn thánh linh, bày đàn tế tỏ lòng thương tiếc.
Thế thì cùng về,
Mời xin hưởng hết.
Từ nay muôn phiền não thảy tiêu trừ,
Về sau nghìn buồn lo đều rửa sạch.
Các ngươi nên tìm về quê cũ, hưởng xôi thơm cốt nhục thân
tình,
Nhận đúng quê hương, chớ làm kẻ xa xôi lữ khách.

Ô hô!
Thương thay!
Cúi mời thượng hưởng.
(Nhâm Tí, 1672)

Nguyễn Phúc Hiệp, một vị nguyên soái 20 tuổi đánh thắng quân Trịnh tại lũy Trấn Ninh, định tổ chức khao quân, bất giác nhìn ra chiến địa thấy gươm giáo cờ quạt đối phương (Trịnh) tan nát ngổn ngang đã thốt lên: *"Vật còn như thế huống chi là người"*, rồi bỏ lễ mừng đại thắng để chuyển thành hai lễ cầu siêu vong linh tướng sĩ hai phía.

Xem ra cung cách đối xử với tù, hàng binh đối phương từ Nguyễn Hoàng (1572) đến Nguyễn Phúc Lan (1648) đã thấm vào tâm thức (nhân) của Nguyễn Phúc Hiệp. Tiếng lành đồn xa. Nguyễn thắng Trịnh trên chiến trường. Nguyễn còn thắng Trịnh về đạo lý, nhân văn.

Xưa nay trong lịch sử chiến tranh dường như chưa nơi đâu có nghĩa cử cao thượng như thế. Xem ra nền tảng để "Vạn đại dung thân" lại bắt nguồn từ điều đơn giản mà cao cả đó.

Quốc Chúa
Nguyễn Phúc Chu

1. **Tặng lão thần Trần Đình Ân**

Phiên âm:

Bình sinh trì thiện tính tinh thuần
Tán phụ ngô triều tứ thế nhân.
Chính nghiệp dĩ thành từ tử thụ
Đạo tâm hằng hiện khước hồng trần.
Hi hi hạc phát đồng Thương hạo,
Nghiễm nghiễm tiên phong diệc Hán thần.
Thử khứ Quảng Bình hà sở sự?
Thanh sơn lục thủy lạc thiên chân.

Dịch nghĩa:

Suốt đời giữ thiện tính tình thuần,
Giúp đỡ triều ta trải bốn đời.
Sự nghiệp đã thành, trả giây ấn tía,
Đạo tâm thường hiện, lánh cõi bụi hồng.
Tóc bạc phơ phơ giống bốn hạo núi Thương,
Dáng tiên nghiêm chỉnh như [Trương Lương] nhà Hán.
Nay về Quảng Bình thì làm việc gì?
Non xanh nước biếc, vui hưởng tính trời.
(Viện Sử học VN)

Dịch thơ:

Suốt đời từ thiện tính tình thuần,
Giúp đỡ bốn triều nặng nghĩa ân.
Sự nghiệp đã thành dâng trả ấn,
Đạo tâm thường hiện lánh hồng trần.
Phơ phơ tóc bạc Thương sơn hạo
Nghiêm chỉnh phong tư Hán tộc thần.
Về Quảng làm gì khi dưỡng lão?
Tính trời vui hưởng nước non xuân.
(Mai Khắc Ứng)

2. **Thơ khóc vợ**

Bài thứ nhất:

Phiên âm:

Vấn thiên hà sự chiết ngô phi,
Hoa tạ tam cung nguyệt yếm huy.
Bất đắc nữ trung vong khổn phạm,
Hoàn tri kỳ nội thất dung nghi.
Thời dương thất tịch ngân hà ám,

Sầu ký thiên niên giới lộ hy.
Mạn đạo tiểu nhân nhi phụ thái,
Cổ kim thùy cánh thử tình vi?

Dịch nghĩa:

Hỏi trời sao giết vợ ta,
Ba cung hoa rụng, trăng kém sáng.
Không những mất khuôn phép của giới đàn bà,
Đâu ngờ mất cả dáng điệu trong kỳ hẹn ước.
Đêm thất tịch mà sông ngân mờ tối,
Sầu nghìn thu vì móc hẹ chóng tan.
Đừng cười người ta thói đàn bà con trẻ,
Xưa nay ai không có tình này.
(Viện Sử học VN)

Dịch thơ:

Hỏi trời sao giết vợ yêu ta
Hoa rụng ba cung trăng nhạt nhòa.
Khuôn phép nữ nhi không những mất,
Dáng hình hẹn ước cũng phôi pha.
Ngân hà thất tịch mà u ám
Sầu đọng nghìn thu móc hẹ sa.
Xin chớ cười người đang ủy mị
Xưa nay nghĩa tử thế thôi mà.
(Mai Khắc Ứng)

Bài thứ hai

Phiên âm:

Khứ niên chức nữ nhập song minh,
Khước bị trùng vân tựu địa sinh.
Chế cầm vị hoàn ti tại trục,

Xuyên trâm tài bãi tuyến phiêu doanh.
Không hoài ngũ dạ Quỳnh lâu địch,
Khởi vọng song xuy Ngọc điện sinh.
Nhất phiến mê ly nghi thử tế,
Uyên ương tú chẩm mộng nan thành.

Dịch nghĩa:

Năm ngoái sao Chức nữ soi cửa sổ,
Nay bị mây dày che lấp đi.
Dệt gấm chưa xong, tơ còn ở trục,
Xâu kim vừa bỏ, chỉ còn phất phơ.
Tiếng sáo Quỳnh lâu, năm canh tưởng nhớ,
Tiếng sênh Ngọc điện, khó có lứa đôi.
Tấm lòng mê mẩn ngờ như lúc ấy,
Gối thêu uyên ương, nằm mộng khó thành.
(Viện Sử học VN)

Dịch thơ:

Cửa sổ năm qua Chức nữ soi
Năm nay mây ám lấp đi rồi.
Tơ còn ở trục chưa nên gấm,
Chỉ mới luồn kim nghẹn đó thôi!
Tiếng sáo lầu Quỳnh đêm tưởng nhớ
Điệu sênh điện Ngọc, khó nên đôi.
Lòng ta mê mẩn ngờ như thể
Thêu gối uyên ương mộng chẳng hồi.
(Mai Khắc Ứng)

Bài thứ ba

Phiên âm:

Nội trợ tăng kinh ức ỷ ny,
Duy dư đồng nhữ lưỡng nan kỳ.

Phi nhân mộ sắc tiềm huy lệ,
Chỉ vị tôn hiền trọng phú thi.
Việt hải tuy khoan nan tái hận,
Tẩm lăng nghi cận dị quan bi.
Trường đê thả mạc tài dương liễu,
Hảo đãi thanh minh túng mục thì.

Dịch nghĩa:

Việc nội trợ vẫn nhớ dung tư yểu điệu,
Duy ta cùng mình, khó hẹn nhau.
Không phải vì mến sắc mà thầm khóc,
Chỉ quý tính nết mới làm thơ.
Biển rộng mông mênh, mà khó chở hận,
Tẩm lăng gần gũi, để dễ xem bia.
Chớ trồng dương liễu trên đê dài.
Để tiết thanh minh trông cho quang.
(Viện Sử học VN)

Dịch thơ:

Nội trợ dung tư yểu điệu hòa
Hẹn nhau sao khó giữa đôi ta.
Không vì mến sắc hay thầm khóc
Quý nết na thơ mới phát ra.
Biển rộng mông mênh khôn chở hận.
Bia lăng gần để dễ xem mà.
Chớ trồng dương liễu che tầm ngắm,
Để tiết thanh minh trông được xa.
(Mai Khắc Ứng)

Bài thứ tư

Phiên âm:

Nhữ thọ tuy vi, phúc tự trường,
Nhân truyền phúc trạch Nguyễn cung hương.
Phao tư kim ngọc doanh song níp,
Lưu thử nhi tôn mãn nhất đường.
Đối cảnh kỷ hồi hàm biệt lệ,
Liên tài nhất thế động trung trường.
Kim bằng diệu pháp không vương lực,
Tiến bạt u hồn đạt thượng phương.

Dịch nghĩa:

Mình tuổi thọ dẫu ít, nhưng phúc thì nhiều,
Người ta thường đồn phúc trạch thơm trong cung họ Nguyễn.
Vàng ngọc hai hòm đều vứt bỏ,
Để lại con cháu đầy một nhà.
Đối cảnh bao lần ngậm nước mắt,
Tiếc tài suốt đời động lòng thương.
Nay nhờ phép mầu của Đức Phật,
Tiếp dẫn linh hồn lên cõi tiên.
(Viện Sử học VN)

Dịch thơ:

Tuổi thọ không cao đức lại dày
Tiếng đồn phúc trạch Nguyễn thơm thay.
Ngọc vàng dẫu lắm vứt là bỏ,
Con cháu đầy nhà thế mới hay.
Cảnh cũ nhìn lâu giàn nước mắt,
Tài riêng suốt kiếp động lòng này.
Phép mầu Đức Phật ban ân huệ
Tiếp dẫn linh hồn tiên cảnh ngay.
(Mai Khắc Ứng)

34 năm Chúa. 34 năm thơ. Vị chúa Nguyễn thứ 6 đã làm nên Gia Định (1698) và đặt nền móng để vị chúa Nguyễn thứ 7 lập châu Định Viễn (1732). Hai địa danh lịch sử trên đất cực nam do hai cha con là hậu duệ chúa Tiên Nguyễn Hoàng tức di duệ Định Quốc Công Nguyễn Bặc làm nên, sau 764 năm (968-1732) phấn đấu.

Gia Định + Định Viễn là Gia Viễn chăng?

Thơ Khắc Tại Các Công Trình Kiến Trúc Thời Võ Vương Nguyễn Phúc Khoát (1738-1765)

Tại đình Giáng Hương:

Tố nga trường quải thiên thu kính
Vương mẫu tần xưng vạn tuế trường.
(Nguyễn Quang Tiền)

(Tố nga treo mãi gương nghìn thuở
Vương mẫu thường dân chén vạn năm)

Tại điện Trường Lạc:

I.

Vũ lâm tiên trượng nhiễu Bồng lai
Nhất phái tiêu thiều phất thự lai.
Thẩm tọa cao lâm nam cực quýnh;
Lô yên bất động ngũ vân khai.
Nguyệt lâm thường bão thiên thu kính;

Lộ chưởng dao thiêm vạn thọ bôi.
Tối thị thị thần vi sủng ốc,
Minh kha tận hướng Phượng trì hồi.

(Nghi trượng quân Vũ Lâm diễu quanh chốn Bồng Lai
Một đoàn âm nhạc dưới ánh sáng mai đi tới.
Ngôi vua nhìn xuống nơi nam cực;
Lò hương im tỏ ra năm thức mây.
Vừng trăng in mãi gương ngàn thu;
Tay tiên hứng giọt móc dâng thêm chén vạn thọ.
Nhất là cận thần được vua yêu mến,
Đều sang sảng tiếng ngọc kha [trên mình ngựa]
kéo tới chốn phượng trì).

II.

Phượng liễn sơ hồi tiên lộ bình,
Hổ vi triều điện thự hoa sinh.
Dao biên phong độ vân hương tế;
Phủ tọa yên phù ngọc kỷ hoành.
Liễu nhiễu văn tinh hoàn bắc cực;
Ân cần thiên ngữ hạ tây thanh.
Thư sinh kinh thuật tàm vô bổ,
Hà hạnh thanh niên thị thánh minh.

(Xe phượng vừa về, đường tiên phẳng
Màn hổ điện chầu đều rực rỡ ánh sáng ban mai.
Gió qua sách ngọc, thoảng mùi hương cỏ vân,
Khói tỏa ngôi cao, nghi ngút ngang ghế ngọc.
Những văn tinh quây quần bên bắc cực
Lời ân cần ban xuống chốn tây thanh
Thư sinh thẹn học thuật không gì bổ ích,
May tuổi trẻ được gặp đấng thánh minh).

III.

Thiên giai vị hứa đẳng nha phan,
Hốt báo truyền huyên cận thánh nhan.
Vân lý lâu đài song phượng hạ;
Đẩu gian xương hạp cửu trùng hoàn.

Nhân huân hương vụ mê hoa liễn;
Dao duệ tinh kỳ động duẩn ban.
Lâm hạnh Doanh châu sơ bộ nhật,
Đan trì khể thủ tái hồ san.

(Thềm trời chưa dễ leo lên được
Bỗng được tin truyền đến chầu vua.
Dưới lâu đài song phượng ở trong mây;
Nơi cửa trời chín lần khoảng Bắc đẩu.
Khói hương ngùn ngụt mờ xe hoa,
Bóng tinh kỳ phấp phới rung động hàng quan chầu.
May mắn mới bước dưới mặt trời Doanh châu,
Chốn bệ son lại đập đầu hô vạn tuế).

Tại gác Triêu Dương

I.

Nộn liễu bích như yên,
Xuân lưu uyển chuyển diên.
Đê thùy kim kính bạn;
Tà phất ngọc kiều biên.
Mi tế ba trung họa,
Yêu khinh phong lý hoàn.
Chương đài thiên vạn thụ,
Duy nghĩ mộc ân quang.

(Liễu non mầu khói biếc
Dòng xuân uốn lượn quanh.
Rủ xuống bờ nước gương,
Phất phơ bên cầu ngọc.
Mày [liễu] vẽ trong sóng,
Lưng [liễu] uốn trước gió.
Chương đài muôn ngàn cây,
Riêng ngươi được ơn gội).

II.

Thương thương tiêu chính sắc,
Viễn viễn hiệu vô nha.
Khí kết sơn hà tú;
Quang phân nhật nguyệt hoa.

(Xanh xanh nên sắc chính
Bát ngát xa không bờ.
Khí tốt non sông kết;
Rực rỡ chia ánh mặt trời, mặt trăng).

III.

Thự sắc lung đan bệ
Thiên môn nhập nhị khai.
Kim triêu trạng nguyên vũ,
Vạn lý nhất thanh lôi.

(Ánh sớm rọi bệ son
Mười hai cửa trời mở.
Sáng nay được mưa trạng,
Muôn dặm tiếng sấm vang).

IV.

Long lân trình thụy sắc,
Yến cái dục kình không.
Bất úy nghiêm lôi bức;
Thiên nghi tế vũ mông.
Kiên trinh khan mộc tính;
Tiêu sái dữ thùy đồng.
Thiên lại hoàn kham thính,
Sinh tiêu quý hạ phong.

(Vẩy rồng phô sắc quý
Lọng đứng toan chọc trời.
Chẳng sợ sấm dữ bức;
Duy ưa cảnh mưa phùn.
Kiên trinh chất gỗ cứng;
Thảnh thơi ai sánh cùng?
Nhạc trời còn nghe được,
Làm thẹn tiếng sinh tiêu).

V.

Chấn cách bàn tiêu hán,
Thanh tiều quýnh bất quần.
Cửu cao không ngoại hưởng,
Ngọ dạ nguyệt trung văn.

(Cất cánh liệng ngất trời xanh,
Thanh cao khác hẳn chúng.
Tiếng kêu ngoài chín chằm,
Nửa đêm nghe trong trăng).

MAI KHẮC ỨNG

VI.

Vị cách trần phân viễn,
Ưng liên khúc kính trường.
Bản kiều lưu thủy ngoại,
Biệt hữu độc thư đường.

(Vì cách bụi trần xa,
Nên yêu đường cong dài.
Ngoài dòng nhịp cầu ván,
Riêng có nhà đọc thư).

Ghi Chú:

Thơ dưới thời Võ vương, phiên âm và dịch (trong ngoặc đơn), đều chép từ Đại Nam Thực Lục, do tổ Phiên dịch Viện Sử học thực hiện. Tái bản lần thứ nhất. Nhà Xuất bản Giáo Dục, H. 2007. Trang 159-163.

PHẦN 3

Họ Nguyễn,
Dấu Chân Trên Những Dặm Đường

Gia Viễn,
Một Thuở Cờ Lau

Khu nhà chính đền thờ vua Đinh Tiên Hoàng
(ảnh: Internet)

Tôi không nhớ hồi nhỏ đã học "Tân Quốc Văn Giáo Khoa Thư" hay đọc sách "Tài Trẻ Nước Nam" về chuyện "Cờ lau tập trận" để rồi hễ cưỡi bò ra đồng, là bọn trẻ chúng tôi lại bày trò đánh giặc giả. Hai đứa xếp tay lại làm kiệu cho một đứa sắm vai Đinh Bộ Lĩnh chỉ huy. Bạn bè mỗi đứa bẻ một bông lau làm cờ. Vì thế, "loạn Thập Nhị Sứ Quân" đứa nào cũng thuộc.

Lớn lên giữa thời khói lửa, đi lính, tôi mang tâm tưởng Đinh Tiên Hoàng ra trận. Sau chiến dịch Điện Biên Phủ 1954, Sư đoàn 316 về Thanh Hóa rồi ra Ninh Bình. Vậy là Thọ Xuân, Hoàng Hóa, Yên Định, Hà Trung, Thạch Thành, Cẩm Thủy, Kim Tân, Rịa, Nho Quan, Xích Thổ, Chi Nê, …Ngày ấy, ở đâu có dấu chân sư đoàn 316 là ở đó có tôi. Qua mấy tháng lên Đầm Đa khai thác vật liệu xây dựng doanh trại, tôi bị sốt rét và rất muốn về nhà. Nhờ sự ưu ái cảm thông của Bác sĩ Quân y Sư đoàn Nguyễn Sĩ Nghiệp, tôi được xếp vào danh sách bệnh binh về tiểu đoàn 1 an dưỡng.

Tiểu đoàn 1 trú quân trong nhà dân ở vùng ven thị trấn Nho Quan. Tôi là lính của Trung đoàn 98 ở chung nhà với anh Hoàng Chiu, người Tày Cao Bằng vốn là lính của Trung đoàn 176. Lính an dưỡng, Chủ nhật tự do thoải mái. Tôi quen nghề nơm tát, nên thỉnh thoảng kiếm được tép, dam (cua đồng), ốc cho cả tiểu đội "ăn thêm". Anh Hoàng Chiu thạo nghề rừng, thường rủ tôi vào làng Lạc Bình nhập bọn đi săn. Tôi nhớ Nho Quan thuở đó rừng núi trùng điệp, phần nhiều là người Mường. Một số người Kinh dưới xuôi lên làm phu đồn điền Phạm Lê Bổng, sau ngày mất việc thì tản ra thị trấn Nho Quan và một vài thị tứ như Phố Cát, Rịa, Kim Tân buôn bán vặt.

Dăm bảy bận đi săn thú, đốt tổ ong vò vẽ lấy nhộng, nướng nhím cùng với người Mường Lạc Bình, tôi thấy họ cũng thuần hậu chất phác như cha mẹ anh em mình.

Gia Viễn, Nho Quan, Thạch Thành, Hà Trung… sau này nhìn bản đồ những nơi ấy phân thành hai phía, bên ngoài Ninh Bình, bên trong Thanh Hóa, lấy đường phân thủy trên dãy núi đá nằm chênh theo hướng tây bắc từ Kim Bôi (Hòa Bình) ra phía đông nam Kim Sơn (Ninh Bình) làm ranh giới. Khi đi săn với người Mường Lạc Bình, tôi biết rằng họ không mấy quan tâm địa dư hành chính bên này hay bên kia. Núi rừng trùng điệp là địa bàn sinh tụ, cư trú lâu đời của họ chưa hề phân chia nên không ngăn cách. Ai tìm được nương rẫy mới, phát cây trỉa hạt, dựng lán xong là của mình. Cuối những năm chín mươi của thế kỷ XX, người R'măm ở tỉnh Kontum vẫn còn thích du canh du cư như thế.

Sau mấy tháng an dưỡng, tiểu đoàn 1 giải thể, toàn bộ bệnh binh chúng tôi được ra quân. May ơi là may! Tôi biết ơn bác sĩ Nguyễn Sĩ Nghiệp mãi mãi. Từ Nho Quan, đi một chặng là qua đò sang sông Hoàng Long ra Gián Khuất thuộc huyện Gia Viễn để xuôi xuống thị xã Ninh Bình đón xe về Nghệ.

Đôi chân lính đã từng rèn luyện vào dịp tham gia chiến dịch Tây Bắc nên thênh thang mà tung tăng như chim sổ lồng. Khác với Nho Quan, Gia Viễn toàn núi lẻ đơn độc đứng giữa nước nên có bạn gọi là núi lội. Núi lội giống như những hòn non bộ rải rác chập chùng hai bên đường. Nhiều tảng đá mòn chân bập bềnh theo gợn sóng thoạt nhìn tưởng núi nổi, đang trôi. Bởi những điều như thế, nên có người ví Ninh Bình là Hạ Long cạn. Tôi ngơ ngác hỏi Hạ Long cạn là gì? Quả là ngớ ngẩn.

Bằng đi một thời gian dài mưu sinh khắc khoải, tôi cũng đến được Bãi Cháy, Hòn Gai, Cẩm Phả, Cửa Ông … mới nhớ ra Ninh Bình cũng giống Hạ Long không còn biển. Thuật ngữ Hạ Long cạn là thế. Vẻ đẹp của Hạ Long cũng như Ninh Bình mùa lụt. Mùa này chân núi đá Ninh Bình vùng Non Nước, Gia Viễn, Hoa Lư bồng bềnh hệt như Bái Tử Long.

Thời ấy chờ mua vé đi xe không dễ như ngày nay. Nhất là từ vùng trước đó gọi "tạm chiếm" ra vùng mệnh danh "tự do". Chờ là đợi. Xem chừng vài ngày mới đến lượt, chúng tôi thường lang thang lên núi Non Nước, núi Khôi Hạc chơi. Non Nước còn có tên là Băng Sơn hay Dục Thúy Sơn (bơi trong màu biếc) như một khối đá dựng bên bờ sông Đáy, trông thì thấp mà trèo mãi, bở hơi tai mới lên đến đỉnh. Trên núi Non Nước có nhiều thơ, hầu hết là chữ Hán khắc bên vách đá. Tuy không đọc được nhưng ít nhất tôi cũng biết đó là tấm lòng và tâm hồn người xưa trân trọng cảnh đẹp của quê hương, Tổ quốc.

Đứng trên đầu Non Nước vọng ngắm trời mây sông núi, tâm hồn ai cũng lâng lâng bởi những thực thể hồn nhiên thiên nhiên trời cho.

Khôi Hạc, hay có người gọi là Hồi Hạc lại khác, vách núi không thẳng đứng hoặc có mảng "thượng thách hạ thu" như núi Non Nước mà xoải chân tràn ra bốn phía, trông như một hòn non bộ có lớp lang, hang động, cỏ cây hoa lá. Cỏ với cây bám trên đá có lẽ đã quá lâu ngày nên sần sùi già cỗi mà vẫn tươi xanh. Bonsai! Trong trí tưởng tôi hiện thời lơ mơ một Khôi Hạc có dáng Kim Tự Tháp Ai Cập với vài cây si, cây sanh, cây đa, cây cừa…gân guốc như dáng cổ thụ đổ bóng trên gồ ghề lởm chởm những đá. Cảnh đẹp tự nhiên do "nghệ nhân tài hoa của tạo hóa" đặt bày phô ra giữa trời, hòa với tiếng chim rộn rã náo nhiệt. Khôi Hạc đứng bên cạnh Dục Thúy Sơn và Phi Diên Sơn tạo nên thế "tam sơn" như thể "tam đa" (Phước – Lộc – Thọ) kỳ tú, khó tìm thấy ở bất cứ nơi đâu trên cõi đất này.

Phi Diên Sơn, người địa phương thường gọi là núi Cánh Diều (bởi từ trên cao nhìn xuống, dáng núi như một con diều đang sải cánh bay giữa đồng xanh bao la), còn có tên nữa là Ngọc Mỹ Sơn. Ngọc Mỹ Sơn hay Ngọc Mỹ Nữ quả là một tuyệt tác hiếm có trời cho giữa thế gian này.

Dáng núi nhìn từ phía tây nam giống như một nàng trinh nữ nằm giữa đất trời bao la hai chân duỗi thẳng ra phía bắc, đầu gối về phương nam, để mái tóc thề bồng bềnh xõa theo sóng lúa, mắt nhìn thẳng lên cao xa mênh mang.

Chiến tranh triền miên rồi cũng có hồi kết. Sau năm 1975, tôi xin chuyển về Huế. Những ngày đầu bỡ ngỡ, tôi theo đoàn du khách leo lên lầu Ngọ Môn để nghe giới thiệu lịch sử kiến trúc Kinh thành, Hoàng thành, Tử Cấm thành. Giọng Huế qua người đàn ông luống tuổi chậm rãi mà khúc chiết, gợi nhớ trong tôi sự ấm áp trìu mến của thầy Trần Thanh Hải, Hiệu trưởng trường cấp II Can Lộc thuở nào. Tôi như bị hút vào âm thanh gần gũi thân thương thời học trò. Ít lâu sau, tôi may mắn trở thành đồng nghiệp của người đàn ông xứ Huế ấy. Đó là bác Nguyễn Văn Diệp. Từ buổi khai tâm về tri thức Huế, tôi biết rõ hơn nguồn gốc Kinh đô Huế, nguồn gốc của người quy hoạch và xây dựng công trình mang tầm thế kỷ này. Thế tổ Cao Hoàng đế Nguyễn Phúc Ánh, niên hiệu Gia Long, hậu duệ đời thứ 26 của vị Thủy tổ Định Quốc công Nguyễn Bặc, người đã cùng Đinh Bộ Lĩnh, Đinh Điền,

Lưu Cơ, Trịnh Tú...dẹp "loạn Thập nhị sứ quân", lập nên Vương triều Đinh và Kinh đô Trường Yên/Tràng An tại động Bông Lau/Hoa Lư, khai sinh kỷ nguyên độc lập tự chủ đầu tiên sau nghìn năm Bắc thuộc. Họ Nguyễn có nguồn gốc từ thôn Vĩnh Ninh, làng Đại Hữu, xã Gia Hưng, huyện Gia Viễn, tỉnh Ninh Bình, nơi có con sông mang tên Hoàng Long gắn bó với lớp trai làng thế kỷ "Cờ lau tập trận" 852 năm trước. Từ đó, Hoa Lư, Gia Viễn, Ninh Bình với những ngày ngây ngô đầu đời, tôi đã từng lang thang một thuở, trở thành "động cơ đốt trong" thường xuyên thôi thúc tôi một lần trở lại.

Dịp may được tháp tùng xếp ra Hà Nội, nhờ diễm phúc trời ban, cùng nằm nhà khách Bộ Văn hóa Thông tin ở 22a Hai Bà Trưng với anh Đinh Thiết Dũng, Trưởng phòng Bảo tồn Bảo tàng Ninh Bình. Hoàn tất công việc tôi xin phép về sau vài ngày. Xếp rộng lòng bởi biết tôi vốn là thổ công Hà Nội. Tiễn xếp lên tàu tại ga Hàng Cỏ xong xuôi tôi theo anh Đinh Thiết Dũng ra bến Kim Liên kiếm phương tiện "bay" về Ninh Bình. Qua Gián Khuất một đoạn, hai chúng tôi xuống xe về nhà anh Dũng. Dọc đường anh hỏi tôi, liệu ở lại Ninh Bình được bao lâu. Tôi lượng số tem phiếu lương thực, thực phẩm và ngân quỹ của mình không thể nấn ná sang ngày thứ ba nên trả lời ngay, một hoặc hai ngày là cùng.

Anh Dũng vốn hiếu khách trố mắt nhìn tôi rồi dài giọng nhại 'h...a...i ngày với "Hạ Long Cạn" thì bõ bèn gì. Rồi như đoán được "tài nguyên" quá "dồi dào" của tôi nên anh trấn an ngay:

"Ông đừng lo. Cá rô Hoa Lư nhiều như trấu. Hoàng Long là rồng vàng. Rồng chẳng thấy đâu mà cá chép thì nhiều vô số. Thả lờ nửa tiếng là có cá rô. Buông câu mươi phút là có cá chép. Cá chép Hoàng Long muốn bắt lúc nào mà chả được. Câu cá chép ở đây không cần mồi. Chỉ thả câu một lúc là có cái mà đưa cay ngay. Chỉ thế thôi. Ông cứ ở lại với tôi. Cao lương mỹ vị thì chịu, nhưng cơm cá Gia Viễn không cần chi tem phiếu. Ông ở bao lâu tôi cũng chiều."

Quê tôi thường có câu đầu cửa miệng mọi người: "Có cá đổ vạ cho cơm". Gia Viễn cá với cơm không cần tem phiếu thì còn gì bằng. Tôi biết Đinh Thiết Dũng nhiệt tình, hiếu khách, thực lòng vì bằng hữu, nhưng là nhân viên, tôi không thể ở quá thời gian xin phép.

Hai ngày thôi anh Dũng ơi! Đành cưỡi ngựa xem hoa vậy. Hẹn anh lần sau.

Nói xã giao cho mát lòng nhau vậy thôi! Lần sau là lúc nào chỉ có trời mới biết. Nhân viên như tôi làm sao mà định trước được.

Nghe anh Dũng nói câu cá không cần mồi tôi cứ ngỡ hoang đường. Thì ra là thật. Một vằng câu dăm bảy chục lưỡi, thả chùng lơ lửng ngang dòng một nhánh sông Hoàng Long rồi buộc hai đầu sợi dây trục vào hai cành tre cắm hai bên bờ. Trên mỗi cành tre treo một ống bơ kèm que sắt như chiếc đũa. Thế là yên chí đi làm việc khác. Hễ nghe tiếng đũa gõ vào ống bơ leng keng đích thị cá đã dính câu đang quẫy là chèo thuyền nan ra nâng đoạn phao chìm lên, y như có chú chép bị ba bốn cái lưỡi thép sắc nhọn uốn cong có ngạnh túm lại. Còn cá rô Hoa Lư từ xưa từng thuộc loại danh ngư quả là đặc sản tuyệt hảo của cố đô Đại Cồ Việt, khỏi bàn. Lượng thời gian của mình và công việc của anh Dũng, tôi chỉ chọn hai điểm để đến. Đó là Trường Yên, nơi có đền thờ vua Đinh, và thôn Vĩnh Ninh, làng Đại Hữu, xã Gia Hưng, nơi có mộ tổ Định Quốc công Nguyễn Bặc.

Đền vua Đinh tọa lạc trên một khuôn viên rộng khoảng 5 mẫu, nay thuộc làng Trường Yên Thượng, nên có tên là đền Thượng. Xa xưa đây là trung tâm kinh đô Trường Yên.

Đã đến đền Thượng thì nên ghé qua đền Hạ. Anh Dũng bảo thế. Đền Hạ dành cho vua Lê nằm trên đất làng Trường Yên Hạ cách đền Thượng khoảng 500m. Nhìn vị thế, quy mô hai ngôi đền tôi cứ ngỡ như là phủ chúa với cung vua cuối thế kỷ XVIII.

Điều làm tôi lưu ý là bên đền Thượng thì thờ vua Đinh Tiên Hoàng, Hoàng Thái tử, Hoàng tử và tứ trụ triều đình. Các quan tứ trụ cũng có tượng được thờ trong một công trình kiến trúc nối tiền điện với hậu cung, mà thuật ngữ kiến trúc dân gian gọi là ống muống gồm bốn vị là Định Quốc công Nguyễn Bặc - Tể tướng đầu triều; Đinh Điền - Ngoại giáp; Trịnh Tú - Sứ quan; Lưu Cơ - Đô hộ phủ Sĩ sứ.

Chỉ từng đó vị mà như đủ cả triều đình. Vua, Hoàng gia, quần thần làm nên quy củ nghiêm minh rõ ràng mang tính chính thống.

Đền Hạ không được thế. Hẳn là người xưa lập nơi thờ chắc cũng có ẩn ý gì! Ngoài vua Lê Đại Hành, quần thần chỉ có một ông quan thuộc loại xu phụ là Phạm Cự Lượng. Kế đó là Lê Long Đỉnh, Ngọa triều, tàn bạo, dâm dục, bất lương, nhiều tai tiếng nhất trong lịch sử, cùng bà Thái hậu Dương Vân Nga, vốn là vợ vua Đinh. Sự có mặt hai nhân vật này (Ngọa triều và Thái hậu) tại đền Lê dường như không mang thiện chí ngợi ca mà có lẽ ngược lại.

Xây dựng đền thờ vua Đinh nguy nga bề thế tại trung tâm kinh đô Trường Yên gọi là đền Thượng để tri ân vua và các bậc khai quốc công thần đã làm nên lịch sử mở đầu thời tự chủ, đồng thời lại lập đền Lê nhỏ hơn gọi là đền Hạ như là một biểu hiện so sánh thượng, hạ, cao, thấp, chân, ngụy, chính, tà.

Cũng là đền. Cũng để thờ. Nhưng một bên vua sáng tôi hiền, một bên vua gian quan nịnh. Chỉ cung cách quy mô thôi, mỗi bên một khác.

Ra khỏi đền Lê, tôi thán phục những người quy hoạch hai ngôi đền vừa có tâm vừa có tình, lại có ý. Thì ra, khen đó mà có lẽ để chê cũng đó. Phe nọ hài lòng. Phe kia không có cớ để trách. Người đời xưa xem vậy mà tinh tế thâm thúy lắm.

Đứng trên đất thôn Vĩnh Ninh, làng Đại Hữu, xã Gia Hưng nghĩ về địa thế Gia Viễn một nghìn năm trước rồi hồi tưởng lại động Bông Lau với những trai làng Việt Mường chưa phân danh tuyến, với những đàn trâu thả rừng chỉ về với con người theo thời vụ, tôi càng biết địa hình sông ngòi, khe suối, thung lũng, đồng đất hẹp giữa núi rừng bao la. Núi đá lẻ. Núi đá kết dải. Tất cả tạo nên thế như chia cắt, như ngăn chặn đối phương để chở che con em của mình. Cũng từ đây, nghĩ về địa thế Gia Viễn, Nho Quan, Thạch Thành, Tống Sơn (nay là Hà Trung), Thanh Hóa, Nghệ An, nghĩ về rừng đầu nguồn trong sự nghiệp chống bành trướng từ phương bắc, mới biết cha ông ta tuy học chưa cao, nhìn chưa xa nhưng tấm lòng trung với nước chỉ qua cung cách ứng xử với rừng đủ tỏ rõ khôn dại, thật giả, chính tà.

Mặt khác, Gia Viễn, Nho Quan vốn đã có địa lợi mà cư dân lại là con em của núi rừng sở tại, sớm tiếp thu chân lý Phật giáo có lẽ từ phái Thiền Tỳ Ni Đa Lưu Chi (Vinitaruci). Tôi nhớ vào đầu những năm sáu mươi của thế kỷ XX, Giáo sư Hà Văn Tấn đã đọc và dịch văn bia bằng chữ Phạn từ cột đá Hoa Lư, thể hiện vị trí Phật giáo ở thời kỳ này đã có tầm ảnh hưởng sâu xa trong tâm thức Đại Cồ Việt.

Đinh Bộ Lĩnh, Nguyễn Bặc, Đinh Điền, Lưu Cơ, Trịnh Tú…đứng lên cùng lớp trai làng chăn trâu từng lấy cờ lau tập trận. Người của lau sậy hẳn là người của núi rừng. Thuở đó người sở tại còn nguyên vẹn là người bản địa.

Từ suy nghĩ như thế tôi liên hệ rồi hình dung ra địa bàn các sứ quân như Ngô Xương Xí ở Khoái Châu, Phạm Bạch Hổ ở Đằng Châu (Hưng Yên), Đỗ Cảnh Thạc ở Thanh Oai, Nguyễn Siêu ở Thanh Trì (Hà Đông), Kiều Công Hãn ở Phong Châu, Kiều Thuận ở Cẩm Khê (Phú Thọ), Lý Khuê ở

Siêu Loại, Nguyễn Thủ Tiệp ở Tiên Du, Lữ Đường ở Văn Giang (Bắc Ninh), Nguyễn Khoan ở Tam Đái (Vinh Phúc), Ngô Nhật Khánh ở Đường Lâm (Sơn Tây), Trần Minh Công ở Bố Hải Khẩu (Kiến Xương, Thái Bình) như manh mún, vỡ vụn từ một cộng đồng chắp vá lỏng lẻo.

Nghìn năm bị ngoại xâm. Nghìn năm đón nhận cư dân di trú nhập tịch. Hàn gắn và chia rẽ dường như là thuộc tính của sự chắp nối chưa thuần. Bố Hải Khẩu lại thiếu hẳn chỗ dựa vào địa thế non sông. Trần Minh Công đuối sức. Đinh Bộ Lĩnh nhận sứ mệnh thay chủ tướng hàn gắn sự đổ vỡ đang diễn ra hàng ngày. Nếu chậm, hành vi xâm lăng nghìn năm lại có cơ tái diễn. Hẳn là anh con trai họ Đinh ở động Bông Lau đã nghĩ đến Ngô Xương Xí, cháu nội người khai sinh ra nền tự chủ, nhưng cũng đã nhận ra vị sứ quân này không còn đủ sức, đủ tầm làm nên một Vương triều. Quê hương, bản quán, bầu bạn đã vẫy gọi hợp với tư duy dựa vào sức mình, đất nước mình, dân tộc mình mà đứng lên. Cuộc chuyển giao giữa Trần Lãm với Đinh Bộ Lĩnh kế tiếp là chuyển quân từ Bố Hải Khẩu về động Bông Lau (Gia Viễn) vừa là tầm nhìn chiến lược vừa là vận mệnh dân tộc. Và, vào thời điểm đó, hình như các sứ quân khác chưa hội đủ ba yếu tố "thiên thời, địa lợi, nhân hòa" cho một ý tưởng đại sự mà bóng ma nghìn năm Bắc thuộc đang đè nặng thảng thốt lòng người. Họ đứng lên từ sự khủng hoảng, vỡ vụn chắp vá bởi một thời dài vừa giữ gìn văn hóa Việt vừa phải chấp nhận văn hóa Tàu. Tình trạng cát cứ như là tàn dư, như là hậu quả của nghìn năm Bắc thuộc.

Bầu ơi thương lấy bí cùng
Tuy là khác giống nhưng chung một giàn.

Sự thương khác giống chung giàn không thể bền vững bằng sự thương cùng giống chung giàn. Tình trạng các sứ quân, kể cả Trần Minh Công cũng vậy.

Diễm phúc mà cũng là vận mệnh, Trần Lãm nhìn ra Đinh Bộ Lĩnh như nhìn ra người mình, nhìn ra non sông đất nước mình. Đinh Bộ Lĩnh nhận được "vốn" từ tay chúa công, nhanh chóng kéo lực lượng về núi để tìm chỗ dựa. Bầu bạn, trai làng Hoa Lư, Gia Viễn, Nho Quan tức thì hưởng ứng. Nguyễn Bặc tiên phong trong số đó.

Núi non Gia Viễn tuy đứt nối phía trước nhưng lại gắn bó với Nho Quan phía sau. Về địa dư tự nhiên, Nho Quan là "chân sơn" của dãy núi đá Vạn Sơn được mệnh danh là "thạch thành" hùng vĩ. Vậy là Gia Viễn của Đinh Bộ Lĩnh có Nho Quan là có châu Ái, châu Hoan. Viết đến đây tôi nhớ lại cư dân Hoa Lư, Gia Viễn, Nho Quan cuối năm 1954 hình như chưa phân ranh Việt Mường rõ ràng như ngày nay. Vậy thì mười thế kỷ trước, dòng Lạc Việt tại vùng đất này còn vẹn. 11 Sứ quân kia khó có một hậu phương như thế.

Nghìn năm bị đô hộ, người Gia Viễn sớm nhận ra tâm địa TÀU. Hai mươi ba năm loạn "Thập Nhị Sứ Quân (945-967), Giao Chỉ bị xé thành mười hai mảnh. Ái Châu vẫn đứng ngoài sự biến. Bên trong Ái Châu là Hoan Châu. Thân phụ Đinh Bộ Lĩnh một thời làm quan ở đó. Vậy là hơn các sứ quân khác, Đinh Bộ Lĩnh sớm nhận ra địa thế, dân tình Hoan, Ái. Dựa vào Hoan, Ái để có sức mạnh mà khuất phục 11 Sứ quân kia chắc đã được Đinh Bộ Lĩnh, Nguyễn Bặc với những người thân tín nhất nghĩ đến.

Là một dũng tướng tài ba mưu lược, đứng bên cạnh Đinh Bộ Lĩnh, Nguyễn Bặc hẳn đã nhìn ra thế sông, thế núi để tiến công hay phòng thủ khi sức ép từ bên ngoài càng thôi thúc thì sự co giãn vào phía trong càng sớm xuất hiện. Tìm chốn an toàn trong tình thế đó là điều có thể đã diễn ra. Ái Châu với tầm nhìn hậu cứ của vị thủy tổ họ Nguyễn đã được tính đến thuở sinh thời. Hướng mở nước đồng hành với bảo tồn nòi giống gợi nên từ những bước đi ban đầu hắn thế. Kéo Gia Viễn cố hương lật sang phía sau đèo Ngọc của dải "thạch thành" để tính kế lâu dài xuất phát từ lẽ đó.

Nguyễn Bặc với tình làng nghĩa xóm, với thể lực mạnh mẽ và với khí phách cương cường trở thành "con chim đầu đàn" đứng lên vì nghĩa cả. Cư dân Gia Viễn, Nho Quan theo ông nhất tề phò Đinh Bộ Lĩnh dẹp loạn sứ quân. Đinh Bộ Lĩnh thành Vạn Thắng Vương – Đinh Tiên Hoàng Đế. Nguyễn Bặc được phong tước Định Quốc công Tể tướng đầu triều, Đinh Điền Ngoại giáp, Trịnh Tú Sứ quan, Lưu Cơ, Đô hộ phủ Sĩ sứ, Lê Hoàn, Thập đạo tướng quân quyền coi binh mã.

Anh Đinh Thiết Dũng là hậu duệ của Đinh Tiên Hoàng đế. Dạo đó có người còn cho tôi là "kẻ giữ mả vua", gặp nhau tại Hà Nội rồi dắt nhau về Hoa Lư để trao đổi sự biết của nhau chung quanh chuyện cờ lau. Mười bảy năm (951 - 968) với cuộc đấu tranh xây dựng nền nhất thống giang sơn, họ Đinh, họ Nguyễn là những viên gạch đầu tiên trong sự nghiệp vinh quang và cao cả đó. Say sưa với công trạng và có lẽ cả với người đẹp Dương Vân Nga cùng với một sự thôi thúc nào đó, Đinh Tiên Hoàng đưa con út Hạng Lang thơ ấu lên chân Thái tử. Đinh Liễn, con trai trưởng từng xông pha chiến trận thế tất phải bất bình mới sai người giết Hạng Lang. Tiếp đó Đinh Tiên Hoàng, Đinh Liễn bị Đỗ Thích giết (979). Hành vi "ăn miếng trả miếng" này thể hiện Đỗ Thích phải là người của phe Dương Vân Nga. Lê Hoàn từ khi được giao binh mã có quyền ra vào cung cấm nên "lửa gần rơm" không thuộc phái "Trung thần bất sự nhị quân" đương nhiên là chỗ dựa của Thái hậu trẻ trung xinh đẹp. Các vị khai quốc công thần trị tội Đỗ Thích, lập Đinh Tuệ lên nối ngôi, tưởng vậy là yên. Đinh ninh phò ấu chúa. "Không ăn được thì đạp đổ". Dương Vân Nga về hùa với Lê Hoàn hất Đinh Tuệ ra khỏi ngai vua. Lịch sử ca ngợi đó là nghĩa cử cao đẹp vì sự nghiệp chống xâm lăng. Tôi nghĩ Trần Trọng Kim có lý khi hạ bút viết nên hai chữ "tư thông" giữa hai người đã để lại tai tiếng trong lịch sử.

Không có sự tư thông này không thể có hành vi ngang nhiên giết vua của Đỗ Thích! "Sao rơi vào miệng" Đỗ Thích chẳng qua là chuyện che tội cho những thế lực đứng đằng sau

Đỗ Thích đấy thôi.

Đi trên đất Gia Viễn, nghĩ về hậu vận của mỗi dòng họ, nghĩ về tính chân ngụy trong cuộc đời mới nghiệm ra tạo hóa là một quan tòa công minh và luật vay trả thì thời nào cũng vẫn thế. Không ai có thể biến ngụy thành chân lâu dài trước tạo hóa. "Cái kim trong bọc rồi cũng lòi ra", huống chi chuyện động trời trong sinh hoạt xã hội.

Huyên thiên với nhau một lát, tôi nhắc anh Đinh Thiết Dũng xuống thị xã Ninh Bình (nay đã là thành phố) về Sở cất xe đạp rồi hai anh em thả bộ lang thang ra Non Nước, Khôi Hạc chơi.

Anh Dũng khẳng định như đinh đóng cột "làm gì còn Khôi Hạc" và nói tiếp:

"Khôi Hạc bị xóa trong phong trào toàn dân theo ông lớn tập thể dục và cổ xúy tinh thần thể thao đồng thời khai thác vật liệu xây dựng. Núi Khôi Hạc bay theo tiếng mìn và khói bụi từ thời đó! Sân đá bóng Ninh Bình hả hê thế chỗ núi Khôi Hạc theo tinh thần "thể dục" của Nguyễn Công Hoan.

Tôi kêu lên: Trời đất ơi! Ninh Bình vô vàn núi đá vôi sao lại nhè một thắng cảnh đã làm nên "tam đa" mà phá.

Mê chuyên gia ngoại mà. Anh Dũng giải thích ngắn gọn.

Còn núi Cánh Diều – Ngọc Mỹ Nhân thì hai chân bị chặt đến quá đầu gối rồi. Ai bảo đã nằm ngửa lại đạp ra hướng bắc như thể đạp vào mặt láng giềng mà "đại thi hào" xứ Huế nhà ông đã viết *Bên ni biên giới là mình. Bên kia biên giới cũng tình quê hương*". Cũng tình quê hương thì người ta có quyền dọc ngang chỉ bảo, dọc ngang tung hoành. Chuyên gia của mối tình hữu nghị vĩ đại "núi liền núi, sông liền sông, chung một biển đông, chung tình hữu nghị" bày vẽ cho ta cả đó!

Cất xe và hành lý xong, hai anh em tôi lang thang ra ngã ba (giao điểm đường 1A với đường 10 đi Nam Định) ghé vào một quán nhỏ ven đường uống nước chè chén. Quán nhỏ che tạm bằng một tấm ny-lông, khách không đông nhưng có vẻ rôm rả vì đang bình phẩm cột ống khói bằng gạch đỏ cao ngông nghênh đứng bên phía đông ngã ba này. Loáng thoáng nghe câu được câu mất tôi tưởng họ đang xầm xì về một lò gạch nào đó nằm không đúng chỗ, hóa ra không phải.

Anh Dũng giải thích:

-Họ đang nói về cái "ống khói nhà máy bụi".

-"Nhà máy bụi!" Tôi ngờ vực nhắc lại.

Anh Dũng nói liền:

-Từ lúc có cái ống khỏi đó thị xã Ninh Bình mỗi ngày được hứng hàng trăm tấn bụi nên mới có tên gọi như thế! Chuyên gia mang "tình hữu nghị vĩ đại" từ "bên kia biên giới" sang giúp ta. Ông còn nhớ nhà máy phốt phát Lâm Thao không? Nơi ban phát ung thư từ đầu nguồn. Tâm địa ông anh của ta như vậy đó.

Thì ra là nhà máy nhiệt điện, công trình ra đời do Trung Quốc viện trợ không hoàn lại để giúp Việt Nam "hiện đại hóa", "công nghiệp hóa" gấp rút bỏ qua thời kỳ quá độ mà tiến nhanh tiến mạnh đến đại đồng. Từ đó, người Ninh Bình quen gọi "nhà máy bụi". Cũng có người lại gọi là "Lò khải hoàn hỏa táng than". Vì nghe nói 2kg than được 0,5 kw điện.

Bụi là tai họa tày đình đã đành. Điều mà người Ninh Bình và quan khách thập phương không chỉ tức mắt mà còn cảm thấy nhục là cái ống khói mang biểu tượng dương vật kia lại đứng ngay vị trí mà mọi người đều nhận thấy là vùng nhạy cảm của Ngọc Mỹ Nhân.

"Yểm. Thâm Nho"! Người ta viện trợ. Người ta có

quyền quyết định chỗ đứng của nó. Không bằng lòng thì khỏi nhận. Mình thèm công nghiệp hóa thì giá nào cũng xong.

Ai đó trong quán nước phán cộc lốc một cặp từ đã thuộc về ngôn ngữ dân gian mà mọi người Việt đều biết. Nhà máy bụi. Cái ống khói làm hình tượng linga ngất nghểu đứng giữa thành phố Ninh Bình. Càng trông càng thấy xót xa.

Ninh Bình mấy chục năm về trước không ngông nghênh như thế!

Đứng giữa ngã ba trung tâm thị xã Ninh Bình nhìn "nàng mỹ nữ" đôi bàn chân một thời ngón chỉ thẳng lên trời không còn. "Tàn mà không phế". Ngôn ngữ nước mình quả là đắc nhân tâm. Đôi chân người đẹp bị tiện đứt quá đầu gối, mái tóc thề thời trẻ không còn, bởi cần đá nung vôi, bộ ngực nõn nà ngày trước đã trở thành đài quan sát của bộ đội thông tin lố nhố ăng ten mà khuôn mặt thanh tân thuở nào cũng đã biến dạng khi sống mũi không còn nguyên vẹn và thẳng như mũi nàng hoa hậu xứ Tây (ngày trước). Quả là "hồng ngâm đưa cho vượn vọc" bất giác tôi nhớ lại một câu ngạn ngữ dân gian. Thời Tây chiếm nước ta xấu gì thì xấu nhưng di sản văn hóa thiên tạo và nhân tạo rất được bảo tồn. Thời ta được đồng chí Tàu bày vẽ, phá mọi thứ di sản văn hóa và thiên nhiên nhanh như chớp.

Thế đó! Tàu phá theo kiểu Tàu. Ta phá theo kiểu ta. Thắng cảnh trong tay người mù là vậy. "Tam sơn, tam đa" Ninh Bình nổi tiếng một thời chỉ còn lại Dục Thúy Sơn như chỉ còn lại một mình ông "thọ" mà "lộc" đã bay còn "phước" thì vô phước.

Ống khói cao vừa thải bụi vừa ngang nhiên giữa quê hương Trương Hán Siêu. Thật nhục!

Tạm biệt Gia Viễn. Tạm biệt Ninh Bình. Tạm biệt quê hương Vạn Thắng Vương - Đinh Tiên Hoàng và Định Quốc công - Nguyễn Bặc, trước khi lên tàu, tôi đặt một bàn tay từng làm kiệu thuở thiếu thời, lên vai anh Dũng để ngỏ lời chào tạm biệt con người rất đỗi tự hào về Kinh đô Hoa Lư.

Hẹn gặp lại!

Về Huế khoảng nửa tháng sau, tôi nhận được thư anh Đinh Thiết Dũng. Trong thư anh có chép tặng tôi bài thơ "Dục Thúy Sơn Khắc Thạch" của Thăng Phủ - Trương Hán Siêu, khắc trên đỉnh Non Nước. Nội dung nhu sau:

Sơn sắc chính y y,
Du nhân hồ bất quy.
Trung lưu quang tháp ảnh,
Thượng giới khải nham phì.
Phù thế như kim biệt,
Nhàn thân ngô tạc phi.
Ngũ hồ thiên địa khoát,
Hảo phóng điếu ngư ki.
(Trương Hán Siêu ????...1354)

Tôi không rành chữ Hán, nên đã nhờ bác Nguyễn Nhuận Đức, nhà Nho xứ Huế giải nghĩa cho. Do Hán tự phiên âm ra quốc ngữ, thiếu văn bản gốc, bác Đức không nhận dạng được mặt chữ nguyên bản đành phải đoán đại khái. Vì vậy tôi chỉ hiểu lõm bõm nội dung rồi mượn luật thơ Đường chuyển thành bài thất ngôn bát cú cũng đại khái như sau:

Núi non quyến luyến khắp gần xa
Du khách đã đi khó lại mà.
Bóng tháp giữa dòng trôi lóng lánh,
Cửa Thiền hang đá mở vào ra.
Giá như từ biệt ngay phù thế
Thân chắc nhàn hơn thuở đã qua.
Hồ rộng trời mây non nước rộng.
Tìm nơi câu cá giữa bao la.
(Mai Khắc Ứng)

Đã xa rồi cái thời năng nổ ấy, uể oải bước sang ngưỡng "bát tuần", con lôi sang xứ lạnh này trốn nóng, dưỡng già. Thời gian rỗi rãi, tôi lang thang tìm một chỗ ngồi câu bên bờ sông Saint - Laurent êm đềm với những cánh buồm trắng như bầy cò trên đồng lúa làng tôi ngày trước, để ôn lại chuyện đời, có lúc như còn văng vẳng mấy tiếng "Hẹn gặp lại" của người đã dẫn tôi đi thăm quê hương lớp trai làng "Một Thuở Cờ Lau", thăm nơi sinh thành Định Quốc Công Nguyễn Bặc.

Gia Viễn xa vời phía bên kia đại dương như vẫn còn vang lên tiếng gọi.

MAI KHẮC ỨNG

Gia Miêu Ngoại Trang,
Cuộc Đất Tiềm Long

Nguyên miếu Triệu Tường
(ảnh: Internet)

Gia Miêu Ngoại Trang nay thuộc xã Hà Long, huyện Hà Trung, tỉnh Thanh Hóa, đông giáp Thị xã Bỉm Sơn, tây giáp huyện Thạch Thành, nam giáp xã Hà Giang, bắc giáp tỉnh Ninh Bình.

Đã có người giải rằng: Gia Miêu là lúa tốt.

Biết vậy.

Thời còn mặc áo lính, vài lần vác gạo, vài lần kiếm củi, tôi có qua địa phận Gia Miêu Ngoại Trang nên trong ký ức còn đọng lại một vùng làng mạc "chân sơn" có đền miếu uy nghi trầm mặc giữa những rừng cây cổ thụ sầm uất với từng ruộng lúa, nương sắn, vạt mía, vồng khoai, đan xen như thể bát cơm độn thường ngày.

Ấy là ký ức.

Bởi vậy khi nghe được lời giảng của Võ Kỳ Điền (Võ Tấn Phước): Gia Miêu là mầm mống sung mãn, tốt đẹp, nòi giống thịnh vượng, vững bền.

Tôi nghiêng ngay về lẽ này.

Điều tôi muốn biết thêm là địa danh Gia Miêu xuất hiện vào thời điểm nào là có lý. Tuy có lý chắc chi đã nhằm. Nhưng tự mình vẽ chuyện để bênh vực mình như là một cớ trấn an. Trước hết tôi nghĩ rằng Gia Miêu Ngoại Trang từ Gia Viễn mà nên, bởi Gia Viễn mà thành. Vì hiện thời:

Gia Viễn có mộ Định Quốc Công.
Gia Miêu Ngoại Trang cũng có mộ Định Quốc Công.
Gia Viễn có địa danh Thiên Tôn Sơn.
Gia Miêu Ngoại Trang cũng có địa danh Thiên Tôn Sơn.
Chẳng lẽ trùng hợp ngẫu nhiên.

17 năm (951- 968) dẹp loạn Sứ quân, Gia Viễn hẳn phải dựa vào Hoan, Ái. Dựa vào Hoan, Ái trước tiên là dựa vào Tống Sơn. Tống Sơn nay là Hà Trung nằm sau đèo Ngọc (phía tây), đèo Ba Dội (phía đông) có lẽ đã là hậu cứ làm nên sức mạnh Hoa Lư. Hậu cứ là hậu phương. Phía ngoài là tiền tuyến. Hơn các Sứ quân kia, Đinh Bộ Lĩnh người Gia Viễn lại biết rõ châu Ái, châu Hoan nên sớm tìm chỗ dựa từ phía sau. Với cương vị là thủ lĩnh, Đinh Bộ Lĩnh cầm quân tất nhiên phải đứng mũi chịu sào quán xuyến lo toan mặt trước để kịp thời ứng phó. Phía sau hắn thuộc về người bạn tâm phúc, tin cậy nhất của mình. Nguyễn Bặc của Gia Viễn. Nguyễn Bặc của Gia Miêu. Tôi nghĩ con người này chính là cánh tay nối dài Hoa Lư vào Hoan, Ái. Hậu cứ Tống Sơn thuở đó, Châu Ái, châu Hoan thuở đó hẳn là do Nguyễn Bặc mà nên. Không có Tống Sơn là không có Hoan, Ái. Hoa Lư cô thế khó mà nên công. 11 Sứ quân khác chiếm lĩnh các địa bàn Phú Thọ,

Sơn Tây, Hà Đông, Bắc Ninh, Hưng Yên, Hải Dương, Nam Định (ngày nay)... thiếu hẳn một hậu phương hùng hậu vừa có địa lợi vừa có nhân hòa như thế. Chưa xa gì cho lắm, mới 60 năm trước đây thôi, tôi từ Hà Tĩnh tham gia chiến dịch Điện Biên Phủ, một đêm Hát Lót giữa rừng già Tây Bắc, gặp dân công bộ, gặp dân công xe đạp thồ ùn ùn từ Thanh Hóa lên. Với tôi, nước mắm cô thấm răng và thuốc lào say lư tử còn ngấm đến tận bây giờ đều từ Thanh Hóa mà có. Mới biết không được hậu phương đồng lòng, tiền phương lấy đâu sức bền mà đánh giặc.

Tống Sơn, Hoan, Ái với Hoa Lư chắc cũng đã từng đồng lòng như thế.

Nguyễn Bặc trở thành Tể tướng đứng thứ hai sau Đinh Tiên Hoàng, được tôn phong là Định Quốc công phải là người có đóng góp xứng đáng làm nên sức mạnh Hoa Lư. Công định quốc đâu phải là nhỏ. Không có châu Ái châu Hoan, Hoa Lư không thể giành thắng lợi.

Đinh Bộ Lĩnh làm vua thành Đinh Tiên Hoàng. Lê Hoàn giữ chân Thập đạo Tướng quân quyền ra vào cung cấm, có cớ cho "lửa gần rơm" mới "tư thông" (từ dùng của Trần Trọng Kim) với Thái hậu Dương Vân Nga rồi gạt Đinh Tuệ, cướp công vua Đinh. Các vị công thần khai quốc Vương triều Đinh hẳn biết ai đứng phía sau Đỗ Thích nên đã bỏ Hoa Lư tìm phương cứu ấu chúa. Dịp này Định Quốc công Nguyễn Bặc chắc nghĩ đến hậu cứ bên trong dãy Vạn Sơn nên đã vào đây tính chuyện phò Đinh. Căn cứ dấy nghĩa của Định Quốc công nằm sau dãy Vạn Sơn là nằm trên lãnh thổ thuộc cực bắc Tống Sơn tức Hà Trung ngày nay, về sau trở thành nơi cư trú của gia đình ông. Gia Miêu Ngoại Trang từ đó mà nên địa danh chăng? Ấy là lý thứ nhất.

Nguyễn Bặc thất thế bị Lê Hoàn giết. Đại sự không thành. Hoa Lư – Gia Viễn sang tay Tiền Lê. Thân nhân các gia đình trung quân không còn chỗ dung thân buộc phải rời khỏi Hoa Lư tìm nơi lánh nạn. Lịch sử nước ta thường lặp lại điều này. Kẻ thắng thừa thế luận tội người thua. Người thua bỏ của chạy mà lánh nạn. Khoảnh khắc đó Gia Viễn, Nho Quan, Gia Miêu đang là chiến địa. Thân nhân Nguyễn Bặc, Đinh Điền ... không còn hướng thoát nào hay hơn là tìm bóng "bồ đề" mà mai danh ẩn tích. Anh em Nguyễn Đê, Nguyễn Viễn đã luống tuổi không dễ thay tên đổi họ. Nhưng con em những người này trở thành chú "tiểu" nhỏ không mấy khó khăn.

Cuối năm 1954, tôi đã từng tá túc tại một vài nhà vùng gò đồi thuộc địa bàn Yên Định phía dưới/bên trong Gia Miêu Ngoại Trang. Khác với Thạch Thành là địa danh trời ban theo hình thế núi đá cao mà dài như một dải trường thành, Yên Định có lẽ lại do tình thế, do hoài bão con người mà nên tên. Yên rồi mới định. Con cháu Định Quốc công chắc cũng từng xoay xở để được an cư trên vùng đất mới. Cha chú vì việc nghĩa mà bị hại. Con cháu lẽ nào bó gối ngồi yên u ám nhìn trời nơi góc rừng xó núi.

Thuở đó Phật giáo là quốc đạo. Các vị Thiền sư là quân sư. Quân sư cho vương triều và quân sư cả cho từng gia đình công thần khai quốc thông đồng mộ đạo. Thiền sư Vạn Hạnh được biết đến là người họ Nguyễn làng Cổ Pháp. Ấy là sự biết theo sách vở về sau. Bởi Thiền sư Vạn Hạnh Trụ trì chùa Lục Tổ. Chùa Lục Tổ thuộc làng Cổ Pháp. Chùa ở làng chắc chi sư trụ trì cũng là người của làng. Nhưng như vậy lại hóa hay. Thiền sư Vạn Hạnh là người nhà chùa, của công chúng, không của riêng ai. Mà thói đời kẻ phù thịnh bao giờ cũng lắm. Phù suy chẳng được mấy người. Đã là Thiền sư thì bao dung, vị tha, nhân ái, vô tư, thương người hoạn nạn không tính lẽ thịnh, suy. Một vị Thiền sư có đức có tài đương nhiên là một vị chân tu. Một vị chân tu chính là một đấng chân nhân. Bản chất và hành vi của một vương triều, thời cuộc và tình thế xã hội như là dữ liệu gom vào tri thức của các đấng chân nhân tạo thành các đấng tiên tri. Vạn Hạnh Thiền sư thuộc tầng người hiếm hoi đó. Ông là họ Nguyễn. Ông là chân tu. Lẽ phải trái ông rành. Đúng sai ông biết. Cổ xúy, bênh vực, nuôi dưỡng dòng giống trung quân ái quốc thuộc về nhân tâm, thuộc về phận sự.

Con cháu Định Quốc công có người thay tên, đổi họ rồi tìm chùa Lục Tổ của Vạn Hạnh Thiền sư mà đến là tìm thầy để vấn kế, tìm ánh sáng làm nguồn an ủi, tìm chốn dung thân để chờ thời. Hơn ai hết, Vạn Hạnh Thiền sư thấu hiểu thế cuộc với lẽ đúng sai, chánh tà trong triều ngoài quận sẵn sàng cưu mang che chở người hiền giữa cảnh đảo điên. Duyên và nghiệp từ đó mà nên.

Thế rồi, qua ba chặng Thiên Phúc (980-988), Hưng Thống (988-993), Ứng Thiên (993-1005) Lê Đại Hành như thể băn khoăn, như thể bối rối, như thể day dứt không yên, nhắm mắt xuôi tay là loạn. Loạn bởi sự bất minh, con cái của vị vua này xâu xé lẫn nhau để giành giật ngai vàng. Suốt 7 tháng ròng quyết liệt như thể "đời cha ăn mặn, đời con khát nước". Phe này bênh anh. Phái nọ giúp em. Người của chùa Lục Tổ lẽ nào không tham dự vào biến cố nóng bỏng của sự mất còn để cổ xúy bên nọ hoặc phò tá bên kia. Lê Long Đĩnh giết được Lê Long Việt độc chiếm ngôi vua. Ấy là chuyện nội bộ nhà Tiền Lê. Lý Công Uẩn là con cầu tự lại được Thiền sư Lý Khánh Vân đỡ đầu dường như không thuộc phe nào, họ nào trong số thất hùng dẹp loạn Sứ quân. Nhân dịp này, những người đã có công giúp Lê Long Đĩnh chắc được trọng dụng.

Để dẹp yên 11 Sứ quân mà làm nên Đại Cồ Việt ngoài Đinh, Lê còn có Nguyễn, còn có Trịnh, Phạm, còn có Lưu, Đào. Đinh có công dẹp loạn sứ quân. Lê có công chống Tống. Chỉ thế thôi đã là hai phe rồi. Nhưng Đinh hay Lê hầu như đã cạn nguồn thừa kế. Nguyễn, Trịnh, Phạm, Lưu, Đào kẻ chống phe nọ, người phò phe kia chẳng ai chịu nhường ai. Điều đáng cho ta suy ngẫm hôm nay là một kẻ tàn ác lại thiếu nhân cách như Lê Long Đĩnh vẫn được ngồi yên trên ngai vàng 5 năm. Cho hay thế lực của các phe phái phò Đinh, phò Lê, phò mình đều tạm thời lấy đó làm lẽ cân bằng. Nhờ thế giữa sự chông chênh Lê Long Đỉnh vẫn giữ ngôi vua, nhưng tất nhiên phải có lúc nghiêng ngả.

Cục diện triều chính rối ren đó hình như Vạn Hạnh Thiền sư đã đoán trước, đã tiên lượng được và chuẩn bị khá chu toàn để khi thời cơ đến, "cờ vào tay là phất".

Lê Long Đỉnh hấp hối. Ngôi vua lắm kẻ nhìn. Khi đó Lý Công Uẩn đã giữ chức Tả Thân vệ Điện tiền Chỉ huy sứ lại là người nhà chùa dễ làm trung gian hòa giải nên nhanh chóng trở thành ngọn cờ tập hợp. Đã thế, bên cạnh Lý Công Uẩn lại có Hữu Thân vệ Điện tiền Chỉ huy sứ Nguyễn Đê, mà ai cũng biết là con trai trưởng của Định Quốc công Nguyễn Bặc uy thế hơn người, nổi lên như một đấng trung quân gợi lại thời hào hùng dẹp loạn sứ quân. Đào Cam Mộc với con cháu những người từng là chiến hữu của Định Quốc công nghiễm nhiên đứng về phía Nguyễn Đê cùng tôn phò Lý Công Uẩn làm nên thế áp đảo. Các phe phái khác tự thấy sự non yếu đều bị khuất phục.

Không tiên lượng trước, nhất là không có sự chuẩn bị tinh tế kín đáo làm sao nhịp nhàng đến vậy. Vạn Hạnh Thiền sư hình như là tác giả thiết kế, quy hoạch và đạo diễn kịch bản này.

1.004 năm đã qua, năm suông nghĩ lại xem Lý Công Uẩn từ nguồn nào mà nên. Theo sự tích, mẹ Lý Công Uẩn là người họ Phạm, nhân một hôm viếng chùa Tiêu Sơn nằm mộng gặp thần nhân, về nhà thụ thai sinh hạ một bé trai khôi ngô tuấn tú, 3 tuổi đem đến chùa Cổ Pháp làm con nuôi Thiền sư Lý Khánh Vân nên mới có tên là Lý Công Uẩn. Cổ Pháp là làng Dịch Bảng tức Đình Bảng, huyện Từ Sơn, tỉnh Bắc Ninh ngày nay. Năm 1010 Lý Công Uẩn lên ngôi đã 35 tuổi. 3 tuổi làm con nuôi có nghĩa là 32 năm trước, chùa Cổ Pháp vừa giao cho Vạn Hạnh Thiền sư thừa kế trụ trì sau khi Ngài Thiền Ông Đạo Giả viên tịch (977). Thiền sư Lý Khánh Vân chưa bao giờ làm giám tự chùa này. Mà trong lịch sử Thiền sư Việt Nam, trước và sau Lý Khánh Vân dường như không có bóng dáng truyền thừa cho dù ông được ghi nhận cùng hệ phái Tỳ Ni Đa Lưu Chi (Vinitaruci) với Thiền sư Vạn Hạnh. Vả lại, làng Cổ Pháp lúc đó cũng chưa có họ Lý. Vậy nên, Lý Công Uẩn và Thiền sư Lý Khánh Vân như thể là sự sáng tạo của Vạn Hạnh Thiền sư để dung hòa trong bối cảnh tranh chấp bởi nhiều thế lực còn rơi rớt mầm mống cát cứ. Vạn Hạnh Thiền sư có lẽ đã nghĩ đến Đinh, Lê, Nguyễn, Trịnh, Phạm, Lưu, Đào tiềm tàng từ Thập nhị sứ quân đang hiện diện trong thế tương quan lúc đó. Xuất phát từ một khát vọng như đại hạn mong mưa ngay sau khi Lê Hoàn cướp ngôi Vệ vương Đinh Tuệ. Bởi vậy một người mang tên Khánh Vân (mây vui) sớm xuất hiện. "Mây vui" là mây tích mưa, niềm mơ ước của ngày nắng hạn. Lý Công Uẩn xuất phát từ Lý Khánh Vân như hạt mưa từ áng "mây vui" làm mát mặt mọi người vậy. Bởi, nếu Lý Công Uẩn chỉ là một đứa con hoang không tông tích, không uy thế, khó có vây cánh làm ngọn cờ tập hợp. Từ đó suy ra để được nhận ngôi vua, Lý Công Uẩn phải là người có nguồn gốc xuất thân không thế gia vọng tộc thì cũng là con cháu công thần từng có công dẹp loạn Sứ quân hay chống Tống thuở bấy giờ. Đã có khi vương vấn trong tôi, biết đâu người đóng vai Lý Khánh Vân lại chính là Nguyễn Đê (con trai Nguyễn Bặc) từ ngày đầu "bán thế xuất gia" đã mang theo con nhỏ cùng lánh nạn để mai danh ẩn tích tại chùa Lục Tổ của Vạn Hạnh Thiền sư.

Những điều như thế hình như Đỗ Ngân (một loại Đỗ Thích) nhận ra vai trò của vị Thiền sư họ Nguyễn, nên nhiều lần muốn sắm vai thích khách. Có lẽ từ thực tế rối ren thù hận qua các biến cố Đinh Liễn giết Hạng Lang, Đỗ Thích giết Đinh Tiên Hoàng cùng Đinh Liễn như "ăn miếng trả miếng", Vạn Hạnh Thiền sư đã tiên liệu đề phòng. Qua bài thơ gửi cho Đỗ Ngân, Ngài đã thẳng thắn vạch mặt chỉ trán và khuyên ông ta hãy làm điều lành tránh điều dữ để khỏi hối hận về sau. Đỗ Ngân chột dạ lại tự thấy thất thế nên không dám làm càn. Và lại, thế lực phò Tiền Lê sau cái chết của Lê Long Việt dường như đã đuối, nếu không muốn nói là đang tan rã.

Thổ mộc tương sinh cấn dữ câm (kim)
Vân hà mưu ngã uẩn linh khâm
Đương thời ngã khẩu thu tâm tuyệt
Chân chỉ vị lai bất hận tâm.
(Thích Thanh Từ, Thiền Sư Việt Nam)

Đe nẹt Đỗ Ngân cũng có nghĩa là dẹp được các đối thủ thù địch. Lý Công Uẩn thênh thang lên ngôi. Vạn Hạnh Thiền sư lại có thơ chiêu an ban bố khắp vương quốc càng chứng tỏ vai trò và vị thế của Ngài trong biến cố lịch sử chuyển Tiền Lê sang Lý đầu thế kỷ XI.

Tật Lê trầm bắc thủy
Lý tử thụ phương nam
Tứ phương can qua tịnh
Bát biểu hạ bình an.
(như trên)

Bản thông báo với nội dung chiêu an mà Vạn Hạnh Thiền sư cho ban bố ngay sau khi Lê Long Đỉnh chết chấm dứt Vương triều Tiền Lê và Lý Công Uẩn bước vào ngai vàng, có cớ cho ta suy diễn minh định địa thế xuất thân của vị vua khai sáng vương triều Lý.

Lê Long Đỉnh chết tại Hoa Lư là "trầm bắc thủy". "Lý tử thụ phương nam" lên ngôi. Phương nam với Hoa Lư rõ ràng không phải là Cổ Pháp. Không phải là Tiêu Sơn. Vả lại, sự hiện diện để phò tá Lý Công Uẩn của Nguyễn Đê, của Đào Cam Mộc trong giờ phút lịch sử hi hữu đó, cọng với sự vận động cổ xúy của Vạn Hạnh Thiền sư cho tôi suy luận rằng "phương nam" nhìn từ Hoa Lư ở về phía Gia Miêu Ngoại Trang.

Xem ra, 24 năm mai phục dưới triều Lê Đại Hành mới có 5 năm Lê Long Đỉnh. Không tiên liệu, không chuẩn bị, không dự phòng khó có một người họ Lý xuất hiện vào thời cơ thích hợp nhất. Bởi đưa một người của họ Nguyễn vào ngôi vua lúc đó chắc gì đã yên. Đinh, Lê, Trịnh, Phạm, Lưu, Đào ai cũng tự cho mình đáng ngồi vào vị thế đó. Lý làm nên lẽ trung dung. Lý là hợp lý nhất.

(Vào năm 1237, Trần Thủ Độ bắt tất cả mọi người họ Lý đều đổi thành họ Nguyễn, biết đâu lại trả về nguồn gốc)

Chuyện xưa theo nhà nghiên cứu lão thành Bùi Văn Nguyên với công trình "Việt Nam Và Cội Nguồn Trăm Họ" đã xác nhận tên thật của Trưng Trắc là Nguyễn Thị Lý, Trưng Nhị là Nguyễn Thị Huệ. Hai chị em song sinh người họ Nguyễn đã mở đầu trang sử chống kẻ thù truyền kiếp phương bắc. Vạn Hạnh Thiền sư từng là mưu sĩ của Lê Đại Hành trong sự nghiếp chống Tống hẳn đã biết rõ điều này. Nguyễn Thị Lý phải chăng đã gieo vào tâm thức vị Thiền sư đang đứng mũi chịu sào về vận mệnh dân tộc trước lịch sử chống ngoại xâm một lẽ "Nguyễn Lý nhất nguyên". Nguyễn xuất thân từ Gia Miêu. Lý thành thân từ Cổ Pháp. Lý Công Uẩn là công trình, là tác phẩm sáng tạo của Vạn Hạnh Thiền sư xuất phát bởi bối cảnh xã hội sau nghìn năm bắc thuộc mà trực tiếp là sau loạn Thập Nhị Sứ Quân cần nhanh chóng ổn định để kịp thời đương đầu với quân Tống xâm lăng chăng?

Một điều để suy nghĩ cho hôm nay là sau khi nhận ngôi vua, Lý Công Uẩn bỏ Hoa Lư là bỏ ngay nơi đã gây nên nỗi oan khuất đối với các vị công thần khai quốc, trong đó có Nguyễn Bặc cùng gia đình ông, để ra Đại La mà xóa sản phẩm của nghìn năm bị đô hộ. Thăng Long theo "điềm rồng vàng xuất hiện" chính là Thiên tử lên ngôi. Thiên tử lên ngôi diễn giải quẻ đại thành của Kinh Dịch là "Phi long tại thiên". "Phi long tại thiên" trên đất đã từng là Đại La thì "Hiện long tại điền" hẳn là Cổ Pháp. Cho nên "Tiềm long vật dụng" có lẽ vị vua đầu triều Lý mà cũng có thể vị quân sư của Vương triều Lý dành để gán cho vùng đất mà những người con, người cháu của Định Quốc công ôm chí đền nợ nước, báo thù nhà thay tên đổi họ từ đó ra đi. Ấy là lý thứ hai về thời điểm và lý do xuất hiện địa danh lịch sử Gia Miêu Ngoại Trang mà tôi tự hỏi tôi và tôi tự trả lời tôi. Nếu suy diễn này gần với lịch sử thì Gia Miêu Ngoại Trang quả là cuộc đất "Tiềm long vật dụng" kép của Vương triều Lý và Vương triều Nguyễn.

Từ suy luận như thế, tôi đinh ninh rằng Lý không từ Nguyễn mà ra thì cũng từ Nguyễn mà nên. Gia Miêu không từ Nguyễn mà sinh thì cũng từ Lý mà thành. Với tôi, "Nguyễn Lý nhất nguyên" đã làm nên Gia Miêu Ngoại Trang vậy.

Những ngày về già nằm khàn nghĩ lại mọi diễn biến từ Đinh sang Tiền Lê, sang Lý có điều gì đó như lẽ đời bằng các cuộc đấu tranh phe phái, chính, tà thầm lặng nhưng quyết liệt của thời kỳ đầu khôi phục nền tự chủ dân tộc sau nghìn năm bị người Hán đô hộ, éo le và gian nan biết nhường nào. Từ thực tế mất còn thuở đó như thể gieo vào tâm trí Vạn Hạnh Thiền sư rồi hun đúc nên bài kệ bất hủ trước giờ Ngài viên tịch, năm 1018:

Thân như điện ảnh hữu hoàn vô
Vạn mộc Xuân vinh Thu hựu khô.
Nhậm vận thịnh suy vô bố úy
Thịnh suy như lộ thảo đầu phô.
(Thích Thanh Từ, Thiền Sư Việt Nam)

Nhờ người khai canh mát tay, Thiên Tôn Sơn hậu cứ thành Thiên Tôn Sơn định cư rồi với lời nguyền lập thân từ buổi đầu nối nghiệp, Gia Miêu Ngoại Trang tự khẳng định mình trở thành cái nôi của lòng trung nghĩa.

Nguyễn Bặc với Đinh Tiên Hoàng. Nguyễn Đê với Lý Thái Tổ. Nguyễn Quang Lợi với Lý Thái Tông, Nguyễn Viễn cùng Lý Thường Kiệt làm nên chiến công Như Nguyệt trong sự nghiệp chống Tống năm 1076. Nguyễn Dương, Nguyễn Quốc với Lý Anh Tông. Nguyễn Khoái cùng Trần Nhật Duật, Trần Quốc Toản làm nên chiến công Hàm Tử Quan cuối thế kỷ XIII. Sang đầu thế kỷ XV Nguyễn Gia Miêu và Nguyễn ngoài Gia Miêu đã có mặt tại Lam Sơn từ những ngày đầu dấy nghĩa. Nguyễn Công Duẫn, Nguyễn Trãi, Nguyễn Xí, Nguyễn Chích trong hàng ngũ các công thần khai quốc đầu thời Lê Thái Tổ không chỉ làm rạng danh Gia Miêu mà còn làm rạng danh Nguyễn trên toàn cõi non sông.

Viết như thế không ít người sẽ cho tôi "thấy sang bắt quàng làm họ". Có thể như thế và cũng có thể không như thế. Bởi Nguyễn của Vân Lôi, Nguyễn của Gia Viễn, Nguyễn của Gia Miêu, Nguyễn của châu Ái, châu Hoan cuối thiên niên kỷ thứ nhất là Nguyễn Việt Mường, Nguyễn bản địa của con Lạc cháu Hồng. Nếu như Nguyễn Gia của Bắc Ninh từ Nguyễn Gia Miêu mà ra thì Nguyễn Trãi của Chí Linh, Nhị Khê cũng có thể từ Nguyễn Gia Viễn mà nên. Lý sự như thế bởi sau khi đọc bài thơ "Hoàng Giang Dạ Vũ" của Nguyễn Phi Khanh, tôi cứ ngờ ngợ có điều gì đó như vương vấn cố hương. Bởi Hoàng Giang là một dòng sông nhỏ của riêng Gia Viễn không thuộc hàng trường giang để tao nhân mặc khách viễn du. Thơ của Nguyễn Phi Khanh viết tại Hoàng Giang như viết tại quê nhà vậy.

Hoàng Giang Dạ Vũ

Liễu phố tam thu vũ,
Quân bồng bán dạ thanh.
Cô đăng minh hựu diệt,
Hồ hải thập niên tình.
(Hợp Tuyển Thơ Văn, Tập II)

Mười năm xa cách nay mới về cố hương chăng?

Chí Linh, Nhị Khê từ Gia Viễn mà nên chăng?

Thế đấy. Suy diễn là vô cớ. Vô cớ nên suy diễn. Cuộc đời đã không bất biến thì chuyện đổi thay di dời nơi cư trú là mặc nhiên. Thanh Oai, Gia Viễn, Vĩnh Bảo, Bắc Ninh, Hải Dương. Nghi Xuân, Nghi Lộc và rất nhiều nơi khác trên lãnh thổ Việt Nam có Nguyễn không cứ gì Gia Miêu. Thậm chí Trần thành Nguyễn bởi Hồ Quý Ly. Nguyễn phải chuyển sang Lý, sang Lê, sang Phạm ... sau ngày Nguyễn Trãi bị nạn do sự bày vẽ của thế lực ngoại xâm năm vùng trả thù người có công lẫy lừng trên đất Lam Sơn. Nghiệm ra trong lịch sử nước ta hễ sau một lần quân xâm lược bị đại bại thì tướng tài có công của phía thắng gặp nạn liền. Đến như vua Quang Trung, sau võ công Đống Đa năm Kỷ Dậu, có tin đồn chỉ một lần mặc áo lông vua Càn Long nhà Mãn Thanh tặng là xây xẩm mày mặt, triều đình không kịp cứu. Giặc thua trên chiến trường. Tướng tài ta mất sau ngày khải hoàn dường như đã thành duộc.

Tướng Hoàng Đan. Tôi nghĩ về ông nhiều lắm!

Tháng 5 năm Ất Tỵ (1545), trên đường tiến quân đánh Mạc, Nguyễn Kim bị đầu độc, Trịnh Kiểm không thừa thắng mà quay về tạo cớ giết Nguyễn Uông, người con xứng đáng thừa kế cha, Nguyễn Hoàng khó tránh tai họa. Biết Trịnh Kiểm đang tìm kiếm ngôi vua, Nguyễn Bỉnh Khiêm bóng gió với gia bộc của mình cốt để cho người tâm phúc của Trịnh nghe. *"Năm nay mất mùa, thóc giống không tốt, chúng mày nên tìm giống cũ mà gieo mạ"* và *"Giữ chùa thờ Phật thì ăn oản"*.

Nhờ vậy, Trịnh Kiểm tạm nguôi cơn nôn nóng. Nguyễn Hoàng thoát hiểm được đẩy vào "Ô châu ác địa" với "trấn tiết" Trấn thủ Thuận Hóa.

Thanh thản mà suy. Người họ Nguyễn đã cứu nhau trước mắt đối thủ vậy.

Vào được Ái Tử (Quảng Trị) Nguyễn Hoàng có cơ

may bảo toàn tính mạng để tìm cơ giành lại danh giá Gia Miêu. Hệ Nguyễn Phúc ra đời bởi sự lo lắng và mong mỏi đó. Từ Nguyễn Phúc Nguyên (1563-1635) đến Nguyễn Phúc Ánh (1762-1820), trên hai thế kỷ rưỡi, 9 thế hệ Nguyễn Gia Miêu đã mang Triệu Tường về đặt dưới chân Thiên Tôn sơn, cũng có nghĩa là mang an lành về cho xứ sở.

Gia Viễn. Gia Miêu. Gia Định. Gia Long. Gia Hội. Hễ nhắc đến những danh địa ấy trong tâm trí tôi lại hiển hiện những pho tượng danh nhân trung quân ái quốc lẫy lừng. Định Quốc Công. Thái Bảo Hoành Công. Hưng Quốc Công. Thái Tổ Gia Dụ... 1.034 năm kể từ ngày Nguyễn Bặc góp sức với Đinh Bộ Lĩnh làm nên Đại Cồ Việt - quốc gia của nền tự chủ đầu tiên sau nghìn năm bị đô hộ đến ngày Nguyễn Phúc Ánh lên ngôi vua (1802) khai sáng Vương triều Nguyễn với quốc hiệu Việt Nam, các thế hệ Nguyễn luôn luôn là đội quân tiên phong trên dặm đường dựng nước, mở nước và giữ nước.

Phú Xuân, Phú Yên, Phú Quốc là hoài bão, là khát vọng của dân tộc Việt mà họ Nguyễn với Đất Việt phương Nam từng gắn bó theo lẽ sinh thành.

Huỳnh tránh Hoàng. Kiểng tránh Cảnh. Nguơn tránh Nguyên. Thới tránh Thái. Châu tránh Chu. Nhiệm tránh Nhậm ... đơn giản vậy, bình dân vậy, tầm thường vậy mà dung chứa tình cảm vô cùng cao cả vậy. Lòng người, tình người vô song vững bền thủy chung trong những điều dung dị nhưng thường hằng đó.

Định Quốc công khai sinh mát tay làm nên chặng đường đầu Gia Viễn – Tống Sơn. Các thế hệ Nguyễn thừa kế đức sáng của ông đã làm nên Gia Miêu Ngoại Trang cái nôi của lòng trung nghĩa, của khí phách cần vương trong mọi thời kỳ lịch sử. Định quốc. Vệ quốc. Hưng quốc. Có lẽ Gia Miêu Ngoại Trang được xếp hàng đầu của những vị khai quốc công thần lừng danh nhất của Đất Nước.

Gia Miêu là thịnh vượng, là cao quý, là tốt đẹp, là phúc đức, là vui vẻ, là may mắn, là vinh quang đời nọ cho chí đời kia. Xứng đáng lắm thay!

Ấy thế mà từng có tin đồn vào tháng 9 năm 1945, Nguyễn Phúc Thiển, miêu duệ của các đấng khai quốc công thần lừng lẫy Gia Miêu, trên đường ra Hà Nội để tìm sự hòa thuận mong dân yên nước ổn, qua Bỉm Sơn không dám về làng nên đã đứng lặng tại ngã ba rẽ vào Gia Miêu vọng bái Thiên Tôn Sơn, vọng bái Nguyên miếu Triệu Tường, vọng bái Gia Miêu Ngoại Trang.

Một người có học đã trải qua 20 năm Bảo Đại, sự thể giản đơn như thế cũng biết đắn đo. Có lẽ từ vị Đổng lý văn phòng họ Phạm đã giúp ông sớm nhận biết sự khác đã đến rồi chăng? Viên Đổng lý Văn phòng của ông là mẫu người đầu tiên gieo vào lòng ông sự e dè cần có chăng?

Hồi nhỏ tôi thường nghe người lớn làng tôi hễ ngồi với nhau là ca cẩm "Vì sao trời vẫn tối mò mò. Tối đến bao giờ mới sáng cho. Hàng xóm láng giềng ai dậy đó. Dậy thì lên tiếng gọi cho to!"

Một tiếng gọi tự cứu mình dường như đã rên lên ở đó.

Vấn vương rồi vẩn vơ nghĩ về Thiên Tôn Sơn, nghĩ về Gia Miêu Ngoại Trang. Giá mà Thiên Tôn Sơn còn rừng nguyên sinh như thuở trước. Giá mà các đấng công thần khai quốc, các đấng trung quân lỗi lạc suốt chiều dài lịch sử dựng nước, mở nước và giữ nước được tôn vinh để có tượng đồng, bia đá thì Gia Miêu Ngoại Trang hẳn là địa chỉ du lịch về nguồn hấp dẫn nhất và sẽ là nơi nuôi dưỡng hồn Tổ quốc cho mọi thế hệ.

Ái Tử, Cõi Sinh Thành
Xứ Đàng Trong

(ảnh: Internet)

Có người nghĩ rằng sở dĩ Trịnh Kiểm cho Nguyễn Hoàng vào làm Trấn thủ Thuận Hóa là vì "giết chưa tiện tha làm phúc". Ông ta chắc đã tính nước hai. "Ném đá giấu tay" cho êm chuyện. Bởi lẽ "máu chảy ruột mềm" bà Ngọc Bảo, vừa mất cha vừa mất em, lẽ nào không ôm chân ông ta mà van xin. Anh em Trịnh Tùng còn nhỏ chưa kịp "giác ngộ cách mạng" cũng ngả vào lòng mẹ chịu tang ông ngoại và cậu ruột. Tang tóc thế Trịnh Kiểm chắc cũng chùng lòng khoảnh khắc. Các thuộc tướng tâm phúc của Nguyễn Kim sang tay Trịnh Kiểm, như nhân chứng nhắc con người đa mưu túc kế ấy nghĩ đến lẽ thu phục lòng quân nên có phần dè dặt. Các vua Lê Trung Tông và Lê Anh Tông tuy làm vì nhưng buổi đầu mới trung hưng còn được nể. Và một điều không thể không tính đến nữa là trong triều nhiều con mắt, ngoài nội lắm lỗ tai. Lời gièm, tiếng oán qua hai cái chết bất thường của hai cha con Nguyễn Kim, Nguyễn Uông đang là thời sự. Công luận nhiều khi cũng làm chùng dây cung, nhất là sau khi nghe Trạng Trình Nguyễn Bỉnh Khiêm nhắc "Giữ chùa thờ Phật mà ăn oản". Nghĩa là chưa đến lượt, đừng có mà chen ngang. Từ những điều như thế, Trịnh Kiểm bừng tỉnh cơn mê tham vọng bá quyền, nên đã trở cánh sắm vai chính nhân quân tử, dâng biểu xin vua Lê Anh Tông cho Nguyễn Hoàng vào làm Trấn thủ Thuận Hóa. Khoảnh khắc hy hữu đó như một phép lạ tạo nên cơ may cho Đoan Quận công Nguyễn Hoàng thoát khỏi vòng "thập tử nhất sinh" bởi anh rể lăm le xóa sổ Nguyễn độc chiếm vị thế phò Lê để chờ thời cơ thay Lê.

Nếu còn thì giờ nhìn lên phía trước một chút, vào thời Quang Thiệu của nhà vua Lê Chiêu Tông thì biết rõ ngọn ngành. Lê mạt các thế lực kình chống nhau. Trịnh, Nguyễn đã nhiều phen một mất một còn. Vậy nên Thượng phụ Thái sư Hưng quốc công đột ngột bất đắc kỳ tử trên đường ra trận, tôi nghĩ Dương Chấp Nhất oan. Thêm vào đó, đang trên đà toàn thắng, Trịnh Kiểm không thừa thế mà lại quay về tạo cớ giết Nguyễn Uông con trai trưởng của bố vợ mình. Nguyễn Hoàng nằm trong tầm ngắm.

Tình thế đó chắc chắn Nguyễn Bỉnh Khiêm đều biết. Bởi vậy vào năm Bính Thìn, nhân nhà vua Lê Trung Tông băng hà không có con nối dõi, Trịnh Kiểm đã rắp tâm chen ngang mới sai người ra thăm dò ý Trạng Trình. Trạng quá tỉnh, giả vờ như vô tâm nói với người nhà mình "Năm nay mất mùa, thóc giống không tốt, chúng mày nên tìm giống cũ mà gieo mạ". Nhờ vậy Lê Duy Bang mới được tìm để làm vua Lê Anh Tông (1556-1573) và Nguyễn Hoàng thoát nạn, nghiễm nhiên giữ chức Trấn thủ Thuận Hóa.

Trạng hơn người là chỗ đó. Nếu trực tiếp khuyên Trịnh không nên tranh ngôi vua chắc gì Trịnh đã nghe. Gieo đức từ bi vào đầu một kẻ đầy tham vọng đúng lúc như kịp dội nước vào đám cháy khi mới bén lửa. Biết đâu chính điều đó mà Nguyễn Bỉnh Khiêm đã ngầm ý cứu Nguyễn Hoàng.

Trịnh Kiểm tạm cam phận "giữ chùa", nhưng vẫn muốn riêng mình thờ Phật, mới nghĩ đến Ô Châu một vùng ác địa, Mạc đang còn hoành hành. Nguyễn Hoàng với một nhúm quân bản bộ lại vốn là cừu thù của Mạc vào đó lẽ nào Mạc để yên. "Phát quang" bằng hành vi nhân nghĩa để trước mắt độc chiếm lá cờ phò Lê mà tính chuyện mai sau. "Nhất cử mà lưỡng lợi". Vào thời điểm đó trên danh nghĩa Lê mà thực chất là Trịnh mới có vài nhóm thân thần người sở tại như dạng tay chân núp trong thành Hóa Châu, bên thương cảng Hội An. Trên bình diện Thuận Hóa, Quảng Nam Mạc còn quản lý. Nguyễn Hoàng nhận Trấn tiết vua Lê, hơn người của Trịnh ở thế hợp pháp, nhưng với Mạc chẳng đáng gì. Mượn tay Mạc trừ hậu họa cũng là một toan tính nước đôi của Trịnh.

Lượng sức mình đơn độc giữa một địa bàn rối rắm lại lắm "chông gai", lắm "anh hùng nhất khoảnh" như thế lại đọc được thâm ý của anh rể, Nguyễn Hoàng đã chọn dải cát Ái Tử trống trải mênh mông Mạc không để ý, Trịnh khởi nghi ngờ mà tay chân Trịnh trong thành Hóa Châu khó gây sự.

13 năm đầu trong thế mong manh bởi sức còn đơn, lực còn mỏng Nguyễn Hoàng càng phải dương cao "trấn tiết" của vua Lê. Thế rồi bằng lòng nhân nghĩa, bằng cung cách hành xử bình dân, Nguyễn Hoàng nhận được tình người sở tại nên đã có dân, có thuế cống nạp vua Lê, chúa Trịnh. Những năm 60 của thế kỷ XVI vương triều Lê Trịnh còn loay hoay ở Tây đô. Thiếu thốn đủ đường. Được Nguyễn Hoàng đóng góp quân lương dưới danh nghĩa thuế như thể hà hơi tiếp sức. Trịnh Kiểm hài lòng, vua Lê cho Nguyễn Hoàng kiêm quản Quảng Nam trở thành Tổng trấn (1570). Nguyễn Hoàng hồ hởi hồi dinh. Về đến Ái Tử ông cho di chuyển Trấn ly sang Trà Bát để lập thành Phủ ly. Trịnh Kiểm giật mình, nhân khi Nguyễn Hoàng đang rối rít vui mừng với công cuộc xây dựng mới thì ông ta ngầm lệnh cho Tham đốc Mỹ Lương cùng Thự vệ Nghĩa Sơn và Văn Lan là tay chân thân tín, bất thần kéo ba cánh quân đến đánh úp Ái Tử. Hẹn toàn thắng sẽ trọng thưởng.

Trời sáng mắt soi. Trịnh Kiểm chết không kịp nhận tin tay chân của mình đại bại.

Ái Tử thuộc xã Triệu Ái, Trà Bát, về sau gọi là Trà Liên với Dinh Cát, thuộc xã Triệu Giang, đều nằm trong địa bàn huyện Triệu Phong, tỉnh Quảng Trị. Những ngày nghỉ hưu, vô công rồi nghề, một vài lần ra Quảng Trị thăm Nguyễn Bình, bạn đồng nghiệp thưở hàn vi, hai chúng tôi có khi đã lang thang dọc bờ sông Thạch Hãn rồi tìm một chỗ bên Ghềnh Phủ Phước Châu ngồi nhìn sông, nhìn cát, nhìn những mái nhà thấp thoáng giữa dải bờ xanh mới hồi sức sau một thời khói lửa. Ở địa điểm này sông Thạch Hãn uốn cong như cái éc. Éc là thổ ngữ quê tôi, tiếng phổ thông gọi là cái vai cày, nằm nghiêng án ngữ ba phía bắc, đông và nam. Sông Ái Tử, thường được dân gian gọi là Rào Ái, nằm chéo phía tây như một đường huyền. Vậy là bốn phía có bốn hào nước sâu làm chướng ngại thiên nhiên bảo vệ vị tướng họ Nguyễn sa cơ đang đi tìm lẽ sống.

So với Vũ Xương, Minh Linh dân cư đông đúc mà sầm uất hơn, Châu Hóa thịnh vượng lại có sẵn công đường dinh thự hơn. Cầm được Trấn tiết vua Lê như là đã có trong tay lá bùa hộ mệnh, Nguyễn Hoàng vẫn ý thức được rằng tính hợp pháp của ông trên cương vị Trấn thủ chỉ để giao tiếp với những ai thiện chí nơi nhiệm sở mà không hề có giá trị gì với bọn tay chân bất lương hận thù của các thế lực đối lập. Chọn cửa Việt để vào Ái Tử mà không chọn cửa Tùng để vào Minh Linh hay cửa Eo để vào châu Hóa, vừa thể hiện tình thế vừa thể hiện tài thao lược cùng sự tinh tế của một vị tướng 34 tuổi. Và lại, Ái Tử là một vùng đất nghèo, dưới con mắt Trịnh chẳng có chi đáng ngại. Người của Trịnh không muốn đến mà chắc chi họ được yên thân tá túc. Người của Mạc cũng khó dung thân. Thế là Ái Tử nhiều người cho là cửa tử, trong khi Nguyễn lại thấy là cửa sinh. Cái nhìn trái chiều từ hai phía tại một nơi không lấy gì làm đắc địa là yên thân cho Nguyễn trong những ngày thân cô thế cô.

Dần dà với đức độ, với tư cách và lòng nhân ái của một vị tướng trẻ được cư dân sở tại vui vẻ tiếp đón, vui vẻ cưu mang. Bởi lòng trắc ẩn dân gian thường khi chỉ dành cho người hiền gặp nạn.

Và, một điều có lẽ ít ai lưu ý là chính tại mảnh đất mà các Nho sinh thời Mạc chê thiếu tình mẫu tử bởi "bán con cho người" thì vị chúa Nguyễn đầu tiên lại nhìn thấy tiền đồ mai sau của dòng họ mình mà xa hơn là của dân tộc mình. Thế rồi với 13 năm Ái Tử (1558 -1571), 30 năm Trà Bát (1571-1600), 26 năm Dinh Cát (1600 -1626) chia hai, cha (chúa Tiên) nửa trước, con (chúa Phật) nửa sau. Qua 69 năm tồn tại (1558-1626), cả ba địa chỉ này để lại ba dấu tích Thủ phủ đầu đời xứ Đang Trong, hằn rõ những nét băn khoăn trăn trở vừa thấp thỏm lo âu vừa vui mừng thoát nạn. Tuy vậy, chính tại đây (chúng tôi gộp chung là Ái Tử) với cái tâm, cái tầm kinh bang tế thế, và với tài thao lược của một vị tướng, chúa Tiên Nguyễn Hoàng không những đã vượt qua tình thế "nghìn cân treo sợi tóc" mà còn thiết kế để từng bước thực hiện công cuộc mở nước chuẩn bị xây dựng một Vương triều hoàn chỉnh trên lãnh thổ quốc gia thống nhất trọn vẹn. Và, tại mảnh đất Ái Tử cát trắng nắng vàng này từ những ngày đầu mới làm quen với xứ lạ, Đoan Quận công Nguyễn Hoàng đã cho cải đổi một số địa danh trên đất Thuận Hóa, trong đó có Kim Trà thành Hương Trà, Thụy Lôi thành Phú Xuân.

Kim Trà (Trà Kệ Mới) vốn là Trà Kệ trước năm 1306, ở giữa có sông Huê chảy từ đầu nguồn ra cuối bãi. Huê tiếng Chăm chuyển sang ngôn ngữ Việt là thơm. Người đầu tiên nói với tôi điều này là Tiến sĩ Po Dak Ma. Kim Trà thay Trà Kệ thì sông Thơm thay sông Huê. Sau năm 1558 Hương Trà thay Kim Trà thì Hương Giang thay sông Thơm để có thêm Hương Thủy.

Vậy là các địa danh Hương Trà, Hương Thủy, Hương Giang ngày nay đều ra đời từ Ái Tử ngày xưa. Ái Tử làm nên tên đẹp của một dòng sông mà ít khi ta nghĩ đến. Tôi đinh ninh thế. Chùa Thiên Mụ đứng trên đồi Hà Khê có Hương Giang là "Hương Thủy Hải" phía trước, có Thất Thế Giới Sơn tức "Sumeru" phía sau, ở tuổi đầu thế kỷ XVII cũng từ mảnh đất gió cát Ái Tử, 412 năm trước mà thành.

Ngồi bên mép Ghềnh Phủ Phước Châu một thuở sầm uất trên bến dưới thuyền, nhìn sang đụn cát Cồn Cờ, nhìn ra cửa Việt, mới nhận rõ thế tiến, thế lùi của một tài thao lược khi sức còn non, lực còn mỏng. Binh bộ đứng trên cồn cát làm điểm tựa cho Trấn thủ. Binh thuyền nép bên cửa sông phòng khi bất trắc rút lẹ ra khơi bảo toàn sinh mệnh. "Quân tử phòng thân". Hai chúng tôi rất tâm đắc điều này. Không phòng thân sao được. Khi một kẻ đang ôm tham vọng giành bá quyền phò Lê, để chờ thời cơ làm bá chủ thiên hạ thì sự tồn tại của một thế lực thứ hai là cái gai trong con mắt cần phải nhổ. Mối quan hệ một mất một còn sau tai nạn Nguyễn Kim là cái chết oan nghiệt của Nguyễn Uông. Hơn ai hết, Nguyễn Hoàng thấu hiểu điều đó. Sự gặp gỡ rủi may, vận mệnh và hồng phúc gia đình đã dẫn dắt Đoan Quận công đến Ái Tử hoang mạc vào tháng 10 năm Mậu Ngọ (1558) để xây dựng đất đứng chân ban đầu.

Theo Nguyễn Bình, cái lý chọn Ái Tử bắt nguồn từ cái thế của Đoan Quận công trong những ngày vừa chạy khỏi Tây Đô vừa ngoái đầu nhìn lại dè chừng. Trịnh Kiểm biết Nguyễn Hoàng không vào cửa Thuận để lên Hóa Châu, nơi đó đã có sẵn dinh thự thành quách với quan lại thuộc quyền của ông ta đang chờ, cũng không vào cửa Tùng nơi mà người của Trịnh đã chiếm giữ trước. Có nghĩa là Nguyễn Hoàng không vào bẫy. Ái Tử, dưới con mắt Trịnh, không thể là một cơ ngơi đủ để biến thành sào huyệt. Nhờ thế mười ba năm đầu, Nguyễn Hoàng tạm yên thân xây dựng tình hòa hiếu thủy chung với cư dân sở tại, qua sự đón chào nồng ấm của họ ngay từ khi ông mới đặt chân lên cát.

Không hiểu sao, hễ mỗi lần nghĩ đến Nguyễn Hoàng, tôi thường loay hoay với năm thời đoạn 13 năm của hai vị chúa Nguyễn buổi đầu ở xứ Đang Trong. Ấy là 13 năm Hạ Khê hầu Nguyễn Hoàng nơm nớp trước mũi kiếm anh rể (1545-1558) tại Tây Đô. Tiếp theo là 13 năm Ái Tử (1558-1571), Đoan Quận công dù đã chạy ra khỏi tầm gươm giáo rồi, còn thảng thốt vẫn phải ngoái lại, quay về với tâm trạng dè dặt lo âu lại đau đáu bổn phận. Có thể vì chung quanh Trấn phủ mới khai sinh đang ở dạng doanh trại, tay chân anh rể đã bài binh bố trận đâu vào đó rồi. Đối lập ngay sẽ bị khép tội bất trung, không còn cớ phò Lê khó tồn tại. Đứng lại tại Trường An với anh rể, sinh mệnh khó bảo tồn bởi nóng lạnh của một tâm địa nham hiểm. Đã chạy xa, đã tránh được tầm gươm nhưng vẫn phải_cố thể hiện lẽ tùng phục một cách mẫn cán, cúc cung. Tôi nghĩ đến Viêt Vương Câu Tiễn trong tâm trạng Nguyễn Hoàng ở thời đoạn 13 năm thứ hai này. 13 năm Ái Tử cộng 22 năm Trà Bát với 8 năm Đông Đô đủ để ông lập thế bảo toàn và dựng nghiệp. Do gánh nặng đặt lên vai ông nên Thượng đế đã dành cho ông thời gian tồn tại khá dài (89 năm). Tiếp theo là 13 năm Dinh Cát. Sau ngày rời Đông Đô (1600-1613), Đoan Quận Công đã nên Đoan Quốc công, biết là không thể cùng Trịnh phò Lê cho trọn ý tưởng của thân phụ mình, buộc phải_tìm một hướng đi riêng. Quyết định ly khai khỏi Vương triều Lê - Trịnh thể hiện trong giai đoạn 13 năm thứ ba này. Hai giai đoạn 13 năm tiếp theo là của chúa Phật (nhiều tư liệu viết là chúa Sãi) Nguyễn Phúc Nguyên với Trấn thủ Quảng Nam (1600-1613) để có tầm nhìn xa rộng hơn, có mối bang giao quảng đại hơn, tiếp theo là 13 mùa vào Hạ (1613-1626) Chúa Phật nán lại chịu tang cha trước khi lùi xuống sông Bồ vừa tránh xa phía bắc vừa chuẩn bị cơ sở thực hiện di huấn của thân phụ mình.

Chuyện ngày đó đã lùi xa chúng ta ngót năm thế kỷ, khó biết được nguồn cơn ai được dân trọng, ai bị dân khinh. Nhưng truyền thuyết về bảy vò nước ngọt người sở tại chắt chiu giữa sa mạc, dâng lên chính là dâng cả cõi lòng. Chuyện bà Trương Trà chưa vội khâm lượm thi thể chồng tử trận mà ngay lập tức mặc áo lính để xông pha tên đạn, diệt bằng được kẻ thù của chồng, cũng là kẻ thù của xứ Đàng Trong, đâu ra đó rồi mới quay về tổ chức tang lễ. Chuyện cung nhân Ngô Thị Ngọc Lâm can đảm, mưu trí một mình vào trướng phủ kẻ thù làm thuyết khách, biết là phải hy sinh danh giá nhưng biết là vì đại nghĩa.

Đọc những mẩu viết quá cô đọng về các bà đánh giặc, tự nhiên tôi hình dung nên khí thế xung thiên "giặc đến nhà đàn bà cũng đánh" của Ái Tử những năm sóng gió. Bà Trương Trà, nếu chỉ một mình thì chắc gì đã giết được Văn Sơn, đuổi được Văn Lan, để làm nên sự tích. Thật ra chuyện cũ thường hay giản lược. Lẫm liệt của bà quả phụ Trương Trà, khôn ngoan của bà Ngô Thị Ngọc Lâm, là mẫu số chung phẩm chất Ái Tử, mà rộng ra là của châu Thuận, châu Hóa nửa cuối thế kỷ XVI.

Chuyện xưa. Qua năm thế kỷ đã mòn. Nhưng địa danh Cầu Ngói, Miếu Trảo Trảo, Diêm Trường, Thế Lại, Cồn Cờ, Bãi Trận, … thì vẫn còn nguyên đó.

Xem ra, lịch sử từ cổ chí kim đều rành rọt một điều là dân đứng với ai thì bên đó thắng.

Phế liệu hữu cơ không chịu tồn tại với nắng mưa gió bão. Phế liệu vô cơ, chủ yếu là ngói gạch, sành sứ, sỏi đá thì "vẫn cần có nhau" nhan nhản như là ký tự của một pho huyền sử chung quanh chỗ chúng tôi ngồi.

Sông Thạch Hãn chảy đến khúc quanh này vừa vấn vương vừa bịn rịn. Âm thầm mà rỉ rả. Dòng nước xoáy lại ôm chầm lên những tảng đá nổi rồi lặng lẽ buông ra như một lời từ biệt làm tôi liên tưởng đến hai con sông trên thân Thuần Đỉnh. Thuần Đỉnh là đỉnh thứ sáu trong chín đỉnh đồng, ngày nay đã trở thành quốc bảo được nhà vua Nguyễn Thánh Tổ cho đúc vào năm Minh Mạng thứ 17 (1836), hiện đặt trước sân Thế Tổ miếu trong Hoàng thành Huế. Thạch Hãn Giang và Vĩnh Định Hà là hai con sông của cùng một vùng đất được đúc chung trên Thuần Đỉnh như là biệt lệ. Bởi ngoài Thuần Đỉnh, tám đỉnh còn lại đều phân bố núi nơi này thì sông chỗ khác. Thuần Đỉnh đứng bên trái Nhân Đỉnh mà trên đó có Hương Giang gợi lên trong tôi mối liên hệ sinh thành.

Biểu tượng sông Thạch Hãn bằng chín tảng đá nổi giữa dòng với tên sông đúc bên bờ tả ngạn cùng những làn sóng lùa từ phía đông vào lại có cả cửa lạch của một chi lưu mà hai chúng tôi từng chỉ cho nhau thuở mày mò điền dã, hệt như nơi chúng tôi đang ngồi bên Ghềnh Phủ Phước Châu nhìn ra phía rì rào của biển mà tiếng sóng hình như còn nhắn gửi điều gì xa xăm lắm.

Nguyễn Bình thẳng tay chỉ về phía làng Cổ Thành bên bờ hữu ngạn, nơi đó cửa sông đào Vinh Định (1825) nhận nước Thạch Hãn chuyển dọc các làng cát xuống nối với phá Tam Giang, cũng có nghĩa là nối với Kinh thành Huế. Ngoài "sứ mệnh" cung cấp nguồn sống cho đất đai, hoa mầu, gia súc, gia cầm, … sông Vinh Định như một dải lụa xanh nối Ái Tử với Phú Xuân. Không nhiều lời. Vinh Định Hà nhận nước từ Thạch Hãn Giang, như Phú Xuân nhận ân huệ từ Ái Tử sao mà sâu lắng thế!

Mười ba năm (1545-1558) thảng thốt dưới tay anh rể vừa ngoan ngoãn phục tùng vừa đề phòng né tránh đã thoát nạn. Mười ba năm tiếp theo (1558-1570) như đã tự tin chững chạc vừa phòng bắc vừa tránh nam, vừa lo ngoài vừa sợ trong, đã làm nên Ái Tử. Và mười ba năm Dinh Cát, sau ngày từ Đông Đô chạy về, nghiễm nhiên chuẩn bị hướng đi riêng cho con cháu mình. Với tám năm ra Đông Đô, dù được vua Lê Thế Tông ban phong làm "Trung quân Đô đốc phủ Tả đô đốc Chưởng phủ sự Thái úy Đoan Quốc công" và, dù đã giúp Trịnh đánh đông dẹp bắc, Đề điệu của một khoa thi Hội … chúa Tiên Nguyễn Hoàng vẫn không thể vượt ra khỏi sự kiềm chế nghiệt ngã của Trịnh Tùng. Mà sự đời thì bao giờ cánh phò thịnh thường đông hơn cánh phò suy. Biết khó đảo ngược thế cờ, Nguyễn Hoàng dường như trăn trở giữa tư tưởng trung quân ái quốc với sự tồn vong của một dng họ. Có lẽ trong thời gian này ông đã về Trung Am (Vinh Bảo) yết kiến Trạng nguyên Nguyễn Bỉnh Khiêm và lĩnh hội lời khuyên "Hoành Sơn nhất đái. Vạn đại dung thân".

Xứ Đàng Trong ra đời từ lời khuyên đó.

Dịp may cũng là vận mệnh. Tháng 10 năm Giáp Ngọ (1594), Nguyễn Hoàng được vua Lê phái lên Sơn Tây phối hợp với Nguyễn Hữu Liêu tiểu phạt tướng Vũ Đức Cung làm phản, và năm sau với cương vị Đề điệu khoa Ất Mùi (1594), ông đã được Nguyễn Hữu Liêu cho xem quyển thi của một sĩ tử vì con nhà xướng ca bị biếm.

Nguyễn Hữu Liêu, là vị tướng của họ Trịnh đã đuổi bắt Lê Anh Tông tại Nghệ An, năm 1573 (chắc là định chạy vào với Nguyễn Hoàng), nên vị vua này đã bị Trịnh Tùng giết. Nếu không có biến cố Sơn Tây và khoa thi Hội Ất Mùi thì Nguyễn Hoàng, Nguyễn Hữu Liêu khó ngồi lại với nhau.

Xem quyển xong nhận biết thiên tư dĩnh ngộ của một tài năng có chí dời non lấp biển, Nguyễn Hoàng tâm đắc như thể "buồn ngủ gặp được chiếu manh, đói bụng lại có cơm canh sẵn sàng" nên đã thầm lặng đi tìm chủ nhân của nó.

Vừa vào đến quán trọ của vị si tử - tác giả quyển thi trên, ấn tượng đầu tiên đập vào mắt Nguyễn Hoàng là bức tranh Lưu Bị đến Long Trung thỉnh cầu Gia Cát Lượng hạ sơn ra giúp nhà Hán, treo trên vách, ông đã ứng khẩu đọc hai câu thay lời chào trước phút sơ giao. Thế rồi với năng khiếu nhạy bén của một tâm trí thông minh bẩm sinh, Đào Duy Từ nhận ra vị khách này không phải là hạng tầm thường, nên đã hồ hởi áp lễ bằng hai câu tiếp vần. Nguyễn Hoàng nhận biết vị sĩ tử trước mắt mình là một tài năng nên đã nối thêm hai câu nữa. Đào Duy Từ dường như đã hiểu ý vị khách vong niên này, vừa cúi chào đáp lễ vừa đọc tiếp hai câu kết để bày tỏ lòng mình. Nguyễn Hoàng thật sự tâm đắc. Qua bài thơ ngẫu hứng xuất khẩu nối vần, khách, chủ nhận ra nhau. Trước khi rời quán trọ của anh con trai họ Đào, vị khách Thuận Hóa đã nói lời từ biệt đại ý:

"Lão phu về trước, xin đắp sẵn đàn bái tướng chờ tiên sinh. Năm nay lão phu hơn 70 tuổi, nếu có thất lộc cũng xin di ngôn cho con cháu phải đón tiên sinh về dạy bảo".

Tám năm ra Đông Đô giúp Trịnh đánh Mạc, phò Lê, tưởng sẽ lập lại tôn ti vua tôi cho phải đạo, Đoan Quốc công Nguyễn Hoàng không những thất vọng mà còn cảm nhận được sự bất an của chính mình trước thái độ nghi ngại của Trịnh Tùng, nên đã mượn cớ (có lẽ là tạo cớ) kéo quân về Thuận Hóa để bảo toàn lực lượng tính chuyện lâu dài. Tháng 5 năm Canh Tý (1600), nhân vụ binh biến của Phan Ngạn, Ngô Đình Nga, Bùi Văn Khuê ở vùng cửa biển Đại An của xứ Sơn Nam Hạ, Nguyễn Hoàng "cất quân đi dẹp loạn", tiện đường dong buồm một mạch đưa quân bản bộ về Thuận-Quảng. Dự đoán Trịnh Tùng sẽ nghi nên đã để con trai thứ năm là Hải và cháu nội là Hắc ở lại làm con tin. Trịnh Tùng hốt hoảng thật, vội vã chuẩn bị chạy về Thanh Hóa để giữ đất căn bản, có nghĩa là giữ cơ sở vốn đã vững chắc hơn Đông Đô. Biết có Hải và Hắc còn ở lại, Trịnh Tùng tạm thời bình tâm, nhưng trong lòng thì áy náy. Thâm ý quản lý Nguyễn Hoàng tại Đông Đô lâu dài để vô hiệu hóa vai trò "Trung quân Đô đốc phủ Tả đô đốc Chưởng phủ sự" của cậu, không toàn. Ranh ma quỷ quyệt mấy Trịnh Tùng vẫn là cháu. Thất cơ lỡ vận mấy Nguyễn Hoàng vẫn là ông cậu tỉnh táo mà tinh tế hơn.

Trịnh càng lo sợ càng căm giận. Nguyễn thoát khỏi vòng kìm kẹp nhưng cần có thời gian sắp xếp. Hòa hoãn là đắc sách. Bởi vậy thêm vào việc để con cháu ở lại làm con tin, Nguyễn Hoàng còn gả con gái cưng của mình cho con trai Trịnh Tùng để tạo nên sự gắn bó của mối quan hệ thông gia kép.

Về đến Thuận-Quảng, Nguyễn Hoàng khảo sát địa hình, địa thế, chuyển huyện Điện Bàn của Thuận Hóa để lập thành phủ Điện Bàn của Quảng Nam. Vậy là hai vùng chiến lược Thuận Hóa, Quảng Nam đã hình thành. Tái thiết phục hồi chùa quán đồng thời gấp rút xây dựng thành quách, kho tàng rõ ràng là chuẩn bị căn cứ vững chắc với nhân lực, tài lực, sung mãn cho một cuộc đối đầu.

Nguyễn Phúc Nguyên được nhận chức Trấn thủ Quảng Nam như là sự thử thách trước khi thừa kế. Sự sắp xếp tỉnh táo của vị lão tướng dày dạn phong ba trước phút lâm chung đã đặt nền móng cho sự vững bền của họ Nguyễn ở xứ Đang Trong.

Bên ngoài. Trịnh không đủ tầm tư duy như thế.

Vừa nhìn trời rồi bâng quơ nhìn sông chảy, tôi hỏi Nguyễn Bình hình như cơ ngơi Trà Bát bề thế hơn Dinh Cát phải không!

"Lâu nay tôi cũng nghĩ thế. Có lẽ sau ba mươi năm mọi công trình kiến trúc dinh thự thành quách Trà Bát đều đã xuống cấp. Đại trùng tu tất cả chắc tốn kém lại phải mất rất nhiều thời gian mà nhu cầu xây dựng cơ ngơi mới với quy mô vừa phải nhưng vững chắc lại cấp thiết. Dinh Cát mang rõ nét phòng thủ hơn Ái Tử và Trà Bát. Chỉ là suy tư, không có gì làm bằng, nhưng phế liệu gạch đá có thể là ngôn ngữ của một thời Dinh Cát còn bày ra đó".

Các địa danh Cồn Cát, Cồn Kho, Mô Súng, Tàu Tượng, Tiền Kiên, Tả Kiên, Thành Ao, Bãi Trận, Đò Xưởng, Ghềnh Phủ Phước Châu, chùa Liễu Bông (Liễu Ba), nơi đã từng thờ tượng ngài quân sư Nguyễn Ư Dĩ (cậu của Nguyễn Hoàng)…Chỉ chừng đó thôi bỗng nhiên dấy lên trong tâm tư cả hai anh em chúng tôi tình cậu cháu giữa Nguyễn Hoàng với Nguyễn Ư Dĩ và giữa Trịnh Tùng với Nguyễn Hoàng. Chân ngụy, chính tà, thiện ác và luật nhân quả dường như cũng bật sang hai phía trái, phải của một dòng sông bên lở bên bồi.

Cát Ái Tử không xa lạ với Nguyễn Bình, nhưng tôi vẫn cứ ngỡ ngàng giữa thấp cao, nhấp nhô, đứt nối của từng thửa ruộng rời rạc như những chấm nhỏ trên da một chú hươu sao. Cây lúa phải en cát mà lên. Thế Nguyễn Hoàng thời đó như thân phận cây lúa non giữa cát vậy. Dù thời gian với gió bụi, quá khứ đã phôi pha, mà bóng dáng ông như thể vẫn hằn lên trên các địa danh theo hướng tay chỉ của Nguyễn Bình.

Tôi suy nghĩ miên man về những điều may rủi từ một dòng họ, vận thịnh suy với những bước ngoặt một quốc gia qua các Vương triều tự chủ Đinh, Lý, Hậu Lê, có bóng dáng trong cuộc đời một danh tướng vốn là hậu duệ của các vị công thần khai quốc trung quân xuất thân từ Gia Viễn, Gia Miêu.

Dấu chân một thuở Vũ Xương không còn, nhưng địa danh Ái Tử, Trà Bát, Dinh Cát thì mãi mãi gắn với quá trình mở cõi của xứ Đàng Trong.

Tiếp bước Lý Thánh Tông (Kỷ Dậu, 1069), Trần Anh Tông (Đinh Mùi, 1307), Nguyễn Hoàng với Ái Tử (1558) là điểm khởi đầu làm nên chặng cuối.

Phước Yên,
Đô Thị Dưới Bóng Tre Làng

Làng Quê Huế
(ảnh: Mai Linh)

Sau 89 năm trụ thế (1525-1613), Nguyễn Hoàng ra đi theo lẽ tuần hoàn của tạo hóa. 68 năm (1545-1613) "đứng mũi chịu sào", chúa Tiên đã làm nên hình hài ba Thủ phủ đầu đời xứ Đàng Trong, có lẽ còn nặng tính phòng thủ của một doanh trại. Chúa Phật tiếp thu ý tưởng của thân phụ mình cọng với tri thức hướng ngoại nhận được từ biển cả qua những năm tháng giữ chức Trấn thủ Quảng Nam, đã làm nên Thủ phủ Phước Yên, mang dáng dấp của một đô thị.

Phước Yên thuộc xã Quảng Thọ, huyện Quảng Điền, là Thủ phủ thứ tư của chúa Nguyễn ở xứ Đang Trong, cách cửa Hậu – Chính Bắc Môn của Kinh thành Huế khoảng 6km đường chim bay.

Mỗi khi có việc ra mạn đó tôi thường chạy xe xuống đường Nguyễn Hoàng, qua cầu An Ninh Hạ ra An Hòa, quẹo sang Tăng Bạt Hổ một đoạn là đến cửa Hậu. Từ cửa Hậu rẽ trái đi một khoảng ngắn là thấy chợ Hương Cần. Đi thêm chút nữa là đến Phước Yên.

Phước Yên ngày trước cả làng chỉ rặt nghề mộc, hệt như Hiền Lương rặt một nghề rèn. Hai làng nghề tại Thừa Thiên trùng một nửa tên với hai làng nghề ngoài Hà Tĩnh quê tôi. Ngoài đó, làng Trung Lương rặt nghề rèn và làng Thái Yên rặt nghề mộc. Lệch đàng đầu, trùng đàng đuôi làm nên vương vấn. Từ sự vương vấn ấy, nên hễ rỗi rãi là tôi thường lòng vòng ra mạn đó. Ra mạn đó tôi còn biết thêm xóm Cương Gián bên xã Quảng Công và xóm Kim Đôi ở xã Quảng Thành. Cương Gián của Hà Tĩnh ngày trước là một làng biển thuộc hàng danh hương, thời nay đổi thành xã Xuân Song đứng bên bờ biển huyện Nghi Xuân. Cương Gián đánh cá, dệt lưới đã có thương thuyền ra bắc vào nam từ nhiều thế kỷ trước. Thời đó gọi là trảy. Kim Đôi ở xã Thạch Kim chuyên nghề biển với mắm ruốc một thời làm nên đặc sản, xưa thuộc Thạch Hà nay được tách ra nhập với một số xã hạ Can Lộc làm nên huyện Lộc Hà. Cương Gián, Kim Đôi vốn là hai làng văn hóa cổ nổi tiếng một thời ngoài Hà Tĩnh quê tôi.

Làng mộc Phước Yên có dây mơ rễ má gì với Thái Yên hay không! Hiền Lương có dính líu gì với Trung Lương hay không! Chưa ai rỗi mà lần! Cùng dính một nửa địa danh, cùng một nghề đã thấy là anh em rồi. Cương Gián, Kim Đôi biển với gió bão và cuộc đời chắc đã có người sớm chọn nơi đây để an cư lạc nghiệp. Âm ngữ và tôn giáo ở những nơi này cho tôi nhìn nhận đồng hương, nên dù đến lần đầu mà không xa lạ.

Chúa Phật nhận bàn giao một vùng lãnh thổ hẹp, cư dân nhiều mảng mới hội tụ chưa thuần. Người Chăm, Việt hóa chưa nhuần. Người Việt đa dạng thành phần chưa thuận. Trong số đó không ít người bị nhà cầm quyền phía bắc nhiều thời đày ải. Thấu hiểu địa thế, dân tình trước vận mệnh giống nòi của một dòng họ và của cả một vùng nhân sinh, chúa Phật lượng sức mình "cố giữ vững đất đai" trước mắt là tránh đụng độ với Trịnh, để bảo toàn lực lượng mà chúa cha đã dày công nhen nhóm bảo toàn suốt 55 năm, thứ nữa là để chờ cơ hội, nên đã lùi xa vào Phước Yên, phía trong Dinh Cát ngót hai ngày đường bộ.

Mười tuổi (1626 – 1636), Phước Yên quả là quá non trẻ. Vậy mà bóng dáng còn đọng lại như thể một trang "nam nhi tuấn kiệt" đủ sức lập thân. Chững chạc nên nghiêm trang. Bình dị bởi điềm tĩnh. Giá mà! Vâng giá mà trời để cho Phước Yên "Tam thập nhi lập" thì bên ngoài Huế cũng có thể thêm một phố cổ như Hội An bên cạnh Đà Nẵng ngày nay. Âu cũng là do sự sắp xếp của tạo hóa. Phước Yên gợi ý để Kim Long làm nên Phú Xuân Thủ phủ rồi làm nên Phú Xuân Kinh đô. Như vậy là Phước Yên từ bóng tre làng hai lần vươn vai nên Huế.

Không biết sông Bồ từ trên nguồn đổ về gặp Phước Yên rộn ràng tiếng cưa, tiếng đục vui quá đã quẹo trái làm nên một góc gần vuông như nửa cái khung tranh, hay những người tiên phong đi mở cõi ngày trước gặp đoạn sông uốn lượn thơ mộng hữu tình đã dừng lại thả đồ nghề xuống nhìn theo con nước mà lập làng. Từ xa tiếng cưa tay xẻ gỗ đã râm ran rầm rì, đều đều vang vang, nghe như thể "có phước thì yên". "Có phước thì yên!"

Phước Yên nằm giữa mặt phẳng đồng đất quê mùa, ba phía tây nam, nam và đông nam là sông, ba phía tây bắc, bắc và đông bắc là ruộng cạn, bên ngoài dải đồng cao ấy là phá Tam Giang, xa nữa là những động cát trắng làm nên từng mảng quảng cáo biển. Phước Yên tre xanh và lúa xanh thuở trước hẳn là thanh bình lắm lắm! Tôi thích bức tranh quê này nên hễ về Phước Yên là theo mấy "vị thổ công trẻ" dọc ngang trong các con đường làng rợp bóng tre. Tre giao ngọn vào nhau uốn cong thành những vòm xanh che nắng, quê tôi gọi là đường ống. Đường ống Phước Yên thẳng mà rộng lại song song và giao nhau làm thành những ô vuông. Đường làng mà rộng và thẳng tắp. Tre nứa, cây cỏ, nhà cửa mới lấn ra nhưng bóng dáng của các ô bàn cờ vẫn hằn lên từ những đường ngang lối dọc ấy. "Thi thể đô thị!" Tôi nghĩ thế. Di sản một thời phủ chúa đầu thế kỷ XVII đã có dáng đô thị rồi. Tôi như sáng mắt ra. Thế là, theo cách nói của người K'tu, cái chân tôi cứ bịn rịn trên mỗi thước đường từng là phủ chúa.

Phước Yên từ Dinh Cát mà nên. Dinh Cát của chúa Tiên Nguyễn Hoàng nửa trước, của chúa Phật Nguyễn Phước Nguyên nửa sau. Mười ba năm Dinh Cát vị chúa Nguyễn thứ hai này hình như thường xuyên trăn trở *"Ví bằng thế lực không địch được, thì cố giữ vững đất đai để chờ cơ hội"*. "Cố giữ" thế nào đây khi *"đất đai binh giáp lại không bằng một phần mười Đông Đô"*. Nghĩa là chúa Phật tự lượng sức mình còn quá yếu.

May là chúa cha ba lần chuyển dịch Thủ phủ từ Ái Tử qua Trà Bát sang Dinh Cát vẫn loay hoay trên cùng một vùng cát Quảng Trị vẫn cứ phục tùng Đông Đô, đã tạo được nếp nghĩ của người Đang Ngoài về chuyện Đàng Trong di chuyển như một lẽ thường tình. Đối phương không vì thế mà khai đao. Chúa Phật lùi vào tận sông Bồ xa hơn cũng là sự dịch chuyển mặc nhiên như tiền lệ không làm Trịnh mếch lòng.

Sông Bồ cách sông Thạch Hãn hai ngày đường bộ, mà cửa Eo với phá Tam Giang không dễ vào đối với Thủy quân phía Bắc khi luồng lạch chưa rành. Tránh đụng độ bởi nhận rõ sức mình, thế mình phải là như thế. Nhưng Phước Yên đứng bên sông Bồ nhìn ra cửa Eo lại giống như Hội An đứng bên sông Hoài nhìn ra cửa Đại. Ý tưởng của vị chúa Nguyễn thứ hai này dường như đã thấm đẫm muối đại dương nên tầm nhìn có lẽ đã xa hơn Dinh Cát. Biển cả trong tâm trí ông. Nhu cầu bang giao trong nhận thức của ông dọc ngang theo những con đường ống Phước Yên. Mười năm (1626-1635) Phước Yên non trẻ quá. Giá mà có thêm vài chục năm để "tam thập nhi lập" thì ngày nay bên cạnh Huế hẳn còn có một phố cổ dạng

Hội An để thương cảng Bao Vinh – Thanh Hà không dễ gì tàn tạ. Tuy vậy, dù mới mười tuổi, Phước Yên cũng đã làm nên bản lề tình thế quyết định vận mệnh của xứ Đàng Trong. Tôi đinh ninh vậy, không có Phước Yên thì không có Lũy Thầy, không có Ty Nội Pháo Tượng, nghĩa là không có vũ khí, không có hệ thống phòng thủ Quảng Bình. Như chúng ta đã biết, muốn lấy yếu đánh mạnh, muốn giữ vững đất đai, thiếu hai thứ đó thật khó phòng thân, huống chi trấn giữ cả một vùng lãnh thổ dằng dặc như một sợi dây thừng từ nam sông Gianh vào tận đèo Cả. Bởi vậy, hình như Hải quân, phòng tuyến và súng đạn hạng nặng, cả ba lĩnh vực đó chúa Đàng Trong sớm mạnh hơn chúa Đàng Ngoài. Ưu thế thuộc về phía giữ nhà nằm ngay trong ba thứ đó.

Với Trịnh Kiểm, Nguyễn Hoàng là em vợ, với Trịnh Tùng, Nguyễn Hoàng là cậu. Có bà Ngọc Bảo, có vua Lê, dù là hư vị nhưng những năm đầu mới trung hưng còn lắm kẻ tôn thờ, có đội ngũ thuộc tướng của Nguyễn Kim, cho dù đã sang tay Trịnh mà tình xưa còn nồng, nên một bên trong bụng dẫu lăm le mà bề ngoài vẫn phải sắm vai gia thuộc. Trong khi đó, bên này một mực nơm nớp dạ thưa, từng phút mong trời yên biển lặng, ngấm ngầm dựng xây cơ nghiệp. Qua đời Trịnh Kiểm, qua đời Trịnh Tùng, đến Trịnh Tráng với Nguyễn Phúc Nguyên, bên cháu cô bên con cậu máu đã loãng, tình đã phai mà cờ phò Lê chỉ có một. Ruột thịt như Trịnh Cối, Trịnh Tùng, như Trịnh Xuân, Trịnh Tráng còn thí mạng nhau mà giành ngôi chúa thì ngoại thích ngoài hai thế hệ còn nghĩa lý gì!

Tháng 8 năm Bính Dần (1626), theo lệnh Trịnh Tráng, Nguyễn Khải cùng Nguyễn Danh Thế đưa 5.000 quân vào Hà Trung (Kỳ Anh, Hà Tĩnh) phô trương thanh thế. Hai tháng sau Trịnh Tráng, mượn tiếng vua Lê, sai Nguyễn Hữu Bản vào đòi truy thu thuế ba năm. Tháng Giêng năm sau (Đinh Mão-1627), Trịnh Tráng lại sai Lê Đại Nhậm lấy cớ "phụng sắc vua Lê" buộc Nguyễn Phúc Nguyên cho con ra chầu, đồng thời phải nạp cho Trịnh 30 thớt voi đực, 30 thuyền biển…

Trịnh vẽ chuyện ra như thế, chúa Phật Nguyễn Phúc Nguyên đã đoán biết "người anh em" mượn cớ để gây sự đánh mình, nhưng không nao núng. Ông bình thản nói với Lê Đại Nhậm điều đáng ngờ là từ xưa lệ ta cống Tàu chỉ kỳ nam với vàng thôi, làm gì có ngoại ngạch.

Mềm dẻo mà kiên quyết thể hiện trong cung cách trả lời của vị chúa Nguyễn thứ hai của xứ Đang Trong.

Rõ ràng Trịnh chiếm ưu thế khi có vua Lê làm chỗ dựa hợp pháp, có quân đông, lắm tướng tài. Chúa Phật Nguyễn Phúc Nguyên nghĩ rằng mình là kẻ giữ nhà, có thiên thời, có địa lợi, có nhân hòa sá chi những toan tính không thuộc về luân lý.

Tháng 3 năm Đinh Mão (1627) Trịnh Tráng dẫn vua Lê xuất chinh. Tướng Nguyễn Khải của Trịnh cho quân lấn sát bờ bắc sông Nhật Lệ. Nội chiến Trịnh – Nguyễn không thể không xảy ra.

Bởi Trịnh xuất quân không đúng lúc khi nội bộ còn bất yên, trên dưới, trong ngoài thiếu sự đồng tâm, nên Nguyễn Hữu Dật chỉ mới tung tin giả rằng anh em Trịnh Gia, Trịnh Nhạc ngoài Đông Đô sắp nổi loạn là Trịnh Tráng hốt hoảng thu quân. Lần đầu ra trận đã xui xẻo như thế đủ báo hiệu điềm không lành cho toàn cục đã ám bên phía Trịnh.

Đào Duy Từ qua Đoan Quốc công Nguyễn Hoàng nhận ra nhân tâm và tình thế xứ Đàng Trong, tình nguyện vào Nam giúp chúa Nguyễn. Âu cũng là mệnh từ trời mà nên.

Nhận biết Trịnh đông quân, lắm tướng nhưng xung trận sau một chặng viễn chinh dài đường, mà súng nặng không dễ dàng mang theo, sức quân không thể nào không sa sút, Đào Duy Từ đã hiến kế xây chiến lũy và thật may, chúa Phật không kỳ thị bắc, nam lại nhận ra ngay tài thao lược ở vị quân sư mà thân phụ mình đã cất công tìm kiếm. Tỉnh táo nên sáng suốt. Tin người như thể tin mình. Diễm phúc của vận mệnh

Nguyễn là sự tâm đầu ý hợp không hoài nghi, không đo đếm giữa người có quyền với người có trí, cho dù Đào Duy Từ, từ phía đối phương vào. Sự thành tâm của cả hai đã làm nên lịch sử.

Một thanh niên, một trí thức thất thế bởi sự kỳ thị hẹp hòi ở Đàng Ngoài đã thể hiện tài năng tấm lẫng khi được Đàng Trong phát hiện trọng dụng. Sự tận tâm mẫn cán cọng với sự nhạy bén tinh tế Đào Duy Từ đã nhận ra địa thế Trường Dục, Nhật Lệ, Trấn Ninh. Hệ thống lũy Thầy đủ sức ngăn Trịnh để Nguyễn rảnh tay mở nước khi thời cơ đến. Mạnh yếu đôi khi do tình thế. Trí tuệ lại thuộc hệ gia truyền. Tôi đinh ninh thế. Có phòng tuyến vững vàng người giữ nhà tất giành ưu thế.

"Huynh đệ tương tàn". Nỗi đau chung cho hai phía mà nhân tâm, thiện ác, đúng sai lại vắt sang hai ngả. Một bên muốn sóng yên biển lặng. Một bên vừa lấn cướp vừa la làng. Ba thế kỷ sau nhìn lại sự nguyền rủa của người đời dành cho bên cậy thế có vua, không tưởng vẫn chưa nguôi.

Ai có công đầu phục hưng vương triều Lê! Ai đã mở thêm một dải giang sơn gấm vóc. Năm 2012, tại thành phố Đồng Hới có hội thảo về danh nhân Quảng Bình. Đào Duy Từ và hệ thống Lũy Thầy đã được ngợi ca, đã được đánh giá là một mẫu mực về thiên tài quân sự. Ồ hay! Một thời chê, trước một thời khen, một thời chửi, trước một thời ca. Thì ra cũng tự bệnh hoạn bởi thói đời.

Năm 2013, tại Quảng Trị có hội thảo về chúa Tiên Nguyễn Hoàng với quá trình mở mang và thống nhất lãnh thổ Tổ quốc. Khi con người biết sự làm người. Điều đáng mừng là những người từng cao giọng xỉ vả chê bai đã có lời lẽ hay ho rất đỗi hợp thời. Nạn nước. Vận nước. Xưa nay là vậy. Thế đấy, khi con người không làm chủ được chính mình thì nhanh chóng trở thành công cụ trong tay những âm mưu mà tâm địa không nằm trong tầm chung nhân loại.

Phước Yên với Nguyễn Phúc Nguyên, Đào Duy Từ đầu thế kỷ XVII chỉ còn là "thi thể non trẻ" của một đô thị. Nhưng tôi vẫn cứ nhắc lại rằng chính sự non trẻ này qua hai lần vươn vai đã làm nên Kinh thành Phú Xuân.

Tại Bảo tàng Di vật Cung đình Huế hiện bảo quản một vạc đồng dạng nồi rất lớn có ghi rõ "Tân Mùi niên tạo". Theo Tiến sĩ Phan Thanh Hải, Tân Mùi có lẽ là năm 1631, thời điểm chúa Phật Nguyễn Phúc Nguyên cho "Đặt Ty Nội Pháo Tượng" tại Phường Đúc để đúc súng thần công (đại bác) cho Lũy Thầy và các loại vũ khí khác cho binh sĩ Nguyễn.

Qua hình dáng, chất liệu, thể hiện trình độ kỹ thuật cao, trình độ thẩm mỹ tinh tế chứng tỏ trình độ tay nghề với tính điêu luyện của tác giả qua tác phẩm hoàn hảo này.

Ngày nay, mỗi lần đi qua phường Đúc (Huế), tôi lại thấy vui vui khi lặng ngắm ngôi nhà thờ Thiên Chúa giáo đã có mặt trên mảnh đất này từ đầu thế kỷ XVII, mà Giáo sử của họ đạo ở đây còn nghi ngờ về năm khai sinh 1658 với một dấu hỏi kèm theo. Ngôi nhà thờ này xuất hiện giữa vùng dân cư thấm đẫm môi trường Phật Giáo đang được nhà chúa tôn thờ với phương châm "Cư Nho mộ Thích" như là một sự ưu ái ngoại lệ được coi là vào thời chúa Hiền Nguyễn Phúc Tần (1648 -1687), bởi căn cứ vào vài ba lạc khoản ghi trên mấy phẩm vạc đồng hiện còn tại Cố đô Huế.

Vạc đồng hiện còn trước sân điện Cần Chánh có niên đại đúng vào thời chúa Hiền Nguyễn Phúc Tần. Nhưng Ty Nội Pháo tượng lại được chúa Phật Nguyễn Phúc Nguyên cho khai sinh vào năm Tân Mùi - 1631, khi đã mời được cha con Jean de la Croix, người Bồ Đao Nha, sành về nghề đúc với thỏa thuận tạo cho vị chuyên gia này cơ sở xưng tội trước Đức Chúa Trời mỗi tuần theo lễ nghi tôn giáo của ông ta.

Xem ra, sự nghi ngờ của người viết Giáo sử về Giáo xứ Phường Đức bởi dựa vào hồi ký của Cha Lefèbvre do Cha

Cadière trích dẫn. Nhưng hồi ký dẫu đúng về sự kiện thì vẫn có nhiều trường hợp nhầm lẫn về thời gian. Có thể Cha Lefèbvre đến "Giáo xứ Thợ Đúc" đã nhìn thấy Giáo đường bình dân bởi một sự nhân nhượng giữa chúa Phật với vị thợ đúc mà chúa Nguyễn đang cần, rồi nhìn thấy lạc khoản ghi trên vạc đồng để định ra năm mở đầu của Giáo xứ này.

Sự nghi ngờ là phải.

Tiếc là về sau, nhất là cuối thế kỷ XVII đầu thế kỷ XVIII, phía Giáo xứ có nhiều biểu hiện ỷ thế chúa cũ một thời ưu ái, vượt quá khuôn khổ tín ngưỡng của mình không những đã có nhiều hành vi coi thường nhà cầm quyền sở tại mà còn diễu cợt chê bai. Thời buổi đó, về phía Quốc chúa Thiên túng Đạo nhân Nguyễn Phúc Chu đang ra sức cổ xúy, xiển dương Phật giáo để gom dân Đàng Trong thành một khối mà gấp rút mở mang lãnh thổ khi thời cơ đang vô cùng thuận lợi. Mọi hành vi khinh khi, khiêu khích của những kẻ ngoại đạo đều phải trả giá như là lẽ đương nhiên. Nhiều khi tôi nghĩ sở dĩ chúa Minh Nguyễn Phúc Chu đã bỏ Phú Xuân ra Bác Vọng cũng vì lẽ này.

Giá như các nhà truyền đạo khôn khéo, tế nhị hơn, khiêm tốn hơn thì tránh được nạn phân biệt đối xử và chắc chắn tránh được tai họa cho dân tộc về sau.

Một lần sang Phường Đúc thăm bạn, tình cờ tôi đọc được cuốn "350 năm Giáo Xứ Thợ Đúc" viết vào năm 2008. 350 năm tính đến năm 2008 là xác nhận sự ra đời của Giáo xứ này vào năm 1658.

Theo tôi thời điểm đó có lẽ sai. Bởi nội dung có đoạn nói đến nhu cầu của chuyên gia ngành đúc về một vị Linh mục để cầu nguyện Chúa giúp ông ta trong công việc đúc súng. Thể theo nguyện vọng đó Chúa đã cho mời một vị Thừa sai từng ở tại nhà một Giáo dân.

Như nhiều người đã biết, trước khi nối ngôi chúa, Nguyễn Phúc Tần từng là Nguyên soái Tổng chỉ huy bảo vệ Lũy Thầy trong trận tổng công kích thứ tư của Trịnh Tráng (1648), phía Nguyễn đã bắt được trên 3 vạn tù binh Trịnh (theo Thực Lục). Như vậy là nhờ có hệ thống Lũy Thầy với tướng sĩ một lòng quyết chiến nhưng không thể không tính đến sự vượt trội về vũ khí.

Với một phòng tuyến trên 3.000 trượng mà mỗi trượng có sẵn một khẩu súng quá sơn tức thần công (đại bác) và cứ 3 trượng lại đặt thêm một khẩu súng nòng lớn. Vị chi là 1.000 khẩu đại bác đặc biệt và 3.000 khẩu đại bác thông dụng. Vậy là 4.000 đại bác các loại chưa kể súng tay mà phòng tuyến "Lũy Thầy" đã sẵn sàng trước khi Trịnh Tráng tấn công (1648) rõ ràng là phải có từ trước. Bởi vậy, nếu chờ đến khi Nguyễn Phúc Tần được giữ ngôi chúa Hiền mới mời chuyên gia ngành đúc thì lấy đâu ra từng đó đại bác cho trận đánh vào năm Mậu Tý (1648).

Theo nhiều nguồn tư liệu, thì Ty Nội Pháo Tượng được khai sinh năm Tân Mùi,1631. Ngay tên gọi thôi cũng không phải chỉ để đúc một phẩm vạc hình nồi. Cho dù chứng tích có niên đại còn lại là thế. Jean de la Croix được mời ra Huế là để đúc súng đạn. Ty "Nội Pháo Tượng" ra đời cùng thời với việc khởi công xây dựng hệ thống Lũy Thầy mà Đào Duy Từ cùng Nguyễn Hữu Dật đang khẩn trương xây dựng. Đúc súng, xây lũy là yêu cầu cấp bách nên chúa Phật mới dành cho Jean de la Croix đặc ân lập Giáo đường là hợp lý.

Thủ phủ Phước Yên cho dù chỉ tồn tại 10 năm (1626-1635) nhưng để thực hiện bằng được lời dặn của chúa Tiên, trong 10 năm đó chúa Phật đã xây dựng được hệ thống phòng thủ mà dân gian gọi nôm na là Lũy Thầy (bởi do Thầy Đào Duy Từ là tác giả) tại Đồng Hới và cơ sở đúc súng thuộc Ty Nội Pháo tượng tại phường Đúc. Nhờ thành lũy vững chắc và vũ khí vượt trội hơn đối phương, mới chặn quân Trịnh dừng lại bên ngoài sông Gianh, chính là cống hiến của 10 năm

Phước Yên mới bảo đảm cho cả quá trình mở nước của bảy chúa Nguyễn về sau.

378 năm (1635-2013) đã qua, lịch sử chưa một lần tổng kết, nên không mấy ai biết một cách tường tận rằng để có được thành quả vững vàng trước thế lực vị kỷ mà hiếu thắng xuất phát từ phía bắc vào những năm giữa thế kỷ XVII, chúa Tiên Nguyễn Hoàng đã để lại bên phía Trịnh 5 người con trai, một người cháu đích tôn, một người con gái út và chúa Phật Nguyễn Phúc Nguyên đã noi gương Thượng hoàng Trần Nhân Tông, sai Công nương Ngọc Vạn sắm vai Công chúa Huyền Trân sang làm dâu nước Cao Miên sau khi đã xây dựng tình lân bang với nước láng diềng Chămpa. Bởi yêu cầu giữ yên phía bắc để mở rộng cương vực về phía nam như là sứ mệnh lịch sử đã đặt vào tay họ Nguyễn.

Bảy vị chúa Nguyễn thừa kế cống hiến trên mới làm nên nam Trung Bộ và Nam Bộ ngày nay.

Nhìn lại chặng đường từ Dinh Cát xuống Phước Yên chưa yên, bởi bề bộn với công việc di chuyển Thủ phủ, Trịnh Tráng đã xua quân vào gây sự, coi như mở màn nam bắc phân tranh (1627). Ấy là trận đầu Trịnh cậy sức mạnh áp đảo lại ỷ thế vua Lê, chủ động khai đao, nhưng hình như nội tình Trịnh còn rối rắm bất an. Trịnh thua. Điềm xui từ đó ám ảnh phía Đàng Ngoài để rồi hẳn lên thành duộc trong các trận đụng độ về sau.

Từ trận đầu Trịnh xuất quân khởi sự đánh Nguyễn không nên (1627), Đàng Trong mấy năm liên tiếp được mùa, quân tinh đã tuyển, thành lũy lại bền, trận đụng độ thứ 2 Trịnh vẫn đại bại đành ngậm ngùi rút tàn quân trở ra Đông Đô (Quý Dậu-1633).

Mười năm (1626 – 1635) Phước Yên quả còn quá non trẻ, đã phải đương đầu với Đông Đô qua hai lần tấn công gây sự của Trịnh không những không nao núng mà đã thể hiện bản lĩnh kiên cường tự tin trước thử thách cam go.

Phước Yên từ tấm lòng Dinh Cát với tầm nhìn Hội An đã làm nên Kim Long để 5 trận tiếp theo đánh bại tư tưởng kẻ cả, hiếu chiến của Trịnh.

Bình minh trên song Hương
(ảnh: Mai Linh)

Kim Long,
Thấu Tiếng Chuông Chùa

Chùa Thiên Mụ
(ảnh: Internet)

Kim Long là Thủ phủ thứ 5 của xứ Đàng Trong tính từ Ái Tử (1558-1570), Trà Bát (1570-1600), Dinh Cát (1600-1626), Phước Yên (1626-1635). 77 năm (1558-1635) với 5 lần thay đổi Thủ phủ ba vị chúa Tiên, chúa Phật, chúa Thượng để lại dấu chân trên những chặng đường như thể lo toan, như thể tự tin, như thể dứt khoát. Tự tin bởi đã thấu tiếng chuông chùa men dần về điểm hẹn. Điểm hẹn bịn rịn với khói hương. Điểm hẹn thấp thoáng chập chờn theo bóng ngựa.

Năm Tân Mùi, 1631 Thái tử Nguyễn Phúc Kỳ con trai trưởng, đang giữ chức trấn thủ Quảng Nam từ trần, chúa Phật Nguyễn Phúc Nguyên cho người con thứ hai là Nhân Lộc hầu Nguyễn Phúc Lan, 35 tuổi được nhận ngôi thế tử. Nguyễn Phúc Lan liền cho xây cung Thuận Nghĩa tại làng Kim Long giữa chặng đường mà vó ngựa huyền thoại mang nén hương đi tìm đất định đô đã qua. Thuận Nghĩa có lẽ là Thuận theo ý tưởng, Nghĩa phải tôn thờ. Kim Long nằm giữa chặng đường Thiên Mụ - Phú Xuân, đối ngạn với Phường Đúc, một làng nghề bên bờ nam mà chúa Tiên đã cho thành lập ngay từ những ngày đầu nhậm chức Trấn thủ Thuận Hóa. Sự chuẩn bị mở mang xứ Đang Trong hình như đã xuất hiện từ những công cuộc dân sinh như thế trong khi còn phải nấp bóng phò Lê với Trịnh để 73 năm sau, do nhu cầu vũ khí cho binh sĩ và bố phòng trên các chiến lũy, chúa Phật mới có sẵn cơ sở để mở công binh xưởng đầu tiên tại đây gọi là Nội Pháo Tượng.

Ban đầu Kim Long là một làng chài nhỏ ven sông Hương. Phía hạ lưu là làng Thụy Lôi trồng dâu nuôi tằm ươm tơ dệt lưới. Nhờ đứng trên dải đất bồi mang tên Vương Đảo, Kim Long cùng với Hà Khê, An Ninh Hạ mỗi ngày một đông vui. Nhất là sau khi chùa Thiên Mụ được tái sinh để tiếng chuông, tiếng mõ, câu kinh ngày đêm như an ủi, như vỗ về đưa con người xích lại bên nhau. Xuân Hòa thay Hà Khê. Chỉ thế thôi! Hoài bão của một tấm lòng đã rực lên từ đó. Xuân Hòa, Kim Long, Phú Xuân làm nên một thuở thái bình suốt 77 năm dưới thời chúa Tiên, chúa Phật.

Thế rồi công cuộc xây dựng cung Thuận Nghĩa của Nhân Lộc hầu Nguyễn Phúc Lan được khởi công, làng chài lùi xuống phía cuối. Kẻ Vạn còn đó như là dấu cũ của thời sơ sinh đã qua. Công cuộc xây cất cung phủ đòi hỏi thầy thợ giỏi tay nghề, giàu tâm huyết gần xa góp sức, Kim Long trở thành một điểm đồng qui xứ sở. Diện mạo Kim Long thay đổi kéo theo sự khởi sắc các vùng dân cư hai bờ sông Hương như Long Hồ, Nguyệt Biều, Lương Quán, Dương Xuân, Phường Đúc, Bồi Thành (nay là phường Phú Cát) Bao Vinh, Thanh Hà, Mậu Tài... Một vùng dân cư. Một vùng sông nước trên bến dưới thuyền sầm uất thịnh vượng hẳn lên. Xuân Hòa. Ước mơ đã thành hiện thực.

Thuyền từ Kim Long
Thuyền về Đập Đá
Thuyền qua Vĩ Dã
Thẳng ngã ba Sình…

Năm 1635, chúa Phật Nguyễn Phúc Nguyên băng hà, Nguyễn Phúc Lan nối nghiệp, để phủ chính Phước Yên làm miếu thờ thân phụ mình, chuyển Thủ phủ vào cung Thuận Nghĩa vừa xây dựng xong. Cung Thuận Nghĩa trở thành Thủ phủ Thuận Nghĩa được cải theo địa danh sở tại là Thủ phủ Kim Long. Chỉ thế thôi, Kim Long đã khác với Ái Tử, Trà Bát, Dinh Cát, Phước Yên về quy mô, thời gian xây dựng và nhất là nhận thức về tính tự lập, tự cường. Trịnh không còn gì đáng sợ như thuở Ái Tử đơn côi. Kim Long của hành trình. Kim Long của niềm tin. Kim Long của thách thức. Bởi sự vững vàng đã lớn lên từng ngày qua 10 năm Phước Yên với Nguyễn.

Hình như hai lần gây sự là hai lần thua làm nên nỗi tự ái trong lòng Trịnh mà quan hệ Trịnh - Nguyễn đến lúc này, bên cháu cô bên cháu cậu máu đã thoảng, hờn giận không còn sức ghìm. Tháng Tư năm Quý Mùi -1643, Trịnh Tráng lại xua quân rồi rước vua Lê vào đánh Nguyễn. Quân sĩ Trịnh đi xa mệt mỏi vấp phải nắng mùa Hè miền Trung đã lấy đi một phần sinh lực lại bị chặn đứng bởi hệ thống chiến lũy vững chãi cùng nhiều vụng biển cạn để lại sình lầy, hất Trịnh kéo bại quân trở về nơi xuất phát.

Đông Đô già cỗi. Kim Long trẻ trung. Ba lần chủ động đánh Nguyễn. Ba lần Trịnh đều thua. Đau thì ít mà nhục thì nhiều. Hận thù cứ thế chồng chất. Nguyễn Phúc Lan đã có lúc tự đắc nên nhu cầu hưởng thụ dấy lên ngày đêm vui chơi ca hát đồng thời cho dựng thêm lầu này, cung nọ, không thấy hết mối họa của tính sĩ diện đang nung nấu chí phục thù trong lòng Trịnh. Đúng lúc đó, vợ bé của anh trai quá cố Nguyễn Phúc Kỳ (Về sau Thực lục chép Tôn Thất Kỳ) là Tống Thị, nhan sắc hơn người mà tài quyến rũ đám mày râu thì không ai bì kịp, ỷ thế góa bụa thường xuyên vào ra cung phủ dưới sự bao che của chúa em. Lúc đầu là để an ủi chị dâu, nhưng rồi "lửa gần rơm", nếu không có Tôn Thất Trung thẳng thắn kịp thời vạch rõ đạo cương thường và mối nguy xã tắc thì Nguyễn Phúc Lan khó tránh khỏi lỗi lầm. Cũng cùng thời gian đó việc quân bê trễ mà việc thổ mộc lại rộn ràng náo nức, Phạm - Nội tán, thường gọi là Văn Hiên hầu nhận thấy tai họa đang tiềm ẩn trong sự xa hoa phù phiếm, nên đã mạnh dạn tâu bày phải quấy.

Xưa nay hễ "trực ngôn thì nghịch nhĩ". Lời nói thẳng khó được lọt tai. Người nói thẳng thường bị tai vạ. Thế nhưng thật là cơ may. Thật là hi hữu. Chúa Thượng chăm chú lắng nghe mà không nổi giận lại đổi sắc mặt tỏ ra ân hận rồi hối lỗi thanh minh với vị Nội tán rằng mọi việc không tự ý mình mà đều do bọn xu nịnh bày đặt.

Hồng phúc! Đại hồng phúc. Quan dám nói thẳng. Chúa biết lắng nghe. Tống Thị bị đuổi ra khỏi phủ Kim Long. Công việc xây cất dẫu đang náo nức, ngay tức khắc được lệnh dẹp bỏ.

Địa linh nên nhân kiệt. Có vậy chăng? Kim Long trước hết đã làm nên sự phản tỉnh của người đứng đầu xứ sở. Tiếng chuông chùa ngày đêm gạn đục khơi trong thấm vào tâm khảm chúa Thượng chăng? Nhìn vào gương chúa, quan quân trên dưới một lòng cúc cung phụng sự.

Trong bối cảnh đó, năm Mậu Tý-1648, Trịnh Tráng lại huy động đại binh vào đánh Nguyễn. Chúa Thượng Nguyễn Phúc Lan không được khỏe nên đã giao cho con là Dũng Lễ hầu Nguyễn Phúc Tần, 29 tuổi thay chúa làm Tiết chế chư dinh tổng chỉ huy quân sĩ chống Trịnh.

Trận thứ tư này cam go hơn ba trận trước. Bên Trịnh tập trung binh hùng tướng giỏi ra sức thúc quân cố đánh để phục thù nên nhiều đoạn Lũy Thầy đã bị quân Trịnh chọc thủng. Trong khoảnh khắc Trịnh tạm lui chờ sáng để sắp xếp lực lượng chuẩn bị tấn công chiếm lũy thì Nguyễn Phúc Tần cũng kịp thời đưa quân đến tiếp ứng. Có mặt Tiết chế, có thêm quân lại có số dân Nguyễn Hữu Dật cho chuyển từ tuyến ngoài vào, khi biết Trịnh sắp đánh lớn, suốt đêm chung sức, chung lòng kịp thời bồi đắp những đoạn lũy bị đối phương phá đổ. Bởi đèn đuốc với sự rộn rã ồn ào của dân lẫn binh vận chuyển vật liệu trong đêm tạo nên trạng huống như thể Nguyễn sắp phản công nên Trịnh lùi xa thúc thủ đề phòng, không tận dụng thời cơ khi chiến lũy đã tan hoang. Sáng ra Trịnh biết đã bỏ lỡ thời cơ, thì thành đã bồi trúc vững chãi rồi. Âu cũng có phần của thiên thời vậy.

Qua nhiều ngày đêm tấn công, Trịnh không làm sao chiếm được các vị trí cố thủ của Nguyễn mà tổn thất thì lớn, sức quân lại sa sút nhiều. Trịnh Tráng tự biết không thể thắng, đành hạ lệnh thu quân. Nguyễn Phúc Tần tiên lượng được điều đó nên đã bàn tính trước với Nguyễn Hữu Tiến, Nguyễn Hữu Dật cùng các thuộc tướng cách đánh giữ sao cho dẻo dai mà bền bỉ. Thủy binh. Bộ binh. Kỵ binh. Tượng binh... Chặn ở đâu. Đuổi từ đâu. Tất cả đều đã được bàn tính. Trịnh rút, Nguyễn kịp thời phản công.

Trận này phía Nguyễn bắt được 30.000 tù binh Trịnh (theo Thực Lục Tiền Biên).

Tại lễ hiến phù, nhiều tướng lĩnh Nguyễn từng gian nan chiến trận, được dịp trả thù nên đã dâng biểu xin phân loại để tra khảo, giam cầm biệt xứ. Chúa Thượng lắng nghe mọi lời tâu trình vừa kiêu hãnh vừa hận thù chồng chất như thế, nhưng không hành xử theo ý họ mà điềm tĩnh nói:

"Hiện nay từ miền Thăng (tức phủ Thăng Bình), Điện (tức phủ Điện Bàn) trở vào Nam đều là đất cũ của người Chăm, dân cư thưa thớt, nếu đem chúng an tháp vào đất ấy, cấp cho canh ngưu điền khí, chia ra từng hộ từng xóm, tính

nhân khẩu cấp cho lương ăn để chúng khai khẩn ruộng
hoang, thời trong khoảng mấy năm, sinh sản ngày nhiều, có
thể thêm vào quân số, có gì mà lo về sau".

(ĐNTL,T1, trang 59)

An tháp. Ngôn ngữ chúa dùng đã thể hiện lòng nhân ái của Nhân Lộc hầu rồi. An tháp mà không giam cầm, không tra khảo, không cải tạo, không ngược đãi trả thù. Ai thích về quê hương bản quán thì cho về. Ai thuận theo lòng chúa thì được chu cấp trâu bò, nông cụ, lương thực đủ dùng trong 6 tháng khi chưa thu hoạch sản phẩm vụ đầu. Khác với Đàng Ngoài đang đói khổ lại bị nhiều nỗi truân chuyên, phần nhiều nếu không nói hầu hết tù, hàng binh Trịnh của trận Mậu Tý này đều yên tâm ở lại. Trong số đó hình như có Hồ Phi Phúc, người làng Thái Lão, huyện Hưng Nguyên, tỉnh Nghệ An. Hồ Phi Phúc là cố nội của Nguyễn Nhạc (Hồ Phi Nhạc) được chọn một vùng đất bên bờ sông Côn về sau mang tên là làng Phú Lạc (giàu có an lạc), thuộc huyện Tuy Viễn, phủ Hoài Nhân (Qui Nhơn). Nay là huyện Tây Sơn, tỉnh Bình Định.

Phú Lạc gần đèo An Khê. Bên kia đèo An Khê là địa bàn cư trú của người Ba-na. Với địa bàn đó Hồ Phi Phúc vừa làm ruộng vừa buôn bán mỗi ngày một khá giả hơn nên đã mở rộng cơ ngơi xuống chợ Kiên Mỹ. Anh em Hồ Phi Nhạc (Nguyễn Nhạc) lớn lên trong bối cảnh đó.

Ai lên nhắn với nậu nguồn
Măng le gùi xuống cá chuồn gửi lên.

Không hành hạ tù, hàng binh lại còn chu cấp lương thực, vật liệu làm nhà, ruộng đất, trâu bò, nông cụ đầy đủ. Xem ra còn hơn cả đi xây dựng vùng kinh tế mới sau này. Nhờ vậy dải đất miền Trung từ đèo Hải Vân vào tận đèo Cả nay là các tỉnh thành Đà Nẵng, Quảng Nam, Quảng Ngãi, Bình Định,

Phú Yên mà dân gian thường gói gọn là Nam, Ngãi, Bình, Phú, nhanh chóng khởi sắc mỗi ngày một thịnh vượng thêm. Để rồi chính số tù, hàng binh đó và con cháu họ là nguồn nhân lực kịp thời có mặt trong các đợt nam tiến lập nên phủ Thái Khang, Diên Khánh, Trấn Biên, Gia Định, Định Tường, Định Viễn, Tân Châu, Châu Đốc, Hà Tiên, Phú Quốc…về sau.

76 năm kể từ ngày chúa Tiên Nguyễn Hoàng đưa tù binh Mạc ra vùng Cồn Tiên (Quảng Trị) lập nên 36 phường để thành tổng Bái Ân (1572) đến khi Nguyễn Phúc Lan cho "an tháp" 3 vạn tù binh Trịnh (1648), hai ông cháu người họ Nguyễn đã để lại nghĩa cử nhân văn trong lịch sử mở mang lãnh thổ đất nước. Bái Ân địa danh làm nên dấu ấn bất di mãi mãi tạc vào lịch sử mở nước một tấm lòng nhân ái cao cả. Mỗi lần đi qua Dốc Miếu (Quảng Trị) tôi lại nhìn ra phía Cồn Tiên rồi thầm nhắc hai tiếng Bái Ân. 443 năm đã qua (1572-2015), Bái Ân thuở đó đã góp sức làm nên một vùng dân cư trù phú, một vùng thắng cảnh đặc sắc phía nam Cửa Tùng.

Cho hay trước và sau chúa Thượng Nguyễn Phúc Lan còn nhiều lần nội chiến dài dài. Bên nọ bên kia bắt được tù hàng binh của nhau không ít, nhưng chưa một ai, chưa một thời nào có tầm cao nhân văn như thế. Tiếng lành đồn xa. Tù, hàng binh Trịnh bình yên hòa nhập với xứ Đàng Trong như thể đã làm nên một tiếng vọng ra Đàng Ngoài. Vì vậy có người nghĩ rằng trận Mậu Tý – 1648, chúa Nguyễn không chỉ thắng 30.000 tù, hàng binh Trịnh mà đã thắng trên toàn cục Nam – Bắc phân tranh. Thắng trong lòng người, tình người con dân nước Việt.

Danh tiếng cùng uy tín Kim Long từ đó loang xa theo tiếng chuông chùa Thiên Mụ trở thành niềm tin, hy vọng, trở thành điểm đồng quy không nơi đâu có thể thay thế. Thuở đó chưa có hàng rào giới tuyến. Đánh nhau là chuyện của lính. Đi lại là việc của dân. Đàng Ngoài mất mùa đói kém, ách cai trị của Trịnh lại hà khắc. Nam tiến tự phát từng nhóm, từng đoàn, thậm chí từng người cứ thế mà men theo thiên lý bắc-nam.

Mãn nguyện với chiến công Mậu Tý, hài lòng với cách hành xử nhân đạo của mình, trên đường khải hoàn trở về Thủ phủ Kim Long, chúa Thượng thanh thản qui tiên ở tuổi 48, quyền thừa kế thuộc Thế tử Nguyễn Phúc Tần.

Kim Long vừa làm lễ quốc tang chúa Thượng vừa làm lễ cung nghinh chúa Hiền giữa nỗi buồn khôn nguôi lẫn niềm vui đại thắng.

Sau võ công Mậu Tý, Nguyễn Phúc Tần như nhận ra thời cơ mở nước đã điểm nên đến năm Quí Tỵ (1653) đã cho quân vượt đèo Cả lập nên hai phủ Thái Khang và Diên Khánh tức Khánh Hòa ngày nay.

Trịnh Tráng biết chúa Nguyễn đang mở mang lãnh thổ, lo Đàng Trong mạnh hơn bèn bày mưu cho Trịnh Đào, Phạm Tất Đồng không ngày nào không xua quân sang nam Bố Chính gây chuyện binh đao. Để yên mặt bắc, rảnh tay mà mở mang phía nam, Nguyễn Phúc Tần ngày đêm thao thức và đã tự mình tìm ra "bí quyết" là phải tạo nên sự nhất tâm đồng lòng giữa tướng sĩ với nhau và giữa tướng sĩ với mình mới nhận được những vần thơ trong mộng.

*"Tiên kết nhân tâm **thuận**.*
*Hậu thi đức hóa **chiêu**.*
Chi diệp kham tồi lạc.
Căn bản dã nan dao".
(Thực lục Tiền biên, trang 63)

(Muốn nên nghiệp lớn đầu tiên là liên kết nhân tâm. Liên kết được nhân tâm các danh tướng đồng thời với sự thể hiện ân đức thật rõ ràng. Làm được điều đó thì dù cho cành lá có bị phong ba bão táp bẻ gãy nhưng gốc rễ vẫn vững vàng bình yên").

Thế là danh tướng Nguyễn Hữu Tiến tức **Thuận** Nghĩa Hầu và danh tướng Nguyễn Hữu Dật tức **Chiêu** Vũ Hầu trở thành chỗ dựa của chúa Hiền đồng thời là trụ cột cố kết lực lượng Nguyễn.

Đạo làm chúa. Đạo làm tướng. Đạo làm quân được chúa Hiền khuôn xử theo tâm tưởng của mình qua "thần mộng" đã làm nên sức mạnh xứ Đàng Trong.

Sức mạnh của Nguyễn được kích thích bởi các trận đánh thắng Trịnh đã qua, lại tăng lên gấp bội bởi ý tưởng *"Tiên kết nhân tâm thuận"*. Nguyễn Hữu Tiến, Nguyễn Hữu Dật với cuộc "bắc chinh" đầu tiên (1655-1659), đuổi được Trịnh ra bên ngoài sông Lam. Đây là cuộc đụng độ giữa Trịnh với Nguyễn lần thứ năm mang tầm của một chiến dịch.

Do sức tiến quân của Nguyễn đã làm rúng động Đang Ngoài. Nhiều thế lực đối lập với Trịnh ở Sơn Tây, Hải Duong, Kinh Bắc... liên tiếp phát tín hiệu sẵn sàng góp giáo, nếu quân Nguyễn vượt sông Lam tiến ra Đông Đô. Trịnh Căn thực sự hoang mang đã tính lùi khỏi Nghệ An về giữ Thanh Hóa.

Nhưng với Nguyễn vào thời điểm đó, Đông Đô chưa phải là mục tiêu. Phía Nam quân Xiêm đang dòm ngó, thôi thúc hơn nhiều. Không nhanh chân công cuộc mở mang bờ cõi sẽ mất thời cơ nghìn năm có một. Hất quân Trịnh ra xa, không lo kẻ thù sau lưng để rảnh tay mà tính chuyện mở mang lãnh thổ.

Nhờ vậy, tháng 9 năm Mậu Tuất, (1658) biết tin người Việt ở thành Hưng Phúc, Sài Gòn, trong đó có cô ruột Ngọc Vạn của mình cùng gia nhân đang bị các thế lực tranh chấp o ép ngược đãi, chúa Hiền Nguyễn Phúc Tần, đã kịp thời cho quân vào Mỗi Xuy dàn xếp ổn thỏa mọi bất hòa, coi như đã mở rộng lối vào Đông Phố.

Biết là Trịnh không muốn mình yên, nên ông đã cho rút hai cánh quân bắc tiến về vị trí cố thủ trước năm Ất Mùi

(1655) đồng thời lại cho đắp thêm chiến lũy mới để yểm trợ hệ thống phòng thủ chính được xây dựng từ thời ông Nội (1630).

Không nghĩ đến sứ mệnh mở nước, Đàng Ngoài càng thua càng cay, tháng 12 năm Tân Sửu, 1661 Trịnh Tạc lại huy động một lực lượng quân sĩ hùng hậu với các danh tướng như Đào Quang Nhiêu, Lê Thời Hiến, Hoàng Nghĩa Giao, Lê Sĩ Triệt, Trịnh Thời Tế... rồi giao cho Trịnh Căn tổng chỉ huy rầm rộ vào đánh Nguyễn.

Biết quân mình 5 năm xung trận trên đất Nghệ An vừa rút về còn mệt, thời gian dưỡng binh súc nhuệ chưa nhiều, Nguyễn Phúc Tần bàn với các danh tướng Nguyễn Hữu Tiến, Nguyễn Hữu Dật không vội đánh mà nên dựa vào chiến lũy để cố thủ vừa đỡ mất sức quân vừa chờ cho quân Trịnh mệt mỏi. Bởi xưa nay từ xa xua quân đi công thành thời gian kéo dài thường là tai vạ. Vả lại, cuối Đông đầu Xuân vẫn còn mưa gió, Trịnh muốn đánh gấp mà Nguyễn không xuất quân. Hệ thống chiến lũy đã bền mà bên ngoài lũy sinh lầy lại rộng. Bởi hệ thống lũy Thầy vững chắc, tinh thần quyết chiến của tướng sĩ Nguyễn không nao núng cọng với thời tiết bất thường, cuối cùng Trịnh lại phải bỏ cuộc. Phía Nguyễn chỉ chờ có thế và coi đó là thời cơ để đánh đuổi Trịnh.

Ấy là trận thứ 6.

Trịnh - Nguyễn vốn là đồng hương Thanh Hóa, vốn là thông gia kép cùng liên minh phò Lê, thế nhưng Trịnh lại không nghĩ đến công khởi nghiệp của Nguyễn. Tham vọng bá quyền lấp mất cái nghĩa anh em. Càng không an lòng với lời khuyên: "Giữ chùa thờ Phật thì ăn oản" của Nguyễn Bỉnh Khiêm lại sợ Nguyễn chia bớt phần, Trịnh quên lẽ quân thần phụ tử, giết vua, phản cha, gây hấn với nội thân ngày càng gay gắt. Nguyễn Phúc Tần dù còn trẻ, nhưng với dòng máu quả cảm của chúa Tiên, chúa Phật, chúa Thượng đã hun đúc nên tính quyết đoán anh minh giúp ông tỉnh táo trong mọi tình huống. Thế rồi, xứ Đàng Trong mỗi ngày một mở mang tạo thành nguồn hưng phấn mới. Trào lưu học chữ Nho, thờ đạo Phật làm nền cho một cõi nhân hòa.

Sau trận Tân Sửu-Nhâm Dần vừa nêu, hình như phía Trịnh tổn thất quá nặng nên chưa gây sự mà chúa Hiền lại nhận thấy có thời gian hưu chiến nên tổ chức duyệt tuyển, chỉnh đốn quân cơ, luyện binh chọn tướng đồng thời với việc trang bị vũ khí cùng phương tiện vận chuyển tốt hơn, nền nếp quy củ hơn. Nhờ vậy, bộ binh, thủy binh, kỵ binh, tượng binh Nguyễn sau 10 năm rèn luyện tề chỉnh hơn, hưng phấn tự tin hơn.

Yên tâm với những điều như thế, tháng 7 năm Ất Tỵ, 1665 chúa Hiền cho trùng tu chùa Thiên Mụ. Tháng 4 năm Đinh Mùi, 1667 chúa lại cho xây dựng chùa Hòa Vinh trên núi Linh Thái, bên cửa biển Tư Hiền.

Xem ra, các công trình xiển dương Phật giáo đơn giản mà vô ngôn thế thôi nhưng lại hàm chứa nội dung của hai bức thông điệp về đường lối nội trị của xứ Đàng Trong. Dựa bóng Phật, thần dân xứ Đàng trong trên dưới một lòng phò chúa của mình.

Không tính đến các yếu tố khách quan, khi đối phương đã trải qua thử thách với quân mạnh, lũy bền, tháng 6 năm Nhâm Tí -1672,Trịnh Tạc lại huy động toàn lực do Trịnh Căn làm nguyên soái thủy quân, Lê Thời Hiến thống suất bộ binh vào đánh Nguyễn.

Chúa Hiền nhận xét rằng Trịnh Tạc không nghĩ đến thất bại năm Nhâm Dần (1662), tức giận mà gây chiến. Quân đông, tướng giỏi nhưng không có thiên thời, không có địa lợi, không có nhân hòa, nôn nóng bực tức mà động binh xung trận, chỉ chuốc lấy thất bại mà thôi! Và, để có một trận đánh quyết định làm cho Trịnh bỏ hẳn tính kẻ cả, cần chọn một vị Tổng chỉ huy có dũng, có uy được chư tướng, chư quân đồng tâm tin cậy phục tùng. Hoàng tử thứ tử Nguyễn Phúc Hiệp, nguyên là Chưởng cơ Hiệp Đức hầu được tất cả tướng sĩ đồng thanh đề cử. Chúa Hiền cho là phải. Thế là vị hoàng tử vừa tròn 20 tuổi, được chúa cha giao cho giữ chức đại nguyên soái tổng chỉ huy quân Nguyễn chống Trịnh lần thứ 7 (Nhâm Tý, 1672).

Trận đánh diễn ra hết sức cam go bởi Trịnh dốc vào chiến trường lần này 10 vạn quân phao lên là 18 vạn quyết phá cho được hệ thống Lũy Thầy. Nguyễn dốc toàn lực để giữ. Bởi không giữ được chiến lũy thì hậu quả thảm bại không thể lường.

Nhìn lại các trận đụng độ máu lửa giữa Trịnh và Nguyễn vào những năm 1627, 1633, 1643, 1648, 1655-59, 1661, thì trận này mang tính sống còn nên quyết liệt nhất.

Bảy tháng trời từ cuối mùa Hạ đến hết mùa Đông với khí hậu miền Trung nắng như thiêu như đốt, mưa thì thối đất thối đai. Hàng vạn binh sĩ mỗi bên xung trận thì hàng nghìn binh si mỗi bên bị loại khỏi chiến trường. Nhất là phía công thành vừa không hợp thủy thổ vừa phải chịu cảnh màn trời chiếu đất dài ngày. Bệnh tật, đói khát, sình lầy, gươm đao, súng đạn, phần nặng quân Trịnh phải gánh, lại thiếu hẳn sự tiếp sức cổ vũ của hậu phương… Cuối cùng đương nhiên Trịnh đại bại.

Suốt 7 tháng giao tranh quyết liệt, có lúc chiến lũy Trấn Ninh tưởng đã bị đối phương phá đổ, nhưng với sức quân, sức dân một lòng bồi trúc, cuối cùng phía Trịnh lại thua đậm. Tan cuộc Nguyên soái Nguyễn Phúc Hiệp chuẩn bị khao quân bất giác nhìn ra bãi trận với ngổn ngang gươm gãy, cờ rách của phía Trịnh bỏ lại đã thốt lên: *"vật còn như thế huống chi là người"*. Nỗi đau chiến trận nhức nhối lòng vị nguyên soái tuổi 20 đã làm ông đổi ý mở tiệc khao quân mừng đại thắng chuyển thành hai lễ cầu siêu cúng vong linh tướng sĩ tử trận cả hai phía trong và ngoài chiến lũy Trấn Ninh.

Một nghĩa cử chưa có tiền lệ trong lịch sử chiến tranh.

342 năm (1672-2014) đã qua ngồi đọc hai bản văn tế vong linh tướng sĩ hai bên do chính tay Nguyễn Phúc Hiệp soạn, lại dấy lên trong tôi sự nuối tiếc rằng sao hậu thế với tầm cao trí tuệ ngày nay sao không một ai ở cõi Á Đông này noi theo.

Thua trên chiến trường. Thua trong ý chí. Thua giữa công luận. Trịnh chấp nhận lấy sông Gianh làm giới tuyến kết thúc Nam – Bắc phân tranh.

Đã đến lúc một số nhà Sử học thuộc trường phái minh họa nên có một lần tỉnh táo, xét xem bên nào gây chiến trước để thôn tính bên nào và ranh giới sông Gianh ngăn quân Trịnh 102 năm, họ Nguyễn cùng toàn dân xứ Đàng Trong đã tiếp nhận lãnh thổ tiểu quốc Phù Nam để làm nên Đông Phố.

Vận mệnh đất nước chăng? Non sông có Hà Tiên, Phú Quốc, Tân Châu, Châu Đốc... hôm nay xem ra lại có sự dự phần của 7 trận đánh thắng quân Trịnh tại Lũy Thầy và không nên đánh đồng ranh giới sông Gianh với giới tuyến sông Bến Hải giữa thế kỷ XX.

Lo bị đánh phải phòng thân trước thế mạnh của đối phương thì không thể là bên gây chiến. Dấu tích hệ thống phòng thân nằm trên đất thành phố Đồng Hới, tỉnh Quảng Bình cách Hà Nội tức Đông Đô thời chúa Trịnh 585km. Nghĩa là muốn gây sự với Đông Đô phải lội bộ hàng tháng trời.

Nhìn lại 7 trận đụng độ giữa hai thế lực Trịnh, Nguyễn thì chỉ có một lần duy nhất là trận thứ 5, quân Nguyễn vượt đèo Ngang đuổi quân Trịnh ra ngoài bờ bắc sông Lam, để rảnh tay mà đưa dân đi về đích. Sáu trận đụng độ trước sau đều do quân Trịnh gây nên. Bởi vậy xét cho ra lẽ thì cả bảy lần Trịnh, Nguyễn đánh nhau to đều do phía Trịnh gây sự trước.

Nhân đây cũng xin chen ngang, biết là lạc mạch để nhắc thêm một luận điểm tưởng như chính thống bất di bất dịch là Quang Trung Nguyễn Huệ là người có công xóa ranh giới sông Gianh thống nhất Tổ quốc. Đúng! Quang Trung đã xuất quân Bắc tiến vượt sông Gianh diệt Trịnh vào năm 1786; Quang Trung đã sai Vũ Văn Nhậm xua quân vượt sông Gianh ra Bắc giết Nguyễn Hữu Chỉnh,1787 ; Quang Trung lại vượt sông Gianh lần thứ hai giết cháu rể Vũ Văn Nhậm, 1787 ; Và, Quang Trung lại hành quân thần tốc ra Bắc làm nên võ công Ngọc Hồi – Đống Đa lịch sử vào mùa Xuân Kỷ Dậu, 1789. Tuy 4 lần vượt qua sông Gianh, nhưng không còn là giới tuyến. Bởi trước 4 lần đó, Hoàng Ngũ Phúc, tướng Trịnh đã xóa ranh giới sông Gianh từ tháng 10 năm Giáp Ngọ, 1774 trước ngày vượt sông Gianh lần đầu của vua Quang Trung 12 năm (1786). Về sự kiện vượt qua giới tuyến sông Gianh là đúng sự thực. Nhưng nếu coi đó là thống nhất thì phải để đến Hoàng Ngũ Phúc. Nhưng xin thưa vượt sông trong chiến trận chỉ là quyền biến nhà binh. Thống nhất lãnh thổ còn lắm lẽ phải bàn. Đó mới là việc làm của các nhà Sử học đích thực.

Sau hơn ba thế kỷ, tôi nói ra điều này có vẻ thiếu khách quan chăng! Thiên vị chăng! Không! Quê tôi ở Hà Tĩnh. Láng diềng phía bắc của tỉnh Quảng Bình. Tôi đã nhìn được dấu tích của hệ thống Lũy Thầy. Lũy Thầy là sáng kiến mà Đào Duy Từ, từ phía Trịnh vào bày cho phía Nguyễn. Đào Duy Từ là một hay còn nhiều "Đào Duy Từ" đã đi theo ngạn ngữ dân gian "Trai khôn chọn chúa mà thờ", làm nên vững mạnh của xứ Đàng Trong, cũng có nghĩa góp phần làm nên đất Việt phương nam.

Cho hay, người Việt thế kỷ XVII tinh tế mà tỉnh táo mới có một Kim Long xứng đáng là rồng vàng của cả nước.

Theo dấu chân hương, Kim Long thấu tiếng chuông chùa với 52 năm giữ thế trừ bị để Phú Xuân chững chạc đứng lên.

Xem ra, những bước đi từ Ái Tử, Trà Bát, Dinh Cát,

Phước Yên, Kim Long vào Phú Xuân qua 5 vị chúa Nguyễn thuộc các thời điểm khác nhau nhưng tuyệt đối trung thành thực hiện mục tiêu duy nhất mà vị chúa khai sinh xứ Đàng Trong đã định từ khi Thụy Lôi được ban tên mới Phú Xuân theo hoài bão giàu có trẻ trung.

Phú Xuân,
Đứng Lên Từ Huyền Thoại

(ảnh: Internet)

Có huyền thoại đã trở thành truyền thuyết. Có truyền thuyết được khắc vào bia đá làm nên tư liệu thành văn, dựng phía trước Tam quan chùa Thiên Mụ, để mọi người nhìn thấy bằng mắt, sờ được bằng tay. Những năm gần đây, khi nhận thức du lịch là một ngành "công nghiệp không khói", du khách đến Huế ngày càng nhiều. Chùa Thiên Mụ là một trong số những điểm mà du khách ít khi bỏ qua. Đọc bia hoặc được hướng dẫn viên giới thiệu nội dung bia về huyền thoại lập chùa dường như là chuyện khởi đầu của bên được nói với bên được nghe. Với tôi, huyền thoại về bà nhà trời xuất hiện trên đỉnh đồi Hà khê và nén hương trên lưng ngựa đi tìm đất định đô, nghe và nói lại cũng đã quá nhiều. Thế nhưng vẫn muốn ghi lên giấy đôi điều về huyền thoại ấy, để rộng đường suy tư.

Bởi phía sau, phần khuất còn lắm chỗ chưa tường mà chùa Thiên Mụ lại được tái khai sinh vào năm 1601 bắt nguồn từ huyền thoại này. Dẫu đã quá nhàm chán. Có thể là như thế. Nhưng thưa quý bạn đọc. Nghe qua thì nhiều mà luận cho thấu thì chưa.

Bà nhà trời nói với người sở tại về "chân chúa", về "tụ khí thiêng", về "bền long mạch". Bà nhà trời lại bày cho chúa Tiên thắp hương, cưỡi ngựa đi tìm đất "định đô".

Hai là hai hay hai là một?

414 năm kể từ ngày chùa Thiên Mụ được tái lập (1601-2015) hay 95 năm đã qua khi huyền thoại được nhà vua Nguyễn Hoằng Tông cho khắc vào bia đá (27.11. năm Khải Định thứ 4 – 17.01.1920), chuyện Bà Nhà Trời với ngôi cổ tự này như một cặp song sinh. Người nói, nói nhiều mà không chán. Người nghe, nghe nhiều mà không nhàm. Bởi đứng trước một tấm bia Vua, đứng trước một cõi danh lam, đứng trước một cảnh trí ngoạn mục mà thiêng liêng với núi sông diễm lệ dường ấy, tự nhiên mọi người cảm thấy như còn điều gì phải khám phá.

Với tôi, huyền thoại còn là một ẩn số vừa mang tính tình thế vừa dung chứa tư tưởng chiến lược của một vĩ nhân. Xuất xứ một. Đối tượng hai. Có điều gì đó cho ta nghĩ rằng: hai là một. Tôi nghe đã nhiều nhưng không nhàm chán bởi lẽ này. Mằn lại từng ý về huyền thoại Bà Nhà Trời để men đến bối cảnh xã hội Đàng Trong ở tuổi đầu thế kỷ XVII, như một tay vịn qua nhịp cầu tre.

Đại Nam Thực Lục Tiền Biên ghi:

"Bấy giờ chúa dạo xem hình thế núi sông, thấy trên cánh đồng bằng ở xã Hà Khê (thuộc huyện Hương Trà) giữa đồng bằng nổi lên một gò cao, như hình đầu rồng quay lại, phía trước thì nhìn ra sông lớn, phía sau thì có hồ rộng, cảnh trí rất đẹp. Nhân thế hỏi chuyện người địa phương, họ đều nói

rằng gò này rất thiêng, tục truyền rằng: Xưa có người đêm thấy bà già áo đỏ quần xanh ngồi trên đỉnh gò nói rằng: "Sẽ có vị chân chúa đến xây chùa ở đây, để tụ khí thiêng, cho bền long mạch. Nói xong bà già biến mất. Bấy giờ nhân đấy mới gọi là núi Thiên Mụ. Chúa cho rằng núi ấy có linh khí, mới dựng chùa gọi là chùa Thiên Mụ".

Đại Nam Thực Lục, tập Một (tái bản lần thứ nhất), nhà xuất bản Giáo Dục, H. 2007, trang 35

Bia thời Khải Định ghi:

"Đức Thái Tổ Gia Dũ Hoàng Đế của ta lấy câu sấm "Hoành sơn" để quyết định đại nghiệp Nam tiến. Người đời truyền rằng ở chốn này ngài đã gặp bà lão tiên được bà trao cho một nén nhang rồi bảo ngài cầm nhang men theo bờ sông mà đi về hướng đông, đến lúc nhang tàn thì có thể đóng đô, đóng đô xong thì nên dựng chùa. Thế nên ngài đã sắc xây chùa thờ Phật đặt tên là chùa Linh Mụ tại núi Thiên Mụ".

Từ hai mẫu huyền thoại xuất phát tại đồi Hà Khê gợi lên trong ta hai điều như sau: *"Sẽ có vị chân chúa đến xây chùa ở đây, để tụ khí thiêng, cho bền long mạch". "ở chốn này ngài đã gặp bà lão tiên được bà trao cho một nén nhang rồi bảo ngài cầm nhang men theo bờ sông mà đi về hướng đông, đến lúc nhang tàn thì có thể đóng đô".*

"Men theo bờ sông mà đi" qua những nguồn tư liệu trước ghi rõ là *"cho ngựa chạy nước kiệu về phía hạ lưu"* đối với một vị Tổng trấn Đoan Quốc công, cưỡi ngựa có lẽ đúng hơn là đi bộ. Nhưng xin hãy bỏ qua những tình tiết phụ để nhận ra rằng nội dung hai nguồn huyền thoại ấy đều xuất xứ từ một "bà nhà trời". Nguồn thứ nhất nói với người sở tại *"Sẽ có vị chân chúa đến xây chùa ở đây, để tụ khí thiêng, cho bền long mạch".* Nguồn thứ hai lại nói với Đoan Quốc công *"Thắp một nén hương rồi cho ngựa chạy nước kiệu về phía hạ lưu. Hương cháy hết nơi đâu, đất định đô tại đó".*

Như vậy là "tụ khí thiêng", "bền long mạch", "đất định đô" lại gắn bó với nhau.

Từ chùa Thiên Mụ về phía hạ lưu thuở trước chỉ có ba làng: Hà Khê (Xuân Hòa), Kim Long và Thụy Lôi (Phú Xuân). Ngựa chạy nước kiệu tốc độ trên dưới 10km/giờ. Hương cháy trước gió xấp xỉ 30 phút là hết. Bến đò Thụy Lôi (tên cũ là bến Huê) về sau được gọi là bến Thừa Phủ, phía trước Phu Văn Lâu ngày nay, nằm trên độ đường ngựa chạy nước kiệu tương ứng với thời gian cháy của một nén hương.

Dẫu biết huyền thoại về bà nhà trời với nén hương lưng ngựa nói nhiều đã chán. Nhưng với tôi vẫn muốn xin phép bạn đọc nhắc lại cho tỏ tường. Bởi ba điều mà huyền thoại này nhắc đến là "chân chúa", "long mạch", "định đô" do một nguồn xuất xứ, lại phân thành hai đối tượng được nghe.

Như mọi người đều biết, tháng 5 năm Canh Tý (1600) Đoan Quốc công Nguyễn Hoàng, bỏ Đông Đô kéo binh thuyền về Thuận Quảng, sau khi đã tìm được Đào Duy Từ, coi như tuyên bố ly khai khỏi liên minh với Trịnh cùng phò Lê. Tuy vậy, lượng sức mình, Nguyễn Hoàng đành để con trai trưởng với cháu đích tôn ở lại đất bắc làm con tin, đồng thời gả con gái cưng của mình cho con trai trưởng của Trịnh Tùng để kết nghĩa thông gia kép.

Thuở đó, bỏ vua là phạm tội khi quân. Nhưng vì Trịnh Tùng khống chế, ông muốn trung quân không thể trung được. Bỏ Đông Đô là không phải với vua Lê. Nhưng không bỏ sinh mệnh Nguyễn Hoàng khó toàn. Vậy là Nguyễn Hoàng đã hành xử bất hợp pháp tại Đông Đô, để thoát khỏi sự kiềm tỏa mà tìm một con đường sống là lẽ bảo toàn. Về được với Thuận Hóa, Nguyễn Hoàng rất cần sự đồng tâm của cư dân xứ Đàng Trong. Chân chúa của thân phụ ông. Chân chúa của anh trai Nguyễn Uông. Chân chúa của bản thân ông cần được mọi người biết, mọi người chia sẻ. Và, một lẽ đương nhiên, chân chúa bên này thì ngụy chúa bên kia là sự hiển nhiên của thời cuộc.

Tháng 5 năm Tân Sửu (1601), Đoan Quốc công Nguyễn Hoàng đứng ra tái lập chùa Thiên Mụ. Điều đó coi như công khai tự nhận mình là chân chúa. Chân, ngụy, chính, tà được phân định rõ ràng là bước khởi sự thu phục nhân tâm để xây dựng "căn cứ" trong lòng cư dân sở tại mà dựng nghiệp.

Ngọn đèn trên đồi Hà Khê mỗi ngày một tỏ. Chân chúa Nguyễn Hoàng mỗi ngày một sáng. Xây dựng cơ nghiệp riêng. Làm chủ giang sơn riêng như là điều tất yếu, khi không thể liên minh với Trịnh phò Lê.

"Tụ khí thiêng, cho bền long mạch" là nghĩa cả phải lo. Trước hết bởi nhu cầu tồn tại. Thứ nữa là danh dự và sự nghiệp của gia đình. Nhận trấn tiết Thuận Hóa (1558), để tránh phạm húy tên thân phụ mình Nguyễn Hoàng đã đổi Kim Trà thành Hương Trà, lập thêm Hương Thủy cùng nhiều địa danh khác trong đó có Thụy Lôi thành Phú Xuân. Phú Xuân về ngữ nghĩa là giàu có trẻ trung chẳng dính líu gì đến mưu lược quân binh tướng sĩ. Thế nhưng, sau khi huyền thoại con ngựa cùng nén hương xuất hiện trên đồi Hà Khê (1601) thì Phú Xuân đã gợi nên đại cuộc. Tụ khí thiêng nơi này, cho bền long mạch chỗ kia đã nằm trong dự án của một tầm nhìn kinh bang tế thế. 1558 Phú Xuân làng. 1601 Thiên Mụ chùa. 1687 Phủ Xuân Thủ phủ trải qua 5 đời chúa mới nên. Sự vận hành của một tài thao lược trải qua 129 năm (1558-1687) mới thành hiện thực.

Huyền thoại thành truyền thuyết hóa nên bia đá để lại cho hôm nay những điều nghe lần một, lần hai đã chán. Nhưng ngẫm cho kỹ mới chia sẻ với người xưa những toan tính để hành trong tình thế người cướp công thế mạnh hơn người bị cướp. Không thế còn chi là Nguyễn.

Bỏ Đông Đô về Thuận Hóa, Thủ phủ dưới dạng doanh trại Trà Bát, trải qua 30 năm mưa nắng tranh tre nứa lá đã hết tuổi bền, Nguyễn Hoàng bèn cho xây dựng Thủ phủ Dinh Cát vừa mang chức năng công thự vừa giữ thế phòng thủ tạm thời bởi lẽ chưa nên vội vã trước sự đo đếm của đối phương. Năm Quý Sửu, 1613 Nguyễn Hoang tạ thế, Nguyễn Phúc Nguyên mặc nhiên thừa kế chức Tổng trấn Thuận Quảng, nhưng tính hợp pháp bởi trấn tiết vua Lê không còn. Quan hệ Trịnh - Nguyễn lúc này còn là con cô, con cậu, nội ngoại chung một ông lại là thông gia kép mà "nghĩa tử là nghĩa tận" nên 13 năm Dinh Cát tuy đã có dấu hiệu bất hòa nhưng chưa đến nỗi phải đấu súng. Lùi vào phía trong, bên ngoài như thể hiện sự khiêm nhường "tránh voi chẳng hổ mặt nào" mà chí cốt là lần theo huyền thoại con ngựa và nén hương Hà Khê 25 năm trước.

10 năm Phước Yên hiền hòa với cơ ngơi đô thị, Trịnh Tráng tuy đã có khai đao thử sức, nhưng phía Nguyễn lượng thế mình dùng mưu hơn dùng lực mà bên cháu cô, bên con cậu vẫn còn điều gì đó chưa làm nên quyết liệt. Nhẫn nại với Đàng Ngoài. Kiên trì với sự nghiệp. 10 năm Phước Yên hệ thống Lũy Thầy hoàn chỉnh, Nội pháo tượng ra đời. Thành cao bên các bãi sình lầy với hàng nghìn khẩu súng quá sơn vừa xuất xưởng đã làm nên tính bất khả xâm phạm của chiến lũy Đàng Trong. Vậy là Phước Yên 10 tuổi lo cho Phú Xuân trăm năm.

Thông thường một công tử được đứng vào vị trí trừ bị, lập phủ riêng bên cạnh phủ chính của thân phụ mình. Nguyễn Phúc Lan không thể. Phủ Thuận Nghĩa của vị thế tử này lại được dựng trên đất Kim Long xa Phước Yên một quãng đường dài. Vậy là Dinh Cát – Phước Yên – Kim Long thầm lặng lập thành một tuyến hành trình theo nén hương Hà Khê huyền thoại khi thời cơ chưa chín. Thấu tiếng chuông chùa Thiên Mụ, 52 năm Kim Long với 5 trận đụng độ máu lửa tại Lũy Thầy, không thể khác Trịnh chấp nhận lấy sông Gianh làm ranh giới hai miền thuộc quyền hai thế lực.

Năm Đinh Mão (1687) Nguyễn Phúc Thái nối nghiệp đàng hoàng xây dựng Thủ phủ xứ Đàng Trong tại nơi con ngựa huyền thoại Hà Khê dừng chân khi nén hương đi tìm đất định đô vừa cháy hết.

Vậy là 129 năm kể từ ngày Nguyễn Hoàng đổi Thụy Lôi thành Phú Xuân (1558) và 86 năm khi con ngựa Hà Khê mang nén hương đi tìm địa cuộc (1601), huyền thoại về bà nhà trời với "chân chúa", "long mạch", "định đô" đã thành hiện thực. Tầm nhìn anh minh của một vĩ nhân cũng dài theo thế kỷ.

Huyền thoại Hà Khê từ lẽ đó, con dân xứ Đàng Trong dẫu đã biết vẫn còn bàn như là chuyện nguồn gốc sinh thành xứ sở. Xin hãy chia sẻ với những điều như thế.

"Đạo trời trên mở máy xoay vần, rải khí dương hòa khiến mọi vật đều được thỏa thích; đức vua cẩn từ buổi mới, rắc gieo huệ trạch để cùng dân ngày một mới thêm. Nhà nước ta, mở vận vẻ vang, lo dân tha thiết. Đời Hoàng tổ, dưới núi Kỳ vang tiếng phượng, con đỏ đều tin được sáng soi; triều Thần tông, trong đất Thục giữ thế hùm, dân đen đều mừng lòng trông đợi. Đã xem gương trước, lại để mưu sau. Nay tiểu tử ta, chước cả kính noi nhờ công tổ đức tông truyền lại; mạng lo vâng chịu được trời cho, người thuận cùng về. Ngự lên ngôi lớn; mệnh là sắc, theo từng việc từng thời; nói dùng cáo, khắp mọi người mọi chốn. Phàm quan trong triều ngoài quận, chớ gầy dân để nuôi béo nhà, các chức trên phủ dưới châu, đừng bỏ ngay mà làm trái phép. Ngục tụng phải cho công chính; thuế dịch thì nên nhẹ nhàng. Quan lại đã yên lành, nhân dân đều vui nghiệp. Phải nên suy rộng ơn huệ, để được thỏa tình nhân dân".
(Đại Nam Thực Lục, T1, trang 97)

Như vậy là 52 năm Kim Long (1635-1687) chúa Thượng với chúa Hiền đã nhận sứ mệnh trực tiếp đương đầu với 5 cuộc gây hấn của họ Trịnh. Cam go quyết liệt nhất là hai trận Mậu Tý (1648) cuối thời chúa Thượng, Nhâm Tý (1672) dưới thời chúa Hiền.

Năm 1687, chúa Hiền Nguyễn Phúc Tần băng hà, Nguyễn Phúc Thái nối nghiệp để Thủ phủ Kim Long làm miếu thờ thân phụ mình, chuyển Thủ phủ xuống Phú Xuân, khi sông Gianh đã trở thành ranh giới được hai bên thừa nhận.

Năm lần dịch chuyển Thủ phủ: Ái Tử, Trà Bát, Dinh Cát, Phước Yên, Kim Long của bốn vị chúa Nguyễn Tiên, Phật, Thượng, Hiền đều diễn ra lặng lẽ, không mấy ồn ào và tuyệt nhiên không có cáo, dụ, không có sắc lệnh ban bố trong, ngoài. Bởi sự ràng buộc về mặt pháp lý, Thuận Quảng còn lệ thuộc vào chính thể vua Lê chúa Trịnh.

Từ năm Nhâm Tý, 1672 sông Gianh đã phân giải Bắc – Nam không còn nạn răn đe của Trịnh. Nguyễn Phúc Thái nhận sứ mệnh đưa Thủ phủ xứ Đàng Trong đến điểm định đô mà huyền thoại về con ngựa nén hương đã thấm sâu trong tâm khảm.

Về mặt địa lý, Kim Long và Phú Xuân cùng nằm chung trên dải đất, không biết từ bao giờ đã mang tên Vương đảo. Việc di chuyển chỉ là xê dịch trong cùng một địa bàn mang tính lân bang. Vậy mà khác với Trà Bát, Dinh Cát, Phước Yên, Kim Long, tại Phú Xuân Nguyễn Phúc Thái đã trịnh trọng ban bố một đạo dụ với lời lẽ đàng hoàng chững chạc: *"Đức vua cẩn từ buổi mới"... Nhà nước ta, mở vận vẻ vang, lo dân tha thiết. Đời Hoàng tổ, dưới núi Kỳ vang tiếng phượng...; triều Thần tông trong đất Thục giữ thế hùm"*.

Đời Hoàng tổ, dưới núi Kỳ. Triều Thần tông trong đất Thục... Nguyễn Phúc Thái đã công khai bày tỏ Nguyễn Hoàng như Chu Văn Vương dựng nên nghiệp nhà Chu tại Kỳ Sơn và coi Nguyễn Phúc Nguyên (Cố Nội mình), như Lưu Bị từng lo khôi phục nhà Hán. Từ nay Nguyễn Phúc Thái thực sự coi xứ Đàng Trong là giang sơn riêng của dòng họ Nguyễn không cần giữ ý với họ Trịnh.

"mạng to vâng chịu được trời cho người thuận cùng về. Ngự lên ngôi lớn, mệnh là sắc, theo từng việc từng thời; nói dùng cáo, khắp mọi người mọi chốn. Phàm quan trong triều ngoài quận, chớ gầy dân để nuôi béo nhà; các chức trên phủ dưới châu, đừng bỏ ngay mà làm trái phép".

Để lời dụ của mình được chính danh, công luận trong triều ngoài quận đồng tình, vị chúa Nguyễn thứ năm này đã thăng trật hầu hết quan viên từ Chưởng dinh lên Trấn phủ; Chưởng cơ lên Chưởng dinh; Cai cơ lên Chưởng cơ; Cai hợp lên Câu kê; Thủ hợp lên Cai hợp... Đồng thời miễn một nửa thuế ruộng mới tăng cho năm Kỷ Dậu.

Về vị thế, Phú Xuân nằm phía dưới Kim Long. Nhưng địa cuộc thì Phú Xuân gồm đủ mọi yếu tố của đại cuộc.

Nguyễn Hoàng là nhà Nho. Nhà Nho từng là Đề điệu thì đúng là túc Nho. Đã là túc Nho thì Y, Lý, Số tinh thông như một lẽ đương nhiên. Lý là địa lý phong thủy. Dựa vào tri thức uyên bác, năm 1558 vừa vào Ái Tử nhậm chức Trấn thủ Thuận Hóa, Nguyễn Hoàng đã đổi một loạt địa danh làng xã trong có Thụy Lôi. Thụy Lôi thành Phú Xuân về ngữ nghĩa là giàu có, trẻ trung. Giàu có trẻ trung là điều mơ ước chung cho cả loài người. Việc đó coi là bình thường, không mấy ai quan tâm. Thế rồi, 43 năm sau (1558-1601) huyền thoại về "chân chúa" dựng chùa để "tụ linh khí, bền long mạch" với con ngựa nén hương đi tìm đất định đô thì ước mơ sâu xa đó càng ngày càng nung nấu trong tâm can các vị chúa Nguyễn nối nghiệp. Nhưng họ Trịnh còn dòm ngó động tĩnh của họ Nguyễn, trong khi họ Nguyễn chưa thực sự đủ sức đương đầu. Dinh Cát vào Phước Yên, rồi Phước Yên lên Kim Long, chúa Phật, chúa Thượng đã thầm lặng đi về hướng vọng tiếng chuông chùa.

Chiến thắng Nhâm Tý (1672), sông Gianh trở thành ranh giới mà hai bên thừa nhận, địa danh Phú Xuân qua 114 năm (1558-1672) ấp ủ nổi lên trở thành hiện thực theo huyền thoại "hương cháy hết ở đâu đất định đô tại đó".

Phú Xuân bên dưới Kim Long, cũng có sông Hương phía trước làm minh đường. Nhưng Kim Long không có hai cù lao (người Huế gọi là cồn) trên sông Hương để tạo thế "tả long" "hữu hổ" mà người xưa từng mơ ước và đã chủ tâm tìm kiếm.

Nhờ có cồn Hến phía đông, cồn Dã Viên phía tây, Phú Xuân mới có "Tả Thanh Long, Hữu Bạch Hổ" lại có Bàn Sơn phía bên kia sông như cộng thêm yếu tố địa lý làm nên đại cuộc.

Đất định đô được nhìn bằng mắt. Đất định đô hóa thành lời bà nhà trời. Đất định đô sáng theo nén hương trên lưng ngựa.

Mơ ước, huyền thoại, hiện thực níu vào nhau dẫn dắt các thế hệ chúa Nguyễn đi tìm đất định đô khi thời cơ chủ quan và khách quan đã đến.

1558 với Ái Tử. 1571 với Trà Bát. 1600 với Dinh Cát. 1601 với chùa Thiên Mụ. 1626 với Phước Yên. 1635 với Kim Long. 1687 với Phú Xuân. Tưởng chỉ là sự dịch chuyển theo tình thế gắn với xu hướng nam tiến của xứ Đàng Trong.

Đọc hết nội dung tấm bia Khải Định trước Tam quan chùa Thiên Mụ, mỗi chúng ta còn biết rõ hơn về sự dịch chuyển Thủ phủ của xứ Đàng Trong.

Nguyễn Phúc Thái, con trai thứ hai của chúa Hiền Nguyễn Phúc Tần bước sang tuổi 39 mới được nối nghiệp chúa sau khi anh trai cả Nguyễn Phúc Diễn qua đời, để Thủ phủ Kim Long làm miếu thờ thân phụ mình, xây dựng Thủ phủ mới tại làng Phú Xuân. Có lẽ đó là sứ mệnh cao cả nhất, trọng đại nhất của sự nghiệp mà vị chúa Nguyễn thứ năm được phó thác. Hoàn tất việc xây dựng Phú Xuân, cho dù thời cơ mở nước đang thuận lợi nhưng trọng trách đó không thuộc về vị chúa Nguyễn thứ 5. Bởi vậy hai lần cử tướng xuất quân, cả hai đều hỏng việc.

Ái Tử khoác lên mình Thụy Lôi địa danh Phú Xuân (1558). Dinh Cát đã làm nên Phú Yên (1611), coi như cửa ngõ phương nam đã mở. Kim Long làm nên Thái Khang (1653), làm nên Phúc Chính (1658).

43 tuổi với 4 năm giữ ngôi chúa (1687-1691), Nguyễn Phúc Thái đã làm nên Phú Xuân Thủ phủ, tiền thân của Cố đô Huế – Di sản văn hóa Thế giới ngày nay, một sự kiện có thể nói là trọng đại bậc nhất của xứ Đàng Trong cuối thế kỷ XVII.

Làm trai cho đáng nên trai
Phú Xuân đã trải, Đồng Nai cũng từng

Phú Xuân là đầu cầu để Đồng Nai, Gia Định làm nên Hà Tiên, làm nên Tân Châu, Châu Đốc, làm nên Phú Quốc vậy.

Tháng Giêng năm Tân Mùi (1691), công cuộc xây dựng Thủ phủ Phú Xuân hoàn tất, Nguyễn Phúc Thái tự biết trước mệnh mình sắp hết, mới *"triệu thế tử là Tộ Trường hầu đến bảo rằng: "ta vâng theo mối trước, vẫn mong sao nối theo được chí, làm theo được việc. Con nay kế nghiệp, nên noi công đức của tổ tông, cầu hiền đãi sĩ, yêu dân thương quân, đừng tin lời nói giềm pha, đừng bỏ những người ngay thẳng, để xây dựng nghiệp lớn, đó là đại hiếu". Thế tử lạy khóc vâng mệnh. Chúa lại triệu các thân thần, dặn dò về việc giúp đỡ thế tử. Hôm ấy chúa băng. Ở ngôi 4 năm, thọ 43 tuổi".*
(Đại Nam Thực Lục (bộ mới), tập 1, trang 105)

39 tuổi nối nghiệp. 43 tuổi tạ thế. Đối với 9 chúa Nguyễn thì vị chúa thứ 5 này giữ ngôi ngắn nhất. Nhưng lại là người có sứ mệnh đặc biệt làm nên Thủ phủ Phú Xuân. Ngắn ngủi mà lâu dài. Cả hai để lại dấu ấn khó phai trong lịch sử xứ Đàng Trong thời mở nước.

17 tuổi Tộ Trường hầu Nguyễn Phúc Chu được nối ngôi chúa, trẻ nhất so với các vị chúa tiền nhiệm. (Chúa Tiên Nguyễn Hoàng nhậm chức Trấn thủ Thuận Hóa năm 34 tuổi. Chúa Phật Nguyễn Phúc Nguyên nối nghiệp Tổng trấn Thuận – Quảng, 51 tuổi. Chúa Thượng Nguyễn Phúc Lan nối nghiệp, 35 tuổi. Chúa Hiền Nguyễn Phúc Tần nối ngôi, 29 tuổi. Chúa Nghĩa Nguyễn Phúc Thái thừa kế ngôi chúa, 39 tuổi).

Là con trai trưởng lại *"học chăm chữ tốt, đủ tài lược văn võ"* sự nối ngôi của Nguyễn Phúc Chu êm ấm từ trên xuống dưới, từ trong ra ngoài nên mọi người đều hoan hỷ mới có *"Ngày hôm ấy trời trong mây sáng, người ta đều cho là cảnh tượng thái bình"* (nt, tr.105).

Nho giáo cần cho người cai trị "tu thân tề gia", nhưng còn xa lạ với dân cư từng chịu ảnh hưởng của các dòng tín ngưỡng có nguồn gốc Ấn Độ. Phật giáo trở thành trung gian hòa giải dễ dung hòa bắc nam, trong ngoài, mới cũ. Nguyễn Phúc Chu là một Nho sinh dường như hoàn hảo lại là một Phật tử thuần hậu với đạo hiệu "Thiên Túng Đạo Nhân" trở thành trung gian tập hợp mọi tầng lớp dân cư sở tại và di trú đương thời theo phương châm đối nhân xử thế "Cư Nho mộ Thích" thực sự thích hợp với xã hội Đàng Trong thuở bấy giờ.

Vừa nối ngôi việc đầu tiên mà vị chúa trẻ tuổi này thể hiện là cho sửa Văn miếu Triều Sơn (tháng Giêng năm Nhâm

Thân,1692) xong thì sang tháng 2 khởi công đại trùng tu chùa Mỹ Am trên núi Thúy Vân (tức chùa Thánh Duyên ngày nay).

Tuổi trẻ Nguyễn Phúc Chu gắn với sự mới mẻ của Thủ phủ Phú Xuân bằng những công việc đầu tay như thế, gợi nên nguồn hy vọng mới trong mọi tầng lớp dân cư, trở thành điểm đồng quy xứ sở.

140 năm kể từ khi Nguyễn Hoàng vào Ái Tử (1558) đến ngày Nguyễn Phúc Chu cho lập Gia Định (1698), 6 vị chúa Nguyễn (Tiên, Phật, Thượng, Hiền, Nghĩa, Minh) đã cùng toàn dân xứ Đàng Trong đi được một chặng đường 1.100km.

Nguyễn Hoàng đã để lại những địa danh Bái Ân, Phú Yên, Đồng Xuân, Tuy Hòa. Nguyễn Phúc Nguyên vừa cho Công nương Ngọc Vạn theo bước chân của Công chúa Trần Huyền Trân cuối thế kỷ XIII sang làm dâu Chân Lạp để kết nghĩa thông gia vừa   làm nên hệ thống Lũy Thầy, xứ Đàng Trong mới rảnh tay mạn bắc hướng mục tiêu mở nước vào phía trong. Nguyễn Phúc Lan an tháp tù binh Trịnh lập thành vùng cư dân Thăng Hoa, Tư Nghĩa, Qui Nhơn, Phú Yên (Quảng Nam, Quảng Ngãi, Bình Định, Phú Yên ngày nay) chính là sự chuẩn bị lực lượng tiếp sức cho công cuộc nam tiến về sau. Nguyễn Phúc Tần đã để lại các địa danh Thái Khang, Diên Ninh, Quảng Phúc, Tân An, Phúc Điền,Vĩnh Xương, Hoa Châu (nay thuộc tỉnh Khánh Hòa) và Hưng Phúc, Phúc Chính (nay thuộc tỉnh Đồng Nai). Đến lượt Nguyễn Phúc Thái, nhận sứ mệnh cao cả xây dựng Thủ phủ Phú Xuân sau 129 năm (1558-1687) đấu tranh không mệt mỏi của bốn vị chúa Nguyễn tiền nhiệm.

Gia Định,
Nghĩa Khí Miệt Vườn

Tháng 9 năm Kỷ Tỵ (1569), với cương vị là Trấn thủ Thuận Hóa, Nguyễn Hoàng ra Khoa Trường (Thanh Hóa) yết kiến vua Lê Anh Tông (1556-1573) và đóng góp quân lương cho Trịnh Kiểm. Dịp này, ngoài tình hình Thuận Hóa, Nguyễn Hoàng đã tâu với vua Lê về sự có mặt của người Việt tại đồng bằng hạ lưu sông Mekong (Tư liệu của Cố Giáo sư Trần Quốc Vượng).

Vừa nhận được sự đóng góp hậu hỉ vừa tỏ ra tôn trọng đề xuất của nhà vua, Trịnh Kiểm bằng lòng giao cho Nguyễn Hoàng kiêm nhiệm Trấn thủ Quảng Nam để ông trở thành vị Tổng trấn đầu tiên đứng giữa vùng biên viễn "Ô Châu ác địa".

Thế nhưng, Nguyễn Hoàng vừa về đến Ái Tử, đang bận rộn với công việc dời chuyển, xây dựng Thủ phủ Trà Bát thì bị ba cánh quân Mỹ Lương, Nghĩa Sơn, Văn Lan của anh rể bất ngờ tập kích. "Bằng mặt mà không bằng lòng" là tâm địa sâu kín của Trịnh Kiểm đối với Nguyễn Hoàng suốt 25 năm (1545-1570). Bởi còn bóng dáng Nguyễn, lá cờ phò Lê, Trịnh chưa thể nhận riêng của mình. Phò Lê để thay Lê. Còn Nguyễn Trịnh chưa thể. "Ác giả ác báo!". Có vậy chăng? Trịnh vừa ra lệnh cho tay chân hành sự thì chính ông ta bị "bất đắc kỳ tử" chưa kịp nhận tin quân tâm phúc của mình đại bại (1571). Kế đến, Nguyễn Hoàng lại phải đối phó với cánh thủy quân hùng hậu của Mạc do quận Lập chỉ huy (1572). "Lấy trí nhân thắng cường bạo". Nguyễn Hoàng không những thoát nạn mà còn giành thắng lợi vẻ vang. Xem ra hai thách thức cam go đầu đời đối với một vị Trấn thủ còn cô thế nơi biên cương đều có sự chia sẻ của cư dân sở tại. Tù, hàng binh Mạc không bị ngược đãi mà còn được đưa ra Cồn Tiên phía nam cửa Tùng lập thành 36 phường. 36 phường này đã làm nên tổng Bái Ân. Bái Ân là bái tạ ân sâu chăng? Tôi coi đó là hình mẫu thực nghiệm ban đầu trong quá trình mở mang xứ sở. Hai tuổi Tổng trấn, Nguyễn Hoàng đã làm nên hai chiến công và một chiến quả để đời. Mạc thôi lăm le khi bắt đầu đuối sức. Trịnh Tùng vừa giành được ngôi chúa từ tay anh Trịnh Cối, lại nể mẹ chưa dám làm điều gì không phải với cậu.

Về phía Nguyễn Hoàng, dẫu biết nợ nước, thù nhà đang đặt lên vai ông, nhưng trong tình thế sa cơ phải hồ hởi phò Lê chính là phò Trịnh để tìm sự tồn tại trong muôn một. 55 năm (1545 - 1600) của một đời người đi tìm chốn "Vạn đại dung thân" cho dòng họ mình lại tưởng như chỉ để tôn thờ thế lực ngoại tộc đang tìm cách hãm hại mình. Mãi cho đến tháng 5, năm Canh Tý (1600), tạo được cớ, Nguyễn Hoàng mới dứt khoát bỏ Đông Đô về Thuận – Quảng, chính thức ly khai khỏi tầm khống chế của Trịnh.

Vậy là 55 năm trước cúc cung phụng sự người, giữ thân để tồn tại mà lo đại sự. 13 năm sau mới thiết kế quy hoạch tương lai cho con cháu mình. Xét cho thấu thì toàn bộ cuộc đời 89 năm trụ thế, Nguyễn Hoàng đã dành ra 68 năm sống với cha, với anh, với dòng họ Nguyễn Gia Miêu và, chính là với sự sang trang của Đất Nước.

Phú Xuân của Thụy Lôi làng (1558) đến lúc Nguyễn Hoàng bỏ Trịnh (1600) từng bước gieo vào tâm thức các thế hệ thừa kế huyền thoại "nén hương", "vó ngựa", "khí thiêng", "long mạch" khi chùa Thiên Mụ đã đứng lên từ tấm lòng của một vị "chân chúa". Đây là "chân chúa". Đó ắt là "ngụy chúa". Phân định rõ chân, ngụy, xiển dương Phật giáo trên vùng đất vốn thấm đẫm văn hóa Ấn Độ cổ đại thể hiện sự tinh tế sâu sắc cho dự tính bền vững lâu dài. Thế rồi, trước khi về cõi vĩnh hằng Nguyễn Hoàng đã lập nên phủ Phú Yên (1611) bên trong ranh giới lãnh thổ Thuận – Quảng. Từ Bái Ân vào Phú Yên, đường chưa dài mà phải mất 39 năm (1572-1611), Nguyễn Hoàng mới thực hiện được. 39 năm định hướng. 39 năm cho hai mô hình.

Noi gương sáng từ ông nội mình, Nguyễn Phúc Lan an tháp (mà không ngược đãi) tù, hàng binh Trịnh sau trận Mậu Tý (1648) vào Nam, Ngãi, Bình, Phú đã làm nên một vùng cư dân dự phòng. Từ mầm nhân nghĩa đó, Nguyễn Phúc Hiệp lập hai đàn tế "Tướng sĩ trận vong" hai phía trong và ngoài chiến lũy Trấn Ninh (Nhâm Tý, 1672) chính là đã "tế" lòng dân hai xứ. Nguyễn Phúc Tần kế nghiệp Nguyễn Phúc Lan, lập nên Thái Khang, Diên Ninh (1653) đồng thời dẹp ngoại loạn, giúp cư dân Việt quây quần chung quanh cô ruột mình là Công nương Ngọc Vạn tại Mỗi Xuy (1658) để làm nên Hưng Phúc, Phúc Thịnh, làm nên điểm hội tụ Việt giữa vùng châu thổ bao la. Đến lượt Nguyễn Phúc Chu, ý thức được tính khẩn trương mà ông nội mình phải bỏ qua nên đã lập Thuận Thành (1693) như một phép "bổ túc". Vậy là, Phú Yên - Hưng Phúc nối thành một dải lãnh thổ tạo điều kiện tiền đề để Gia Định khai sinh (1698).

"Bắt đầu đặt phủ Gia Định. Sai Thống suất Nguyễn Hữu Kính (Tên thực là Nguyễn Hữu Cảnh, con trai Nguyễn Hữu Dật, Mai Khắc Ứng chú) *kinh lược đất Chân Lạp, chia đất Đông Phố, lấy xứ Đồng Nai làm huyện Phúc Long (nay thăng làm phủ), dựng dinh Trấn Biên (tức Biên Hòa ngày*

nay), lấy xứ Sài Gòn làm huyện Tân Bình (nay thăng làm phủ), dựng dinh Phiên Trấn (tức Gia Định ngày nay), mỗi dinh đều đặt các chức lưu thủ, cai bạ, ký lục và các cơ đội thuyền thủy bộ tinh binh và thuộc binh. Mở rộng đất được nghìn dặm, được hơn 4 vạn hộ, bèn chiêu mộ những dân xiêu dạt từ Bố Chính trở về Nam cho đến ở cho đông. Thiết lập xã thôn phường ấp, chia cắt giới phận, khai khẩn ruộng nương, định lệnh thuế tô dung, làm sổ đinh điền. Lại lấy người Thanh đến buôn bán ở Trấn Biên lập làm xã Thanh Hà, ở Phiên Trấn, lập làm xã Minh Hương. Từ đó người Thanh ở buôn bán đều thành dân hộ [của ta]".

(Đại Nam Thực Lục, Tập 1, trang 111, Bản in năm 2007)

87 năm kể từ ngày thành lập Phú Yên (1611-1698) hay sớm hơn, 140 năm tính từ khi Nguyễn Hoàng nhận ra địa cuộc Thụy Lôi rồi đổi thành Phú Xuân (1558-1698), các chúa Nguyễn đã lần lượt làm nên nhiều địa danh đẹp suốt dọc miền Trung đất nước.

Phú Yên (1611), Thái Khang, Diên Ninh (1653), Thuận Thành (1693), Hưng Phúc, Phúc Thịnh (1658)...đều mang nội hàm ước mơ, khát vọng. Đến khi có Trấn Biên, có Phiên Trấn vững vàng rồi mới đặt Gia Định vào giữa lòng châu thổ hạ lưu sông Mekong. Gia Định như là mục tiêu cuối cùng trên chặng đường mở nước. Khác với các phủ huyện sinh thành dọc đường nam tiến, Gia Định có các dinh với lưu thủ, cai bạ, ký lục, các cơ đội thuyền thủy bộ tinh binh với đất rộng người đông quy mô bề thế hơn nhiều.

Một điều cơ bản nhất (theo tôi) giúp chúng ta dễ lưu ý là so với các địa danh được thiết lập từ đầu thế kỷ XVII, thì Gia Định với vị thế trung tâm, như là mục đích đã vượt ra khỏi tầm tư duy ước mơ, khát vọng *(giàu đẹp, phú cường, an ninh, hạnh phúc).*

"*Chia đất Đông Phố*","*lấy xứ Đồng Nai làm huyện Phúc Long...lấy xứ Tân Bình dựng dinh Phiên Trấn...*" Chỉ thế thôi cũng đủ nói lên vị thế, quy mô Gia Định so với các địa danh được xác lập trước và sau năm 1698.

Gia Định là mục tiêu đã được nhắm tới từ năm 1569 chăng? Và, một câu hỏi phát sinh trong suy tư của tôi là địa danh Gia Định do ai gợi ý, do ai dự tính, do ai đề xuất?

Nguyễn Phúc Chu hay Nguyễn Hoàng? Địa danh vượt ra ngoài thông lệ lại gói gọn "hồn" cố hương để mang đi cho đến đích rồi gieo vào giữa lòng châu thổ mầu mỡ bậc nhất đất nước.

Từ lẽ đó tôi nghĩ rằng nếu Nguyễn Hoàng không là tác giả thì cũng là người kiến tạo. Bởi không ai trước ông nhìn thấy người Việt trên châu thổ sông Mekong. Điều thú vị thêm là 34 năm sau ngày Gia Định ra đời, Ninh chúa Nguyễn Phúc Thụ tách một chút Gia Định ra để lập châu Định Viễn (Nhâm Tý, 1732). "Tách một chút" có nghĩa là Định Viễn vẫn nằm trong lòng Gia Định (thuở đó). Vậy nên Định Viễn chính là một "nốt luyến" bổ sung, làm rõ thêm nguồn gốc Gia Định.

Từ chuyện nội bộ gia đình, cha định danh Gia Định, con bổ túc Định Viễn đủ xác nhận địa danh này không xuất phát từ ngẫu hứng đột xuất của một người mà đã "bàn giao", đã tiếp nhận thấm sâu trong ý thức máu thịt của nhiều thế hệ.

Ngày nay nghĩ lại các địa danh rải trên dặm đường nam tiến của người Việt từ bên ngoài lẫn bên trong đã để dành vị trí trung tâm của vùng châu thổ phì nhiêu rộng dài cho Gia Định. Lệ thường trong tâm trí người đời khi đã đến đích, điều đầu tiên là nghĩ lại chốn ra đi. Chốn ra đi của trường kỳ lịch sử mở nước, cho dù xa vời theo không gian, lâu dài theo năm tháng thì mãi mãi vẫn là điểm xuất phát không một thế hệ nào quên. Và, để đừng ai quên, chúa Ninh Nguyễn Phúc Thụ mới bổ túc thêm Định Viễn.

Gia Định + Định Viễn là Gia Viễn vậy.

Gia Viễn của Định Quốc công Nguyễn Bặc, người đã cùng Đinh Bộ Lĩnh và bạn "Cờ Lau" lập nên Vương triều tự chủ đầu tiên sau ngàn năm Bắc thuộc (968-980). Gia Viễn làm nên Gia Miêu Ngoại Trang của Thái bảo Hoành công Bình Ngô Khai quốc Nguyễn Công Duẩn, người đã góp phần xứng đáng lập lên Vương triều Hậu Lê.

Gia Viễn (bắc), Gia Miêu (trung), Gia Định (nam) không chỉ in đậm dấu ấn không gian, thời gian của quá trình mở nước mà còn thể hiện con đường thế tất dân tộc ta phải vươn theo.

4 vạn hộ sở tại vào tháng 3 năm Mậu Dần (1698), tính hơn bù kém mỗi hộ 4 nhân khẩu thì Gia Định ngày thành lập đã có 16 vạn người chưa kể số cư dân miền Trung từ Bố Chính (Quảng Bình) vào Bình Thuận hưởng ứng cuộc vận động của Quốc chúa Nguyễn Phúc Chu lần lượt bổ sung để Gia Định mỗi ngày một vượng.

Người Việt ở hạ lưu châu thổ sông Mekong mà Nguyễn Hoàng đã tâu với vua Lê Anh Tông năm 1569 có mặt tại đây từ thời nào. Nhiều nguồn tư liệu về nhân chủng học, dân tộc học cho rằng người MinangKabau trên đảo Sumatra (Indonesia) hiện nay, có nguồn gốc Việt từ thời Hai Bà Trưng bị Mã Viện đàn áp. Người Việt chạy ra hải đảo. Người Việt chạy vào phía cực nam để tránh sự tàn bạo triền miên bởi người Hán phương bắc, là con đường sống cuối cùng không thể khác. Trải qua các cuộc xâm lăng bởi Tống, Nguyên, Minh, Thanh cùng với sự hà khắc o ép của nhiều thế lực thống trị nội địa, nhất là ngót 300 năm nội chiến Nam – Bắc triều và Trịnh – Nguyễn phân tranh, một số người Việt phải bỏ xứ sở tha phương đi tìm cuộc sống dễ chịu hơn đã diễn ra trong dặm dài lịch sử. Với họ, lòng nhân ái và lẽ công bằng bao giờ cũng là khát vọng.

Người xa xứ đời trước làm chỗ dựa cho người xa xứ đời sau hun đúc nên tình, nên nghĩa. Nguồn gốc nhân nghĩa Gia Định sinh thành từ lẽ đó. Nghĩa khí Gia Định cũng được hun đúc từ lẽ đó.

Tâm tính, tâm tình, bản sắc Gia Định đã luyện thành tính cách của những người tha hương đi tìm cuộc sống mới trên mọi miền hoang địa. Lớp người Việt tự phát này càng ngày càng được bổ sung bởi người Việt tự nguyện theo chân chúa đi mở nước và người Việt vốn là binh sĩ biên phòng đồn trú lâu ngày nhận thấy thủy thổ thích hợp đã tự nguyện ở lại lập quê hương mới. Người Việt gốc Hán trong hàng ngũ bài Thanh phục Minh của Dương Ngạn Địch, Trần Thượng Xuyên, chính là những người bỏ xứ sở ra đi bởi lòng trung nghĩa. Người trung nghĩa làm nên bản lĩnh trung nghĩa với thực tế cuộc sống tốt đẹp hơn thuở ở quê nhà khi các vị thủ lĩnh của họ mang ơn chúa Nguyễn đã góp phần làm nên cộng đồng người Việt gốc Hoa để cùng với các lớp người Việt từ lâu đã trở thành cư dân bản địa lại được bổ sung thêm thần dân riêng của Mạc Cửu khi ông này đã là lãnh chúa. Mạc Cửu thần phục Nguyễn Phúc Chu nên đã tự nguyện dâng lãnh địa của mình sáp nhập vào Gia Định cũng có nghĩa Phú Xuân, thì số cư dân đó mặc nhiên là của chúa Nguyễn. Các làng Minh Hương, Thanh Hà được thành lập từ sự ưu ái nâng đỡ của chính quyền sở tại theo lệnh chúa Nguyễn nhanh chóng trở thành thần dân xứ Đàng Trong.

Bởi vậy xét cho thấu, Gia Định là một sự tổng hòa gồm người Việt lâu năm cũ, người Việt đồng hành với chúa, người Việt sinh kế trên mặt biển bị sóng gió hất vào, người Việt không chịu nổi mọi hành vi chà xát tại cố hương bởi lắm thế lực cùng với người Chăm, người Hoa, người Miên...chung lưng đấu cật giữa một vùng sông nước với thổ nhưỡng phì nhiêu, khí hậu ấm áp để năm tháng "sao luyện", "bào chế" hun đúc dần thành một cộng đồng cư dân nông nghiệp thuần túy với bản lĩnh, bản sắc, tính cách nhân ái, phóng khoáng, vị tha. Đó là nghĩa khí thuần nông của cư dân Gia Định.

Phong cách đó. Bản lĩnh cương cường đó. Lòng nhân ái vị tha đó. Đã luyện nên hình tượng Lục Vân Tiên của Nguyễn Đình Chiểu "Giữa đường hễ thấy bất bình mà tha".

4 tuổi (1702) Gia Định theo lệnh Quốc chúa Nguyễn Phúc Chu, đã đánh đuổi quân Man An Liệt ra khỏi đảo Côn Lôn. Nếu không kiên quyết, kịp thời như thế, biết đâu số phận quần đảo này rồi cũng như nhiều hải đảo khác bị chiếm đóng trái phép lâu ngày trở thành của họ, chủ nhân chính thức khó đòi.

Từ sự kiện đánh đuổi Man An Liệt ra khỏi đảo Côn Lôn (1702) của Gia Định thời Minh chúa Nguyễn Phúc Chu, làm ta nhớ lại cuộc đánh đuổi giặc Ô Lan trước vùng biển Thuận An (1644) của Kim Long thời chúa Thượng Nguyễn Phúc Lan, đánh đuổi bọn cướp biển Xích Quỷ trước vùng biển cửa Việt (1585) của Trà Bát thời chúa Tiên Nguyễn Hoàng, đồng hành với công cuộc mở nước càng chứng tỏ ý thức trách nhiệm về lãnh thổ và lãnh hải Tổ quốc của cha ông ta.

Phương nam nước Việt chừ vững núi đẹp non
Chùa viện hùng tráng chừ tuệ nhật soi cửa.
Nội tâm thanh tịnh chừ nước từ bi thấm.
Đất nước yên ổn chừ bốn phương êm ấm.
Pháp hóa vô vi chừ Phật Nho thuận đạo.
Viết lời cảm khái chừ nhân quả tròn vuông.
Dựng bia lưu niệm chừ chính còn tà tiêu.
(*Ngày tốt tháng Mười năm Vĩnh Thịnh thứ 11,*
Ất Mùi, 1715. Nguyễn Phúc Chu)

Đọc hết bài minh do Quốc chúa Nguyễn Phúc Chu soạn hiện còn tại chùa Thiên Mụ, như nhắc ta nhìn lại 77 năm (1698-1775) Gia Định với sông nước mênh mang, với môi trường thổ nhưỡng thích hợp các lớp cư dân cho dù nhiều ngả đồng văn, đồng chủng hoặc chỉ là những nét tương đồng luyện thành một giai tầng cư dân nông nghiệp thuần hậu, chất phác, phóng khoáng, vị tha. Tính cách Gia Định hình thành từ môi trường nông nghiệp đó.

Dưới thời chúa Võ Nguyễn Phúc Khoát, Gia Định chính là Phú Xuân nối dài nên mới có dinh Điều Khiển (tại vị trí chợ Điều Khiển ngày nay). Những địa danh cuối cùng trên dặm dài nam tiến như Tân Châu, Châu Đốc, Định Tường, Vĩnh Long, Long Xuyên,... theo nhau sinh thành cũng bắt nguồn từ Gia Định.

"*Nặc Nguyên nước Chân Lạp trình bày rằng việc đánh cướp Côn Man là do tướng Chiêu Chùy Ếch gây ra, nay xin hiến đất hai phủ Tầm Bồn, Lôi Lạp và nộp bù lễ cống còn thiếu về ba năm trước để chuộc tội. Mạc Thiên Tứ đem việc* tâu lên. *Chúa cùng các quan bàn, ra lệnh bắt Chiêu Chùy Ếch đem nộp. Nặc Nguyên trả lời rằng Ếch đã bị xử tử rồi. Khiến bắt vợ con. (Nặc) Nguyên lại kiếm cớ xin tha. Chúa biết là nói dối, không y lời xin. (Từ Gia Định) Nguyễn Cư Trinh kíp tâu rằng: "Từ xưa việc dụng binh chẳng qua là để trừ diệt bọn đầu sỏ và mở mang thêm đất đai. Nặc Nguyên nay đã biết ăn năn xin hàng nộp đất, nếu truy mãi lời nói dối ấy thì nó tất chạy trốn. Nhưng từ đồn dinh Gia Định đến La Bích, đường sá xa xôi, nghìn rừng muôn suối, không tiện đuổi đến cùng. Muốn mở mang đất đai cũng nên lấy hai phủ này trước để củng cố mặt sau của hai dinh. Nếu bỏ gần cầu xa, e rằng hình thế cách trở, binh dân không liên tiếp, lấy được tuy dễ, mà giữ thực là khó. Khi xưa mở mang phủ Gia Định tất phải trước mở Hưng Phúc, rồi đến đất Đồng Nai, khiến cho quân dân đông đủ, rồi sau mới mở đến Sài Gòn... Vậy xin cho Chân Lạp chuộc tội, lấy đất hai phủ ấy, ủy cho thần xem xét hình thể, đặt lũy đóng quân, chia cấp ruộng đất cho quân và dân, vạch rõ địa giới, cho lệ vào châu Định Viễn, để thu lấy toàn khu. Chúa bèn y theo".*

(Đại Nam Thực Lục, (bộ mới) tập I, trang 165-166)

(Nguyễn Cư Trinh là hậu duệ của Trịnh Cam, Thương thư Bộ Binh, người đã cùng An Thành hầu Nguyễn Kim bỏ Đông Đô ngay trong ngày Mạc Đăng Dung cướp ngôi vua Lê. Cả hai cùng ôm chí chống Mạc cứu Lê. Trịnh Cam vào Thuận Hóa một thời gian thì thọ bệnh từ trần. Các thế hệ con cháu hậu duệ Trịnh Cam gắn bó sắt son với các thế hệ con cháu hậu duệ Nguyễn Kim nên đã được Minh chúa Nguyễn Phúc Chu đổi sang quốc tính. Nguyễn Đăng Thịnh, Nguyễn Quang Tiền, Nguyễn Cư Trinh... thuộc số đó).

140 năm kể từ khi Nguyễn Hoàng vào làm Trấn thủ Thuận Hóa (1558) đến ngày Nguyễn Phúc Chu thành lập phủ Gia Định (1698), sáu vị chúa Nguyễn (Tiên, Phật, Thượng,

Hiền, Nghĩa, Minh) đã dẫn dắt con dân của đất nước mình đi suốt chặng đường dài 1.128km (Ái Tử – Gia Định). Nước mắt, mồ hôi và cả xương máu cho hành trình mở nước đó đã luyện thành tấm lòng thủy chung Gia Định.

Một vùng cư dân làm nên lúa gạo. Một vùng cư dân biến châu thổ nên ruộng đồng đã để lại trong lịch sử mở nước và giữ nước "trọng nghĩa khinh tài", bênh vực người hèn, trừ quân cường bạo theo lẽ "giữa đường hễ gặp bất bình mà tha" đã để lại biệt danh làm nức lòng xứ sở. Ấy là "Gia Định tam hùng".

Trên "Đất Việt Trời Nam" của chúng ta không mấy nơi như thế.

Chu Văn Tiếp với nông dân Đồng Xuân (Phú Yên) kéo nhau vào nam dựng cờ "Lương Sơn Tá Quốc". Đỗ Thanh Nhơn, Nguyễn Huỳnh Đức,... cùng cư dân miệt vườn Bến Nghé dựng cờ Đông Sơn tập hợp nghĩa sĩ Cần vương. Võ Tánh với cư dân Gò Công và Mười Tám Thôn Vườn Trầu (Hóc Môn) lập nên nghĩa quân Kiến Hòa Đạo. Cư dân di trú Minh Hương, Thanh Hà lập Nghĩa Hòa quân. Trần Xuân Trạch, Nguyễn Kim Phẩm...cùng hàng trăm tráng sĩ Bắc Hà vượt biển vào Gia Định ứng nghĩa.

Họ là nông dân. Họ tự nguyện đứng lên. Không vì một chiêu bài giả dối, không vì một màn phù thủy trá hình.

Họ hành động tự nguyện theo ý chí tự tôn của họ.

Thiết nghĩ, thành quả bởi thành tín, thành tâm. Gia Định là định hình một bức chân dung của chân lý, của nhân ái, vị tha. Nghĩa khí miệt vườn hun đúc bởi nghĩa cả mới nên "Gia Định Tam Hùng".

Một phong trào tự giác được lòng dân. Ngoài Gia Định, chưa đâu để lại gương sáng thiên thu như thế.

Nghĩa khí miệt vườn! Hễ mỗi khi có dịp may được lội trên kênh rạch Bến Lức, Thủ Thừa, Gò Công, Vàm Cỏ, Tân Châu, Mười Tám Thôn Vườn Trầu, Hậu Nghĩa...tâm hồn tôi như thể xốn xang giữa môi trường mênh mang nghĩa khí!

Viết hết dòng vừa viết, trong tôi bỗng réo lên tiếng gọi từ Gia Định – Đinh viễn xa xưa. Xin được để thêm để tri ân quá khứ:

Gia đã định làm nôi thời mở nước,
Viễn ghi thêm cố thổ thuở sinh thành.

Gia Long,
Thủy Chung Bến Nghé

Phong Cảnh Lăng Gia Long
(Marliave Hue)

Gia Long là niên hiệu của nhà vua Nguyễn Thế Tổ, tính từ ngày lên ngôi (tân mùi mồng 2 tháng 5, năm Nhâm Tuất, 1802) đến ngày băng hà (đinh mùi 19 tháng 12 năm Kỷ Mão, 1819).

Có người nghĩ rằng Gia Long là Gia Định ghép với Thăng Long thể hiện tư tưởng nhất thống giang sơn của nhà vua khai sáng vương triều Nguyễn.

Tưởng vậy mà không phải vậy.

Gia của Gia Long cùng nghĩa với Gia của Gia Định là: Tốt đẹp, may mắn, phúc đức, vui vẻ. Long của Gia Long cũng đồng nghĩa với Gia của Gia Định là: Tốt đẹp, hưng thịnh, to lớn, phong phú, trọn vẹn, ngọn núi nhô cao lên. (Thiều Chửu - Nguyễn Hữu Kha).

Vậy là niên hiệu Gia Long không hề có rồng như Thăng Long (rồng bay) của Lý Công Uẩn.

Gia là tốt đẹp. Long là tốt đẹp. Nhờ sự thủy chung cố kết của Bến Nghé với Gia Định mới nên Gia Long. Bến Nghé như đỉnh núi nhô cao lên giữa lòng Gia Định đại diện cho sự may mắn, phúc đức, trọn vẹn của vùng đất, vùng người sinh thành từ thế kỷ xứ Đàng Trong qua quá trình mở nước.

Một anh con trai 3 tuổi mồ côi cha, 13 tuổi gặp đại nạn sa cơ bơ vơ nơi đất lạ, 27 năm sau lên ngôi khai sáng vương triều của dòng họ mình. Lòng quả cảm và số mệnh dường như đã quyện lại trong cuộc đời của con người đó.

Họa phúc nằm bên ngoài mọi toan tính. Thế kỷ XVIII với chúa Nguyễn đã là như thế.

Ngày đinh mùi tháng Chạp năm Giáp Ngọ (1774), Hoàng Ngũ Phúc đánh chiếm Phú Xuân, bắt sống Trương Phúc Loan. Chúa Nguyễn cùng gia thần còn đủ thời gian chạy ra cửa Tư Hiền để vào Quảng Nam lánh nạn. Quân Trịnh chưa đuổi theo. Có hay không sự nương tay của Hoàng Ngũ Phúc? "May hơn khôn" thấp thoáng trong biến cố này.

Nếu Nguyễn Nhạc nhanh chân hơn quân Trịnh thì cơ nghiệp họ Nguyễn khó có thời cơ hồi sinh. "Diệt quốc phó báo Hoàng ân" mà anh em Nguyễn Nhạc hô hào tại ấp Tây Sơn ban đầu là để chống lại quan quân lùng bắt kẻ biển thủ công quỹ đang chạy trốn. Thế rồi nhân đà đó, lời hô hào "Diệt quốc phó" trở thành chiêu bài tập hợp lực lượng cho toan tính khác mà thôi.

Qua sự thay đổi Hồ Phi Nhạc thành Nguyễn Nhạc, nhiều người đã nghĩ đến Hồ Quý Ly từng là Lê Quý Ly. Hồ Quý Ly

MAI KHẮC ỨNG

đã có khi thề thốt với Thượng hoàng Trần Nghệ Tông: *"Nếu hạ thần không hết lòng, hết sức giúp nhà vua, thì trời tru đất diệt"* (Trần Trọng Kim, Việt Nam Sử Lược). Trần Nghệ Tông chết. Hồ Quý Ly diệt sạch nhà Trần để lập nước Đại Ngu, chuyển Đông Đô vào Tây Đô. Lời thề của Hồ Quý Ly không bao lâu đã ứng nghiệm. Hồ Phi Nhạc hô hào "báo Hoàng ân" nhưng lại kéo toàn thể bộ hạ vào Gia Định diệt Hoàng ân tới số. Kết cục không khác gì Hồ Quý Ly.

Biến cố Giáp Ngọ (1774) Trịnh chiếm Phú Xuân. Chúa Nguyễn sa cơ phải chạy vào Gia Định. Xem ra họa mà phúc nằm ngay trong biến cố tưởng là bất hạnh này.

Họ Trịnh đánh Nguyễn để rửa hận 7 lần thất bại trước lũy Trấn Ninh nhưng lại cần Nguyễn chế ngự phương nam khi Trịnh chưa đủ tầm với. Nguyễn chấp nhận thua, tiếp tục thần phục Trịnh, đóng góp quân lương chiến phí đầy đủ cho Trịnh là yên. Bởi vậy xét cho thấu, quân Hoàng Ngũ Phúc không chuẩn bị viễn chinh dài ngày. Vượt Hải Vân vào cuối Quảng Nam coi như hết đất vua Lê là dừng. Và hình như giới hạn trời cho quân Trịnh cũng chỉ đến đó. Nạn dịch hoành hành. Một nửa quân số của Hoàng Ngũ Phúc đã vĩnh viễn nằm lại. Nhờ vây, chúa Nguyễn có đủ thời gian chạy vào Gia Định.

Nếu Trịnh chậm chân, Hồ Phi Nhạc chiếm Phú Xuân trước thì tâm địa phò Trần để diệt Trần của Hồ Quý Ly tất sẽ diễn ra. Họ Nguyễn Gia Miêu khó còn thời cơ bảo toàn nòi giống.

Nhạc căm tức Hoàng Ngũ Phúc nên đã sai 2 thuộc hạ tâm phúc nhất của ông ta là Lý Tài và Tập Đình (người Tàu) xung trận nhưng quân đánh thuê đụng phải một danh tướng đã từng xông pha trận mạc, đương nhiên là vội vàng tan rã. "Phong trào nông dân Tây Sơn" qua bộ mặt Tập Đình, Lý Tài từ trận Hải Vân vừa kể với sự trở cờ diệt quốc phó thành diệt Hoàng ân của Nguyễn Nhạc để xin Hoàng Ngũ Phúc cho làm quân tiền khu diệt Nguyễn đã làm nên ngả rẽ giữa anh em Nguyễn Nhạc với cộng đồng dân cư thuở đó.

Những biểu hiện trên, bày ra trước mắt thiên hạ rằng khởi nghĩa nông dân không dựa vào người nước ngoài đâm thuê chém mướn và nhất là không dễ dàng liên minh với kẻ thù của chính mình. Sự thật bị phơi bày thì tình đời cũng phân rã. Quân cướp biển Tề Ngôi là ai? Khởi nghĩa nông dân sao lại liên minh với thứ đó?

Phong trào Tây Sơn tự nó, đã làm mất niềm tin cùng sự hồ hởi của toàn dân.

Từ sự xuất hiện ngã rẽ như đã nêu, tôi muốn một lần nữa nhìn lại tình thế xứ Đàng Trong cuối thế kỷ XVIII, khi vua Xiêm cho Chiêu Thùy chạy sang Hà Tiên rồi lấy cớ truy bắt phản thần xua hàng vạn quân sang gây hấn thì anh em Nguyễn Nhạc lại chọn thời cơ đó để nổi dậy, như là kẻ nối giáo cho giặc.

"Tân Mão, năm thứ 6 (1771), mùa Thu, tháng 8, Mạc Thiên Tứ được tin nước Xiêm La kiểm duyệt binh giáp, định ngày đến lấn, bèn chạy hịch xin viện ở Gia Định. Điều khiển Nguyễn Cửu Khôi cho rằng năm trước Hà Tiên đã báo hão tin biên cấp, chỉ làm mệt cho quan quân, nên không cho binh đến cứu...

Mùa đông, tháng 10, vua Xiêm thấy Chiêu Thùy chạy sang Hà Tiên, sợ có mối lo về sau, bèn phái hai vạn quân thủy và bộ dùng tên giặc (núi) Bạch Mã là Trần Thái làm hướng đạo, vây trấn Hà Tiên. Quân trấn ít ỏi, bám giữ thành cổ đánh, chạy hỏa bài cáo cấp với dinh Long Hồ. Quân Xiêm đóng giữ núi Tô Châu, dùng đại bác bắn vào thành, thế rất nguy cấp. Đương đêm, kho thuốc súng ở núi Ngũ Hồ phát cháy, trong thành sợ rối. Quân Xiêm từ phía sau thành chặt cửa sấn vào, phóng hỏa đốt doanh. Thiên Tứ thân hành đốc suất binh sở thuộc chống đánh ở các ngõ. Một lát quân dân tan vỡ, thành bị hãm. Cai đội Đức Nghiệp (không rõ họ) kèm Thiên Tứ lên thuyền chạy. Mạc Tử Hoảng, Mạc Tử Thảng, Mạc Tử Duyên ở đạo Châu Đốc cũng đều đem thủy quân phá vòng vây, do đường biển chạy xuống Kiên Giang, rồi qua Trấn Giang dừng lại. Chiêu Khoa (tên quan) nước Xiêm là Trần Liên đuổi theo đến, vừa gặp Lưu thủ dinh Long Hồ là Tống Phước Hợp đem binh thuyền bản dinh đến cứu, kéo thẳng tới sông Châu Đốc để chống cự. Quân Xiêm rút lui, vào nhầm ngách sông cụt, đại binh (ta) đuổi ập tới, chém được hơn 300 đầu. Trần Liên phải bỏ thuyền, dẫn quân chạy về Hà Tiên, lại bị cai đội đạo Đông Khẩu là Nguyễn Hữu Nhân đón đánh, quân Xiêm chết quá nửa. Vua Xiêm bèn lưu Trần Liên ở lại giữ Hà Tiên, rồi tự đem quân thẳng sang Chân Lạp. Nặc Tôn bỏ chạy. Vua Xiêm lập Nặc Nộn làm vua Chân Lạp. Thế là quân Xiêm đóng giữ phủ Nam Vang, có ý nhòm ngó Phiên Trấn.

(Đại Nam Thực Lục, Bộ mới, Tập I, trang 175-176)

Chúa Nguyễn tập trung tướng sĩ bảo vệ biên cương tây – nam thì anh em Tây Sơn nhân thời cơ mở rộng địa bàn ảnh hưởng. Trịnh chiếm Phú Xuân, Nguyễn thất thế. Nguyễn Lệnh Tân *"muốn sớm trừ Nhạc, nhưng bị Phạm Ngô Cầu can ngăn, bèn gửi mật thư cho Sâm rằng: Cầu là người nhút nhát, vô mưu, Thuận Quảng tất mất ở tay Cầu. Xin chém Cầu để cử tướng khác, ngõ hầu Thuận Quảng mới có thể giữ được. Sâm không nghe rồi triệu Lệnh Tân về"*. (SĐd, trang 189)

4 năm (1775-1778) chúa Định Nguyễn Phúc Thuần, Hoàng tôn Nguyễn Phúc Dương cùng nhiều thành viên trong gia đình chúa Nguyễn lần lượt bị ba anh em Nguyễn Nhạc sát hại. Người Gia Định, định thần nhận ra trắng đen, trái phải lần lượt tự nguyện đứng lên cứu chúa. Nguyễn Phúc Ánh dường như là người duy nhất sống sót bị ba anh em Tây Sơn với binh hùng tướng mạnh săn đuổi tận cùng. Cuộc đời giống như là định mệnh, Nguyễn Phúc Ánh vẫn tồn tại giữa tình thế "thập tử nhất sinh" có khi cùng đường tưởng khó thoát, thì lại được một chủ ruộng miệt vườn cho vào nóp lác rồi treo tùng teng lên giữa vựa thóc. Quân Tây Sơn ập đến nhìn vựa thóc trống trải không thể nghĩ rằng anh con trai 16 tuổi lại bị treo trong đó nên vội vã chạy theo hướng tay chỉ của người chủ ruộng kia.

Năm 1803, sau ngày quy hoạch xây dựng Kinh đô Huế, Nguyễn Phúc Ánh đã dành một dải đất đẹp bên ngoài Phòng thành, lập nên làng Vạn Xuân để đón các bậc ân nhân Gia Định đã cứu mình qua mọi hoạn nạn. Dịp đó, dừa, xoài, thốt nốt cũng theo các vị chủ đất miệt vườn ra Phú Xuân làm nên bóng dáng Gia Định giữa Kinh thành Huế.

Không là "đích tôn thừa trọng", không là thế tử trừ bị, nhưng dòng chúa Nguyễn Gia Miêu hầu như không còn ai, các vị Thủ lĩnh Đông Sơn đã tôn anh con trai "lọt sổ Tây Sơn" lên làm Đại nguyên soái quyền coi việc nước. Sứ mệnh với lòng quả cảm đã đặt Nguyễn Phúc Ánh vào vị trí sinh tử, đấu tranh một mất một còn với anh em Nguyễn Nhạc.

Và chính sự bất khuất kiên cường đó, bàn dân ngày càng nhận rõ trái phải, chính tà lần lượt đứng lên cứu chúa. Chu Văn Tiếp ở Đồng Xuân, Phú Yên dựng cờ "Lương Sơn Tá Quốc". Đỗ Thành Nhơn, Nguyễn Huỳnh Đức, Trần Búa,

Đỗ Hoành, Đỗ Ky, Đỗ Bảng, Vũ Nhàn dấy nghĩa Cần vương. Trần Xuân Trạch, Nguyễn Kim Phẩm cùng nghĩa sĩ Bắc Hà vượt biển vào Gia Định ứng cứu. Võ Tánh lập Nghĩa quân Kiến Hòa, người Bến Nghé lập Nghĩa Hòa quân...

Đến khi đó Nguyễn Nhạc mới nhận ra rằng Nguyễn Phúc Ánh mặc dầu còn non trẻ nhưng về danh nghĩa được nông dân Gia Định tôn lên vị thế "quyền coi việc nước", còn mình vẫn là một tay biện lại biển thủ công quỹ chạy trốn. Danh đã bất chính thì ngôn cũng bất thuận, nên vội vàng chạy về thành Trà Bàn (Kinh đô cũ của Vương quốc Chăm pa) tự lập làm vua với niên hiệu Thái Đức nhằm tìm kiếm chỗ dựa trong cư dân Chăm một thời mang trong lòng nỗi quốc hận. Hành vi này không làm nên sự tập hợp như lúc đầu mà tự nó đã gây hiềm khích trong nội bộ ba anh em Tây Sơn. Và, chính điều đó vô tình đã phản bội lại công lao mở nước mà các thế hệ đi trước trong đó có cha, ông Nguyễn Nhạc. Vả lại người Chăm, không ít nhà giàu bị hại từ những ngày đầu anh em Tây Sơn nổi lên, nên sự gắn bó với Trà Bàn cho dù là Thái Đức cũng không mấy mặn mà.

Vậy là người Bana một thời sùng bái Ngọc Hoàng trên đỉnh núi Hòn Sưng nhạt dần. Phường cờ bạc theo đóm ăn tàn không còn của để chia vợi dần. Số người Việt thực tâm "Diệt quốc phó" thất vọng, xa lánh dần. Anh em Nguyễn Nhạc sau 11 năm dốc toàn lực chỉ để truy giết "một hạt giống nhỏ" chạy nạn từ Phú Xuân không xong, mới nhận ra rằng cả Gia Định đã đứng lên cứu chúa.

Phân tâm ngay trong nội bộ anh em Tây Sơn cũng bắt đầu.

Chính vào thời điểm giao động đó, Nguyễn Phu Như được Phạm Ngô Cầu sai vào gặp Nguyễn Nhạc rồi qua Nguyễn Hữu Chỉnh, Nguyễn Nhạc biết rõ sự bạc nhược của Phạm Ngô Cầu. Sẵn mối thâm thù Trịnh hớt tay trên Phú Xuân của mình nên đã sai hai em Nguyễn Lữ và Nguyễn Huệ đánh Phú Xuân.

Tháng 5, năm Bính Ngọ (1786), Nguyễn Huệ đánh Phú Xuân. Quả là dễ thắng như Nguyễn Hữu Chỉnh đã từng chỉ bảo. Từ đó Bắc Hà lôi lực lượng mạnh nhất của Tây Sơn ra hướng ngoài. Nhờ Nguyễn Hữu Chỉnh, Nguyễn Huệ mới chiếm được Phú Xuân. Nhưng ngờ Nguyễn Hữu Chỉnh lừa mình nên sai cháu rể Vũ Văn Nhậm ra Bắc giết Nguyễn Hữu Chỉnh. Lại lo cháu Vũ Văn Nhậm "đuôi to khó vẫy" đích thân Nguyễn Huệ lại xuất chinh hạ sát cháu. Thế rồi Tôn Sĩ Nghị lại ùa vào Thăng Long. Không thể khác, Nguyễn Huệ lại xuất chinh cứu nước và đã làm nên chiến công Ngọc Hồi - Đống Đa lừng lẫy để trở thành anh hùng dân tộc kiệt xuất.

May thay, cuộc đời chinh chiến của Nguyễn Huệ nửa đầu không mấy vinh quang mà phần sau lại nên sự nghiệp. Võ công mùa Xuân năm Kỷ Dậu (1789), về mặt nào đó mà tính như một chậu nước trong, Tôn Sĩ Nghị đã để lại cho Nguyễn Huệ làm nên rạng rỡ trước kỳ tích chống xâm lăng giữ nước.

Thế nhưng từ đó nội bộ anh em Tây Sơn mỗi ngày một bất hòa, thù hận mỗi ngày một thêm sâu sắc. Mục tiêu "khởi nghĩa nông dân" không còn đầu mối.

Tháng 7 năm Nhâm Tý (1792), Nguyễn Huệ đột ngột băng hà.

Vận nhà Tây Sơn cuối thế kỷ XVIII như thể diễn lại vận nhà Đại Ngu cuối thế kỷ XIV.

"Trời che đất chở" hạt giống nhỏ họ Nguyễn Gia Miêu chăng? Nguyễn Phúc Ánh như trút được gánh nặng nghìn cân trên vai, thở phào đứng lên giữa thênh thang Gia Định.

7 năm sau ngày Nguyễn Huệ quay giáo trở ra Phú Xuân đánh Trịnh (1786-1793), Nguyễn Phúc Ánh dù còn phải chạy loanh quanh giữa bưng biền, bởi Nguyễn Nhạc còn cay cú chưa triệt hết dòng chúa Nguyễn, nhưng năm tháng đã nâng đỡ anh con trai họ Nguyễn Gia Miêu từ tuổi 24 lên tuổi 31 và người Gia Định cũng dày dạn kinh nghiệm hơn trong sự cưu mang bảo vệ chúa. Tháng 4 năm Quý Sửu (1793), nhận thấy sức mình đã lớn, trí mình đã đủ khôn, lòng dân đã nhận rõ chánh tà, tướng sĩ đã một lòng vì Nguyên soái, Nguyễn Phúc Ánh hạ lệnh xuất quân vây thành Quy Nhơn.

Chọn Quy Nhơn là điểm đúng tử huyệt. Tài thao lược bẩm sinh trong lòng một người thất cơ lỡ vận như Nguyễn Phúc Ánh làm mọi người nhớ lại những bước đi nguy nan của Nguyễn Hoàng trước mũi giáo Trịnh Kiểm. Tầm "kinh bang tế thế" của Nguyễn Hoàng dường như vẫn bám theo di duệ của ông.

Dẫu biết, Qui Nhơn cách xa Phú Xuân 378km, nhưng là đất bản bộ của Nguyễn Quang Toản. Đánh Quy Nhơn thử xem phản ứng của bác cháu Nguyễn Nhạc, Nguyễn Quang Toản đến mức nào. Quy Nhơn sẽ là thước đo, sẽ là điểm thử sức về tâm lý và thực lực. Nguyễn Nhạc bị vây (vây kín nhưng chưa công thành), biết không đủ sức phản công tự cứu nên phải nhờ cháu Nguyễn Quang Toản cho quân giúp.

Đúng như dự đoán của quân Gia Định. Thái úy Nguyễn Văn Hưng cùng hộ giá Nguyễn Văn Huấn được lệnh Nguyễn Quang Toản ngang nhiên chiếm thành Quy Nhơn. Nguyễn Nhạc uất mà chết (tháng 9 năm Quý Sửu). Vậy là Quy Nhơn trả giá bằng sinh mệnh người đã dấy lên phong trào Tây Sơn. Từ đó, hai anh em Nguyễn Nhạc, Nguyễn Huệ không còn, vương triều Tây Sơn, với mục tiêu khởi nghĩa nông dân dường như trở nên vô định. Tháng 5 năm Ất Mão (1795) Võ Văn Dũng giết Bùi Đắc Tuyên. Nội bộ nhà Tây Sơn rối ren khó gỡ.

Đọc lại những dòng viết về Quy Nhơn vào những năm 1793, 1799 ta mới nghĩ rằng cái "bẫy" chiến thuật chính là nơi đây. Đánh và quyết chiếm Quy Nhơn. Đổi ngay tên Quy Nhơn thành Bình Định (1799). Giao Bình Định cho Võ Tánh, một trong "Gia Định tam hùng" trấn giữ là đòn đánh vào cân não vua tôi Tây Sơn. Lòng tự trọng, tính tự ái dẫu là người vẫn khó vượt qua căn bệnh "con gà tức nhau tiếng gáy". "Gia Định tam hùng" vung gươm trước mắt, lẽ nào Tây Sơn không xuất danh tướng.

Quy Nhơn bị gài vào thế trận khi Võ Tánh đã xác định *"Lấy thành Phú Xuân thay một mạng thần, thần thỏa nguyện rồi"*.

Trần Quang Diệu, Võ Văn Dũng là trụ cột sống còn của Nguyễn Quang Toản, không lẽ ngồi nhìn, nên đã xuất chinh cứu Quy Nhơn.

Vậy là hổ đã ly sơn. Nguyên soái Nguyễn tỉnh táo thực hiện bước đi tiếp theo:

"Giặc sợ Võ Tánh cho nên dốc lực lượng cả nước đến vây thành Bình Định, vững như thùng sắt. Nay muốn đánh gấp cũng chưa dễ đâu. Chi bằng giả thắng vào Phú Xuân, đánh chỗ xót xa của chúng, thế tất chúng phải triệt vây về cứu căn bản. Đó là cái kế đánh Ngụy để cứu Hán, không giải mà hóa giải vậy".

Sự đồng tâm giữa Nguyên soái và Tướng lĩnh như thế quả đã tạo thời cơ có một không hai cho quân Nguyễn Gia Miêu tiến vào cửa Tư Hiền, cửa Eo khi Phú Xuân "hở sườn" không còn quân tinh tướng tài phòng thủ. Quy Nhơn quả là tử huyệt.

Ngày 03 tháng 5 năm Tân Dậu (1801), quân Nguyễn Gia Miêu tràn vào chiếm phủ thành Phú Xuân như vào chốn không người. Trong số hàng trăm binh thuyền xuất chinh từ Bến Nghé góp mặt trên sông Hương người ta dễ dàng nhận ra 15 chiến thuyền mới nhất, đẹp nhất, mang các tên riêng: Gia Hưng, Gia Khánh, Gia Nguyên, Gia Hanh, Gia Trinh, Gia Tường, Gia Minh, Gia Hòa, Gia Trị, Gia Thịnh, Gia Vinh, Gia Hựu, Gia Hi, Gia Hội, Gia Thiện.

Vậy là sự chuẩn bị cho Gia Định ra Phú Xuân đã được vị Đại nguyên soái quyền coi việc nước dự tính đến một cách chu toàn trước khi xuất quân.

Cùng thời gian đó dù với niềm vui chiến thắng rạt rào vị "Tổng Tư lệnh tối cao của họ Nguyễn Gia Miêu vẫn không quên ban sắc răn bảo tướng sĩ thuộc quyền:

"Phàm quan quân giặc đã quy thuận, hoặc còn ở Quy Nhơn hay Bắc Thành, thì nhà cửa vườn tược của họ phải để cho vợ con họ ở, không được lấn cướp. Ruộng vườn cây

cối của dân thì không được đẵn chặt. Làm trái thì xử theo quân pháp" (nt, tr.446).

Trong nhiều bài viết tôi đã trích dẫn câu này. Vậy mà, khi viết về Phú Xuân của Vương triều Tây Sơn thất thủ, tôi vẫn cứ nhắc lại. Bởi tính nhân văn của đạo sắc vắn tắt này đáng cho muôn đời chọn để làm gương soi, đáng cho muôn đời cố gắng vươn lên tầm nhân văn đó.

"Việc nhân nghĩa cốt ở yên dân". Một người họ Nguyễn thế kỷ XV đã từng viết vậy. Nhiều thế hệ họ Nguyễn trong dặm dài mở nước thấp thoáng đó đây đã lấy ý này làm phương châm hành xử.

Đẹp lắm thay!

Nguyễn Phúc Ánh vào Phú Xuân. Nguyễn Quang Toản bỏ chạy. Hàng tướng Lê Chất được sai mang quân đuổi theo với lời dặn: "khua trống mà đi thong thả". Thế rồi chính vị nguyên soái này lại nói: *"Quang Toản được thoát là tự người chứ không phải tự trời"*. Tự người chính là tự Nguyễn Phúc Ánh chưa cho đuổi gấp. Mặc dù nhiều tướng lĩnh, đô đốc thuộc quyền muốn ra quân bắt ngay.

"Bỏ nơi gần mưu nơi xa, không phải là thượng sách. Hiện nay trong bọn giặc chỉ Trần Quang Diệu là ghê nhất. Diệu chưa trừ xong, không nên khinh tiến. Hãy đợi hạ thành Bình Định, không phải lo lắng về phương Nam nữa, rồi tiến đánh Bắc Hà cũng chưa muộn".

Nói vậy là để yên lòng quân mình. Thực tâm không phải vậy. *"Nay thế lớn của thiên hạ, mười phần đã được đến tám chín phần. Chỉ còn một góc Bình Định này, thế như nốt ruồi, còn trốn vào đâu được".*

MAI KHẮC ỨNG

Thì ra tầm tư duy chiến lược của vị "Tổng Tư lệnh tối cao" này đã vươn xa hơn mọi sự nôn nóng lập công. Ấy là *"Nay ta diệt được giặc Tây Sơn, chiếm được đất đai, đó là lấy ở giặc Tây Sơn chứ không phải lấy ở nhà Lê".* (Sđd, trang 488)

Mở đường cho Nguyễn Quang Toản chạy ra hướng bắc tất sẽ chiếm điện Kính Thiên của Vương triều Lê. Tháng 6 năm Nhâm Tuất (1802), Nguyễn Phúc Ánh lúc đó đã lên ngôi vua đưa quân ra Thăng Long bắt Nguyễn Quang Toản đồng thời chiếm điện Kính Thiên trong tay Nguyễn Quang Toản chính là chiếm của Vương triều Tây Sơn.

Với nhà Lê, Nguyễn Phúc Ánh không hề có lỗi.

Lên ngôi trước tại Phú Xuân với niên hiệu Gia Long như thể gợi nên Thăng Long, Gia Định đã giữ vị trí hai đầu đất nước. Công thần nhà Lê. Thân vương họ Trịnh được đặc cách đối xử trọng thị thâm tình mặc nhiên đồng thuận.

Vậy là chiến công cọng với sự tinh tế trong cung cách đối nhân xử thế tại Thăng Long tháng 6 năm Nhâm Tuất, Nguyễn Phúc Ánh đã làm nên kỳ tích nhất thống giang sơn trong sự hòa thuận từ nhiều phía. Phú Xuân mặc nhiên là Kinh đô đất nước không còn chuyện phải bàn.

Nguyễn Phúc Ánh tuy gặp bất hạnh quá sớm, nên đường học vấn chắc chưa thể trọn vẹn. Thế nhưng, qua cuộc đấu tranh vì lẽ sống còn với sự cưu mang của Bến Nghé - Gia Định như đã phả vào ông nghĩa khí cương cường vì chân lý hòa quyện với tri tuệ truyền thống đã nên một vĩ nhân đúng với nghĩa của thuật ngữ đó.

27 năm Gia Định. 27 năm sống giữa lòng những người làm nên lúa gạo. Sự chân chất của chủ nhân miệt vườn đã tôi luyện thành bản lĩnh của một đấng quân vương, đủ tư chất để Nguyễn Phúc Ánh trở về Phú Xuân khai sáng Vương triều Nguyễn từ tuổi đầu thế kỷ XIX.

Một chặng đường dài mở nước đọng lại với Phú Xuân 1558. Bái Ân, 1572. Phú Yên, 1611. Thái Khang, 1653. Hưng Phúc, 1658, Thuận Thành, 1694. Gia Định, 1698. Hà Tiên, Phú Quốc, 1708. Định Viễn, 1732. Tân Châu, Châu Đốc, 1757, để Nguyễn Phúc Ánh làm nên Gia Long.

27 năm Gia Định với Nguyễn Phúc Ánh và 1 ngày Kinh Bắc với Nguyễn Quang Toản, chính là thước đo lòng dân đối với mỗi triều đại đã tạc vào lịch sử.

"Ta nghe kinh Xuân thu trọng nghĩa nhất thống là để chính danh nghĩa khi mở đầu. Từ Tiên Thái vương ta dựng nền ở miền Nam, thần truyền thánh nối đã 200 năm. Gần đây Tây Sơn nổi loạn, vận nhà Lê đã hết, hơn vài mươi năm trong nước không có chính thống. Ta phải xiêu dạt một nơi, rất lo nghĩ về miếu xã và sinh dân. Nằm gai nếm mật, mong sao cho được yên vui. Năm Canh Tý ta mới ở thành Gia Định, được các tướng sĩ suy tôn, đã lên ngôi vương để giữ lòng người. Duy đô cũ chưa phục, nên còn theo niên hiệu cũ. Nay ơn trời giúp đỡ, các thánh để phúc, bờ cõi cũ đã lấy lại, cơ nghiệp xưa đã trở về, các quan văn võ tại triều dâng số chương khuyên ta lên ngôi hoàng đế và đổi niên hiệu. Nhưng ta nghĩ rằng giống giặc chưa trừ xong, đất nước chưa thống nhất, không nên vội lên ngôi tôn. Duy cứ theo niên hiệu đã qua mà thi hành những lệnh đổi mới thì không phải là nêu rõ được khuôn phép. Vậy nên chuẩn lời xin đặt niên hiệu mới, định lấy ngày 1 tháng 5 năm nay kính cáo trời đất, ngày hôm sau kính

MAI KHẮC ỨNG

cáo liệt thánh, chép niên hiệu là Gia Long, để thống nhất kỷ cương, làm mới tai mắt...

Ôi! Hiệu lớn ban ra, đã cùng thiên hạ mà đổi mới; đổi mà giữ tín, để giữ cơ đồ khó chuyển lay".

(Viện Khoa Học Xã Hội Việt Nam – Viện Sử học, Đại Nam Thực Lục, Tập Một, Chính biên, (Bộ in lần thứ 2), trang 491, Nhà xuất bản Giáo dục, Hà Nội, 2007)

Khu mộ Gia Long
(Marliave Hue)

Gia Hội,
Thông Cù Bách Hóa Tập

Canal Đông Ba
(Marliave Hue)

"*Đổi tên cầu An Hội làm cầu Gia Hội, lập chợ Gia Hội, xây dựng phố dài.*

Vua nghĩ một dải phố bờ phía đông sông tả hộ thành, dân cư xen lẫn nhà gianh, thường bị nạn cháy, bèn sai thự Thống chế Hữu dực quân Vũ lâm là Lê Văn Thảo coi đem biền binh làm nhà ở chợ Gia Hội lợp bằng ngói (89 gian), mặt trước chợ ra đến sông làm một cái đình gọi là đình Quy Giả, đình làm 2 tầng, lại từ phía bắc cầu Gia Hội đến chỗ ngang với góc đài Trấn Bình làm lên phố dài gọi là phố Gia Hội, Đông Ba, Đông Hội (Tất cả 399 gian, dài suốt 319 trượng, dân xin làm lại 147 gian, Nhà nước làm 252 gian, đều cột bằng gạch, xây bằng vôi, mặt trước làm cửa ngõ, cứ 3 gian ngăn bằng tường gạch, mặt sau xây gạch, vách mở cửa cuốn, sau vách để trống 5 thước làm đường nhỏ, từ phía bắc cầu Gia Hội đến phía nam cầu Đông Ba gọi là phố Gia Hội, từ phía bắc cầu Đông Ba đến phía nam cầu Thế Lại gọi là phố Đông Ba, từ phía bắc cầu Thế Lại đến chỗ ngang với góc đài Trấn Ninh gọi là phố Đông Hội, bờ sông xây kè đá, lan can xây bằng gạch để ngăn chắn).

Cho dân thường tự làm nhà thì không phải đóng thuế địa tô, nhà của Nhà nước làm mà dân muốn ở thì mỗi gian mỗi năm nộp tiền 20 quan, nhận đủ 120 quan thì được nhận làm của riêng, tiền ấy do phủ Thừa Thiên thu giữ, để phòng chẩn cấp cho dân nghèo và chi phí việc sửa sang cầu cống, đường sá. Quan phủ Thừa Thiên lại xin ở 2 tầng trên, dưới đình Quy Giả như gặp khi có xe vua đi qua đều đặt hương án, treo cờ đỏ để đón và tiễn theo như lễ nghi. (Các phố Gia Hội, Đông Ba, Đông Hội cũng thế). Còn ngày thường ngồi từng hàng và lên đấy ngoạn cảnh thì không cấm. Các người bày hàng ở phố chợ thì chia ra từng hạng đánh thuế (hằng năm 1.286 quan tiền) cùng với tiền nhà ở phố phải nộp (30.240 quan tiền) sung cấp cho dinh vệ các quân để chi phí việc công nhu.

Vua nói rằng: làm ra phố chợ, cốt đề phòng hỏa hoạn, tiện cho dân ở, nguyên không thèm tính toán tiền thuê, duy nhân dân có lợi được ở, mà biền binh phải làm rất là khó nhọc.Vả lại dinh vệ các quan thường năm theo lệ có cấp tiền công nhu, nay các nhà ở phố chợ, số tiền phải nộp xem ra nhiều, nên lấy số tiền ấy cấp thêm cho một nửa, cho được cùng hưởng lợi ấy. Vậy cho bộ Hộ châm chước bàn định thi hành (Các đội Túc trực, Thường trực, Thường trực vệ Cẩm y; 10 vệ 2 dịch tả hữu quân Vũ lâm; các dinh Thần cơ, Tiền phong, Long võ, Hổ uy, Hùng nhuệ, mỗi dinh 10 vệ; 6 vệ trung bảo nhất nhị, Tiền bảo nhất nhị, Hậu bảo nhất nhị; 15 vệ 3 dinh Thủy sư; mỗi vệ mỗi năm cấp cho 200 quan tiền. Vệ Long Thuyền, 4 vệ Kỳ võ, mỗi vệ cấp cho 150 quan tiền, 3 vệ kinh tượng nhất nhị tam, 2 vệ Phi kỵ, Khinh kỵ viện Thượng tứ và vệ Võng thành, mỗi vệ đều 100 quan tiền, 5 đội vệ giám thành; 4 đội Dực võ ty kỳ cổ, 3 đội Trấn phủ; 3 đội thự Hòa thành; 7 đội ty Lý thiện; 2 đội Dực thắng; 5 đội Dực hòa; 2 đội Dực hùng, 3 đội Dực cường; 4 đội Dực vinh; 2 đội Dực oai; 4 đội Dực thịnh; 4 đội Dực chấn; 2 đội Dực tín; 4 đội Dực mỹ; mỗi đội ty đều 10 quan). Rồi cho 3 phố Gia Hội, Đông Ba, Đông Hội đều lấy tên hàng gọi là 3 hàng ở phía đông thành. Lại từ chợ Gia Hội thắng đến hạ ấp chợ Doanh (Dinh) chia đặt làm 8 hàng, tên hiệu riêng biệt, gọi là 8 hàng dọc sông (Gia Thái hàng, Hòa Mỹ hàng, Phong Lạc hàng, Doanh Ninh hàng, Hội Hòa hàng, Mỹ Hưng hàng, Thụy Lạc hàng, Tam Đăng hàng, dài suốt hơn 452 trượng), các hàng đều có biển ngạch (viết rõ tên hàng như các chữ Gia Hội hàng v.v...) đặt một người hàng trưởng, để truyền bảo công việc cho nhanh".

(Đại Nam Thực Lục, tập 5, nhà xuất bản Giáo dục, 2007, trang 100-101)

Sở dĩ tôi chép hết nội dung nói về việc đổi tên cầu và xây dựng 3 phố, 8 hàng trên phần đất còn lại của tổng Phú Xuân sau khi hoàn tất công việc xây dựng Kinh thành Huế, bởi sự quan tâm đặc biệt của nhà vua Nguyễn Thánh Tổ vừa đổi tên cầu vừa xây dựng phố xá ở đây dường như được ưu đãi hơn. Vì sao lại có đặc ân như thế?

Tổng Phú Xuân vốn là làng Thụy Lôi trước năm 1558. Sau 30 năm xây dựng (1803-1832), một nửa Phú Xuân đã là Kinh đô nguy nga tráng lệ. Lẽ nào lại bỏ rơi nửa Phú Xuân còn lại. Bởi vậy An Hội mới nên Gia Hội cầu, Gia Hội phố, Gia Thái hàng.

Gia Hội có mối liên hệ gì với Gia Long, Gia Định, Gia Miêu, Gia Viễn hay không chỉ có nhà vua cho mở mang xây dựng Gia Hội mới biết. Nhưng Người đã về cõi vĩnh hằng ngót 2 thế kỷ không để lại một lời di huấn nào mà tư liệu lịch sử thì tuyệt nhiên không lưu ý. Thế nhưng với tôi, Gia Viễn, Gia Miêu, Gia Định, Gia Long, Gia Hội … như đã làm nên những cung đường để lại từng mốc quá khứ kiên nhẫn, bền bỉ, thủy chung, rất đỗi tự hào.

Năm Minh Mạng thứ 18 (1837) quả là một năm đáng ghi nhớ. Phải chăng sau 18 năm Gia Long với 18 năm đầu thời Minh Mạng, Vương triều Nguyễn từng bước xây dựng và củng cố nền thống nhất quốc gia đã đạt được những thành tựu mong muốn. Bởi vậy, ngay từ tháng Giêng đầu năm, nhà vua thứ 2 Vương triều Nguyễn đã cho xây dựng điện và miếu Phụng Tiên mới, với quy mô 9 gian như Thế Tổ miếu để thờ Thánh vị dòng họ mình đồng thời định vị Cửu đỉnh vừa hoàn công. Tháng 2 tiếp theo, cho tổ chức lễ mừng thọ "thất tuần đại khánh" Hoàng Thái Hậu. Tháng 5 đổi cầu An Hội thành Gia Hội đồng thời cho xây dựng phố xá nguy nga như đã trích dẫn. Với trình tự, nhịp nhàng vừa nêu cho ta nhận biết ý tưởng, chủ trương các công việc trên không ngẫu hứng mà thực sự thể hiện tư duy nhất quán trải qua nhiều thế hệ.

Gia Hội được định danh cùng năm với điện Phụng Tiên, Cửu đỉnh như là một hình thức báo tiệp. Gia Hội, Đông Ba, Đông Hội nay là đường Bạch Đằng. Gia Thái, Hòa Mỹ, Phong Lạc, Doanh Ninh, Hội Hòa, Mỹ Hưng, Thụy Lạc, Tam Đăng nay là đường Chi Lăng.

Đường Bạch Đằng nằm theo hướng bắc-nam. Đường Chi Lăng nằm theo hướng đông-tây. Hai con đường này giao nhau đầu cầu Gia Hội gợi nên trục tung và trục hoành của sự mãn nguyện hoàn thành công đức và cũng là phương hướng phát triển bền vững của non sông.

Và, một điều nếu chúng ta lưu ý chắc sẽ nhận ra là Gia Hội nằm về phía "Tả Thanh long" tức phía trái kinh đô Huế dường như dành riêng cho "nội thân, nội thích". Phủ các ông hoàng như Lạc Viên, Gia Hưng, Thọ Xuân...đều tọa lạc tại vùng đất này. Vạn Xuân, Kim Long nằm về phía "Hữu Bạch hồ" tức bên phải kinh đô Huế có lẽ dành riêng cho "ngoại thân, ngoại thích". Phủ các bà chúa và bên ngoại nhà vua đều ở phía này.

Hoàn tất công việc kiến thiết kinh đô, xây dựng thành quách các tỉnh xung yếu, lập pháo đài bảo vệ biên cương, biển đảo, cải cách hành chính và tổng điều tra lập sổ bộ và địa bạ các tỉnh Nam Kỳ và nam Trung Kỳ, đến năm Minh Mạng thứ 18 (1637) đất nước thực sự đạt đến đỉnh cao của thời cực thịnh. Từ sự hưng phấn đó, sang năm Minh Mạng thứ 19 (1838) nhà vua Nguyễn Thánh Tổ đã cho đổi Quốc hiệu Việt Nam thành Đại Nam.

Năm 1992, sau một thời gian băn khoăn với những ô chữ khắc theo phong cách "nhất thi nhất họa" trên các dải liên ba, cổ diềm nội, ngoại thất các công trình kiến trúc chính ở Hiếu lăng, tôi mày mò và cuối cùng đã phát hiện ra phương pháp bố cục các ô chữ trên kiến trúc Nguyễn giống như cách treo câu đối ở nhà thờ họ của ông nội tôi nên đã ghép được trên 120 bài thơ thất ngôn và ngũ ngôn tứ tuyệt. Trong số đó có một bài nội dung nói về phố xá. Vì non kém nên khi ghép 4 ô thuộc loại ngũ ngôn trong bốn bản liên ba tại tầng trên Minh Lâu tôi cứ nghĩ là thơ hý cấu tưởng tượng nên cảm thấy ngỡ ngàng rồi tự hỏi: đầu thế kỷ XIX Kinh đô Huế đã có phố xá rồi ư? Đã có "Tỉ ốc vạn nhân gia" rồi ư? Đọc kỹ mẫu ghi chép về "Đổi tên cầu An Hội…" trong Đại Nam Thực Lục mới biết là mình phạm tội khi quân. Một đường phố xây gạch lợp ngói dài 319 trượng bên bờ hữu ngạn sông Đông Gia (nay là Đông Ba) chính là linh hồn, là nguyên liệu thực sự của tứ thơ trên:

Thông cù bách hóa tập
Tỉ ốc vạn nhân gia.
Thủy ảnh chiếu song thượng,
Sơn quang nhập hạm tà.

Dịch thơ:

Đường thông hàng hội tụ,
Nhà mọc mái đua chen.
Bóng nước soi song cửa,
Ánh núi lùa tận hiên.
(Nguyễn Trọng Tạo)

Thế kỷ XIX cáo chung, văn minh phương tây tràn vào nước ta theo chế độ thuộc địa. Tư tưởng chống ngoại xâm bảo tồn nền độc lập tự chủ trong lòng con dân đất nước càng ngày càng chín. 3 phố Gia Hội, Đông Ba, Đông Hội được mang tên Bạch Đằng, 8 hàng nằm dọc đường Gia Hội - chợ Dinh được mang tên Chi lăng như nhắc nhở chiến công giữ nước vĩ đại của cha ông để cháu con ghi nhớ. Giữa hai con đường mà tôi tưởng tượng nên hai trục tung và hoành ấy là các đường Tô Hiến Thành, Nguyễn Du, Mạc Đỉnh Chi, Nguyễn Bỉnh Khiêm, Hồ Xuân Hương, Cao Bá Quát...

Chiến công bảo vệ Tổ quốc qua Bạch Đằng, Chi Lăng đã nâng bước chân con dân Đất Nước của các thế kỷ lập thành đội ngũ những danh nhân văn hóa xuất sắc cùng tề tựu nơi đây.

Ai đã có dụng tâm "thỉnh" các vị tao nhân, mặc khách tiêu biểu về mảnh đất vốn là Thụy Lôi đã nên Phú Xuân để thành Gia Hội này?

Xin kính cẩn nghiêng mình trước anh linh của những con người mà tâm hồn chan chứa nhân văn để con dân đất Việt muôn năm kính phục!

Nếu Gia Hội với nhà vua Nguyễn Thánh Tổ là sự hồi cố những cung đường mà họ Nguyễn đã đi trên dặm dài mở nước thì Bạch Đằng, Chi Lăng mãi mãi nhắc nhở mọi người hãy nuôi trong lòng mình tình yêu non sông nồng nàn quả cảm như cha ông mình đã từng trải qua. Và, nhờ những chiến công lẫm liệt oai hùng như thế người Việt mới sánh vai với bè bạn 5 châu không chút tự ti. Nguyễn Du, Nguyễn Bỉnh Khiêm, Hồ Xuân Hương, Cao Bá Quát là gì nếu không coi đó là niềm tự hào dân tộc.

Các thế hệ cầm quyền về sau "giá như biết ý người xưa", hiểu được tấm lòng người xưa dành cho Gia Hội trọn vẹn các con đường danh nhân văn hóa thì 3 phường Phú Cát, Phú Hiệp, Phú Hậu mãi mãi là nơi hội tụ những "con chim đầu đàn" tiêu biểu nhất và sẽ là địa danh đặc sắc nhất của đất nước. Tiếc thay tâm thức nhân văn ngày nay thua ngày xưa xa lắm. Có lẽ đến một lúc nào đó sẽ có sự sắp xếp lại thì ngoài những danh nhân văn hóa đã đến với Gia Hội trước đây còn có thêm các vị Thiền sư thơ như Vạn Hạnh, Viên Chiếu, Mãn Giác, Quảng Nghiêm... cùng danh nhân văn hóa lỗi lạc khác như Trương Hán Siêu, Nguyễn Văn Siêu, Tùng Thiện vương, Tuy Lý vương, Nguyễn Công Trứ, Nguyễn Khuyến, Nguyễn Thượng Hiền…

Cuối cùng là mong ước tương lai Gia Hội có một công viên Tao Đàn (hoặc Tao Nhân hay Thi Xã) hoàn hảo để con cháu và du khách thường đến đó "ôn cố tri tân" thì hay biết nhường nào. Tác giả và tác phẩm "Bạch Đằng Giang phú" của Trương Hán Siêu, "Bình Ngô Đại Cáo" của Nguyễn Trãi... hóa thân thành tượng đồng, bia đá luôn luôn mới với công viên nằm giữa hai đường phố Bạch Đằng, Chi Lăng thì trên đất nước này, trên hành tinh này quả là *chẳng nơi nào có được*".

Hẹn với mai sau "Huế Đẹp, Huế Thơ" sẽ nên điều đó.

PHẦN 4

Huế, Một Thuở Kinh Đô

Điện Thái Hòa,
Ngai Vàng Giữa Thế Giới Thi Ca

Điện Thái Hòa
(ảnh: Internet)

Điện Thái Hòa cùng với Ngọ Môn là hai công trình kiến trúc điều chỉnh xây dựng vào năm 1833 dưới thời Minh Mệnh. Ngôi điện huy hoàng tráng lệ vào bậc nhất của kinh đô Huế này khởi thủy do nhà vua khai sáng Vương triều Nguyễn cho xây dựng tại giao điểm giữa trục trung đạo của Kinh đô mà cũng là của Tử Cấm thành với trục đông tây qua hai cửa Hiển Nhơn, Chương Đức, dường như là trung tâm Hoàng thành, phía sau vị trí hiện thời khoảng 50m. Hai nghi môn Nhật Tinh, Nguyệt Anh nằm trên trục đông tây này đứng hai bên điện Thái Hòa thuở ban đầu (1805).

Để nhường chỗ xây dựng Đại Cung môn của Tử Cấm thành, nhà vua Nguyễn Thánh Tổ đã cho chuyển điện Thái

Hòa ra phía trước (vị trí hiện tại) đồng thời với việc xây dựng Ngọ Môn thay Nam Khuyết đài và lầu Ngũ Phụng thay điện Càn Nguyên, vốn là công trình cũng được xây dựng đầu triều Gia Long.

Ngọ Môn năm cửa chín lầu.
Cột cờ ba cấp, Phu Văn lâu hai tầng.

Sự mô tả ngắn gọn qua dân ca xứ Huế cho những ai chưa một lần đến nơi đây cũng có thể hình dung nên một Kinh đô phân minh hoành tráng.

Ngọ môn và điện Thái Hòa là hai công trình kiến trúc song sinh lại là hai công trình kiến trúc có chữ. Nên chi đến trước Ngọ môn, chúng ta đã có thể chiêm ngưỡng những vần thơ trên nóc lầu Ngũ Phụng. (1)

Vân tế huyền sơ thướng.
Ảnh tà thể vị viên.
Hà tu tam ngũ dạ.
Dĩ chiếu mãn sơn xuyên.

Vén mây trăng mới lên.
Mặt trăng chưa tròn ánh sáng chiếu còn xiên.
Nhưng chẳng cần đợi đến ngày rằm.
Ánh trăng cũng đã soi sáng khắp non sông.

Vầng trăng hay vương triều Nguyễn? Khiêm tốn mà tự tin đã phả vào người chiêm ngưỡng niềm vui của phút giao tiếp ban đầu.

Công tượng gia ngôn lặc.
Côn Cương danh cửu tri.
Âm tiêu dưỡng trưởng hậu.
Thiên đạo thái lai thì.

Công người thợ đã khắc nên những lời đẹp.
Như núi Côn Cương mà ai ai cũng biết.
Theo luật tuần hoàn của vũ trụ âm tiêu là dương phát.
Điều đó có nghĩa là hết bỉ cực là đến thái lai.

Chiêm ngưỡng xong những vần thơ giàu chất nhân văn như thế mỗi người bước vào khỏi Ngọ môn thì nhận ra ngay Nghi môn đầu cầu trung đạo với bốn cột đồng đúc rồng đoanh liên kết bởi những xà đồng giữa có một tấm bảng pháp lam nổi rõ 4 chữ Hán *"chính trực đăng bình"* (mặt trước) và *"cư nhân do nghĩa"* (mặt sau). Đi tiếp vào phía cuối cầu Trung đạo lại có Nghi môn thứ hai với bảng pháp lam nổi rõ 4 chữ Hán *"chính đại quang minh"* (mặt ngoài) và *"trung hòa vị dục"* (mặt trong).

Một điều nên lưu ý là mặt hướng ra phía ngoài dường như có ý để quảng bá trước thiên hạ, mặt hướng vào bên trong lại có ý để nhắc nhở chủ nhân.

Qua cầu Trung đạo là sân Thiết Đại triều ba tầng nâng điện Thái Hòa lên để không một công trình kiến trúc nào trong Hoàng thành có nền cao hơn, nổi hơn.

Đã thế hai bên điện Thái Hòa lại có hai sân cỏ rộng, phẳng như hai quảng trường xanh, đẩy xa các công trình kiến trúc chung quanh vào bên trong những dải La thành thấp được phủ bởi những tán lá xoài, vải, nhãn, ngô đồng...

Từ môi trường cảnh quan ấy, tự nó đã góp phần tạo nên một điện Thái Hòa vời vợi cao, vời vợi nguy nga tráng lệ, nổi rõ giữa nền trời trong gợi lên tính chủ thể thiêng liêng, nghiêm minh đĩnh đạc, không một kiến trúc nào chung quanh sánh bằng. Những cặp rồng uốn lượn giữa bờ nóc, đầu đao trên bộ mái ngói hoàng lưu ly óng ánh như bay lượn giữa bình minh mênh mông.

Rồng trên điện Thái Hòa là đặc trưng rồng Nguyễn. Rồng Nguyễn có râu, có bờm, có cườm, có vảy, có móng, có vuốt nhiều người chê nghèo nàn ốm yếu, khi không hết lời ngợi ca rồng thuở Lý-Trần đang ở dạng thuồng luồng nguyên sơ mềm mại uyển chuyển. Thì ra "ưa thì dưa thơm" là căn bệnh mãn tính tiềm tàng trong con người ta đã già giặn lắm. Riêng tôi đứng trên mặt sân lát đá Thanh có thứ, có bậc lại thấy sau ngót một nghìn năm tìm kiếm, con rồng Việt đến thế kỷ XIX như thể đã trưởng thành với tư thế hùng uy của một nền mỹ thuật kiến trúc.

Qua hai tầng dưới, bước lên tầng trên của sân Thiết đại triều, mọi người đều thấy rõ những ô chữ xen giữa những ô phù điêu trang trí trên bờ nóc, cổ diềm, lá mái của ngoại thất điện Thái Hòa.

Nhật nhật hỷ hòa thanh.
Thời thời ưu lạo giáng.
Nhược năng sơn thủy khuy.
Khả tất thương sương mãn.

Ngày ngày vui mừng lúa xanh tốt.
Lúc nào cũng lo lắng mưa lũ trút xuống.
Nếu có thể làm cho sông cạn núi mòn.
Để có thóc đầy kho.

Thiên tâm mông tích hựu,
Nhân ý bản năng tri.
Bách tính điểm hy nhật.
Tứ phương ninh mật thì.

Trời đã mở lòng bảo hộ triều đình và thần dân.
Con người vốn đã biết rõ ý đó.
Trăm họ vui với những điều tốt đẹp.
Bốn phương đều an ninh thái bình.

Nhật nhật ưu nông sự.
Tư tư lượng vũ tình.
Duy kỳ liên tuế nẫm.
Dụng ủy vạn dân tình.

Ngày ngày ta lo lắng về công việc nhà nông.
Luôn luôn nghe ngóng về mưa nắng.
Cầu xin năm nào cũng được mùa.
Để an ủi cứu giúp người dân.

Vị mông cam nhĩ thực.
Dĩ giác tụy tu lân.
An thổ trùng thiên niệm.
Khủng cừ phất tác nhân.

Chưa kịp lo cho người dân được hưởng vị ngọt của cái bánh.
Đã thấy râu tóc mình đổi mầu.
Nhớ lại một thuở gian nan vì quân cường bạo.
Ta lo không thực hiện trọn vẹn điều nhân với muôn dân.

Xa thư quy nhất thống.
Thịnh trị quán Hồng Bàng.
Việt tộ chính đương dương.
Cư trung ngưỡng thánh hoàng.

Non sông đã thống nhất.
Thịnh vượng đã hơn hẳn thời Hồng Bàng.
Đúng vào lúc khí dương đang lên.
Trong dân cư trăm họ đều biểu lộ sự ngưỡng mộ thánh hoàng.

Bình sơn đoan ngự án.
Hà thủy tịch minh đường.
Thể nguyên trinh bách độ.
Quảng đức bị hà phương.

Núi Ngự Bình giữ vị thế tiền án phân minh chững chạc
Sông Hương thể hiện diện mạo sáng sủa của Kinh đô.
Triều đình với trăm họ chung một ý chí nên bền vững lâu dài.
Đức rộng luôn luôn ban bố ra muôn phương.

Ấy là những bài thơ được tạo bởi pháp lam hay được tạc vào vôi vữa lung linh giữa những viên ngói hoàng lưu ly óng ả như soi sáng dưới ánh mặt trời.

Điện Thái Hòa là ngôi nhà ghép "trùng thiềm điệp ốc" theo phong cách kiến trúc Huế. Nhà trước là tiền tích. Nhà sau là chính tích. Trần thừa lưu tạo nên những gian nối giữa tiền tích với chính tích để nới rộng không gian lại không rối mắt bởi cột trước của nhà sau đứng cạnh cột sau của nhà trước như cách xử lý nhà ghép ở một vài nơi trên đất nước ta trước thế kỷ XIX.

Tiền tích là một ngôi nhà rường có 8 bộ vì kèo giả thủ được gia công trau chuốt công phu với các hoa văn trang trí chạm khắc tinh tế vừa để phô ra tính đồng tâm làm nên sự vững chãi vừa được coi như là những tác phẩm mỹ thuật, góp phần tạo nên sự lộng lẫy uy nghi. Và, cũng để che bớt sự lô nhô của các đầu cột, kiến trúc Nguyễn đã tạo nên hệ thống liên ba gồm những pa nô trang trí các mảng phù điêu cỏ, cây, hoa, lá xen giữa các ô chữ. Lối trang trí này người Huế gọi là "nhất thi nhất họa". Tiền tích điện Thái Hòa cũng không nằm ngoài phong cách kiến trúc đó. Chính tích cũng là một ngôi nhà rường nhưng 8 bộ vì kèo cánh ác giản đơn không phô ra và đương nhiên không sơn son thếp vàng như các bộ vì kèo giả thủ của tiền tích. Cũng khác với tiền tích, chính tích được xử lý bằng hệ thống trần gỗ kín tạo nên không gian nghiêm trang đầm ấm.

Hai thái cực phong quang tráng lệ của tiền tích (nhà trước), kín đáo ấm cúng của chính tích (nhà sau) ghép lại với nhau thể hiện sự dung hòa của một tổng thể kiến trúc có âm có dương vừa nghiêm trang vừa quảng đại.

Thái Hòa đã có nhiều lời giải là hòa hoãn, là hòa bình. Lại có người còn dẫn cả Kinh Dịch để khẳng định rằng *"thái hòa là cái khí âm dương hội hợp mà dung hòa với nhau"*.

Thiết nghĩ một con người 3 tuổi đã mồ côi cha, 13 tuổi lại gặp hoạn nạn, bật ra khỏi tổ ấm gia đình bơ vơ nơi đất lạ, 16 tuổi phải gánh trọng trách bảo toàn nòi giống để phục hưng danh dự và vị thế của một dòng họ trước sự săn đuổi của kẻ thù hung bạo, như Nguyễn Phúc Ánh chưa mấy lúc thư nhàn mà nghiền ngẫm "tứ thư ngũ kinh" như các sĩ tử về sau. Vả lại, với một người từng trải qua 27 năm gian nan máu lửa chắc chắn đã đủ thấm nỗi đau nội chiến trên đất nước mình ngót ba thế kỷ kể từ khi Mạc Đăng Dung cướp ngôi vua Lê (1527), gây nên chiến tranh Nam- Bắc triều cho đến chiến tranh Tây Sơn - Nguyễn.

Hòa thuận trên dưới. Hòa thuận trong ngoài. Hòa thuận Bắc Nam. Hòa thuận bao la. Nghĩa là một đất nước đại hòa thuận với thế thái nhân tình, với thuần phong mỹ tục, hẳn là điều mong ước lớn lao. Tôi hiểu nghĩa thái hòa theo nội dung bài thơ khắc ở dải liên ba gian bên phải (tính từ giữa) dãy cột hàng nhất tiền tích điện Thái Hòa.

Đại đức phù kiền tạo.
Thuần phong vãn thái hòa.
Nghiêu cù thuận đế tắc.
Xứ xứ dật âu ca.

Đức lớn hợp với quẻ kiền của tạo hóa
Mong nơi nơi đều thuần phong thái hòa.
Khắp đất nước cùng chung phép nước.
Thì muôn phương vang lừng lời ca tiếng hát.

Từ tầng trên sân Thiết đại triều bước lên bậc thềm gian giữa của điện Thái Hòa mọi người đều nhìn rõ ngai vua đặt trên bệ tam tài với những mảng diềm chạm "lưỡng long tranh châu". Tương ứng với bệ ngai, bửu tán cũng cùng chung một phong cách chạm khắc vốn là sở thích của nhà vua Nguyễn Hoằng Tông (niên hiệu Khải Định). Cả hai tác phẩm điêu khắc mềm mại công phu này đều được phủ một lớp sơn son thếp vàng lộng lẫy nhằm tôn vị thế ngai vua vừa thiêng liêng vừa kính cẩn. Phía trước ngai là một hương án chân quỳ cũng bằng gỗ và cũng sơn thếp cầu kỳ. Thuở trước đúng ngày lễ thiết đại triều trên mặt hương án này được đặt một lư trầm để hơi lam phả theo hương thơm ngào ngạt. Theo người xưa chỉ bảo sở dĩ có lư đốt trầm là để bá quan chầu ngoài sân nhìn nhà vua qua làn khói mỏng như nhìn Thiên tử trong áng mây trời.

Lồng vào tổng thể kiến trúc uy nghi hoành tráng đó, hàng trăm ô chữ xen giữa hàng trăm ô phù điêu cỏ cây hoa lá bằng pháp lam (ngoại thất) và sơn son thếp vàng (nội thất) lặng lẽ gieo vào lòng người chiêm ngưỡng hồn thiêng sông núi, trình độ thẩm mỹ, để làm dấy lên niềm tự hào xứ sở.

MAI KHẮC ỨNG

Theo tư liệu của Trung tâm Bảo tồn Di tích Cố đô Huế (bản chép tay do Nguyễn Văn Duy, Trần Đại Vinh, Phan Thuận An thực hiện), điện Thái Hòa có 297 ô chữ được phân bố trên các bức liên ba, xà hạ của nội thất và trên bờ nóc, cổ diêm, lá mái (ngoại thất). Chủ yếu là tiền tích trước ngai vàng.

Tiền tích có 4 hàng cột thì ba hàng cột 1, 2, 3 tính từ ngoài vào đều có liên ba trên các đầu cột. Dãy cột hàng tư liên kết với dãy cột trước của chính tích để đỡ trần thừa lưu. Bởi vậy các ô chữ chỉ được bài trí trên các dải liên ba của ba hàng cột trước của tiền tích. Trọng tâm là ở dãy cột hàng ba. Ngai vàng giữa thế giới thi ca xuất phát từ nội dung và số lượng thơ tại ngôi tiền tích ngôi điện vàng son tráng lệ này.

Xin chép ba bài thơ ngũ ngôn tứ tuyệt được bài trí tại liên ba gian giữa phía dưới bảng tên Thái Hòa điện trước ngai vàng mà nhiều người coi đó là tuyên ngôn lập quốc.

Bài giữa:

Văn hiến thiên niên quốc.
Xa thư vạn lý đồ.
Hồng Bàng khai tịch hậu.
Nam phục nhất Đường Ngu.

Đất nước đã trải qua ngàn năm văn hiến.
Vạn dặm non sông đã qui về một mối.
(Xa thư theo lẽ "xa đồng quĩ, thư đồng văn" là biểu tượng nhất thống)
Vương triều Nguyễn ngày nay là sự thừa kế công lao của các đời vua từ thời Hồng Bàng dựng nước.
Ở cõi nam hiện thời đã có một quốc gia thái bình thịnh trị như Đường Nghiêu, Ngu Thuấn của Trung Hoa cổ đại.

Bài thứ hai bên trái bài giữa:

Thái bình tân chế độ.
Hiên khoát cựu quy mô.
Văn vật thanh danh hội.
Xuân phong mãn đế đô.

Đất nước đã thái bình với một chế độ mới.
Có đường lối cai trị sáng sủa cởi mở như xưa.
Nơi đây chính là điểm hội tụ văn vật tiêu biểu nhất.
Và gió xuân (biểu tượng thái hòa) đã tràn ngập Kinh đô.

Bài thứ ba bên phải bài giữa:

Đại địa chung linh khí.
Quần tinh củng đế khu.
Thánh hoàng trung kiến cực.
Liễm phúc dĩ thời phu.

Linh khí non sông đã tụ về cuộc đất này.
Muôn vạn trăng sao cũng quy về Kinh đô của nhà vua.
Bậc thánh hoàng đã chính vị tại trung tâm xứng đáng nhất.
Từ nơi đây sẽ là nguồn phát sinh hồng phúc để phu diễn với
muôn dân.

Xin chép thêm một vài bài thơ trên hai dải liên ba chính
như vừa nêu để quý bạn đọc rộng đường tham khảo.

Nam sơn tăng đại thọ.
Đông hải bất dương ba.
Vạn quốc thông triều cống.
Xa thư cộng nhất gia.

Non nước Đại Nam thêm bền vững.
Biển Đông không dậy sóng.

MAI KHẮC ỨNG

Nhiều quốc gia bang giao thông hiểu.
Đất nước nhất thống mọi người cùng chung một mái nhà.

Hương Thủy đà ngân đái.
Bình sơn kháng ỷ lưu.
Lưỡng tương nhân trí nhạo.
Triêu tịch yến thần cư.

Sông Hương như một dải Ngân hà.
Núi Ngự Bình xinh đẹp như một bức tranh.
Những người có nhân có trí đều vui mừng trước vẻ đẹp sơn thủy hữu tình.
Cùng sáng đến chiều chim én mang mùa xuân đến với đất thần kinh.

Như đã trình bày ở trên, điện Thái Hòa là một công trình kiến trúc ghép mà thuật ngữ gọi là "trùng thiền điệp ốc", tiền tích phong quang xán lạn bởi sơn son thếp vàng lộng lẫy và bởi cả phong cách bài trí "nhất thi nhất họa" đã tạo nên một thế giới thi ca rực rỡ. Chính tích lại lát trần không còn chỗ để đưa thơ lên hệ thống liên ba. Nhưng dựa theo dãy cột hàng 6 với hệ thống vách ngăn kiểu khung tranh đố lụa như là lá chắn phía sau ngai vàng. Bên trên hệ thống bức bàn đó là xà hạ liên kết các cột cùng dãy đủ để bài trí một số ô chữ hai câu. Hai câu cũng có thể là thơ, cũng có thể là các cặp đối. Nội dung loại ô hai câu này đôi khi phảng phất như các danh ngôn.

Nông bị mộc hòa ân trạch quảng.
Sĩ mông chấn tác giáo công thâm.

Nông nghiệp bội thu cỏ cây xanh tốt là nhờ ân trạch bao la.
Học trò chấn hưng tiến ích là do công giáo dục tận tình.

Lư diêm thuần hậu dân phong mỹ.
Thiên khí ôn hòa thất vũ xuân.

Làng xóm thuần phong mỹ tục người dân có cuộc sống tốt đẹp.
Thời tiết ôn hòa nên mọi nhà như sống giữa mùa xuân.

Điện Thái Hòa là cung vua. Các ô chữ tại điện Thái Hòa có lẽ cũng là thơ vua.

Bất cứ ai cho dù lòng còn nặng nề định kiến, đứng trước công trình kiến trúc thơ tràn đầy tình yêu non sông đất nước với hoài bão bình yên hòa thuận trên dưới một lòng bỗng nhiên niềm tự hào cũng dấy lên rồi thầm nhắc "Văn hiến thiên niên quốc".

Ngai vàng giữa thế giới thi ca. Điện Thái Hòa đã làm nên điều đó.

MAI KHẮC ỨNG

Cửu Đỉnh,
Chân Dung Tổ Quốc

Cửu Đỉnh
(ảnh: Mai Khắc Ứng)

Cửu Đỉnh là 9 đỉnh đồng được khởi công đúc tại Huế vào tháng 10 năm Minh Mạng thứ 16 (Ất Mùi – 1835) và hoàn công vào tháng 01 năm Minh Mạng thứ 18 (Đinh Dậu – 1837). Trong thời gian 16 tháng thực hiện, được phân thành hai công đoạn như sau:

Phần thô là đúc cốt do các nhóm thợ đúc giỏi có tay nghề cao được chọn từ những lò đúc nổi tiếng ở Huế, Hà Nội,

Bắc Ninh, Thanh Hóa, Quảng Nam, Bình Định…thực hiện trong thời gian từ tháng 10 năm Minh Mạng 16 đến tháng 5 năm Minh Mạng 17 (8 tháng).

Phần tinh là làm nguội, chủ yếu tách, tỉa, hàn gắn vết nứt ngậm than, mài, giũa, đánh bóng, do nghệ nhân kim hoàn nổi tiếng trên cả nước được các địa phương tiến cử, thực hiện từ tháng 5 năm Minh Mạng 17 đến tháng Giêng năm Minh Mạng 18 (8 tháng).

Đại lễ đặt đỉnh tại sân Thế Tổ miếu được long trọng cử hành vào ngày Quý Mão, tháng Giêng năm Minh Mạng thứ 18 (Đinh Dậu-1837).

Từ đó đến nay đã trải qua 177 năm, cho dù vật đổi sao dời, mưa nắng bất thường, chiến tranh loạn lạc, 9 phẩm đỉnh này vẫn uy nghi tự tại và đã trở thành bảo vật quốc gia, trở thành chân dung kiêu sa của thế kỷ XIX. Trên mỗi đỉnh có một miếu hiệu bằng chữ Hán và 17 phù điêu đúc nổi về núi non, sông biển, cây con, tàu thuyền, súng đạn.

Đã có nhiều công trình nghiên cứu, nhiều sách vở ghi chép thống kê, nhiều bài báo giới thiệu ngợi ca…nhưng dường như ai cũng cảm thấy chưa đủ. Bởi ý người xưa. Việc làm của người xưa. Bối cảnh xã hội và sự hưng phấn hồ hởi vô tư vào thời điểm đất nước thống nhất toàn vẹn, thịnh vượng và hùng cường như mơ ước đã làm nên sự tự hào của mọi người từ trong triều ra ngoài nội. 9 sản phẩm đúc hoàn hảo đã trở thành 9 thành phẩm của sự phối hợp ăn ý giữa vua, quan, thợ thủ công tài hoa, binh lính và nghệ nhân cừ khôi của cả nước đã trở thành 9 tác phẩm mỹ thuật tạo hình đặc sắc. Trên thân mỗi đỉnh đều có 18 hình đúc nổi được phân bố theo ba vòng tròn đồng tâm. Tổng cộng là 162 phù điêu như thể 162 tượng đài tuy chưa phải là tất cả nhưng cũng đủ nói lên sự phong phú thịnh vượng, nhất thống, vững bền của non sông đất nước.

Để bạn đọc dễ theo dõi, bản ghi chép các phù điêu đúc nổi dưới đây bắt đầu từ phía tên đỉnh vòng theo chiều ngược kim đồng hồ: Trình tự từ vòng trên, vòng giữa, vòng dưới. Sở dĩ ghi riêng các hình đúc nổi tuần tự theo từng vòng là để mọi người nhận ra phương pháp và dụng ý bố cục, từ đó nhận ra tư tưởng chủ đạo của mỗi vòng.

Vòng trên gồm các vật thể nhẹ với môi trường không trung như chim, hoa, cây cảnh.

Vòng giữa là nội dung về vị thế con người mà nhà vua – Thiên Tử đại diện trong mối quan hệ tam tài "Thiên-Địa-Nhân" thể hiện bằng vật thể vũ trụ, núi sông, miếu hiệu.

Vũ trụ (trời) đối xứng với miếu hiệu (người) đứng giữa núi non sông biển (đất) là mối quan hệ tương dữ bất di bất dịch thể hiện nhất quán trên chín đỉnh.

1. Cao Đỉnh

Nặng: 2.584kg. Cao: 2,52m. Vòng thân: 5,05m

Vòng trên:

Tri (cẩm kê), Tử vi hoa, Thông (cây hành), Canh (cây lúa tẻ), Ba la mật (cây mít), Long (con rồng).

Vòng giữa:

Cao Đỉnh, **Thiên Tôn sơn** (Gia Miêu Ngoại Trang, Thanh Hoá),**Ngưu Chữ giang** (sông Bến Nghé, Sài Gòn), **Mặt trời, Vĩnh Tế hà** (An Giang), **Đông hải (biển Đông)**.

Vòng dưới:

Miết (ba ba, vích), Trầm hương, Đại pháo, Đa tác thuyền (thuyền mành), Hổ, Thiết mộc (cây gỗ lim).

2. Nhân Đỉnh

Nặng: 2.496kg. Cao: 2,35m. Vòng thân: 5,00m

Vòng trên:

Khổng tước (chim công), Liên hoa (hoa sen), *Nam trân* (bòn bon), Nọa (cây lúa nếp), Kỳ nam, Ngô đồng.

Vòng giữa:

Nhân Đỉnh, Ngự Bình sơn, Hương giang, Nguyệt (Mặt trăng) **Phổ Lợi hà, Nam hải** (biển phía nam).

Vòng dưới:

Đại mại (con đồi mồi), Báo (con beo), Luân xa pháo (Đại bác di động), Lâu thuyền (thuyền có lầu), Cửu (cây hẹ), Nhân ngư (cá voi).

3. Chương Đỉnh

Nặng: 2.083kg. Cao: 2,20m. Vòng thân: 5,10m

Vòng trên:

Kê (con gà trống), Giới (cây kiệu), Lục đậu (đậu xanh), Đậu khấu, Am la (quả xoài), Mật lị (hoa nhài).

Vòng giữa:

Chương Đỉnh, Tây hải (biển phía tây), **Linh giang** (sông Gianh), **Ngũ hành tinh** (chòm sao Kim, Mộc, Thủy, Hỏa, Thổ), **Lợi Nông hà, Thương Sơn** (núi Kim Phụng).

Vòng dưới:

Linh quy (con rùa), Tê (con tê giác), Điểu thương (Súng bắn chim), Mông đồng thuyền (thuyền đồng) Ngạc ngư (cá sấu), Thuận mộc (cây giổi).

4. Anh Đỉnh

Nặng: 2.556kg. Cao: 2,32m. Vòng thân: 5,00m

Vòng trên:
Mai khôi hoa (hoa hồng), Khôi hạc (chim hạc), Tân lang (cây cau), Uất kim (cây nghệ), Tô hợp (cây tô hợp), Thiền (con ve).

Vòng giữa:

Anh Đỉnh, Hồng Sơn (Hồng Lĩnh), **Lô hà** (sông Lô), **Bắc đẩu, Mã giang** (sông Mã), **Ngân hán** (ngân hà).

Vòng dưới:

Tử mộc (cây kiền kiền), Nhiễm xà (con rắn), Hồ điệp tử (đạn bươm bướm), Kỳ (lá cờ), Tang (cây dâu) Mã (con ngựa).

5. Nghị Đỉnh

Nặng: 2.524kg. Cao: 2,34m. Vòng thân: 5,05m

Vòng trên:

Hồ da tử (con đuông dừa), Hải đường hoa, Biển đậu (đậu ván), Quế (cây quế), Đan mộc (cây hoàng đan), Mai (hoa mai).

Vòng giữa:

Nghị Đỉnh, Thuận An hải khẩu (cửa biển Thuận An), **Bạch Đằng giang** (sông Bạch Đằng), **Nam đẩu** (Tiểu hùng tinh, phía nam), **Cửu An hà** (sông Xuân Quan ở Hà Nội), **Quảng Bình quan** (cửa thành Quảng Bình).

Vòng dưới:

Tượng (con voi), Uyên ương (chim), Hải đạo (thuyền đi biển), Trường thương (giáo dài), Lục hoa ngư (cá tràu), Giới (cải bẹ).

6. Thuần Đỉnh

Nặng: 1.937kg. Cao: 2,30m. Vòng thân: 5,05

Vòng trên:

Hoàng anh (chim vàng anh), Quỳ hoa (hoa quì), Hoàng đậu (đậu nành), Hương nhu, Súc sa mật (cây sa nhân), Đào (cây đào quả),

Vòng giữa:

Thuần Đỉnh, Cần Giờ hải khẩu (cửa biển Cần Giờ), **Thạch Hãn giang** (sông Thạch Hãn), **Phong** (Gió) **Vinh Định hà** (sông Vinh Định), **Tản Viên sơn** (núi Ba Vì).

Vòng dưới

Ly ngưu (con trâu hoang), Nam mộc (cây sến), Đỉnh (thuyền đua), Bài đao (gươm), Bạng (con ngao), Đăng sơn ngư (cá rô).

7. Tuyên Đỉnh

Nặng: 2053kg. Cao: 2,33m. Vòng thân: 5,05m

Vòng trên:

Bách (cây trắc bá diệp), Địa đâu. (đậu phụng, lạc), Trân châu hoa (hoa sói), Long nhãn (cây nhãn), Yến oa (tổ yến), Tần cát (chim nhồng).

Vòng giữa:

Tuyên Đỉnh, Lam giang (sông Lam), **Đại Lãnh** (núi Đại Lãnh), **Vân** (mây), **Nhi hà** (sông Hồng), **Duệ sơn** (núi Rệ).

Vòng dưới:

Ngoan (rùa biển), Thỉ (con lợn), Lê thuyền (thuyền chèo), Nỏ (cái nỏ), Khương (cây gừng), Hậu ngư (con sam).

8. Dụ Đỉnh

Nặng: 2.005kg. Cao: 2,30m. Vòng thân: 5,80

Vòng trên:

Tòng (cây thông), Thuấn hoa (cây hoa ẩn, tâm bụt), Bạch đậu (cây đậu trắng), Phù lưu (cây trầu), Lê (cây lê), Anh vũ (con chim vẹt).

Vòng giữa:

Dụ Đỉnh, **Đà Nẵng hải khẩu** (cửa biển Đà Nẵng), **Vệ giang** (sông Vệ), **Lôi** (sấm sét), **Vinh Điện hà** (sông Vinh Điện), **Hải Vân quan** (cửa ải trên đèo Hải Vân).

Vòng dưới:

Dương (con dê), Cáp (con hến), Phác đao (cây phạng), Ô thuyền (thuyền mầu đen), Tử tô (cây tía tô), Thạch thủ ngư (cá úc, cá đầu sạn).

9. Huyền Đỉnh

Nặng: 1.920kg. Cao: 2,30m. Vòng thân: 5,00m

Vòng trên:

Thốc thu (sếu ông lão), Miên (cây bông vải), Nam sâm (cây sâm nam), Toán (cây tỏi), Lệ chi (cây vải thiều), Ngũ diệp lan (hoa lan 5 lá).

Vòng giữa:

Huyền đỉnh, Thao hà (sông Thao), **Hoành sơn** (núi Ngang), **Vũ,** (mưa), **Tiền giang-Hậu giang** (sông Tiền – sông Hậu), **Hồng** (mống, cầu vồng).

Vòng dưới:

Sơn mã (con nai), Tất mộc (cây nhựa sơn), Hỏa phún đồng (ống phun lửa), Mãng xà (con trăn), Xa (xe), Quế đố (con cà cuống).

Ngày Đinh Mùi, giờ Tị, tháng Chạp, năm Gia Long thứ 18 (Kỷ Mão-1819), nhằm ngày 03 tháng 2 năm 1820 nhà vua Nguyễn Thế Tổ băng hà.

Ngày Bính Dần, tháng 3, năm Minh Mạng thứ 1 (Canh Thìn-1820), nhà vua Nguyễn Thánh Tổ cho thiết triều dâng Tôn thụy và Miếu hiệu vị vua khai sáng Vương triều Nguyễn:

"Khai Thiên Hoằng Đạo Lập Kỷ Thùy Thống Thần Văn Thánh Võ Tuấn Đức Long Công Chí Nhân Đại Hiếu Cao Hoàng Đế. Miếu hiệu là **Thế Tổ.**

Ngày Tân Mùi, tháng 4, Minh Mạng nguyên niên (Canh Thìn-1820), nhằm ngày 27 tháng 5 năm 1820 lễ an táng (giờ Dậu hạ huyệt) nhà vua khai sáng Vương triều Nguyễn được tổ chức trọng thể tại lăng Thiên Thụ.

Ngày Tân Sửu, tháng 2, năm Minh Mạng thứ 2 (Tân Tị-1821), nhà vua Nguyễn Thánh Tổ cho chuyển Hưng Tổ miếu, thờ ông bà nội mình lên phía bắc một quãng ngắn, đối xứng với Triệu Tổ miếu qua trục trung đạo của Hoàng thành.

Ngày Giáp Dần, tháng 3 năm Minh Mạng thứ 2 (Tân Sửu-1821), nhà vua nối nghiệp cho xây dựng Thế Tổ miếu và Hiển Lâm các.

Thế Tổ miếu là một công trình kiến trúc trùng thiềm điệp ốc, tiền tích 9 gian 2 chái, đứng phía trước Hưng Tổ miếu, đối xứng với Thái Tổ miếu, đứng trước Triệu Tổ miếu.

Hiển Lâm các là một một ngôi nhà ba tầng dạng tháp, đứng phía trước Thế Tổ miếu.

Tuy không ai được nhìn thấy bản vẽ quy hoạch và thiết kế tổng thể Kinh thành, nhất là Hoàng thành và Tử Cấm thành Huế, nhưng qua việc xây dựng Thế Tổ miếu, chúng ta tin chắc rằng, công cuộc kiến thiết Kinh đô dù kéo dài suốt 30 năm (1803-1832), nhưng các hạng mục công trình đã tuân thủ một cách nghiêm túc.

Bởi vậy, các khu miếu thờ đều nằm trong những ô được ấn định tượng trưng thuộc âm đều mang số chẵn. Triệu Tổ miếu và Thái Tổ miếu tọa lạc trên ô số 2 tại góc đông nam Hoàng thành. Hưng Tổ miếu và Thế Tổ miếu tọa lạc trên ô số 4 tại góc tây nam Hoàng thành. Ô số 6 tại góc đông bắc và ô số 8 tại góc tây bắc trong Hoàng thành đều được tạo nên những hồ nước. Các ô lẻ 1, 3, 5, 7, 9 thuộc dương dành để xây dựng các công trình của triều đình.

Từ ngoài vào khỏi Ngọ môn, ba ô trên đường trung đạo là 9, 5, 1. Quy ước này nhất nhất lệ theo tư tưởng Kinh Dịch mà các nước phương Đông chịu ảnh hưởng Nho giáo đều tuân thủ tuyệt đối. Hoàng thành Huế không nằm ngoài hệ tư tưởng Nho giáo đó. 9 ô giả định của Hoàng thành xếp thành 3 hàng dọc, 3 hàng ngang, 2 hàng chéo góc được định số sao cho tổng của 3 ô nằm trên 1 hàng đều là 15. Bởi vậy ô số 5 theo quy ước giữ vị trí trung tâm. Ô số 9 đứng trước ô số 5. 9 là cửu. 5 là ngũ. Nhà vua bao giờ cũng ngồi ở vị trí trung tâm (ô số 5). Bởi vậy mới có thuật ngữ lên ngôi "Cửu Ngũ".

Xin được lê thê vài dòng như thế trước khi bàn thêm về Cửu đỉnh, Thế Tổ miếu với Hiển Lâm các.

Cho dù chúng ta không được biết hồ sơ quy hoạch thiết kế Kinh đô, nhất là trong phạm vi đang nói về Thế Tổ miếu, nhưng căn cứ vào một số bài thơ khắc tại các ô trên những dải liên ba của ngôi miếu này thì ý tưởng đúc Cửu đỉnh cũng đã được đặt ra cùng lúc với việc xây dựng miếu thờ vua và gác Hiển Lâm thờ trời đất.

Ưu ưu thiện chính lưu phương sách
Trác trác phong công lặc **đỉnh** di.
Đế quyến thân trùng ngưng tuấn mệnh
Bổn chi bách thế diễn phồn hi.

Dịch nghĩa: (1)
Thiện chính tốt còn truyền ở phương sách
*Công lớn vòi vọi khắc vào **đỉnh** thề.*
Vua thương xót lại thi hành mệnh lớn tốt đẹp
Chi họ trăm đời kéo dài phồn thịnh.

Đỉnh định phi quang đề tạo liệt
Phong di vĩnh điện thái bình cơ.

Dịch nghĩa: (1)
*Đặt **đỉnh** làm sáng tỏ công lao tạo lập*
Mưu mô tốt đẹp làm vững bền nền thái bình.

Trắc giáng miếu đình phu tụy giá
Miên hồng **đỉnh** tộ dụ phong di.
Văn mô võ liệt chiêu lai hứa,
Bổn cố căn thâm vạn thế cơ.

Dịch nghĩa: (1)
Anh linh lên xuống ban mưa móc tại miếu đình
***Đỉnh** lớn vững bền tích tụ mưu cao*
Tài văn công võ sáng tỏ đến mai sau
Rễ sâu gốc vững tạo lập cơ đồ muôn đời.

MAI KHẮC ỨNG

Qua huy thanh vụ ế
Định **đỉnh** điện sơn hà
Bảo hựu thiên thân mệnh
Huân cao miếu hiến ca.

Dịch nghĩa: (1)

Vung gươm làm trong trẻo mây mù
*Đặt **đỉnh** làm vững bền non sông*
Giữ gìn ơn phước trời ban mệnh
Miếu thờ ngào ngạt dâng lời ca.

(1): Phan Thuận An, Nguyễn Tân Phong, Trần Đại Vinh.

Về tổng thể 9 đỉnh xếp thành một hàng ngang, song song với Hiển Lâm các và Thế Tổ miếu lập thành chữ tam. Hiển Lâm các (trên), Cửu đỉnh (giữa), Thế Tổ miếu (dưới). Độ dài ngắn và khoảng cách giữa ba "nét" của "chữ tam" này vừa phân minh vừa vững chãi.

Hiển Lâm các là tòa nhà ba tầng hình tháp duy nhất tại khu miếu thờ này thể hiện mối quan hệ "tam tài" Thiên - Địa – Nhân. Tầng trên 1 gian dành để thờ Trời. Tầng giữa 2 gian dành để thờ đất. Tầng dưới 3 gian để trống, là nơi dành riêng cho anh linh các vị Hoàng đế đã băng hà dừng trước khi giao tiếp với Trời Đất, hai bên có Tả và Hữu tùng tự là nơi thờ các vị khai quốc công thần của Vương triều.

9 đỉnh là một. 9 đỉnh là ba. Về toán học số 9 là cực đại. Về tư tưởng người xưa số 9 là toàn dương. Để thể hiện sự tôn thờ Trời theo lễ Kính Thiên và cũng để tránh sự đơn điệu 9 đỉnh xếp thành hàng ngang, nhưng Cao đỉnh lùi vào phía Thế Tổ miếu một ít như là một vị chỉ huy. Vì thế, nhìn tổng quát, 9 đỉnh là một hàng ngang nhất quán. Nhưng nếu lưu ý ta lại nhận ra ba nhóm hợp thành. Cao đỉnh đứng giữa, Nhân đỉnh đứng bên trái Cao đỉnh, Chương đỉnh đứng bên phải Cao đỉnh. Ba đỉnh này lập thành một tam giác đều là định thế Kinh đô giữa Trung Kỳ với Tả, Hữu trực kỳ. Trên Cao đỉnh có biển

Đông. Trên Nhân đỉnh có biển Nam. Trên Chương đỉnh có biển Tây. Trên biển có đảo. Lãnh thổ và lãnh hải tổ quốc được bố cáo minh bạch trên ba đỉnh trung tâm Kinh đô cũng chính là trung tâm đất nước.

Anh đỉnh với chòm sao **Bắc đẩu**, đứng bên trái Nhân đỉnh. Thuần đỉnh đứng bên trái Anh đỉnh. Dụ đỉnh đứng bên trái Thuần đỉnh, tượng trưng bắc Trung kỳ và Bắc kỳ.

Nghị đỉnh với chòm sao **Nam đẩu**, đứng bên phải Chương đỉnh. Tuyên đỉnh đứng bên phải Nghị đỉnh. Huyền đỉnh đứng bên phải Tuyên đỉnh, tượng trưng nam Trung kỳ và Nam kỳ.

Nhân đỉnh liên kết với Anh đỉnh, Thuần đỉnh, Dụ đỉnh như là Kinh đô gắn với Tả trực kỳ và Bắc kỳ. Chương đỉnh liên kết với Nghị đỉnh, Tuyên đỉnh, Huyền đỉnh là Kinh đô gắn với Hữu trực kỳ và Nam kỳ.

Với vị thế chỉ huy của Cao đỉnh, 8 đỉnh được tách thành hai nửa như hai cánh tay dang rộng trước Trời, Đất đồng thời tạo thành hình tượng của Đất Nước với ba miền Trung, Bắc, Nam mà luật "tam tài" chi phối một cách triệt để, cụ thể.

Cửu đỉnh đứng giữa Hiển Lâm các và Thế Tổ miếu thể hiện rất rõ tư tưởng nhất quán đó:

Cao đỉnh ứng với gian giữa của Thế Tổ miếu. Đó là vị trí chính trung.

Nhân đỉnh ứng với gian bên trái gian giữa được gọi là gian "tả nhất".

Chương đỉnh ứng với gian bên phải gian giữa được gọi là gian "hữu nhất".

Anh đỉnh ứng với gian thứ hai bên trái gian giữa được gọi là gian "tả nhị".

Nghị đỉnh ứng với gian thứ hai bên phải gian giữa được gọi là gian "hữu nhị".

Thuần đỉnh ứng với gian thứ ba bên trái gian giữa được gọi là gian "tả tam".

Tuyên đỉnh ứng với gian thứ ba bên phải gian giữa được gọi là gian "hữu tam".

Dụ đỉnh ứng với gian thứ tư bên trái gian giữa được gọi là gian "tả tứ".

Huyền đỉnh ứng với gian thứ tư bên phải gian giữa được gọi là gian: hữu tứ".

Theo quy định nghiêm ngặt của Vương triều các vị vua băng hà tại vị mới được nhà vua nối ngôi cùng triều đình dâng Tôn thụy. Có Tôn thụy mới có Miếu hiệu. Có Miếu hiệu mới được thờ ở Thế Tổ miếu.

Bởi vậy, trước năm 1957 chỉ có 7 vị vua trong số 13 vua Nguyễn có án thờ và khám thờ đặt tại Thế tổ miếu.

Đó là:

Khám thờ và án thờ Thế tổ Cao Hoàng đế, gian giữa.

Khám thờ và án thờ Thánh Tổ Nhân Hoàng đế, gian "tả nhất".

Khám thờ và án thờ Hiến Tổ Chương Hoàng đế, gian "hữu nhất".

Khám thờ và án thờ Dực Tông Anh Hoàng đế, gian "tả nhị".

Khám thờ và án thờ Giản Tông Nghị Hoàng đế, gian "hữu nhị".

Khám thờ và án thờ Cảnh Tông Thuần Hoàng đế, gian "tả tam".

Khám thờ và án thờ Hoằng tông Tuyên Hoàng đế, gian "hữu tam".

Hai gian "tả tứ" và "hữu tứ" bỏ trống. Bởi ngoài 7 vị vua đã nêu, các vua khác do nhiều lẽ đã rời ngai vàng khi còn sống và băng hà ngoài Hoàng thành Huế.

Năm 1957, chính thể Việt Nam Cộng Hòa cổ xúy tinh thần chống Pháp nên đã cho đặt thêm Khám thờ và Án thờ ba vị vua có niên hiệu Hàm Nghi, Thành Thái, Duy Tân vào Thế Tổ miếu. Ba vị vua này đều không băng hà tại vị, chưa được dâng Tôn thụy và Miếu hiệu, nên không hợp được với bất cứ đỉnh nào trước sân Thế Tổ miếu. Và có lẽ vì khiên cưỡng lại vội vã nên Khám thờ của nhà vua Thành Thái, thân phụ vua Duy Tân lại đặt bên chái phải, tạo nên sự vô lễ "con đứng trên cha".

Nhiều người băn khoăn Thế Tổ miếu chỉ có 9 gian ứng với 9 đỉnh đúc sẵn 9 tên như vậy phải chăng nhà vua Nguyễn Thánh Tổ dự tính chỉ có 9 nhà vua băng hà tại vị. Có lẽ không phải thế! 9 gian Thế Tổ miếu ứng với 9 đỉnh chính là 9 chu kỳ lịch đại. 9 mỹ tự Cao, Nhân, Chương, Anh, Nghị, Thuần, Tuyên, Dụ, Huyền được đúc sẵn trên 9 đỉnh là ký tự cố định của 9 chu kỳ Thụy hiệu. Mỗi chu kỳ Thụy hiệu chung cho nhiều vua. Ví như nếu có vị vua thứ 10 băng hà tại vị, được dâng Tôn thụy đầy đủ sẽ nhập vào chu kỳ Cao nhưng không phải là Thế tổ mà có thể (ví dụ) Túc Tông Cao Hoàng đế hay Gia Tông Cao Hoàng đế chẳng hạn. Vị vua thứ 11 băng hà tại vị không phải là Thánh Tổ mà có thể là Minh Tông hay Thuận Tông… Bởi vương triều Nguyễn chỉ có tam tổ là Thế Tổ, Thánh Tổ, Hiến Tổ. Sau tổ đều là tông.

Qua những bài thơ nêu trên đã thể hiện rõ ràng ý tưởng đúc Cửu đỉnh đồng thời với việc xây dựng Thế Tổ miếu và

Hiển Lâm các. Nhưng công việc xây dựng thuận hơn. Bởi vào năm 1821 đang là thời kỳ náo nức xây dựng Kinh đô nên thầy thợ chuyên ngành và nguyên vật liệu xây dựng cả nước được dồn về Huế. Riêng công cuộc đúc Cửu đỉnh không đơn giản như thế. Một là chưa có tiền lệ. Hai là chưa sẵn thầy thợ chuyên ngành. Ba là chưa kịp huy động nguyên vật liệu đầy đủ. Bốn là chưa có mẫu. Năm là chưa kịp ấn định nội dung và hình thức... Tất cả những điều như thế cần có thời gian chuẩn bị. Do vậy đồng thời với công cuộc xây dựng Thế Tổ miếu và Hiển Lâm các, nhà vua Nguyễn Thánh Tổ một mặt sai các sứ thần ra nước ngoài, chủ yếu là Trung Hoa để học hỏi tham khảo mẫu thức, quy mô, hình dạng, nhưng tất cả mọi ghi chép mà các sứ thần mang từ nước ngoài về đều được coi toàn là vạc nấu ăn. *Còn đỉnh to cao và nặng thì kể cả ba đời Hạ Thương Chu về sau đều chưa hề có.*

Lời nhận xét đánh giá kết quả sưu tầm tư liệu của các sứ thần như thế tưởng quá đủ cho ta khẳng định rằng Cửu đỉnh tại Thế Tổ miếu trong Hoàng Thành Huế là kết quả của một quá trình tư duy trí tuệ mẫu mực và tài năng của nhà vua Nguyễn Thánh Tổ cùng các vị đại thần huân cựu. Đồng thời với quá trình sưu tầm tư liệu về quy mô hình dáng nội dung các sản phẩm đúc loại hình dâng cúng, nhà vua Nguyễn Thánh Tổ cũng đã sai phái một số người có năng khiếu hội họa, có tri thức lịch sử, địa lý, nhân văn về các địa phương nghiên cứu thu thập tư liệu về núi, sông, vạn vật,...

Sau một thời gian dài ngót 15 năm chuẩn bị tư liệu cũng là thời gian nhà vua – tác giả nung nấu ý tưởng đúc đỉnh với quy mô, hình dáng, nội dung sao cho tương xứng với công lao tạo lập của người khai sáng Vương triều. Những vạc đồng đặt giữa sân trước Hòa Khiêm điện tại Khiêm Lăng đúc vào năm 1825, 1826 như là những vật thể thử nghiệm tỷ lệ pha chế vật liệu, kích thước và quy trình thực hiện.

Trong một lần trò chuyện, Cố Giáo sư Nguyễn Đức Từ Chi có nhắc chúng tôi thử tìm hiểu xem từ con đường nào

Kinh đô Huế tiếp thu văn hóa có nguồn gốc Tây Vực để thể hiện "thao thiết" ở một số giá đèn gắn trên thân cột điện Sùng Ân và nhất là trên một số bộ chân Cửu đỉnh. Thao thiết được người Việt coi như là một dạng "mặt nạ" cách điệu.

Cửu đỉnh sản phẩm và tác phẩm tuyệt mỹ như là hiện thân tâm thức văn hóa Việt trong quá trình tiếp thu và sáng tạo đã làm nên chân dung văn hóa Huế thế kỷ XIX.

Đỉnh định phi quang đề tạo liệt
Phong di vĩnh điện thái bình cơ.

Từ tư duy quy mô, hình dáng, nội dung mới hình thành bố cục các hình đúc nổi cho mỗi đỉnh. Phạm vi của mỗi hình đúc nổi lệ thuộc vào diện tích thân đỉnh. Tính thẩm mỹ, ý tứ cùng sự tinh tế thể hiện thêm một bước ở phần ấn định kích thước các hình đúc nổi này. Tương xứng, hợp lý, hài hòa, là điều đã làm nên bố cục của Cửu đỉnh. Bởi vậy, quá trình làm khuôn đúc đồng thời với quá trình tạo thức của các hình đúc nổi. Một ngọn núi, một dòng sông, một con chim, một khóm hoa… được chuẩn y, người thợ hoặc nghệ nhân, nghệ sĩ dựa vào tư liệu điền dã chuyển thành thức có thể bằng đồng, bằng gỗ, bằng đất sét hoặc băng sáp. Các bộ thức này được phân bố cho 9 bộ tên đỉnh theo chỉ định của nhà vua. Không một ai được tự ý điều chỉnh. Bởi mỗi đỉnh với vị trí nhất định đều có "bổn phận" thể hiện thiên chức được phân bố. Cao đỉnh đối xứng mặt trời. Nhân đỉnh đối xứng mặt trăng… Ngoài ra mỗi vật, mỗi loài, mỗi thứ … đều có 9 biểu tượng đại diện.

Vì đúc lần đầu, lại là sản phẩm đặc thù với kích thước lớn mà trước năm 1835 chưa lò đúc nào ở Huế thực hiện nên việc làm khuôn chắc phải hết sức công phu. Ngót 2 thế kỷ đã qua, cùng với sự phát triển chung của xã hội, nghề đúc thủ công chắc cũng có ít nhiều biến đổi. Bởi vậy, cho đến nay mỗi người viết về công cuộc đúc Cửu đỉnh đều dựa nay đoán xưa không tránh khỏi suy diễn theo chủ quan của mình. Qua tiếp xúc với các nghệ nhân đúc đồng ở Huế và một vài lần được

MAI KHẮC ỨNG

góp mặt nhân dịp Nghệ nhân Nguyễn Văn Sính đúc chuông, tượng lớn hoặc đàm đạo với nghệ nhân Tống Viết Tuấn, người bạn thâm tình, tôi nghĩ rằng khuôn đúc Cửu đỉnh là khuôn phá độc bản.

Dựa theo hình dáng và kích thước đã được ấn định có lẽ nghệ nhân đúc đã tạo trước 9 đỉnh bằng đất hoặc bằng sáp (nến) với tỷ lệ 1-1. Trên thân mỗi đỉnh mẫu này từng nhóm nghệ nhân và thợ đúc phân bố 18 bản thức của 18 hình đúc nổi. Trừ 2 vị trí chỉ định bất di bất dịch của mỗi đỉnh là tên đỉnh và một định danh mà có người gọi là thực thể vũ trụ đều nằm đối xứng theo trục xuyên tâm ở vòng giữa. Tên đỉnh hướng vào phía Thế Tổ miếu. Thực thể vũ trụ hướng ra phía Hiển Lâm các. Ví như Cao đỉnh với mặt trời, Nhân đỉnh với mặt trăng, Chương đỉnh với Ngũ hành tinh… Hai hình đúc nổi này nằm trên hai vị trí cố định đồng nhất của chín đỉnh như là định tính của mỗi đỉnh làm chuẩn để bố trí 16 hình còn lại. Có lẽ người ta lần lượt bố trí 4 hình đúc nổi ở vòng giữa tiếp theo tên đỉnh và định danh vũ trụ rồi căn cứ vào 6 hình đúc nổi ở vòng giữa này để xác định vị trí 6 hình đúc nổi ở vòng trên và 6 hình đúc nổi ở vòng dưới, sao cho 18 hình đúc nổi trên mỗi đỉnh vừa có mối liên hệ hàng ngang vừa có mối liên hệ hàng chéo phân minh lại đẹp mắt.

Quan sát thực tế ta thấy 18 hình đúc nổi của mỗi đỉnh tuy được bố trí thành ba vòng đồng tâm giữ trên và dưới nhưng lại hài hòa gắn bó tạo nên sự đồng nhất mẫu mực của 9 đỉnh. Bởi sự lệch pha cân đối nên một hình đúc nổi của vòng giữa là tâm của bốn hình đúc nổi nằm ở vòng trên và vòng dưới tạo nên mối liên kết liên hoàn không dứt giữa 18 hình đúc nổi trên mỗi đỉnh.

Có lẽ phần gắn thức lên mỗi đỉnh mẫu được xem xét góp ý điều chỉnh đâu vào đó rồi từng nhóm nghệ nhân, thợ thủ công cùng chuyên gia ngành đúc tiến hành làm khuôn áo. Đây là công việc quyết định cho sự hoàn thiện của mỗi đỉnh.

Khuôn áo có lẽ làm nhiều lớp. Lớp trong (phần tiếp xúc với 18 bản thức của 18 hình đúc nổi) phải là đất sét được nhồi nặn sàng, lọc công phu sao cho nhuyễn mà mịn để khi đắp lên đỉnh mẫu thì bám thật sít các bản thức tạo nên những khuôn âm của từng hình đúc nổi. Có người cho rằng *"các hình nổi, sau mới chạm thêm vào những miếng đồng đúc gắn vào đỉnh"*. Quy kết này có lẽ do nhận thấy hình Đa tác thuyền trên Cao đỉnh bị nứt vì đồng lỏng ngậm than trong quá trình rót vào khuôn nên khi làm nguội người ta phải vá bằng một thanh đồng nhỏ rồi mài miết cho liền da. Trải qua thời gian dài đứng giữa mưa nắng nhiệt đới sự co giãn bởi nhiệt độ bất thường nên thanh trám bị bong để lại vết nứt ban đầu. 161 hình đúc nổi khác không có hiện tượng đó.

Bên ngoài lớp đất sét mịn vừa nêu người ta còn đắp thêm một hoặc hai lớp đất sét hỗn hợp rơm, trấu, dây gai … để tạo độ cứng, bền bảo vệ lớp đất sét mịn bên trong.

Theo dấu nối còn có thể nhận biết do quá trình làm nguội mài giũa không hết vết tại đáy một hai đỉnh ta có thể suy đoán là khuôn áo gồm ba mảnh theo vị trí ba chân đỉnh. Khi các mảnh khuôn áo khô người ta gỡ ra từng mảnh riêng để xử lý cẩn thận mặt trong của khuôn áo. Bởi đó sẽ là mặt ngoài của thành phẩm. Đồng thời với việc hoàn chỉnh khuôn áo, người ta cũng cho tạo khuôn cốt tức là phần để tạo nên lòng rỗng của mỗi đỉnh. Nung khô khuôn cốt để tránh phân nhiệt của đồng đã được nấu lỏng. Khi khuôn cốt và khuôn áo được coi là đã hoàn hảo, người ta ráp lại để ướm thử xem đã khớp với nhau như mong muốn chưa. Căn cứ độ dày của mỗi đỉnh đã được ấn định thể hiện trên các mẫu thiết kế người thợ chèn một hệ thống nống bằng những thanh đồng thau hoặc bằng một lớp sáp.

Sau khi ráp thử và xử lý kỹ thuật như ý, người ta lại tháo khuôn rời ra từng mảnh đã đánh dấu rõ ràng rồi đặt úp xuống mặt đáy hầm đúc.

Theo như hầm đúc chuông lớn của nghệ nhân Nguyễn Văn Sính tại phường Đúc Huế thì độ sâu hầm đúc bằng chiều cao quả chuông đang đúc. Tôi nghĩ độ sâu hầm đúc Cửu đỉnh cũng tương đương chiều cao mỗi đỉnh. Khác nhau có lẽ là tư thế của khuôn đúc hai loại sản phẩm này. Khuôn đúc chuông thuận với thế chuông vì đồng rót vào phía quai. Khuôn đúc Cửu đỉnh phải lật ngược vì đồng rót vào từ phía ba chân.

Bởi vậy quá trình ráp khuôn đúc đỉnh rắc rối hơn, khó khăn phức tạp hơn đúc chuông. Mỗi đỉnh đều có hai quai. Nên có ý kiến cho rằng quai đúc riêng rồi gắn vào sau. Cũng có ý kiến khuôn quai tạo riêng đặt ngửa dưới mặt nền hầm trước khi úp khuôn cốt xuống sao cho mép ngoài khuôn cốt ăn nhập với mép ngoài khuôn quai.

Như vậy là khuôn quai phải âm so với mặt bằng ngang miệng khuôn thân. Đoạn xử lý mặt phẳng đáy hầm đúc phần tiếp xúc đồng lỏng sẽ ngưng đọng thành gờ miệng Cửu đỉnh sao cho láng bóng ngang bằng. Tiếp theo là ráp các mảnh khuôn áo sau công đoạn đắp sáp hay phân nống (nếu là các thanh đồng) để tạo không gian trống giữa khuôn cốt với khuôn áo. Đó là độ dày mỗi đỉnh. Sau khi nhận thấy khuôn áo, đã nằm đúng vị trí với khuôn cốt rồi, người ta tiếp tục lắp các mảnh khuôn chân vào nơi đã định. Khi 3 khuôn chân lắp xong người ta lại tiếp tục chèn, níu, gông… để cố định vị trí khuôn dưới hầm thật hoàn hảo, chặt chẽ, vững chãi. Các phần việc trên hoàn tất người ta bắt đầu lát ván che kín miệng hầm. Ván dày, phẳng tạo thành một mặt sàn cố định trừ 3 ô nhỏ tại vị trí 3 khuôn chân để lắp 3 điệu làm miệng phễu nhận đồng lỏng cho các kíp thợ chuyển những cơi đồng lỏng rót vào.

Để đúc một đỉnh thành phẩm nặng 2.500kg người ta phải nấu chảy chí ít là 3.000kg nguyên liệu hỗn hợp đồng chì thiếc. Chủ yếu là đồng. Trong điều kiện thủ công đầu thế kỷ XIX để nấu chảy 3.000kg đồng người ta phải phân ra khoảng 60 cơi. Mỗi cơi khoảng 50kg. Như vậy là phải có 60 cơi đồng từ 60 lò nấu bố trí chung quanh hầm đúc chia thành ba nhóm. Mỗi nhóm phụ trách 20 cơi lại chia thành 7 kíp. Mỗi kíp 3 cơi đồng thời rót đồng vào một điệu. 3 điệu cần có 9 kíp. 9 kíp này sẽ được 9 kíp khác tiếp nối liên tục cho đến khi đồng lỏng trào lên miệng điệu thì ngưng. Bởi vậy thời gian nấu chảy, rót đồng vào điệu phải là những người thợ lành nghề lại được chỉ huy chặt chẽ bởi một vị thợ cả giỏi mới nhịp nhàng và liên tục.

Nhờ khuôn chân rỗng (để tạo chân đặc), mạch đồng rót vào thân đỉnh nhanh lại nhịp nhàng tạo độ thông suốt liên tục nên dù phải có nhiều kíp thợ nhiều cơi đồng cùng rót vẫn tạo được sự liên kết hoàn hảo.

Đến đây công việc đúc cốt của nghệ nhân và thợ đúc coi như kết thúc. Chờ sản phẩm nguội người ta gỡ ván sàn ra, đập bỏ khuôn áo, dọn sạch phế liệu chung quanh sản phẩm để tời, trục đưa thành phẩm lên mặt đất bằng. Phần việc làm nguội thuộc nghệ nhân và thợ thủ công kim hoàn. Đây chính là công đoạn thứ hai để nâng sản phẩm lên tác phẩm mỹ thuật. Trên cơ sở các hình đúc nổi do thức tạo nên ở mặt trong khuôn áo đã hình thành hình thể tương đối, các tác giả điêu khắc bám vào đề tài cụ thể mà mài, tỉa, giũa, khắc, hàn gắn (nếu có vết nứt ngậm than),… sao cho thật giống bản mẫu đã có.

Tài hoa, năng khiếu, kinh nghiệm nghề nghiệp cộng với sự hồ hởi, thành tâm các tác giả làm nguội xứng đáng là những điêu khắc gia tài ba mẫu mực của thời đại.

Nhìn những con chim, bông hoa, con cá, củ tỏi, lá đậu phụng (lạc), lá trầu, cây gừng, cây tía tô…vừa in hệt vừa sinh động như sắp bay, như vẫy gió thể hiện bản lĩnh nghề nghiệp cùng sự từng trải với tấm lòng nghệ sĩ trong sáng nhiệt thành của mỗi con người tham gia tạo nên Cửu đỉnh thế kỷ XIX.

Quan sát các hình đúc nổi phân minh trên thân mỗi đỉnh mọi người đều dễ thấy là 18 hình đúc nổi là 18 tác phẩm mang dạng phù điêu được bố trí thành ba vòng trên, giữa, dưới.

Đó là điều đầu tiên làm nên tính nhất quán của Cửu đỉnh. Và, đó chính là tượng đài về những bài thơ theo từng thể tài có trên cửu đỉnh. Thứ đến là sự phân bố nội dung hình đúc nổi.

Vòng trên là vạn vật nhẹ liên quan đến môi trường không gian tầng cao như chim, hoa, cây lương thực, cây dược liệu, cây cho trái.

Thực tế như sau:

Vòng trên Cao đỉnh:

Trĩ (cẩm kê), Tử vi hoa, Thông (cây hành), Canh (cây lúa tẻ), Ba la mật (cây mít), Long (con rồng).

Vòng trên Nhân đỉnh:

Khổng tước (chim công), Liên hoa (hoa sen), Nam trân (bòn bon), Nọa (cây lúa nếp), Kỳ nam, Ngô đồng.

Vòng trên Huyền đỉnh:

Thốc thu (sếu ông lão), Miên (cây bông vải), Nam sâm (cây sâm nam), Toán (cây tỏi), Lệ chi (cây vải thiều), Ngũ diệp lan (hoa lan 5 lá).

Vòng dưới là vạn vật và phương tiện nặng thích nghi môi trường đất và nước như voi, hổ, cá sấu, cá quả, ghe thuyền, súng đạn.

Vòng dưới Chương đỉnh:

Linh quy (con rùa), Tê (con tê giác), Điểu thương (súng bắn chim), Mông đồng thuyền (thuyền đồng) Ngạc ngư (cá sấu), Thuận mộc (cây giổi).

Vòng dưới Nghị đỉnh:

Tượng (con voi), Uyên ương (chim), Hải đạo (thuyền đi biển), Trường thương (giáo dài), Lục hoa ngư (cá quả), Giới (cải bẹ).

Vòng dưới Tuyên đỉnh:

Ngoan (rùa biển), Thỉ (con lợn), Lê thuyền (thuyền chèo), Nỏ (cái nỏ), Khương (cây gừng), Hậu ngư (con sam).

Vòng giữa chính là nội dung trọng tâm của mỗi đỉnh.

Thể theo nhận thức ngày trước, con người đứng trong trời đất chịu sự chi phối của vũ trụ nên coi trọng mối quan hệ được gọi là "Thiên, địa, nhân tương dữ".

Trên thân Cửu đỉnh trời được đại diện bởi một vật thể thuộc vũ trụ như Mặt trời, Mặt trăng, Ngũ Hành tinh, Bắc đẩu, Nam đẩu, Gió, Mây, Sấm Sét, Mưa. Đất do núi, sông, biển đại diện. Người tập trung ở nguyên thủ quốc gia đã hóa thân vào miếu hiệu làm nên tên đỉnh.

Cụ thể như sau:

Vòng giữa Cao đỉnh:

Cao Đỉnh, Thiên Tôn sơn (Gia Miêu Ngoại Trang, Thanh Hoá),**Ngưu Chữ giang** (sông Bến Nghé, Sài Gòn), **Mặt trời, Vĩnh Tế hà** (An Giang), **Đông hải** (biển Đông).

Vòng giữa Nhân đỉnh:

Nhân Đỉnh, Ngự Bình sơn, Hương giang, Nguyệt (Mặt trăng) **Phổ Lợi hà, Nam hải** (biển phía nam).

Vòng giữa Chương đỉnh:

Chương Đỉnh, Tây hải (biển phía tây), **Linh giang** (sông Gianh), **Ngũ hành tinh** (chòm sao Kim, Mộc, Thủy, Hỏa, Thổ), **Lợi Nông hà, Thương Sơn** (núi Kim Phụng).

Vòng giữa Anh đỉnh:

Anh Đỉnh, Hồng Sơn (núi Hồng Lĩnh), **Lô hà** (sông Lô), **Bắc đẩu, Mã giang** (sông Mã), **Ngân hán** (dải ngân hà).

Vòng giữa Nghị đỉnh:

Nghị Đỉnh, Thuận An hải khẩu (cửa biển Thuận An), **Bạch Đằng giang** (sông Bạch Đằng), **Nam đẩu** (Tiểu hùng tinh, phía nam), **Cửu An hà** (sông Xuân Quan ở Hà Nội), **Quảng Bình quan** (cửa thành Quảng Bình).

Vòng giữa Thuần đỉnh:

Thuần Đỉnh, Cần Giờ hải khẩu (cửa biển Cần Giờ), **Thạch Hãn giang** (sông Thạch Hãn), **Phong** (Gió) **Vĩnh Định hà** (sông Vĩnh Định), **Tản Viên sơn** (núi Ba Vì).

Vòng giữa Tuyên đỉnh:

Tuyên Đỉnh, Lam giang (sông Lam), **Đại Lãnh** (núi Đại Lãnh), **Vân** (mây), **Nhĩ hà** (sông Hồng), **Duệ sơn** (núi Rệ).

Vòng giữa Dụ đỉnh:

Dụ Đỉnh, Đà Nẵng hải khẩu (cửa biển Đà Nẵng), **Vệ giang** (sông Vệ), **Lôi** (sấm sét), **Vinh Điện hà** (sông Vinh Điện), **Hải Vân quan** (cửa ải trên đèo Hải Vân).

Vòng giữa Huyền đỉnh:

Huyền đỉnh, Thao hà (sông Thao), **Hoành sơn** (núi Ngang), **Vũ,** (mưa), **Tiền giang-Hậu giang** (sông Tiền – sông Hậu), **Hồng** (mống, cầu vồng).

Một điều dễ nhận biết nữa là các hình đúc nổi bố trí ở vòng trên và vòng dưới có thể hoán vị trong phạm vi mỗi vòng. Ví như Trĩ, đứng đầu vòng trên của Cao đỉnh, Công đứng đầu hàng trên của Nhân đỉnh, Gà trống đứng đầu hàng trên của Chương đỉnh. Nhưng ở vị trí đó tại Anh đỉnh lại là Hoa hồng, tại Nghị đỉnh là Đuông dừa, tại Thuần đỉnh là Hoàng anh, tại Tuyên đỉnh là cây Trắc bá diệp, tại Dụ đỉnh là cây Thông, tại Huyên đỉnh lại là chim Thốc thu. Sự luân chuyển này chắc không phải ngẫu nhiên vô ý mà có lẽ để tránh đơn điệu. Nhưng ở vòng giữa 9 đỉnh thì vị trí tên đỉnh và vật thể vũ trụ đứng hai đầu trục xuyên tâm là bất di bất dịch. Vì vậy sông núi đứng sang hai bên cân phân làm dấu nối gắn bó với tên đỉnh và với vật thể vũ trụ.

Thiên Địa Nhân của Hiển Lâm các. Thiên Địa Nhân gồm Hiển Lâm các, Cửu đỉnh, Thế Tổ miếu. Thiên Địa Nhân của ba vòng các hình đúc nổi. Thiên Địa Nhân gọn lại tại vng giữa thân đỉnh là sự tổng kết tư tưởng, tâm linh về mối quan hệ tương dữ thiêng liêng mà bất biến.

Tháng 10 năm Ất Mùi, Minh Mạng thứ 16 (1835) trước ngày khởi công đúc Cửu đỉnh nhà vua Nguyễn Thánh Tổ đã hạ dụ:

"Bắt đầu đúc 9 cái đỉnh.

Vua dụ Nội các rằng: "Đỉnh là để tỏ ra ngôi vị đã đúng, danh mệnh đã tụ lại. Thực là đồ quý trọng ở nhà tôn miếu. Xưa các minh vương đời tam đại (Hạ, Thương, Chu) lấy kim loại do các quan mục bá chín châu dâng cống, đúc 9 cái đỉnh để làm vật báu truyền lại đời sau. Quy chế điển lễ ấy thật to lớn lắm! Trẫm kính nối nghiệp trước, vâng theo đường lối rõ ràng. Nay muốn phỏng theo đời xưa, đúc 9 cái đỉnh để ở nhà Thế miếu:

> *Chính giữa: Cao đỉnh,*
> *Tả nhất: Nhân đỉnh,*
> *Hữu nhất: Chương đỉnh,*
> *Tả nhị: Anh Đỉnh,*
> *Hữu nhị: Nghị đỉnh,*
> *Tả tam: Thuần đỉnh,*
> *Hữu tam: Tuyên đỉnh,*
> *Tả tứ: Dụ đỉnh,*
> *Hữu tứ: Huyền đỉnh,*

Đó là để tỏ ý mong rằng muôn năm bền vững, dõi truyền đời sau. Chuẩn cho quan phần việc theo đúng kiểu mẫu mới định mà đúc". Rồi phái hai viên khoa đạo và hai viên quản vệ kiểm soát đôn đốc việc làm ; đường quan bộ Công đến xem xét. Lại bảo bộ Công: "Nay đúc đỉnh, khắc các hình tượng, núi và mọi vật cũng không cần phải khắc đủ cả, duy phải khắc rõ tên, hiệu và xứ sở để tiện nhận xét. Đó là cái ý người xưa vẽ hình mọi vật".

(Đại Nam Thực Lục, Tập 4, Nhà Xuất Bản Giáo dục, 2007)

Căn cứ nội dung những câu thơ khắc ở Thế Tổ miếu vào tháng 3 năm Minh Mạng thứ 2 (1821) và lời dụ trước ngày khởi công đúc Cửu đỉnh vào tháng 10 năm Minh Mạng thứ 16 (1835) trên đây ta biết rõ mục đích đúc Cửu đỉnh là để ghi công trạng mở mang bờ cõi khai sáng Vương triều của nhà vua Nguyễn Thế Tổ *"Trác trác phong công lặc đỉnh di"* đồng thời *"mong rằng muôn năm bền vững, dõi truyền đời sau".*

Ngoài những chủ ý vừa nêu, tự thân Cửu đỉnh thể hiện đa dạng phong phú vạn vật, núi non, sông biển, súng đạn, xe thuyền…với núi bắc sông nam rồi gom lại trên đỉnh cuối cùng biểu tượng của ba miền đất nước (sông Thao Bắc Bộ, Hoành Sơn Trung Bộ, Sông Tiền-sông Hậu Nam Bộ) như là một bộ "Dư Địa chí Đất nước đã trở thành một bản tuyên ngôn về NHẤT THỐNG, THỊNH VƯỢNG, VỮNG BỀN.

Ngoài những điều như thế, Cửu đỉnh dường như còn có dụng ý lưu giữ những kỷ niệm cứu tinh trong bước trầm luân. Đói khát giữa rừng miền tây Quảng Nam được quả bòn bon cứu. Qua sông nhờ cá sấu cản mới không sa vào tay kẻ thù. Vượt biển ra đảo Thổ Chu gặp giông tố nhờ rắn giữ thăng bằng nên thuyền không bị lật...

Cây Nam trân trên Nhân Đỉnh. Cá sấu trên Chương đỉnh. Rắn trên Anh đỉnh … là sự ghi nhớ về một thuở gian nan nhưng luôn luôn được độ trì.

15 năm kể từ ngày xây dựng Thế Tổ miếu và Hiển Lâm các cũng là 15 năm chuẩn bị đúc Cửu đỉnh. 162 bản phù điêu về núi non, sông biển, vạn vật, phương tiện vận chuyển, vũ khí, miếu hiệu chính là 162 tấm chân dung về đất nước Đại Nam đầu thế kỷ XIX.

Đường Vào Hiển Lâm Các Đại Nội
(tranh: Dương Phước Luyến)

MAI KHẮC ỨNG

Lăng Thiên Thụ,
Bóng Dáng Miệt Vườn

Lăng Gia Long
(Marliave Hue)

"Hoàn cầu dễ không đâu có <u>chốn nhà mồ</u> của bậc vua chúa nào mà khéo hòa hợp cái cảnh thiên nhiên với cái cảnh nhân tạo, gây nên một cái khí vị riêng như não nùng, như thương nhớ, như lạnh lẽo, như hắt hiu, mà lại như đầy những thơ những mộng, khiến người khách vãng cảnh luống những ngẩn ngơ trong lòng... Lăng đây là gồm cả mầu trời, sắc nước, núi cao rừng rậm, gió thổi ngọn cây, suối reo hang đá..."(1)
(Phạm Quỳnh)

(1): Thái Văn Kiểm, dẫn trong Cổ Đô Huế

Đầu thế kỷ trước, trên báo Nam Phong số 10 (1918), Thượng Chi Phạm Quỳnh đã viết nên những điều như thế. Có lẽ ông là người đầu tiên và dường như sớm nhất nhận ra lăng vua Nguyễn ở Huế cũng là *"chốn nhà mồ"*.

Nhà mồ một thuở Đông Sơn. Người miền xuôi dần quên. Nhà mồ lên núi làm nên những khu rừng thiêng, làm nên nhiều "rừng" tượng. Nhà mồ là cõi sống của người đã chết làm nơi giao lưu cộng cảm giữa kẻ khuất người còn.

Là nhân viên nghiệp vụ bảo tồn di tích chúng tôi thỉnh thoảng có mặt ở các lăng tẩm vua để khảo tả, đo vẽ, tính toán lập hồ sơ di tích hoặc để hỗ trợ nhân viên bảo vệ giải tỏa một vài vụ vi phạm như tháo gỡ, khai thác vật liệu xây dựng mang về làm ghế cho xã viên hợp tác xã họp hành hoặc làm củi…cho mấy gia đình chống rét. Bởi vậy, ai đó đã từng coi chúng tôi là "những người giữ mả vua", quả là có lý. Giữ mả chỉ biết mả với các công trình kiến trúc hợp thành gồm điện, đình, miếu, tạ… Ngoài ra. Thôi!

Nhiều bận đi về. Nhiều lần lên xuống chỉ từng ấy công việc, bỗng nhiên một đêm tôi cùng bạn đồng nghiệp chưa kịp "hạ sơn" phải tá túc tại điện Minh Thành của *"chốn nhà mồ"* này. Vì phạm tội khi quân nên đã được ơn trên nhắc nhở. Từ đó tôi thành tâm nảy sinh ý nghĩ lên lăng Thiên Thụ một mình, lên đỉnh núi Đại Thiên Thụ một mình. Đã muốn là thực hiện. Tính tôi xưa nay vốn thế. Cho dù đã biết từ hai trụ biểu bên kia Hồ Dài lên đến đỉnh núi trông vậy mà xa, mà cao, mà cây cối gai gốc tùm lum chằng chịt và, ở đó sự chết còn ẩn trong lòng đất bởi một thời từng là cái túi nhận bom đạn trên trời vứt xuống, dưới Phú Bài, Phú Lộc, ngoài biển quăng lên.

Thế rồi một ngày tôi lên. Đến nơi mấy anh em bảo vệ đang ngồi cọ răng bên ảng nước.

- Sớm thế! Một người trong bọn hỏi trống không.

- Bữa ni chủ nhật một mình đi chơi. Tôi cũng trống không

đáp lại.

- Hôm qua cháy rừng tại khu Trung và Đại Thiên Thụ, bọn tôi cùng bên Kiểm lâm chống cháy một bữa te tua nên anh em dậy muộn.

Hôm qua chống cháy. Hôm nay dậy muộn. Ở nơi sự heo hút đang thịnh hành này, dậy muộn, dậy sớm. Tùy. Vả lại, lăng Thiên Thụ xa phố phường, du khách không nhanh chân như những nơi khác. Dậy lúc nào chẳng được.

Rắp tâm từ nhà lần này đi một mình là tôi có ý lên cho được đỉnh Đại Thiên Thụ. Đã dự tính chui bụi lủi bờ bươn qua gai góc nên giày, mũ, áo quần hệt như biệt kích. May thay "hôm qua cháy rừng". Vậy là có đường thênh thang cho tôi lên núi. Lòng thầm nghĩ: Trời cho. Vòng quanh Hồ Dài từ bên điện Minh Thành sang hai trụ biểu quanh co, khúc khuỷu nhưng có lối mòn của những người lên nương xuống ruộng hoặc mò cua bắt ếch… tạo nên từ lâu. Qua trụ biểu phía trước đã bày ra từng mảng rừng lốm đốm tươi xanh, lốm đốm tro than. Nhiều cụm còn nghi ngút khói. Dù sao hướng lên đỉnh núi đã dễ nhìn và một điều lấy lẽ mà cùng cố niềm tin là lửa đã rà thì đạn bom coi như đã khử. Cứ men theo vệt lửa mà đi. Từ suy nghĩ đó tôi lên đến đỉnh Đại Thiên Thụ, tìm được một chỗ yên vị giữa non cao tự mình lặng im để xin được vài phút cộng cảm như người Tây Nguyên bên nhà mồ ngày bỏ mả.

Cảm nhận đầu tiên của tôi từ đỉnh núi cao là lăng Thiên Thụ với mộ đôi Càn Khôn Hiệp Đức, điện Minh Thành, nhà bia như ba khu nhà mồ Tây Nguyên bởi những cây xoài già cỗi đã thành cổ thụ mà sầm uất phủ xanh làm nên từng cụm tạo nên thấp thoáng một vài mảng mái đá rêu xanh, vài ba pho tượng trước sân chầu với trụ biểu, tưởng như cột lễ để người sống lượn xoang chung quanh mà cổ vũ đâm trâu.

Phạm Quỳnh thật nhạy bén khi coi lăng Thiên Thụ cũng là một *"chốn nhà mồ"* gắn với cảnh quan thiên nhiên, tự nhiên với núi rừng, khe suối, hoa lá, chim muông để như ai đó đã từng thốt lên *"Tang tóc mỉm cười, vui tươi thổn thức"* quả là chí lý.

Riêng tôi, mỗi lần lên lăng Thiên Thụ còn bâng khuâng với một thuở miệt vườn rồi nhìn xa hơn, phía sau lăng Thiên Thụ cùng nằm trên trục dọc bắc nam là lăng Quang Hưng, điện và lăng Thoại Thánh. Ba cụm kiến trúc này như thể cùng xếp thành một hàng ngang đông tây. Lăng Quang Hưng chung trục dọc với nhà bia lăng Thiên Thụ. Điện Thoại Thánh chung trục dọc với mộ đôi Càn Khôn Hiệp Đức. Lăng Thoại Thánh chung trục dọc với điện Minh Thành.

Ngẫu nhiên hay dụng ý chỉ nhà vua đầu triều Nguyễn và các vị công thần hữu trách mới biết. Bởi lăng Quang Hưng của thân mẫu chúa Nghĩa - Nguyễn Phúc Thái đã bị nhà Tây Sơn triệt phá hàng loạt lăng mộ thời chúa Nguyễn vào năm 1791. Năm 1808 chỉ là cát táng tượng trưng thay hài cốt bằng một hình nhân bằng gỗ dâu mà thôi.

Lăng và điện Thoại Thánh của thân mẫu nhà vua Nguyễn Thế Tổ an táng và xây dựng vào năm 1812. Lăng Càn Khôn Hiệp Đức của vua và Thừa Thiên Cao Hoàng hậu xây dựng năm 1814, điện Minh Thành xây dựng 1815, nhà bia lăng Thiên Thụ xây dựng năm 1820.

3 khu lăng mộ này với 5 thời điểm xây dựng trước sau cách nhau 22 năm.

Dường như gần trùng với trục dọc lăng Càn Khôn Hiệp Đức và Điện Thoại Thánh, là lăng Vĩnh Mậu của thân mẫu chúa Minh - Nguyễn Phúc Chu, đứng xa về phía bắc cũng được cát táng vào năm 1808 với lăng Quang Hưng.

Nằm về phía tây nam cách lăng Vĩnh Mậu khoảng trên dưới 300m là lăng Hoàng Cô của Thái trưởng Công chúa Long Thành, chị ruột nhà vua Nguyễn Thế Tổ xây dựng vào năm 1823. Phía tây nam và cách lăng Hoàng cô trên dưới

600m là lăng Trường Phong của chúa Nguyễn Phúc Thụ, cát táng vào năm 1808. Đứng giữa lăng Trường Phong với điện Minh Thành là điện Gia Thành và lăng Thiên Thụ Hữu của bà Thuận Thiên Cao Hoàng hậu, bà nội của nhà vua Nguyễn Hiến Tổ, an táng và xây dựng năm 1847. Bảy ngôi lăng với 11 cụm kiến trúc nằm chung trên dải đất quan phòng rộng 2.875ha tạo nên 11 cụm cây xanh gần, xa sầm uất. Thuở đầu như tư liệu mách bảo cây trồng ở đây phần nhiều là xoài, dừa, thốt nốt mang từ Gia Định ra. Bởi vậy toàn khu lăng thuộc nghĩa trang gia đình này thấp thoáng bóng dáng miệt vườn Gia Định.

Lăng Thiên Thụ thoạt kỳ thủy là để chỉ về hai ngôi mộ đá Càn Khôn Hiệp Đức ta quen gọi lăng Gia Long. Thế rồi, các ngôi lăng khác cùng đứng trong khu đất quan phòng của khu lăng này đều được dùng tên chung cho tiện.

Cũng phải thôi 27 năm nhờ có Gia Định cưu mang che chở, Nguyễn Phúc Ánh mới làm nên Gia Long. Vương vấn miệt vườn - tôi nghĩ thế - trong tâm khảm Nguyễn Phúc Ánh để trọn cuộc đời gửi gấm với Thiên Thụ lăng vậy.

Trở về Phú Xuân khai sáng vương triều Nguyễn, xây dựng Kinh đô Huế, điều đầu tiên mà vị vua này nghĩ tới là rước các ân nhân Gia Định ra an cư tại làng Vạn Xuân, nay thuộc phường Kim Long và cho chuyển các giống cây đặc trưng Gia định ra Huế. Những cây dừa, thốt nốt hai bên Nghinh Lương đình, hai bên Phu Văn Lâu, dọc bờ sông Hương, một thời dài mang bóng dáng miệt vườn Nam Bộ, (sau bão số 10 năm 1985 phần nhiều không còn). Một số cây xoài sót lại trước Kinh thành, trong Hoàng thành, trong Tử Cấm thành nay đã lên lão với tuổi thọ trên dưới 200 năm.

Gia Định với Huế gắn bó trong tâm thức người quy hoạch kinh đô Huế là vậy.

Xoài của Gia Định, dừa của Gia Định, thốt nốt của Gia Định vây kín các khu lăng thuộc nghĩa trang gia đình Gia Long không lẽ là ngẫu nhiên. Và đứng giữa cảnh quan môi trường rặt Gia Định như thế hai ngôi mộ đá hệt hai ngôi nhà lá đơn sơ càng gợi nên sự thanh bình, ấm cúng, thủy chung. Gia Định với cảnh quan bên ngoài và Gia Định bên trong tâm khảm cố nhân hằn lên trong tôi một thời trầm luân giữa cõi thập tử nhất sinh phải có thiện dân chung thủy và phải có bản mệnh mới nên như thế.

Năm Đinh Dậu (1777) Định vương Nguyễn Phúc Thuần và Tân chính vương Nguyễn Phúc Dương cùng một số hoàng tôn trong gia tộc Nguyễn lần lượt bị Nguyễn Huệ giết, Nguyễn Phúc Ánh và Tống Thị Lan đều là hạt giống nhỏ cuối cùng sót lại thực sự bơ vơ đành chặt đôi dật vàng thay nhẫn cưới làm tín vật, hai người giữ hai nửa để phòng thân và để giữ niềm tin mà tìm lại nhau nếu cả hai còn sống.

Ngót 20 năm sau, hai nửa dật vàng vẫn nguyên vẹn trong tay hai trái tim vàng sau buổi phân ly giữa lòng Gia Định (1783) tại lễ tế cáo trời đất về việc đặt niên hiệu Gia Long (1802) đã gộp lại. Hai nửa dật vàng đó đã trở thành tín vật được thờ tại điện Phụng Tiên cho đến năm 1945.

Trước phút "hạ sơn" từ đỉnh núi Đại Thiên Thụ tôi lại nhìn ra phía bắc để chiêm ngưỡng lần cuối "chốn nhà mồ" (từ dùng của Phạm Quỳnh) là lăng Quang Hưng của thân mẫu chúa Nghĩa Nguyễn Phúc Thái; lăng Vĩnh Mậu của thân mẫu chúa Minh Nguyễn Phúc Chu; lăng Trường Phong của chúa Ninh Nguyễn Phúc Thụ; lăng và điện Thoại Thánh của bà Hiếu Khang Hoàng hậu, thân mẫu nhà vua Nguyễn Thế tổ; lăng Hoàng Cô của Thái trưởng Công chúa Ngọc Tú; lăng và điện Gia Thành của bà Thuận Thiên Cao Hoàng hậu, thân mẫu nhà vua Nguyễn Thánh Tổ. Bởi nghĩ rằng một lần lên đây là một lần khó trở lại.

Tôi là hậu thế. Tôi lại chậm chân. Tôi không có diễm phúc được nhìn hai nửa dật vàng đặt trên long vị thờ ở điện Phụng Tiên mà chỉ qua tư liệu, qua truyền ngôn cũng đã cảm thấy thiêng liêng và từ khi ngồi trên đỉnh núi Đại Thiên Thụ lại nhận ra hai nửa dật vàng đã hóa thân thành hai ngôi mộ đá Càn Khôn Hiệp Đức mang dáng dấp hai ngôi nhà lá đậm hình bóng Gia Định giữa cõi Gia Long càng dấy lên trong tâm hồn tôi biểu tượng thủy chung trong sáng giữa thanh thiên bạch nhật. Sự cảm phục sâu xa với bất cứ ai khi lặng ngắm hai ngôi mộ đá như hai nếp nhà đơn sơ rồi nghĩ đến hình dáng hai nửa dật vàng.

Ngôn ngữ miệt vườn chính là ở đó. Bóng dáng miệt vườn cũng chính từ chỗ đó để cùng với dừa, xoài, thốt nốt đã làm nên một biểu tượng tri ân giữa cõi vĩnh hằng.

Núi mang tên Đại Thiên Thụ sơn là thọ mệnh Trời. Lăng mang tên Thiên Thụ là dựa vào long mạch của núi.

Tiếc thay, nhà vua Nguyễn Thế Tổ dường như nặng về tâm thức *"Thánh nhân nam diện nhi thính thiên hạ"* đã khăng khăng chọn Thiên Thụ sơn làm tiền án, bác bỏ tư tưởng định vị của Lê Văn Thanh muốn chọn Thiên Thụ sơn làm hậu chẩm.

Cả hai đã trở thành người thiên cổ.

Ngồi trên đỉnh Thiên Thụ sơn rồi nhìn về phía sau Thiên Thụ lăng, nhận thấy thế đất cứ thấp dần ra tận bờ Tả Trạch. Hậu chẩm lép quá. Sự nuối tiếc tự nhiên dấy lên trong tôi.

Hạ sơn, dẫu biết mặt mũi nhem nhuốc, quần áo tro than bám đầy, nhưng lòng tôi vẫn lâng lâng khi trước tầm nhìn nhờ tư tưởng bố cục hiển hiện của 11 cụm kiến trúc lăng tẩm sầm uất của dừa, xoài, thốt nốt đã làm nên bóng dáng Gia Định nên ai cũng có thể nhận ra Lăng Thiên Thụ, *mang mang dấu ấn miệt vườn.*

Chuyện Lạ
Đêm Minh Thành

Giữa năm 1981 anh Phan Thuận An và tôi được ông Trưởng ban Quản lý Di tích Cố đô Huế phái lên phối hợp với ông Tôn Thất Hy thường ngày gọi là Đội Hy, Đội trưởng bảo vệ lăng Gia Long, tìm cách chống sập điện Gia Thành thuộc lăng bà Thuận Thiên Cao Hoàng Hậu, tục danh Trần Thị Đang thân mẫu nhà vua Nguyễn Thánh Tổ.

Hơn một giờ cắm cổ guồng, hai anh em tôi qua đò ngang bến Kim Ngọc, gửi xe đạp ở quán nước bên đường rồi lội bộ vào Minh Thành điện tìm ông Đội Hy.

Ông Ố mới lên thay ông Cẩn cho biết lăng không có chỗ nằm, nên thường ngày ông Đội có mặt một lúc rồi ra ngoài nhà dân ngủ nhờ. Hai anh em tôi ngồi chờ nơi cái chái sập ông Ố vừa chống lên để làm bếp và chỗ ngủ tạm. May quá! Chừng xong một tàn thuốc lá thì ông Ố với ông Đội Hy về. Ngồi với nhau e chừng chưa giập miếng bã trầu thì đã nghe tiếng dội chát chúa từ Gia Thành điện. Hai anh em tôi cùng ông Đội Hy đi ngay vào nơi phát ra tiếng chặt phá đang rộn rã.

Đến nơi, đứng giữa những tay rìu rựa mà ánh mắt họ long lên theo lòng căm thù đế quốc phong kiến ngùn ngụt, biết tính sao đây! Ông Đội Hy thì hằng ngày chén nước, điều thuốc làm lành với họ để được yên thân đi về. Anh Phan Thuận An với tôi lạ nước lạ cái thấy ánh thép lưỡi rìu loang loáng đã nản.

Đụng cọp rồi. Tôi thoáng nghĩ thế, để tự trấn an mà lên tiếng trước.

- Xin anh em dừng tay, Di tích đã được xếp hạng và chỉ vào một tấm biển nhỏ có 4 chữ: "Di tích xếp hạng" bị ai đó gạt sang một bên nằm chênh vênh nơi góc nhà.

Cả bọn rìu rựa quay lại nhìn tôi rồi ngạo mạn cười.

Đây là công trình kiến trúc duy nhất còn sót lại của lăng Thiên Thụ Hữu. Định Môn vốn là căn cứ địa thời "Đánh cho Mỹ cút, đánh cho ngụy nhào" nên bom đạn cũng lắm mà trình độ giác ngộ cách mạng cũng rất cao. Sự tôi luyện trong gian khổ chiến tranh cộng với tư tưởng bất cần quen với lối sống "ngậm ngãi tìm trầm" bươn trong rừng sâu tìm cơ may đổi đời đã tôi luyện số người này thái độ ứng xử với người lạ cũng lạnh như lưỡi rìu.

Mùa mưa gió việc "ngậm ngãi tìm trầm" tạm ngưng. Ngồi xo ro trong những mái nhà tranh mà vách liếp chỉ đủ che tầm nhìn nhưng không ngăn luồng gió, thiếu chất đốt sao yên.

Gia Thành điện đứng giữa đồi không mông quạnh đã gần thế kỷ rưỡi với nắng mưa gió bão và trống vắng hơi người nên đã hư hỏng nứt gãy, dột nát quá nặng.

Ông Tôn Thất Hy làm đội trưởng. Ông Ố mới lên thay ông Cẩn làm đội viên. Với khu lăng nằm trên đất quan phòng rộng 2875ha chỉ có 2 người. Kham sao nổi. Một mảng rui, mèn không còn ngói che. Một vài câu đầu, xà, trến đã lơi mộng một bên sà xuống nửa chừng. Trước tầm nhìn của củi số vật liệu này gợi nên ấm áp. Với anh em Định Môn, Gia Thành điện hiện diện như một "nguồn nhiên liệu". Mưa gió. Dễ lấy. Gần nhà. "Mỏ củi" trước mũi không tranh thủ chạy đi đâu cho xa.

- Các ông giữ những thứ vua quan này làm gì. Chúng tôi không lấy thì mưa gió cũng lấy! Các ông định chống đỡ ư? Chống bằng tay à?".

Một người trong bọn tiếp chúng tôi với lời đầu tiên là

thế.

Ông đội Hy thì trước sau vẫn phải giữ chỗ đi về. Anh Phan Thuận An là một thư sinh "bản địa" Huế từng được nâng niu trong tay "lá ngọc cành vàng" chưa một lần tiếp xúc với thực tế xã hội du đãng ngoài đời. Vả lại, anh An từng đã bảo vệ thành công Luận văn Cao học Sử về Phòng Thành Huế, vào thời điểm năm 1981 là "con chim đầu đàn" của bộ phận nghiệp vụ. Còn tôi, tuy có chút máu lính nhưng là người Hà Tĩnh vừa vào, mới được ông Trưởng Ban Quản Lý Di Tích gọi lên văn phòng giao việc lần đầu. Thực sự những ngày đó, tôi chưa biết chi về văn hóa Huế nên ngầm theo lời dạy dân gian "Học thầy không tầy học bạn". Rủ anh An đi là tự tôi. Gặp tình huống này hai người Huế quả là khó ăn khó nói. Tôi vốn có máu "cá gỗ" lại sắm vai tổ trưởng của ba người nên phải ra giọng phân trần đôi lời với anh em.

Để tránh những cái lưỡi rìu vô tri kia, chúng tôi đành phải đấu dịu mà giữ lối đi về, tôi thỏa thuận: Số rui mèn, đòn tay,... anh em ta trót đã hóa thân thành củi rồi, công ai người đó lấy. Kể từ nay xin anh em dừng tay để chúng ta còn cứu vãn di tích.

Không ngờ hai tiếng "chúng ta" lúc đó lại "đắt giá" đến thế.

Những người kiếm củi tươi tỉnh hẳn hò nhau bó rồi thản nhiên vác củi ra về.

Khi chỉ còn ba anh em đứng lại giữa sự sụp đổ như là tất nhiên, vẫn văng vẳng câu hỏi: "Các ông định chống đỡ ư? Chống bằng tay à?".

Câu hỏi của người Định Môn trước "sứ mệnh" của những người bảo tồn di tích năm 1981 quả là chí lý!

Biết Gia Thành điện và Minh Thành điện đang sụt đổ mà Tả, Hữu tùng tự không còn, nhưng kinh phí chống đỡ chưa kiếm đâu ra.

Với ba chúng tôi, phút khó xử nhất coi như đã qua, đứng lại ngao ngán trước phế tích đang trong cơn "hấp hối" giữa mùa mưa bão của trời và vô tri của con người. Tôi nghĩ có củi trong tay rồi nên họ dễ ra về. Nhưng sự trở lại đối với họ, vẫn là tiếng gọi của bếp lửa mùa mưa.

Một tòa nhà trùng thiềm điệp ốc lợp ngói âm dương quá nặng đang đuối sức. Một số chân cột đã bị gió bão xô trượt ra khỏi chỗ đứng ban đầu. Những viên đá tảng chênh vênh. Toàn bộ ngôi điện đã xiêu hẳn về một phía. Tường vôi vữa đã bong, nứt, nghiêng, sụt. Một góc mái chính tích với hai đầu mái chái tiền tích ngói đã sụt, rui mèn đã được "hạ thổ" theo người Định Môn làng làm nhiên liệu rồi.

"Chống bằng tay à?".

Kinh phí không một đồng. Vật liệu không một tấc. Sức nặng hàng chục tấn trên đầu 3 con người mong manh sao mà hài hước vậy. Ra khỏi chỗ đứng là điều đầu tiên đối với chúng tôi.

Trời về chiều. Những mảng mây mọng nước u ám đã nhòa những cây thông cây xoài tốt số. Hai anh em tôi theo ông đội Hy sang Minh Thành điện.

Ông Ố đang lúi húi trong một góc sập của Tả vu lo bữa cơm chiều cho 4 anh em. Ba gian Tả vu chỉ còn lại mái chái trái để ông Ố chống ghếch một đầu lên tường hồi làm chỗ dung thân, cũng là may. Bờ tường thấp đỡ nghiêng một mái như người gánh quá nặng đã quỵ một đầu xuống nền nhà.

Bếp là một mớ tro với ba cục đá làm ba ông đầu rau. Leo lét lửa và phảng phất mùi dưa chua nấu với cá con mấy người đơm bắt ngoài hồ Dài cho ông Ố như là "lại quả". Bên cạnh bếp là một tấm ván hình như là cánh cửa cũ kê sát tường hồi để tránh sập là chỗ nằm của bác Cẩn nhường lại cho người đến thế chân. Cơm tối xong ông đội Hy giúp chúng tôi kê hai tấm ván vào gian giữa Minh Thành điện làm chỗ ngả lưng qua đêm.

Minh Thành điện là một tòa nhà trùng thiềm điệp ốc, cột lim đen bóng bởi sắc gỗ lâu ngày lên nước y như cột đình thờ Cương Quốc công Nguyễn Xí của làng tôi. Một số chân cột của chính tích và tiền tích đá chệch ra bên ngoài đá tảng. Ngói mái sau và hai mái chái kép đã sụt, vỡ nhiều chỗ nên nền chính tích lênh láng nước mưa. Duy chỉ còn gian giữa tiền tích không dột lại vừa được chống đỡ bằng mấy cây thông con xin bên Lâm nghiệp nên ông đội Hy sắp xếp cho hai chúng tôi chỗ đó. So với các gian bên, gian giữa có vẻ còn vững hơn. Tuy nhiên để đề phòng sự sụp đổ bất ưng, chúng tôi kê hai tấm ván sát bậc thềm và bảo nhau trở đầu ra phía ngoài để nhỡ khi mái sập dễ thoát, chí ít còn giữ được cái đầu. Bởi chỉ nghĩ đến cái đầu mình nên quên lễ nghĩa.

Đêm càng vào khuya càng rờn rợn bởi sự im lặng quá nặng nề và bởi cả những tiếng rừng đa âm mà khó đoán. Bồn chồn nên khó ngủ, hai chúng tôi cứ trằn trọc băn khoăn và một điều rất lạ là như có hàng triệu triệu con kiến gió bò rân rân trên da thịt khắp cơ thể tôi. Bò mà không cắn.Tôi ngồi dậy cởi áo vừa phủi vừa xoa rồi dém màn lên kéo chiếu ra sân để rũ. Phan Thuận An thấy tôi ôm chiếu ra ngoài cũng làm theo. Thì ra bên đó cũng bị hàng triệu con kiến bò như tôi. Rũ chiếu, rung mùng, thay áo, nhưng cả hai không tìm thấy một con kiến nào. Thế mới lạ. Kiến bò rõ ràng thế mà không nhận ra dù chỉ một con.

Tôi rờn rợn nghĩ ngay đến ma. Nhưng trong điện thờ vua ma vào thế nào được.

Thôi rồi! mình là một thần dân nằm ngược trước án thờ là phạm trọng tội vô lễ. Tôi nghĩ vậy rồi khẽ nói với anh An. Ta nằm giữa gian bảy (quê tôi thường gọi gian giữa là gian bảy) mà quay đầu ra ngoài là vô lễ, phạm thượng rồi! Ta bị quở đó. Quay lại thôi! Thế là hai anh em tôi lại nằm trở đầu vào phía trong.

Từ phút đó, chúng tôi không hề bị kiến bò, an tâm ngủ một giấc thật sâu cho đến sáng. Bị quở để nhắc nhở mà không bị phạt là phúc lớn đối với chúng tôi.

Hướng thượng mỗi khi vào đền chùa đình miếu là lời dạy của bà ngoại tôi từ thuở chúng tôi còn lẽo đẽo theo bà lên chùa đã trở thành thuộc tính. Vô ý một lần bởi chỉ nghĩ bảo vệ cái đầu phòng khi điện Minh Thành sập nên quên lễ nghĩa. Những con kiến như vệ sĩ của đấng vô biên cao cả độ lượng đã dạy chúng tôi đừng bao giờ vô lễ với người đã khuất. Nhất là các vị tiền bối có công lập quốc.

Thế rồi điện Gia Thành vẫn không giữ được. Một số người Định Môn đã nhanh tay hơn mưa bão, nhanh tay hơn kế hoạch mà chúng tôi đệ trình lên Trưởng ban Quản lý Di tích, xin kinh phí mua vật tư chống đỡ. Tiếc nhất là những ô chữ trên các dải liên ba. Giá mà hồi đó chúng tôi có máy ảnh, có kinh phí thì may cho hôm nay biết nhường nào! Những ô chữ về sau khi tìm ra mối liên hệ tôi mới biết chính là các ô thơ vua. Tiếc quá.

Ngày đó hai chúng tôi không làm được những điều mình mong muốn. Nhưng chuyện lạ đêm Minh Thành luôn luôn nhắc tôi đừng bao giờ vong ân với quá khứ.

Hiếu Lăng,
Một Bảo Tàng Thơ

Minh Lâu
(tranh: Marius Hubert Robert)

Trước tết đầu năm 1981 tình hình lăng Minh Mạng bất ổn vì một số người ngang nhiên vào chặt cây lấy củi, đánh bắt chim cá, anh em bảo vệ nói không nga. Lại còn bị họ răn đe nào ngụy quân, nào ngụy quyền. Những người gây sự cứ ngang nhiên gây sự. Là một cán bộ ngành bảo tồn bảo tàng từ Hà Nội mới vào nhận việc non một tháng, được ông Trưởng ban Quản lý Di tích Nguyễn Như Cầm sai lên nắm tình hình và giải quyết cho ổn thỏa, tôi thực sự ngỡ ngàng lúng túng.

Sau một vài lần tiếp xúc, tôi nhận thấy những người vào lăng lấy củi đánh bắt chim cá đều xuất phát từ nhận thức "mới" sau năm 1975. Lăng vua là phong kiến. Người giữ lăng đều là ngụy quyền. Ông Giám đốc Sở Văn hóa Thông tin lại cho phá một đoạn La thành để đưa xe chở phân, hom sắn nông cụ vào sản xuất. Sự thiêng liêng như người ta nghĩ không còn mà tư tưởng làm chủ tập thể của họ lại đang được cổ xúy. Chim trời cá nước là của chung. Những khẩu súng thể thao quốc phòng, những mũi lao lăm lăm trong tay họ, tôi biết là khó mà giải thích can ngăn.

Thế rồi qua ông Đội Mười tôi biết tên và nhà Trưởng Công an xã Hương Thọ. *"Phép vua thua lệ làng"* một chuyện cầu may lóe lên từ câu ngạn ngữ đó. Tôi đi tìm anh Vĩnh bên Tuần. Quả là đắc sách. Anh Vĩnh đẹp trai, hiền lành, khiêm tốn sao mà có uy với đám "anh hùng nhất khoảnh" ấy.

Từ đó tôi thường lên lăng và trở thành bạn thân của anh Vĩnh.

Vài năm quen việc, không còn phải lo chuyện đánh bắt chim cá nữa mà để thống kê, khảo tả, lập hồ sơ di tích, đề xuất chống sập hay chống dột. Dần dần tôi thích ngôi lăng này. Thời gian không lâu sau đó, Tạp chí Sông Hương ra đời. Tôi xin cộng tác và gửi bài:

"Những nét giản đơn có ích trong kiến trúc lăng Minh Mạng".

Bài được đăng vài tuần sau thì anh Nguyễn Khoa Điềm Tổng Biên tập, gọi tôi đến Tòa soạn ở số 5 đường Đinh Tiên Hoàng (bên ngoài cửa Thượng Tứ) đưa cho tôi nhìn qua mấy bài phê phán tôi còn nặng tư tưởng bảo hoàng, ca ngợi lăng vua là gián tiếp ca ngợi vua, ca ngợi phong kiến…(trong số đó có tác giả thuộc hệ Vĩnh).Tôi trình bày với anh Điềm là tôi chỉ nghĩ đến kiến trúc và nghệ thuật thuần túy của người thợ thủ công và bình dân. Tôi không hề ca ngợi vua. Anh Điềm thông cảm. Bỏ qua. Bài của các tác giả thể hiện cao quan điểm lập trường nhưng chưa nên tác phẩm dành cho một tạp chí nên rủ nhau lịm.

Tôi biết phận mình ngoại lai, càng thấm tấm lòng nhân loại của vùng đất đang cưu mang mình. "Làm thinh" như một vài vị cao niên nhắc nhủ tôi quả là đắc sách. Tôi không dám ho he nữa. 30 năm đã qua, nhân ngồi nơi xứ lạnh viết "Hiếu Lăng, một bảo tàng thơ" tôi nghĩ lại những con tim nồng nàn một thuở chắc đã nguội rồi nên xin in lại nguyên văn bài đó, mong được sự chứng giám của những tấm lòng thành, khi sự hung hăng thuở nào chỉ còn lảng vảng trong thấp thoáng hoàng hôn.

"Những nét giản đơn có ích trong kiến trúc lăng Minh Mạng"

Lăng Minh Mạng nằm dưới chân núi Cẩm Kê thuộc thôn La Khê làng An Bằng huyện Hương Trà cũ, nay là thôn Liên Bằng, xã Hương Thọ, thành phố Huế. Địa thế dải đất này rất đẹp. Hiện thời cây cối ở chung quanh đã lùi xa để lại những khoảng trống nối dài trên các triền đồi thoai thoải, khu lăng trở nên lẻ loi hơn.

Đứng ở hữu ngạn sông Hương phía dưới chợ Tuần chúng ta trông qua ngã ba Bằng Lãng sẽ thấy khu lăng nằm thanh thản nổi rõ giữa núi đồi, trời mây, sông nước thật ngoạn mục. Sự an bài trước cảnh "sơn hồi thủy tụ" này tạo cho khu lăng rất đỗi tự nhiên. Dòng sông Hương trong xanh như một dải lụa làm bức diềm phía trên. Núi Kim Phụng cân phân làm cái gối dệt phía sau. Rừng thông chỗ đậm, chỗ thưa, làm các công trình kiến trúc bên trong thấp thoáng như ẩn mà như hiện dưới các tàn lá xanh tạo nên sự hài hòa, ăn ý giữa con người và thiên nhiên. Đây là lăng vua Nguyễn thứ hai, sau lăng Gia Long và cũng là lăng hoàn chỉnh mang trọn dấu ấn của chế độ quân chủ tập quyền Việt Nam ở đỉnh cao của thời thịnh. Cá tính của mỗi ông vua, tâm lý triều đại và bối cảnh xã hội từng thời cùng với một yếu tố nữa không thể không tính đến là trình độ thẩm mỹ và kỹ thuật ở mỗi giai đoạn lịch sử đã tạo nên những phong cách riêng ở từng lăng. Tôi muốn nói những điều trên trước khi bàn đến lăng Minh Mạng. Bởi vì muốn tự mình gạt ra khỏi mình cái tự ti dân tộc thật buồn cười. Lăng vua Nguyễn ở Huế lại "bắt chước" lăng vua nhà Minh bên Trung Quốc sao. Trong lịch sử loài người việc giao lưu văn hoá giữa các dân tộc láng giềng thường diễn ra như một điều tất yếu. Tuy nhiên về mặt kiến trúc lại không phải giản đơn để phôi pha tính dân tộc cổ truyền của nó. Vả lại ở một đất nước đã có những con người như Nguyễn An biết thiết kế cố cung cho nước Trung Hoa, lẽ nào đất nước đó lại không có người biết sáng tạo ra những tổng thể kiến trúc trên tổ quốc mình. Hơn nữa, khi các vua Nguyễn xây lăng cho mình thì các lăng vua Minh đã trở thành những nấm mồ vô chủ thê lương dưới triều Mãn Thanh và những năm tháng Quốc Cộng so gươm đấu súng. Trong ý thức tư tưởng phong kiến phương Đông ít khi người ta noi theo những gì đã suy vong. Vả lại, cảm tưởng ban đầu khi bước vào các khu lăng vua Nguyễn ở Huế, du khách thường thấy nhẹ nhõm, khoáng đạt. Lăng các vua Minh không tạo được không khí công viên như thế. Điều làm cho một vài người coi lăng vua Nguyễn là bản sao lăng vua Minh có lẽ ở sự thể hiện thế giới quan theo cùng một mạch Nho giáo mà hai nhà nước phong kiến phương Đông này đều coi như một thứ cẩm nang để "tề gia, trị quốc, bình thiên hạ". Viết thử tìm hiểu "Những nét giản đơn có ích trong bố cục kiến trúc lăng Minh Mạng", chúng tôi muốn có những kết luận khách quan và công bằng hơn. Minh Mạng lên nối ngôi khi chế độ quân chủ trung ương tập quyền nhà Nguyễn đã được củng cố triệt để. Từ sự điều chỉnh thể chế, kỷ cương trên phạm vi cả nước đến sự bố cục lại vị trí các công trình kiến trúc trong Hoàng thành và quy hoạch khu lăng cho chính mình, Minh Mạng đã bộc lộ đầy đủ cá tính của một ông vua đắc ý. Thế nhưng, trong một nhà nước phong kiến phương Đông ở thế kỷ XIX, khi mà sản xuất hàng hóa đã manh nha mà vẫn giữ phương thức sản xuất lỗi thời, kìm hãm sức sản xuất mới thì tự nó đã trở thành sức cản của sự phát triển. Sự đòi giải phóng sức lao động như là một điều tất yếu.

Chế độ phong kiến ở Việt Nam lúc này đã bước vào buổi mãn chiều. Các phong trào khởi nghĩa nông dân vì thế không hề giảm xuống mà ngày có xu hướng lan rộng hơn và mạnh hơn. Trong bài viết nhỏ này, chúng tôi không có dụng ý phê phán bản chất chế độ phong kiến nhà Nguyễn mà Minh Mạng là người đại diện. Ở đây, khi bàn về bố cục kiến trúc một khu lăng, điều đáng ngợi ca lại thuộc về nghệ nhân và thợ thủ công nửa đầu thế kỷ XIX. Điểm qua vài nét về Minh Mạng và bối cảnh xã hội đương thời cũng không ngoài ý nghĩa làm nền khi bàn đến bố cục kiến trúc khu lăng. Minh Mạng với hơn hai mươi năm ở địa vị hoàng đế đã đưa triều đại phong kiến nhà Nguyễn đến đỉnh cao của nó. Lăng Minh Mạng được khởi công xây dựng vào thời điểm cuối cùng của đỉnh cao này. Nhìn vào bố cục kiến trúc đăng đối, thâm nghiêm của khu lăng như là sự phản ánh chế độ quân chủ chuyên chế ở Việt Nam nửa đầu thế kỷ XIX. Một điều thú vị là trong sự nghiêm khắc đăng đối rất công thức ấy, những nhà kiến trúc và nghệ nhân thuở đó đã tạo nên những nét giản đơn, cái giản đơn buông thả, bất ngờ như vô ý nhưng là cố ý phối hợp với sự cầu kỳ quả thật có ích, tạo cho khu lăng Minh Mạng một cái duyên riêng, càng ngắm càng vui mắt. Trí tuệ và bàn tay của người lao động Việt Nam như vậy đó. Công việc xây lăng được chính thức bắt đầu từ tháng 4 năm 1840 sau khi Minh Mạng lên xem xét khu đất này lần cuối cùng và đổi tên núi Cẩm Kê thành Hiếu Sơn. Vì vậy lăng Minh Mạng có tên là Hiếu Lăng. Ngay lúc đó Truuwng Đăng Quế, Bùi Công Huyên đem giám thành vệ lên vẽ đồ án thiết kế. Minh Mạng hài lòng phê chuẩn và ban thưởng cho mọi người rồi ra lệnh khởi công. (Thực ra công việc chuẩn bị xây lăng đã được bắt đầu từ trước đó mười bốn năm (1826), khi Lê Văn Đức tìm ra cuộc đất này. Lúc ấy Minh Mạng mới 36 tuổi. Đợt đầu do các ông Đổng lý Lê Đăng Doanh, Nguyễn Trung Mậu, Lý Văn Phức điều khiển các công việc. Bốn tháng sau (8-1840), Minh Mạng lại lên kiểm tra, không vừa ý vì công việc đào hai nửa hồ Trừng Minh thiếu cân đối nên đã giáng chức tất cả các quan trông coi và đình chỉ công việc. Đầu năm 1841, Minh Mạng

*băng hà, nhà vua Nguyễn Phúc Miên Tông lên nối ngôi đặt
niên hiệu là Thiệu Trị (11-2-1841), mười ngày sau ông vua
mới này lại cho bắt đầu công việc xây lăng của cha mình đại
thể như đồ án cũ. Mọi công việc hoàn tất vào cuối năm 1843.
Thiệu Trị có châm chước một phần vì sự không cân bằng hai
phần hồ Trừng Minh mà Minh Mạng trước đó rất khó chịu.
Điều này một phần do cá tính của Miên Tông, nhưng một
phần do sự bức xúc cần đưa thi hài người quá cố vào lăng
không cho phép kéo dài công việc. Các công trình kiến trúc
bên trong được bao bọc bởi một vòng La thành bằng gạch có
chu vi 1732m. Chức năng chủ yếu của La thành là bảo vệ
lăng. Tuy nhiên nó uốn lượn mềm mại, giản đơn mà không
theo một khuôn dạng hình học nào cả nên mặc dù cao đến 3m
vẫn không làm chúng ta tức mắt. Vì thế về mặt thẩm mỹ nó chỉ
còn là giới hạn qui ước để cho không gian từ xa nhập vào
trong tâm lăng không đứt mạch, không gián đoạn. Lăng có
khuôn viên riêng vẫn có cảm tưởng như là hoành tráng. Giới
hạn mà không giới hạn, chung, rất chung mà lại rất riêng. Ai
bảo những điều như thế các nhà kiến trúc Việt Nam nửa đầu
thế kỷ XIX không có dụng ý! Phía trước, vuông góc với đường
thần đạo (trục chính xuyên tâm điện thờ và mộ), La thành
được tạo nên một đoạn rất thẳng. Chính giữa đoạn thẳng đó
là Đại Hồng môn (cửa chính vào lăng) làm nên điểm đầu của
đường thần đạo. Hai đầu đoạn thẳng này là Tả Hồng môn và
Hữu Hồng môn. Đoạn thẳng của La thành phối hợp với sân
chầu (Bái đình) tạo nên một hình vuông và gây ấn tượng
vuông cho cả khu vực điện thờ nằm trên một dải đất cao do
đào hồ Trừng Minh đắp lên được đặt tên Phụng Thần sơn.
Tiếp sau sân chầu là nhà bia (Bi đình) trong đó dựng một tấm
bia đá hình chữ nhật (3,10m x 1,60m) cũng được gọi là
"Thánh đức thần công" do nhà vua Thiệu Trị soạn nội dung
nói về tiểu sử và công đức của vua cha. Sân Triều lễ có ba
cấp tượng trưng cho thiên, địa, nhân (tam tài) nối sân nhà bia
với Hiển Đức môn phía trên có vọng lâu và nằm giữa đường
Thần Đạo.*

Điện Sùng Ân nằm ở vị trí trung tâm Phụng thần sơn, kiến trúc theo lối trùng thiềm điệp ốc. Tiền điện bảy gian: chính điện năm gian. Sân trước điện Sùng Ân chung với sân Tả Tùng tự và Hữu Tùng tự. Sân sau chung với tả tùng viện và hữu tùng viện. Cả năm công trình kiến trúc này hợp lại thành hình chữ công (I) được bao bọc chung quanh bởi một khung thành hình vuông bằng gạch thấp và mỏng hơn La thành. Đối xứng với Hiển Đức môn (phía trước), Hoằng Trạch môn (phía sau) cũng nằm trên trục Thần Đạo ở điểm gặp khung thành phía sau điện Sùng Ân. Điều đáng lưu ý ở đây là tại cụm kiến trúc chính chúng ta đều không tìm thấy dáng dấp Thăng Long. Bờ nóc, bờ quyết không bay vút lên để tan vào không gian như kiến trúc cổ ở miền Bắc nước ta. Mái thẳng ngang, cột nhỏ mảnh mai không vuốt thon. Mái không võng xuống, lại được cắt ra làm hai phần giữa có một dãy cổ diềm chia từng ô trang trí nên trông không mềm mại nhưng lại đỡ nặng nề. Đặc biệt hàng cột hiên nhỏ cắt không gian mặt trước ra từng ô làm cho ngôi nhà tưởng như cao hơn tầm cao thực của nó. Chúng tôi nghĩ rằng đó cũng là những nét giản đơn có ích bổ sung vào vẻ thanh tú của nghệ thuật kiến trúc Huế. Qua vòm cuốn của Hoằng Trạch môn xuống khỏi tam cấp gồm mười bảy bậc bó bằng đá Thanh thì đến ba cái cầu xây song song nối Phụng Thần sơn với Tam Tài sơn. Cầu chính giữa có tên là Trung Đạo kiều. Hai bên trái, phải là Tả Phù và Hữu Bật. Đây vừa là đoạn nối hai nửa hồ Trừng Minh vừa là chỗ uốn dòng nước chảy từ phía trái khu mộ táng thoát ra cống vòm gần Tả Hồng môn theo thế "tả sa tác án chi huyền thủy" mà chúng ta thường gặp trong các lăng vua ở Huế. Cả ba cầu này đều được hạ độ cao xuống mức thấp nhất để cho Minh Lâu trên đồi Tam Tài càng cao vút hơn. Những vòm cây và trụ biểu Bình sơn và Thành sơn trên hai ngọn đồi cùng tên điểm xuyết thêm cho vẻ đẹp của nó. Minh Lâu (lầu sáng) hai tầng như một dấu chấm vuông kết thúc khu vực hình vuông bắt đầu từ Đại Hồng môn. Hai Nghi môn, mỗi cái có bốn cột đồng đúc rồng đoanh dựng ở hai đầu cầu. Cầu Thông Minh Chính Trực dài 49m, rộng 4m, hai bên có lan can thưa *thoáng vắt qua hồ bán nguyệt (Tân Nguyệt trì) nối đồi Tam Tài với Bửu Thành (khu mộ táng).*

Bửu Thành xây trên một đồi đất cao, có hình tròn chu vi 270m. Đỉnh đồi là tâm của Bửu Thành nằm trên trục thần đạo. Đây là khu vực có nhiều cây cổ thụ phần lớn là thông nên quanh năm phủ đầy bóng mát. Nhìn vào trắc đồ dọc theo trục thần đạo từ Đại Hồng môn (cửa trước) đến điểm sau Bửu Thành có dáng dấp như một người nằm ngửa mà phía đầu cao hơn phía chân một ít. Đó là thế nằm thanh thản của một con người. Các công trình chủ yếu của lăng sắp xếp tuần tự từ ngoài vào trong theo một đội hình hàng dọc trên trục chính này: Đại Hồng môn, sân chầu (Bái đình), nhà bia (Bi đình), sân triều lễ, Hiển Đức môn, Sùng Ân điện, Hoằng Trạch môn, Trung Đạo kiều, Minh Lâu, Thông Minh Chính Trực kiều, Bửu Thành (khu mộ). Các công trình khác nằm rải rác trên các ngọn đồi chung quanh: Tả Tùng phòng trên Tịnh Sơn, Hữu Tùng phòng trên Ý Sơn; Tuần Lộc Hiên trên Đức Hóa Sơn; Linh Phương Các trên Khải Trạch Sơn, Quan Lan Sở trên Đạo Thống Sơn; Truy Tu Trai trên Phúc ấm Sơn; Hư Hoài Tạ trên đảo Trấn Thủy... Tất cả đều được sắp xếp nhặt khoan chung quanh điện Sùng Ân trên Phụng Thần Sơn, ẩn hiện dưới những tán cây xanh đậm vừa có chức năng cụ thể để thờ phụng, để hóng mát, để ở, để nuôi nai... nhưng vừa có chức năng tượng trưng như các hành tinh nhỏ quay quanh hành tinh lớn ấy là khu vực trung tâm trên Phụng Thần Sơn, một biểu tượng của trái đất. Minh Lâu dựng trên đồi đất được đặt tên là "Tam Tài Sơn". Sân Triều lễ làm thành ba cấp cũng mang ý nghĩa tam tài đều là biểu tượng của mối quan hệ trời, đất, người (tam tài). Từ Đại Cung môn đến Minh Lâu các cụm kiến trúc đều có hình vuông trên những ô sân trong những khung thành cũng có hình vuông. Điện Sùng Ân nằm ở ô vuông trung tâm. Trong quy ước xưa, vuông là đất. Trời tròn đất vuông là thế. Đất thì có giới hạn. Vậy thì đất là một hình vuông hữu hạn. Trời bao la không có giới hạn. Do vậy, trời là một hình tròn vô biên. Khi đang sống "đấng thiên tử" ở giữa trái đất. Lúc "băng hà" con trời về trời tức về cõi vô biên. Chính lúc đó đã "bình thành công đức" (Kinh Dịch). Vì thế hai bên Minh Lâu trước khi bước xuống cầu "Thông Minh Chính Trực" có hai trụ biểu được xây cao trên hai ngọn đồi đặt tên là Bình Sơn và Thành Sơn mang dụng ý là đã "bình thành công đức" trước lúc về cõi vô biên. Về âm và dương cũng theo mạch hiểu biết đó để xây dựng thành những biểu tượng cụ thể. Trong bố cục kiến trúc ở đây nếu thể hiện âm dương là mặt trăng và mặt trời đều là hình tròn cả thì về mặt biểu tượng đã khó giải quyết mà về mặt thẩm mỹ cũng thật khó coi. Do vậy, mặt trăng (âm) được biểu hiện bằng hồ bán nguyệt (Tân Nguyệt trì) nằm giữa Minh Lâu (vuông) và Bửu Thành (tròn) vừa gây ấn tượng dễ biết đó là trăng thượng tuần vừa làm chức năng chuyển tiếp từ vuông sang tròn không đột ngột. Vả lại, hồ bán nguyệt nằm ngoài như ôm lấy Bửu Thành là thể hiện ý của Lão Tử: "Vạn vật phụ âm nhi bảo dương, sung khí dĩ nhi hòa" (vạn vật khí âm nằm bên ngoài ôm khí dương ở bên trong, hai khí sung mãn thì có hòa khí). Một điều lý thú và dễ nhận biết nữa là sự bố cục nhân tạo lồng phối vào hình dạng tự nhiên của thiên nhiên gây cho người ta một ấn tượng trừu tượng được cụ thể hóa bằng trực quan. Khu mộ có Bửu Thành hình tròn nằm trong vòng cánh cung của hồ bán nguyệt. Bên ngoài lại có vòng La Thành mềm mại cũng được uốn lượn cùng một chiều. Triền đồi lúp xúp làm một vòng trung gian giữa La thành với rặng núi xanh xa ăn nhập với chân trời đều tạo nên những khoảng không gian hình vành khăn cứ nới rộng dần mà tâm của cả năm vòng tròn đồng tâm này chính là tâm của Bửu Thành. Điểm nằm vĩnh cửu của vị "thiên tử". Đó là tâm của vũ trụ ở cõi vô biên vậy. Nhìn toàn bộ bố cục kiến trúc của lăng Minh Mạng do xây dựng trên cơ sở tư tưởng chịu ảnh hưởng sâu sắc của đạo Nho nên mới đầu cảm thấy khó coi bởi công thức theo một khuôn phép đơn điệu của nó. Nhưng do nghệ thuật tạo dáng trong đó có những nét giản đơn có ích của các nhà kiến trúc dân tộc và nghệ nhân ở Huế thế kỷ XIX đã tạo nên phong cách kiến trúc Huế những nét độc đáo riêng. Lăng Minh

Mạng thâm nghiêm thăm thắm mà cao sáng, chặt chẽ mà sinh động hài hòa. Đó là một trong những "kiệt tác về thơ kiến trúc đô thị".

"Nét giản đơn có ích..." còn bị quy kết bảo hoàng thì viết sao cho vừa lòng thiên hạ. Việc tôi, âm thầm tôi làm. Đương nhiên là không dám trương lên mặt báo nữa. Nhưng ồn ào mấy rồi cũng buồn cười mà lặng.

Hiếu lăng vẫn canh cánh những ô chữ, những ô bát bửu, những ô tứ thời xuân, hạ, thu, đông; mai, lan, cúc, trúc ...trên các dải liên ba, trên các diềm trang trí. Trình độ Hán học của tôi chưa qua "tam tự kinh". Có thuộc vài mẫu "tam thiên tự" thiên trời, địa đất... ít nhiều qua lời ru của bà ngoại, thì như con vẹt làu làu đầu miệng mà vuông tròn không nhận ra. Thế rồi với tư cách là phụ tá nghiệp vụ, tôi nghĩ đến các ô chữ ở điện Gia Thành trên lăng Thiên Thụ Hữu bị bão trời và bão người hóa kiếp nên đã đề nghị ban Giám đốc cho phép tổ chức ghi chép, phiên âm, dịch nghĩa những ô chữ trên các công trình cung điện thuộc di tích Cố đô Huế.

Bởi công việc, sau một buổi sáng lang thang ở Hiếu lăng, đúng ngọ tôi trèo lên Minh Lâu tìm chỗ khuất nghỉ trưa. Nhai hết mẫu bánh mì, tu một ngụm nước ấm bụng, dường như tôi có chợp mắt thiu thiu một chút thì chập chờn văng vẳng xa xăm ba tiếng Hiển Đức môn. Tôi choàng dậy xuống thang ra cửa Hiển Đức liền. So với Minh Lâu, điện Sùng Ân, nhà bia thì mặt trước cửa Hiển Đức chỉ có 16 ô chữ mà thôi. Trong 16 ô đó lại chỉ có 4 ô 5 chữ còn nữa là các ô 7 chữ. Bỗng nhiên tôi nghĩ đến ngũ ngôn và thất ngôn trong các dạng thơ tứ tuyệt. Tôi dán mắt vào bốn ô 5 chữ duy nhất ở đây rồi dò xem bốn ô đó trong bản ghi chép mà thầy Trần Đại Vinh đã đánh máy là những ô nào. Ghi chép từ trên xuống dưới, từ phải sang trái, theo luật chữ Hán. Tôi cũng dò từ trên xuống dưới, từ phải sang trái trong tư liệu cầm tay để tìm những dòng nào thuộc ô nào trên liên ba kiến trúc. Vì chỉ có 4 ô 5 chữ nên chỉ có 4 dòng thể loại đó trong tư liệu. Tôi nhận ra ngay. Nhận ra rồi luận theo vần và điệu. Thì ra người xưa xếp các ô chữ như ông nội tôi treo câu đối ở nhà thờ. Đối xứng. Đối diện. Liên hoàn. Ghép được 4 ô 5 chữ như sáng mắt ra, tôi men dần 12 ô còn lại ở mặt trước Hiển Đức môn. Đơn giản thế thôi. Vậy là tôi tìm ra cách ghép toàn bộ các ô chữ ở Hiếu lăng gồm nhà bia, cửa Hiển Đức, điện Sùng Ân, Minh Lâu.

Cụ thể như sau:

Nội ngoại thất nhà bia (trừ cổ lâu ngoài) có 24 ô 5 chữ và 40 ô 7 chữ tôi ghép thành 6 bài thơ ngũ ngôn tứ tuyệt và 10 bài thơ thất ngôn tứ tuyệt. Tổng cộng là 16 bài thơ thất ngôn và ngũ ngôn tứ tuyệt.

Nội ngoại thất cửa Hiển Đức có 4 ô 5 chữ và 36 ô 7 chữ tôi ghép thành 1 bài thơ ngũ ngôn và 9 bài thơ thất ngôn. Tổng cộng là 10 bài thơ ngũ ngôn và thất ngôn tứ tuyệt.

Nội ngoại thất điện Sùng Ân có 114 ô 5 chữ, 38 ô 7 chữ, tôi ghép thành 28 bài ngũ ngôn tứ tuyệt với 8 bài thơ thất ngôn tứ tuyệt và ba cặp đối.

Nội ngoại thất Minh lâu:

Tầng trên có 64 ô 5 chữ và 12 ô 7 chữ, tôi ghép được 16 bài thơ ngũ ngôn tứ tuyệt và 3 bài thất ngôn tứ tuyệt.

Tầng dưới có 52 ô 5 chữ và 80 ô 7 chữ, tôi ghép được 13 bài ngũ ngôn tứ tuyệt, 18 bài thất ngôn tứ tuyệt, 4 bài dạng 4 cặp đối.

Tôi thực sự hài lòng, thực sự hoan hỷ mang kết quả này khoe với mấy vị thân sĩ, mấy bạn vong niên như bác Hoàng Văn Ngũ (Ngũ Xa Thơ), họa sĩ Quốc Tiến, nhà Sử học Trần Thanh Tâm, thầy giáo Lê Văn Lợi, thầy giáo Trần Đại Vinh, thầy giáo Đinh Khắc Duyệt (Nguyệt Đinh), nhà thơ Mạnh Hồ, nhà văn Hoàng Phủ Ngọc Tường, nhà thơ Nguyễn Trọng Tạo, nhà thơ Ngô Minh, nhà giáo Nguyễn Thanh Thọ, cùng các bạn tâm giao khác.

Ngạc nhiên và chia vui. Dường như mọi người đều chung một ý là các ô chữ có mặt tại Hiếu lăng đã tròn 150 năm chưa ai nghĩ ra cách ghép để có những bài thơ ngũ ngôn hay thất ngôn tứ tuyệt. Vui, hồ hởi nên chúng tôi chia nhau dịch thơ theo các bản ghi chép phiên âm và dịch nghĩa do các anh Trần Đại Vinh, Phan Thuận An, Nguyễn Tân Phong thực hiện. Tập sách nhỏ "Lăng Của Hoàng Đế Minh Mạng" tôi viết dựa trên sự may mắn này.

Niềm vui đang vượng thì anh Nguyễn Văn Kự bạn cũ thuở hàn vi từ Hà Nội vào Huế. 18 năm kể từ ngày chúng tôi rời bỏ đội tự vệ sao vuông của bộ Văn hóa Thông tin đến nay mới gặp lại. Với tư cách là Vụ trưởng Vụ hợp tác Quốc tế của Ủy ban Khoa học Xã hội và Nhân văn Việt Nam, anh Kự khuyên tôi viết sách về văn hóa Huế anh ta sẽ xin cho một nguồn tài trợ in ấn. Tôi đưa bản thảo Lăng Của Hoàng Đế Minh Mạng với những bài thơ ghép ở Hiếu lăng cùng các bản dịch của bạn bè. Dịp đó Ngài Soichi Ijima Chủ tịch và ông Makita cán bộ chương trình của TOYOTA FOUNDATION cũng có mặt ở Huế.

Không lâu sau đó tôi nhận được một khoản kinh phí do Toyota Foundation tài trợ để in 1 nghìn bản sách Lăng Của Hoàng Đế Minh Mạng.

Có người bảo đó chính lộc vua ban. Tôi thật sự vui sướng nhưng không dám nghĩ thế.

Chỉ ư chí thiện tuân kinh sử
Hành bất vi nhân pháp điển mô

Trong hàng trăm ô chữ ở Hiếu lăng, hai câu trên được tôn trí chính giữa dải cổ diềm mái trước tiền tích điện Sùng Ân như là một lời tuyên bố của chủ nhân ngôi lăng mẫu mực này.

Như vậy là ba năm đầu của nhà vua Nguyễn Hiến Tổ (1841 – 1843) đã để lại cho đất nước một công trình kiến trúc mẫu mực, một di sản văn hóa hữu thể hàm chứa một di sản văn hóa vô thể đặc sắc. Đó là Hiếu Lăng, một gia tài thơ, một bảo tàng thơ.

Không dám nghĩ xa hơn. Chỉ riêng trên đất nước ta từ Đinh, Lê, Lý, Trần, Lê thử xem, đã có ngôi lăng vua nào như thế.

Đất nước. Biển cả. Lân Bang. Vũ trụ. Lắng lên trong ta sự thịnh vượng của một vùng lãnh thổ Tổ quốc. Lắng lên trong ta một gia tài văn hóa. Lắng lên trong ta một tiềm năng thơ ca. Lắng lên trong ta niềm tự hào xứ sở.

Hiếu lăng chính là tất cả.

Đình tiền vụ tảo chiêm minh lãng
Thiên tế vân khai vọng diểu mang
Tứ hải lượng giai hoài ái đãi
Cửu châu hàm dục ngưỡng thanh quang.

Thơ ở nhà bia

Duyên đồ cục mục hoàng vân bố
Mãn dã ngu tâm ngọc lạp doanh
Tải lộ dân nhân giai hỷ sắc,
Hoạch điền dũng phụ dật ca thanh.

Thơ ở điện Sùng Ân

Địa tác cao phì tỷ
Nhân hưng liêm nhượng khoa.
Lư diêm mưu đoạt thiểu.
Quyển mẫu lực cần đa.

Thương di doanh thu cốc
Dã tương mậu hạ hòa.
Minh già vô thú thán
Kích nhưỡng hữu nông ca.

Thơ ở tầng trên Minh lâu

Thông cù bách hóa tập
Tỉ ốc vạn nhân gia.
Thủy ảnh chiếu song thượng
Sơn quang nhập hạm tà

Sơn hà vạn lý giai tâm hội
Tinh đẩu thiên tang cận nhật huyền
Thiện ác nhiệm bang ngô chiếu giám,
Tiên vi nan cảm ngã xuy nghiên.

Nguyễn Thánh Tổ:
Nhà Vua, Nhà Thơ Cây Lúa (*)

Đình Làng Quê Tôi
(tranh: Dương Phước Luyến)

Năm 1802, Vương triều Nguyễn được thiết lập. 13 vua Nguyễn với 143 năm giữ ngôi. Bởi nhiều lẽ nên chỉ có 5 nhà vua có thơ để lại. Đó là Minh Mạng - Nguyễn Thánh Tổ (1791-1841); Thiệu Trị-Nguyễn Hiến Tổ (1807-1847); Tự Đức-Nguyễn Dực Tông (1829-1883); Thành Thái-Nguyễn Phúc Bửu Lân (1879-1955); Khải Định-Nguyễn Hoằng Tông (1885-1925). Dù chỉ có 5 nhà vua thơ, nhưng số lượng thơ của 5 nhà vua Nguyễn góp vào gia tài thơ Việt chắc chắn vượt xa gấp bội tổng số lượng thơ 8 thế kỷ đã qua.

Về lượng là thế. Về chất thơ vua Nguyễn gắn với cuộc sống dân sinh khá rõ. Nếu không quá lời, nhà vua thơ Nguyễn Thánh Tổ là nhà nông thơ, cây lúa thơ.

Nhân vị ưu nông sự
Lượng giai thức ngã tình.

(dịch: Vì con người nên lo về nghề nông. Xin hãy hiểu cho lòng tôi)

Xin được trình ra đây một ít bài thơ của nhà vua "nhà thơ cây lúa" để quý bạn đọc *"Lượng giai thức ngã tình"*. Một điều thiết tưởng mọi người đều đã biết là nhà vua thơ hàng đầu về cây lúa ngoài những bài chung cho tất cả còn dành riêng cho 31 tỉnh và một phủ (đặc khu Thủ đô) 32 bài thơ.

(*):
Phiên âm, dịch nghĩa: *Vĩnh Cao*
Dịch thơ: *Mai Khắc Ứng*

Mẫn Nông

Tự cổ doanh sinh bị bách công
Gian nan giá sắc độc công nông.
Sơ phùng hạ thục hân phi tổn
Nhất chí thu thành hận thị không.
Quyến mẫu sảo cao ngu vũ sắc
Mạch thiên nhược thấp hoạn lưu hồng.
Hà năng đê tuế giai toàn nẫm
Niệm cập bồi hồi thiết ngã tâm.

Dịch nghĩa:
Thương xót nghề nông

Trong trăm nghề kiếm sống xưa nay
Chỉ một nghề nông là cày cấy vất vả.
Lúc đầu Hạ tưởng lúa chín mừng vì chẳng hư
(Nhưng) đến mùa Thu lúc gặt thì chẳng được gì!
Ruộng cao lo thiếu mưa.
Đồng thấp lại sợ nước lụt.

Sao cho hàng năm đều được mùa hoàn toàn.
Nghĩ đến (nghề nông) khiến lòng ta bồi hồi đau xót.

Dịch thơ:
Thương xót nghề nông

Trăm nghề kiếm sống tự xưa nay,
Vất vả gian lao việc cấy cày.
Đầu Hạ tưởng đâu mùa lúa tốt,
SangThu rút cục lại thua cay.
Đồng cao khô hạn chờ mưa mãi,
Ruộng thấp nước tràn thế mới gay.
Mong mỏi hàng năm mùa vụ tốt,
Thương nhà nông canh cánh lòng này.

Hỉ Vũ
(Nhị nguyệt sơ nhị dạ)

Liên tuần phán trạch thiết tình ân
Phất vị đan thầm đạt thượng vân.
Nhập dạ do hiềm tinh lãng lãng,
Trung tiêu phương hỉ vũ phân phân.
Bách hòa bột trưởng nhân đồng khánh,
Quần loại phu vinh vật cộng hân.
Kiểu thủ cửu tiêu khâm cảm thậm,
Lăng thần tứ vọng thượng nùng vân.

Dịch nghĩa:
Mừng được mưa
(Đêm mồng hai tháng hai)

Suốt tuần thiết tha trông ngóng trời mưa
Chẳng nói lòng thành đạt đến trời hay không.
Mới tối còn chán vì thấy trời đầy sao sáng.
Nửa đêm mừng vì thấy mưa đã lả tả.

Mọi người đều vui, lúa má tăng trưởng vùn vụt,
Muôn loài tươi tốt vạn vật hân hoan.
Ngẩng đầu lên Trời kính cảm hết sức.
Tảng sáng nhìn ra bốn phía vẫn còn mây dày đặc.

Dịch thơ:

Mong mỏi trời mưa suốt cả tuần,
Lòng thành xin thượng đế ban ân.
Đầu hôm buồn nản trăng sao sáng,
Giờ tý mừng vui nước dội sân.
Mùa được mọi người đều hể hả,
Ấm no muôn loại thảy hoan hân.
Ngửng lên trời lạy ơn phù hộ.
Tảng sáng nhìn mây bốn phía vần.

Hữu Thừa Thiên

Kinh kỳ nông sự lũ thành chương
Xuân nhật thiên thời hợp vũ đương
Tư quả điền trù phù sở vọng
Cao đê mạc bất khánh phong nhương.

Dịch nghĩa:
Với Thừa Thiên

Việc nông ở Kinh thường được ta làm thơ văn
Nay mùa xuân thời tiết nắng mưa thích hợp.
Nên quả nhiên ruộng đồng được như mong ước
Ruộng cao hay thấp khắp nơi đều mừng được mùa.

Dịch thơ:

Đế đô nông nghiệp sẵn thơ ban,
Thời tiết năm nay đẹp trọn xuân.
Đồng ruộng quả nhiên như nguyện ước,
Thấp cao mùa được khắp xa gần.

Hữu Thanh Hóa

Ái châu điền địa diệc phì nhiêu
Hựu lại vũ dương tứ tự điều.
Cứ báo hạ hòa giai thượng nẫm
Hình dung hân hỉ bút nan miêu.

Dịch nghĩa:
Với Thanh Hóa

Ruộng đất ở Ái Châu cũng phì nhiêu
Lại nhờ mưa nắng bốn mùa điều hòa.
Nghe tâu báo vụ Hè rất được mùa,
Bút mực không tả được nỗi vui mừng.

Dịch thơ:

Ái châu ruộng đất cũng phì nhiêu
Mưa nắng bốn mùa lại thuận điều.
Tâu báo vụ Hè đâu cũng tốt,
Vui mừng không tả được bao nhiêu

Hữu Hà Nội

Long Biên toàn hạt hỉ phong thu
Thấp địa thiên tai phản nhạ sầu
Tiểu mãn tuy do hà bạo trướng
Thương hiềm do vị tận nhân mưu

Dịch nghĩa:
Với Hà Nội

Toàn tỉnh Long Biên mừng vì thu hoạch dồi dào
Nhưng lại buồn vì có riêng những vùng chịu lụt lội.
Tuy do nước sông dâng quá cao vào tiết tiểu mãn
Vẫn còn ngờ là mưu tính của người chưa hết sức.

Dịch thơ:

Long Biên thu hoạch được dồi dào,
Lụt lội vài nơi buồn biết bao.
Tiểu mãn nước dâng lên quá mức,
Ngờ rằng trù tính quả chưa cao.

Hữu Ninh Bình

Vân Sàng hạ cốc thập thuần phong
Lê thứ điềm hi úy ngã chung
Sử miễn thôi khoa dân miễn lụy
Điền công đắc toại lại thiên công

Dịch nghĩa:
Với Ninh Bình

Vụ lúa hè tại Vân Sàng* hoàn toàn được mùa.
Dân chúng ở đây vui mừng làm an ủi lòng ta.
Đã tránh được việc đòi thuế mà cũng khỏi thiếu thốn
Việc đồng áng thành tựu cũng nhờ ở sức trời.
*Tỉnh Ninh Bình ở tại xã Vân Sàng nên có tên cũ là trấn Vân Sàng.

Dịch thơ:

Vân Sàng (Ninh Bình) mùa được xóm làng vui
An ủi lòng ta mãn nguyện rồi.
Thuế má khỏi lo, cơm khỏi thiếu,
Ruộng đồng thành tựu tự trời thôi.

Hữu Nam Định

Nam Định phì nhiêu giáp tứ lân
Phong đăng hựu hạnh tuế biền trân.
Hằng tâm sở vị tư hằng sản,
Phong tục tuy nhi bạc biến thuần.

Dịch nghĩa:

Với Nam Định

Bốn bên của Nam Định đều là đất phì nhiêu
Thường năm đều may mắn được mùa
Nhờ có của cải bình thường mà giữ được lòng bình thường,
Phong tục theo đó từ xấu xa mà biến thành thuần hậu

Chung quanh Nam Định đất phì nhiêu
Nhờ vậy thường năm lúa tốt đều.
Của cải phong lưu lòng mãn nguyện,
Dân phong thuần hậu khá lên nhiều.

Hữu Hưng Yên

Hưng Yên tiền tuế bị hà xâm
Khai quật so thông Vũ tích tầm.
Hạ lạo chướng năng vô phiếm dật
Đại điền hàm nẫm úy ngô tâm.

Dịch nghĩa:
Với Hưng Yên

Hưng Yên năm ngoái bị ngập nước,
(Cho nên) lập lại công nghiệp đào thông sông của vua Vũ.
Mùa hạ nước lớn may không bị ngập tràn nước,
Ruộng đồng được mùa khiến lòng ta yên ổn.

Dịch thơ:

Năm ngoái Hưng Yên bị nước tràn,
Đào sông tiêu thủy bởi vì dân.
Vào Hè nước lớn không đâu ngập,
Mùa được, lòng ta mới thực an.

Hữu Hải Dương

Đông tỉnh nhân đa địa diệc đa,
Thương sương thiên vạn hiệp nông ca.
Niên phong đạo nhĩ lư diêm lạc.
Giai lại càn khôn khí hậu hòa.

Dịch nghĩa:

Với Hải Dương

Là tỉnh phía đông người nhiều đất đai cũng nhiều
Trong kho vựa chứa hàng ngàn vạn (hộc lúa) mừng cho nhà nông.
Được mùa, hết trộm, xóm làng vui vẻ.
Đều nhờ ở trời đất khí hậu điều hòa.

Dịch thơ:

Hải Dương đất rộng số dân đông,
Kho vựa chứa đầy ai cũng mong.
Trời đất ban ân làng xóm thịnh,
Được mùa trộm cướp cũng tiêu vong.

Hữu Thái Nguyên

Thái Nguyên tích xứ phất đa điền
Kim diệc thâm mông đại hữu niên.
Mễ giá tỉ tiền vưu giảm tiện
Hàm bô cổ phúc tụng nhân thiên.

Dịch nghĩa:

Với Thái Nguyên

Thái Nguyên đất hẹp, ruộng chẳng nhiều,
Nay đội ân trời được mùa lớn.
Giá lúa so với trước càng giảm bớt,
Ăn no vỗ bụng ca trời nhân hậu.

Dịch thơ:

Thái Nguyên đất ruộng ít
Nay nhờ trời ban ân.
Được mùa giá lúa giảm
Ăn no ca trời nhân.

Hữu Quảng Yên

Hải cương tứ vọng thủy hòa lâm
Đề tuế mông vô hạn lạo xâm
Nhất huyện hạ điền năng thượng nẫm
Nhất phân thiên tứ nhất phẩm câm (kim).

Dịch nghĩa:

Với Quảng Yên

(Quảng Yên) thuộc vùng biển bốn phía là nước và rừng.
Các năm qua đội ân trời không bị hạn và lụt.
Chỉ có một huyện có ruộng vụ hè nhưng rất được mùa.
Một tấc đất trời cho hơn cả một tấc vàng.

MAI KHẮC ỨNG

Quảng Yên bốn phía biển liền rừng,
Hạn lụt ân trời liên tiếp ngưng.
Một huyện vụ Hè nhưng lại được,
Tắc vàng tắc đất của trời thương.

Quảng Nam

Quảng Nam địa đại thả nhân đa
Tư khánh phong đăng thụ phúc na.
Quyến mẫu cao du tư địa mỹ,
Vũ dương thời nhược ngưỡng thiên hòa.
Lại vô ân hộ thôi trung thán,
Nhân hữu duyên đồ túy hảo ca.
Lãm tấu đông gian xuân mãn diện,
Ngô dân hân hỉ cánh như hà.

Dịch nghĩa:

Với Quảng Nam

Quảng Nam đất rộng lại người đông,
Nay mừng gặp may mắn nhiều nên được mùa.
Ruộng đồng tốt vì đất mầu mỡ.
Nhờ trời thuận mà mưa nắng đúng lúc.
Quan không án xử, dân khỏi than thuế.
Ngoài đường người no say ca hát.
Xem (sớ) tâu vào mùa đông mà sắc xuân tràn mặt.
(Được biết) dân ta vui vẻ nói sao cùng.

Dịch thơ:

Quảng Nam đất rộng số dân đông,
May mắn được mùa thỏa ước mong.

Đất tốt ruộng nương mầu mỡ sẵn
Mưa nhuần làng xóm cấy cày xong.
Quan không án xử người ca hát
Dân khỏi lo chi thuế má thông.
Xem sớ giữa Đông, mừng ấm mặt,
Dân vui ta biết nói sao cùng.

Hữu Bình Định

Điền hòa Bình Định tỉ nhân long,
Đắc báo di di tối úy chung.
Tuy thị nhị Phù (Phù Cát, Phù Mỹ) thu bát cửu,
Kỳ du tam huyện tận tuy phong.
Hạnh vô bát nguyệt lâm ly lạo,
Chí hữu thu thành giá sắc công.
Truy ức Kinh kỳ phùng trọc thủy,
Phiên giao thượng thục cánh nan đồng.

Dịch nghĩa:

Với Bình Định

Ruộng đồng ở Bình Định phồn thịnh hơn người,
Được tin rất vui và hết sức an lòng.
Tuy Phù Mỹ, Phù Cát thu được tám chín mươi phần trăm.
Ba huyện còn lại hoàn toàn được mùa.
May vào tháng tám không có lụt và mưa dầm.
Để có vụ thu như ý, thành tựu việc đồng áng.
Nhớ lại Kinh kỳ lúc lũ lụt,
Thành ra khó được mùa như Bình Định.

Dịch thơ:

Ruộng đồng Bình Định quả hơn người,
Hết sức an lòng thành thực vui.
Hai huyện chín phần hao chút đỉnh,
Ba nơi hoàn hảo trọn mười mươi.
May vào tháng tám không mưa lụt,
Nên vụ thu này lúa tốt tươi.
Nhớ lại Kinh kỳ mùa nước lũ,
Mong như Bình Định thật xa vời.

Hữu Gia Định

Điền trù Đông Phố tối cao du,
Kim trị tuy phong sở vọng phù.
Sách tịch chính nghi cương sách chỉnh
Tiểu dân hằng sản tạc canh ngu.

Dịch nghĩa:

Với Gia Định

Ruộng đồng ở Đông Phố rất mầu mỡ
Nay yên ổn và được mùa thật hợp với lòng mong ước.
Cần có sổ sách điều chỉnh cương giới ruộng đất.
Cho dân nghèo có đất cắm dùi, vui vẻ cày bừa.

Dịch thơ:

Đông Phố ruộng đồng mầu mỡ nhất,
Nay an, mùa được thỏa lòng mong.
Cương giới rõ ràng từng thửa đất
Dân nghèo vui có chỗ gieo trồng.

Hữu Gia Định, Vĩnh Long

Trọng nông niệm thiết chính kỳ tinh
Liên tiếp giai âm sảo úy tình.
Gia Định tài văn toàn cảnh thục,
Vĩnh Long phục tấu thập phần thành.
Tiền tao tu nhiễu nhân hao tụy.
Tu hoạch phong nhương thủy hậu sinh.
Tái khẩn thiên ân gia tứ hỗ
Phiên An di nghiệt tảo sừ bình.

Dịch nghĩa:

Với Gia Định, Vĩnh Long

Trong lòng mãi nghĩ đến việc nông và đang cầu cho mưa tạnh.
Liên tiếp được báo tin mừng nên khá an lòng.
Vừa nghe được tin toàn tỉnh Gia Định được mùa
Lại ở Vĩnh Long tâu lên cũng hết sức thành tựu.
Trước kia bị giặc quấy nhiễu thành hao tổn.
Nay được mùa nên đời sống người dân được đầy đủ.
Lại cầu xin trời ban thêm phúc.
Sớm dẹp sạch bọn giặc Phiên An còn sót lại.

Dịch thơ:

Nghĩ đến nghề nông cầu tạnh mưa
Vui mừng liên tiếp có tin đưa.
Mới nghe Gia Định mùa thu bội,
Lại biết Vĩnh Long thóc gạo thừa.
Trước bị gian manh đành tổn phí,
Nay mừng thành tựu vượt ngày xưa.
Cầu xin trời đất ban thêm phúc,
Dẹp sạch côn đồ, luôn ước mơ.

434   MAI KHẮC ỨNG

Nguyễn Hiến Tổ:
Nhà Vua, Nhà Thơ Non Sông

Sông Hương
(tranh: Marius Hubert Robert)

Nhà vua Nguyễn Hiến Tổ cũng là một nhà thơ. Trong cuộc đời ngắn ngủi của ông với 7 năm Thiệu Trị đã góp vào gia tài thơ Đất Nước trên 4.000 bài. Trong đó bộ "Ngự Đề Danh Thắng Đồ Hội Thi Tập" gồm tám quyển với hàng trăm bài vịnh danh lam, thắng tích non sông được Nội các triều Nguyễn tuyển ra hai mươi bài xếp vào hàng tiêu biểu cho khắc in thành "Thần Kinh Nhị Thập Cảnh".

Liên Tạ Hương Phong

Bát thúy lâm lưu giá cổ triền,
Chiêm quan phất hạ biến điền điền.
Ô hồng diễm dã ngưng trì thượng,
Tầm bích phân phương phất hạm biên.
Nùng nhiễm tinh đình tần quyến luyến,
Dư huân kê xích mỗi lưu liên.
Phùng Di hữu ý diên quân tử,
Não xạ niêm y mãn tọa tiền.
(1845)

Dịch nghĩa:
Hương Sen Ở Nhà Thủy Tạ

Bắc mấy cây rui rẽ mầu xanh ra giữa dòng
Ngắm xem nơi nơi lúc chẳng nhàn hạ.
Ở gần, những hoa sen hồng đẹp đẽ trang điểm cho mặt hồ.
Ngâm vào nước biếc, mùi thơm phảng phất bên hiên.
Hương nồng khiến những con chuồn chuồn cũng quyến luyến.
Hơi ấm còn lại cũng làm cho mấy con chim le le vương vấn.
Vị thủy thần như có ý mời người quân tử,
Trước chỗ ngồi đầy mùi thơm như long não, xạ hương thấm vào áo.
(Trần Đại Vinh & Phan Thuận An dịch nghĩa)

Dịch Thơ:

Tạ vươn ra giữa mặt hồ xanh,
Ngắm cảnh nơi nơi bận chẳng đành.
Trang điểm mặt hồ sen thắm đỏ
Dầm hương nước biếc phả lênh đênh.
Chuồn chuồn lưu luyến mùi thơm đậm
Két két tơ vương ấm áp tình.
Hà bá ý mời quân tử đến,
Hương trời đẫm áo phả chung quanh.
(Mai Khắc Ứng)

MAI KHẮC ỨNG

Hàn Giang Điếu Đỉnh

Mê ly viễn phố diểm bình sa
Nhất vĩ ngư chu ẩn thao pha.
Vũ dã cô bồng lan tương động,
Phong khiên tế lũ trúc can tà.
Phiêu diêu bất quản phiên thanh lạp,
Lẫm liệt hà hiềm ủng lục soa.
Sắt phụ khuynh hồ quy thủ trợ.
Xuân hồi dương trưởng mạc tư ta.

(1845)

Dịch nghĩa:
Thuyền Câu trên Sông Lạnh

Bến xa mờ mịt điểm từng bãi cát bằng,
Thuyền câu như một chiếc lá ẩn trong bờ cỏ.
Mưa dội vào chiếc thuyền lẻ làm mái chèo chao động.
Gió lay sợi dây câu làm cho cần trúc đung đưa.
Thật là phiêu diêu, khi chiếc nón lá đang bị gió lật lên,
Sao lại hiềm khi rét lạnh đang lọt vào chiếc áo tơi xanh.
Gọi người vợ nghiêng bầu giúp cho bàn tay lạnh cóng,
Mùa xuân trở về khí dương sinh ra, chẳng than van gì.
(Trần Đại Vinh & Phan Thuận An dịch nghĩa)

Dịch thơ:

Mờ mịt bờ xa bãi cát bằng
Thuyền như chiếc lá cỏ cưu mang.
Hạt mưa dội mái chèo chao dọc,
Ngọn gió rung cần trúc lắc ngang.
Nón lá phiêu diêu làn gió lật,
Áo tơi mỏng mảnh rét run tăng.
Vợ nghiêng bầu rượu tay thôi cóng,
Xuân đến lo chi nắng đã vàng.
(Mai Khắc Ứng)

Hoa Âm

Thu tiêu thố phách bán dương không,
Phương phố thùy gia bút ý công.
Trì thượng cao đê song quế thọ,
Tường biên nùng đạm số lan tùng.
Chuyển di tả hữu bằng y nguyệt,
Dao duệ hoành tà phụ hội phong.
Chân ảo thị phi tham thấu triệt,
Nam đào thiên cảnh chiếu lâm trung.

Dịch nghĩa:
Vườn Hoa Về Đêm

Đêm thu, vành trăng đang ở lưng chừng trời,
Cảnh vườn hoa thơm nhà ai đẹp như thơ như họa.
Trên bờ ao hai cây quế, cây cao cây thấp,
Bên tường có mấy khóm lan, đậm nhạt khác nhau.
Di chuyển qua trái về phải cũng nhờ vào ánh trăng,
Hình ảnh cây cỏ bị lay lắt ngang xiên đều do ngọn gió vẽ nên.
Thực hư, phải trái ánh trăng đều thấy rõ hết,
Tránh tấm gương trời soi tỏ tận bên trong.
(Trần Đại Vinh & Phan Thuận An dịch nghĩa)

Dịch thơ:

Trăng thu lơ lửng giữa từng không,
Thơ mộng vườn ai đẹp lạ lùng.
Đôi quế thấp cao so bóng lệch,
Khóm lan đậm nhạt dáng không trùng.
Chuyển dời trái phải trăng đưa dẫn,
Nghiêng thẳng gần xa gió chuyển rung.
Thật giả, đúng sai trăng thấu hết,
Gương trời soi tỏ cả bên trong.
(Mai Khắc Ứng)

Trùng Minh Viễn Chiếu
(Thần Kinh Nhị Thập Cảnh)

Phiên âm:

Kình thiên trục tủng ráng không trung,
Tam điệp nguy nga đạt tứ thông.
Thôi xán vân hà chưng ỷ hạm.
Tinh dinh nhật nguyệt hám điêu lung.
Thiên phương phong cảnh thường quang lãng
Vạn lý sơn hà tận hội thông.
Tính nhất nguy vi tư chúc ẩn
Cao minh du cửu đạo khâm sùng.

Dịch nghĩa:
Hai nguồn sáng cùng chiếu xa

Lầu màu đỏ rực thẳng vút lên không trung
Ba tầng to lớn trải rộng khắp bốn phía.
Những lan can ở hiên lầu vẽ hình ráng mây sáng lóng lánh.
Những cửa sổ chạm trổ sáng tỏ dưới ánh mặt trăng mặt trời.
Phong cảnh bao la chung quanh thường quang đãng.
(Ở lầu) có thể thấu suốt núi non ngàn dặm chung quanh.
Phải giữ lấy đạo tinh nhất nguy vi để soi đến chỗ khốn khó của người dân.
Đó là đạo sáng suốt cao xa lâu dài đáng khâm phục (như chốn lầu cao vút này)

Dịch thơ

Gác tía lầu son đứng giữa trời
Uy nghi đỏ rực sáng muôn nơi.
Lan can bốn phía lung linh rọi,
Cửa chạm ba tầng rạng rỡ soi.
Quang đãng chung quanh phong cảnh đẹp,
Bao la ngàn dặm núi non tươi.
Nguy vi tinh nhất soi hầu khắp,
Đạo trọng, lầu cao chiếu sáng ngời.
(Mai Khắc Ứng)

Ngự Viên Đắc Nguyệt
(Thần Kinh Nhị Thập Cảnh)

Phiên âm:

Trang túc cung viên dạ lậu bình
Thu trì kim kính cộng trừng thanh.
Lâu đài đảo ảnh ngân hà phái,
Hoa thụ thành âm bạch ngọc kinh.
Chúc ẩn cơ vi kham tỉ nghỉ,
Cao thê du ngoạn phí tinh dinh.
Vạn gia doanh thủ vô tư chiếu,
Thiên lý đồng tâm hữu lại minh.

Dịch nghĩa:
Ngự Viên Trong Trăng

Cung cấm trang nghiêm trong đêm đã khuya,
Ao thu cùng với ánh trăng sáng trong một mầu.
Những lâu đài soi mình bên dòng nước trong như dải Ngân Hà,
Những cây hoa rợp bóng tắm mình giữa vùng sáng như bạch ngọc.
(Vì mãi) xét xem những khốn khổ của dân nên nào được thưởng
thức ánh trăng,
(Cho nên) du ngoạn trên lầu cao để khỏi phí ánh trăng soi sáng.
Ánh trăng vô tư chiếu khắp mọi nhà,
Trong vùng vạn dặm đều cùng được ánh trăng sáng tỏ.

Dịch thơ:
Vườn Ngự đêm trăng

Thâu đêm thao thức giữa vườn cung,
Trăng rọi ao thu đẹp lạ lùng.
Lầu tạ soi mình ngân hán hiện,
Lá hoa dát ngọc sáng mông lung.
Mải lo dân chúng còn gian khó,
Nỡ để lầu cao trăng chiếu suông.
Tinh tú muôn nhà cùng thụ hưởng,
Trăng vàng vạn dặm thảy đều chung.
(Mai Khắc Ứng)

MAI KHẮC ỨNG

Tịnh Hồ Hạ Hứng
(Thần Kinh Nhị Thập Cảnh)

Phiên âm:
Trừng luyện hàm không nhất vọng xa,
Thiềm nha ảnh thủy trám tinh hà.
Lâu đài hoa thụ trường sinh cảnh,
Thiên địa giang sơn tứ hải gia.
Vũ phiến mạn giao thi hóa nhật,
Thuấn cầm uyển nhĩ nhập thi ca.
Y nhiên nhân trí tình vô hạn,
Đồng lạc giao phu vạn vật gia.

Dịch nghĩa:
Cảm Hứng Ở Hồ Tịnh Tâm Vào Mùa Hè

Nhìn ra xa một vùng nước trong vắt phản chiếu cả bầu trời,
Bóng những mái hiên nhà lấp lánh như đám sao rơi.
Lâu đài cùng hoa cây (ở đây) tạo ra cảnh trường sinh,
Trời đất cùng sông núi (ở đây) đúng là gom cảnh đẹp của bốn biển.
(Cảnh sắc hòa dịu như) lúc vạn vật dưới luồng gió giáo hóa thời Vũ
Vương,
(Và) mát mẻ như khi vua Thuấn dùng khúc hát dịu dàng ca ngợi gió
nam.
Quang cảnh ở đây vẫn hợp với tình cảm của người nhân và
người trí,
Để cùng vui với vạn vật tươi tốt hòa hợp lẫn nhau.

Dịch thơ:
Mây trời in đáy nước xa xa,
Như thể sao rơi quyện bóng nhà.
Cây cỏ lâu đài bền vững mãi,
Non sông bốn biển đẹp bao la.
Gió lành mưa thuận thuần phong thịnh
Quốc thái dân an hoan lạc ca.
Quang cảnh nhân tình tâm trí hợp.
Cùng vui vạn vật thảy giao hòa.
(Mai Khắc Ứng)

Vân Sơn Thắng Tích
(Thần Kinh Nhị Thập Cảnh)

Phiên âm:

Tích thúy toàn ngoan bất kế xuân,
Cầu long ẩn phục liệt lân tuân.
Huệ phong chung độ u lâm hướng,
Không vũ hương la pháp hải tân.
Thụ luyến từ đàm phù bích lạc,
Kính xuyên tăng kịch tạp hồng trần.
Thánh Duyên phổ tế hàm qui thiện,
Phật tích tăng huy tự hữu nhân.

Dịch nghĩa:

Cảnh đẹp núi Thúy Vân

Núi non phủ đầy cây xanh đã quá lâu đời,
Trập trùng lớp lớp như con rồng nằm nép.
Theo gió lành tiếng chuông truyền đến chốn rừng thanh tĩnh,
Hương thơm trên không đã bao trùm khắp bến pháp.
Mây lành quấn quít trong cây và nổi giữa trời cao.
Guốc của tăng nhân xuyên qua những lối đi lạc vào cõi hồng trần.
Duyên Thánh ban khắp cho mọi người qui về nẻo thiện,
Nhờ nhân lành mà cảnh chùa xưa càng thêm rực rỡ.

Dịch thơ:

Núi non cổ thụ đứng xanh trời,
Trùng điệp như rồng phục biển khơi.
Gió tải chuông thiền truyền tĩnh lặng,
Hương trùm biển pháp độ muôn nơi.
Mây lành cây với cao lên mãi,
Guốc tuệ sư đi lạc cõi đời.
Thiện tự Thánh Duyên ban mọi nẻo,
Nhân từ chùa cổ rạng ngời ngời.
(Mai Khắc Ứng)

Thuận Hải Quy Phàm
(Thần Kinh Nhị Thập Cảnh)

Phiên âm:

Hải bất dương ba tịch chiếu quang,
Viên thành kiệt các thiếu trùng dương.
Tịch phiêu hiếu tiếp tranh hoa điệp,
Chu sử hân khan trạch mộc sương.
Cẩm lãm phi hồng phao hán biểu
Nha tường tỉ tiết trục thương lang.
Khấu huyền ai nải thanh thanh khởi,
Đô thị thì điều kỷ thắng chương.

Dịch nghĩa:
Thuyền Về Cửa Thuận

Biển lặng sóng dưới ánh nắng chiều,
Thành với tường hình tròn bao quanh có lầu gác uy nghi nhìn ra biển
khơi.
Gió thổi buồm thuyền đi nhanh trông như những cánh bướm rộn rã nối
tiếp tranh hoa.
Thuyền chạy trên biển nhanh như những con chim mừng rỡ khi tìm thấy
cây để đậu.
Dây neo gấm (của thuyền ngự) như cầu vồng giăng ra giữa bầu trời.
Những cột buồm ngà san sát như răng lược trôi trên dòng nước.
Tiếng hò để chèo thuyền nổi lên theo nhịp gõ trên mạn thuyền,
Đều là những khúc hò hay ghi theo điệu đang thịnh hành.

Dịch thơ:
Thuyền Về Cửa Biển Thuận An
Buổi chiều biển lặng nắng vàng tươi
Trấn Hải thành cao ngắm lộng, khơi.
Gió thổi buồm phô như cánh bướm
Thuyền bơi trông giống cánh chim bơi.
Dây neo nương dáng cầu vồng gấm
Dãy cột buồm phô tựa lược phơi.
Rộn rã tiếng hò theo nhịp gõ
Khúc ca đang thịnh khắp nơi nơi.
(Mai Khắc Ứng)

Hương Giang Hiểu Phiếm
(Thần Kinh Nhị Thập Cảnh)

Phiên âm:
Nhất phái uyên nguyên hộ đế thành,
Thanh lưu sấn tảo nhạ lương sinh.
Ba tình xuân thủy lung yên sắc,
Chu trục thần phong động lỗ thanh.
Thiên tửu vị can nhu ngạn thụ,
Sơn hoa do luyến kết vân anh.
Kỷ hồi hà hiết thương lang khúc,
Song khuyết phương thăng thụy nhật minh.

Dịch nghĩa:
Thả Thuyền Sáng Sớm Trên Sông Hương

Một dòng nước sâu cuộn chảy bảo vệ Kinh Thành,
Trong sáng sớm (dùng thuyền) tiến theo dòng nước trong cảm thấy
hơi mát lạnh.
Dòng sông vào mùa xuân sóng lặng bao trùm khói mờ,
Vang tiếng chèo đẩy thuyền đi trong gió sớm.
Cây cối hai bên bờ sông còn đẫm ướt sương.
Hoa trên núi còn vương vấn với mây đẹp đẽ.
Đi không biết bao lâu rồi mà dòng nước trong vẫn chưa dứt,
Qua cửa sổ thuyền nhìn thấy mặt trời tốt lành sáng tỏ đang lên cao.

Dịch thơ:
Buổi Sáng Trên Sông Hương
Một dải sông sâu bảo vệ thành,
Nước trong gió mát sớm mai sinh.
Sông xuân yên lặng mờ sương khói
Vang tiếng thuyền bơi lướt sóng nhanh.
Cây thấm rượu trời say chuếnh choáng,
Mây lồng hoa núi vấn vương tình.
Dòng xanh lưu mãi hồn thiêng vọng,
Chiếu cửa Kinh thành vạt nắng hanh.
(Mai Khắc Ứng)

Hải Nhi Quan Ngư
(Thần Kinh Nhị Thập Cảnh)

Phiêm âm:

Nhất hoằng thiểu hải ấn tình không,
Ánh thủy ngư điền bố hồ tùng.
Túng hác chi nhi chư huyệt quật,
Mãn giang du vịnh tận lao lung.
Vong cơ âu lộ phi thân ngoại,
Khuy tí ngư hà nhập thủ trung.
Phong nguyệt hồ thiên tô tức lạc,
Tứ dân an toại úy dư chung.

Dịch nghĩa:
Xem Đánh Cá Ở Phá Tam Giang

Một vùng biển nhỏ in hình bầu trời quang đãng,
Những sáo the vây phủ để đánh bắt cá soi mình trên nước.
(Cá) tung tăng trong hốc, lên xuống nơi các hang,
Bơi lội khắp sông đầy những lồng bẫy.
Chẳng cần bận tâm đến chim âu chim lộ bay ra bên ngoài,
Chỉ rình xem cá tôm lọt vào trong tay mình.
Hít thở bầu trăng gió của trời mà vui,
Tứ dân (sĩ, nông, công, thương) an lạc đã an ủi cho lòng ta.

Dịch thơ:

Một vùng biển nhỏ sắc trời thanh,
Đăng sáo soi hình mặt nước xanh.
Cá lội tung tăng lên lại xuống,
Bẫy giăng đây đó đã vây quanh.
Cò âu bay lượn không cần biết,
Tôm cá vào ra hẳn của mình.
Trăng gió trời cho vô tận hưởng,
Tứ dân an lạc chí ta thành.
(Mai Khắc Ứng)

Đông Lâm Dực Điểu
(Thần Kinh Nhị Thập Cảnh)

Phiêm âm:

Lạo thoái lô phì tẩy lục sa,
Giang thôn thu thụ tịch dương tà.
Không lâm ẩn ước qui cầm tập,
Tiểu gián tỷ liên phiếm nghịch qua.
Thương kích phù y phong lạc diệp,
Đạn phi âu lộ vũ tàn ba.
Hà tu quỹ ngộ phi quan đức,
Đán tại vô hư bất tại đa.

Dịch nghĩa:
Bắn Chim Ở Rừng Đông Lâm

Nước rút, lau tươi tẩy sạch cỏ xanh,
Nắng chiều thu đọng trên những hàng cây trong thôn, bên sông.
Trong rừng ẩn hiện đàn chim về tụ hội,
Dưới khe nối nhau bầy chim nghịch thả mình bơi qua.
Súng bắn le le như gió thổi lá rụng,
Đạn bay cò vạc rớt như hoa tàn trong mưa.
Đâu cần những cách bắn không hợp đạo,
Không cốt được nhiều, chỉ cầu không sai phép.

Dịch thơ:
Nước rút lau cùng cỏ lại tươi,
Chiều thu nắng nhạt lá xanh trời.
Trong rừng ẩn hiện chim tìm tổ,
Dưới suối thong dong cốc lội bơi.
Súng nổ le le như lá rụng,
Đạn bay cò vạc tựa hoa rơi.
Hay chi săn bắn không theo đạo,
Đúng phép, đừng tham ấy lẽ đời.
(Mai Khắc Ứng)

Ghi chú:

(Phiên âm, dịch nghĩa "Thần Kinh Nhị Thập Cảnh, dựa theo tư liệu của nhóm tác giả: Phan Thuận An, Phạm Đức Thành Dũng, Phan Thanh Hải. Nguyễn Phước Hải Trung, thuộc Trung tâm Bảo tồn Di tích Cố đô Huế).

Nguyễn Dực Tông:
Nhà Vua, Nhà Thơ, Đa Đoan

Nơi Chốn Linh Thiên
(tranh: Dương Phước Luyến)

Trong gia tài thơ của nhà vua Nguyễn Dực Tông, bài tụng thân mẫu ông là bài dài nhất. Với 82 khổ, 334 câu gồm 1670 từ ông dành cho thân mẫu vừa thể hiện đạo hiếu lại vừa bộc lộ tâm trạng của một người con. Có lẽ trong nhiều bài thơ mà các thi nhân Việt dành cho mẹ mình thì bài này cũng đứng đầu bảng về độ dài. Sau bài tụng trên, nhà vua Nguyễn Dực Tông chỉ dành một số bài cho chị ruột cùng mẹ, một bài cho em ruột cùng cha khác mẹ Nguyễn Phúc Hồng Y và một bài cho chú Nguyễn Phúc Miên Bật. Ngoài ra chỉ dành thời gian thơ cho công việc vịnh sử. Nhà Vua Viết Sử Bằng Thơ từ lẽ đó.

Với Chị

Phiên âm:
Tỷ muội nguyên phi thiểu.
Đồng bào chỉ nhị nhân.
Văn thủ tằng vi bão
Chữ chúc vị năng thân.
Ôn thảnh bằng thùy cống.
Lưu lao độc ngã tần.
Vãn tu liêu điền giả
Kiến nguyệt bổn thăng thần.

Dịch nghĩa:
Chị em không phải là ít
Nhưng cùng một mẹ đẻ ra chỉ có hai người.
Nghe thư từng đã biết,
Nấu cháo chưa được thân trông coi.
Cùng ai mà quạt nồng đắp lạnh hầu mẹ!
Chỉ có một mình ta khó nhọc luôn luôn.
Gọi là rót rượu cúng chị buổi chiều nay.
Thấy bóng trăng càng thêm thương cảm.

Dịch thơ:
Chị em ta có ít đâu,
Nhưng cùng một mẹ trước sau hai người.
Nghe tin luống những rụng rời.
Cháo chưa kịp đến thân mời tận tay.
Quạt nồng hầu mẹ tự đây,
Mình ta khó nhọc ngày ngày cậy ai!
Dâng lên chén rượu chiều nay.
Nhìn trăng ứa lệ, lòng này khôn nguôi.
(Mai Khắc Ứng)

(Dựa theo phiên âm dịch nghĩa Đại Nam Liệt Truyện của Viện Sử học. Nhà Xuất bản Thuận Hóa, Huế-1993)

Với Thân Thần:

Tiếc thương Trương Đăng Quế

Đại tinh nhất vẫn mã quần kinh
Tung nhạc thê thần kỉ thế sinh.
Tử đắc minh tinh, thư bất tận,
Lưỡng triều cố mệnh, sử tăng vinh.
Quy điền nhật sắc, khiên nhung vụ
Kiệt tiết tâm hiềm, nại bệnh tình.
Dao tưởng hoàng tuyền di hận tại,
Mộ tiền tùng, dá hẵng tây khuynh.

Dịch nghĩa:

Sao lớn sa xuống đàn ngựa đều sợ
Tinh thần tụ ở núi cao, biết bao giờ lại giáng sinh.
Minh tinh tứ đắc (danh, thọ,vị, lộc) xiết mãi không   hết.
Cố mệnh hai triều, rất vẻ vang trong sử sách.
Thăng thú điền viên được ít ngày vì bận về việc quân.
Muốn dốc lòng hết tiết, nhưng hiềm vì ốm yếu ngăn trở.
Xa nghĩ đến việc nước, dù ở chín suối còn mang hận.
Công tung, công giả trước mà có chịu nghiêng về phía tây không.
(Đại Nam Liệt Truyện, bản dịch của Viện Sử học)

Với Trần Tiễn Thành

Khởi hiệu lâm hiên tự giải cừu.
Quân thần nhất thể bản đồng hưu.
Cố tri lão giả y ưng hậu.
Phân dữ khinh ôn loát tráng diêu.

Dịch nghĩa:

Há phải lâm hiên mới cởi cừu
Vua tôi một bụng vốn cùng hưu.
Tuổi già áo mặc nên dày dặn
Ấm cúng san cho để mạnh mưu.
(Viện Sử học)

Dịch thơ:

Cởi áo cho nhau há học đòi.
Vua tôi một bụng vốn chung vui.
Tuổi cao cần mặc cho dày dặn,
Chia sẻ cùng nhau ấm cuộc đời.
(Mai Khắc Ứng)

Bộ Ngự Chế Việt Sử Tổng Vịnh gồm 212 bài trong tổng số 4.000 bài Ngự chế của chủ nhân Khiêm Lăng đã làm thông tin cho một tấm lòng luôn luôn bất an.

Vịnh Đinh Tiên Hoàng (1)

Lô trượng tranh phù Vạn Thắng vương.
Hoa Lư định đỉnh quýnh tầm thường.
Đình trung dưỡng hổ tương thùy phạt.
Đỗ thị, Lê gia nhật tại bàng.

(1): *Các bản thơ Ngự chế Việt Sử Tổng Vịnh có trong sách này đều dẫn từ công trình dịch thuật của Ban cổ văn, Phủ Quốc vụ khanh, Sài Gòn, 1970*

Dịch thơ:

Cờ lau Vạn Thắng dấy nên vương.
Dựng nghiệp Hoa Lư tiếng lẫy lừng.
Nuôi cọp giữa sân đe dọa phạt.
Đỗ, Lê mưu phản lại coi thường.

Vịnh Lê Ngọa triều

Vô quân, vô phụ, hựu vô dân.
Tùy Dãng Thương Tân tổng nhất nhân.
Túng dứ vạn kim cầu nhị tật.
Thùy năng y quốc, huống y thân.

Dịch thơ:

Không vua, không bố cả không dân.
Bạo chúa tà dâm kẻ bất nhân.
Vạn lượng dù cầu, không khỏi bệnh.
Nước không ai chữa, huống chi dân.

Vịnh Lý Nhân Tông

Thiều sản ưng đồ lịch số trường.
Vận phùng ninh nhật Lý gia quang.
Dục linh thứ tích vô di hám.
Tất vãn Thao giang tẩy Thượng Dương.

Dịch thơ:

Lên ngôi non trẻ, giữ ngôi bền
Quốc thái dân an, Lý sáng lên.
Muốn xóa mai sau niềm oán hận.
Lấy sông Thao rửa Thương Dương liền.

Vịnh Tô Hiến Thành

Nghĩa trọng tài khinh thị trượng phu.
Y, Chu tâm tích thế gian vô.
Lâm chung nhất ngữ do kim thạch,
Tinh nhật quang huy tứ phụ đồ.

Dịch thơ:

Trọng nghĩa khinh tài, đáng trượng phu.
Một lòng trung tín báo thờ vua.
Lời khuyên vàng đá còn thơm mãi.
Hơn cả trăng sao sáng bốn mùa.
(Mai Khắc Ứng)

Vịnh Trần Nhân Tông

Lưỡng khước Nguyên binh điện cựu bang.
Trùng hưng công đức quán Hồng Bàng
Đương niên nhị đế hồi cung khuyết.
Tu sát Huy, Khâm phụng biểu hàng.

Dịch thơ:

Hai lần đánh đuổi giặc Nguyên Mông.
Khôi phục giang sơn rạng tổ tông.
Chiến thắng rước vua về điện cũ.
Chẳng như ai, lạy cũng không xong.
 (Mai Khắc Ứng)

Vịnh Trần Quốc Tuấn

Vị quốc vong gia quýnh vị tình.
Thủ trung không trượng võ công thành.

Hậu lai Bắc lộ do kinh độn,
Bạch trú phong lôi giáp kiếm minh.

Dịch thơ:

Vì nước, thù nhà chẳng tính chi.
Tay không chiến tích mấy ai bì.
Cùng đường giặc Bắc kinh hồn chạy.
Ngày sáng rền vang tiếng kiếm thề.
(Mai Khắc Ứng)

Vịnh Nguyễn Biểu

Quân trung sổ ngữ lịch can trường,
Vị quốc nguyên khu tráng quốc quang.
Cố chỉ linh từ thiên cổ tại.
Lê Hoàng hữu đạo dị Minh Hoàng.

Phỏng dịch:

Đứng giữa quân thù tỏ chính trung
Quên thân vì nước, nước hào hùng.
Nghìn năm bền vững non sông Việt
Đạo lý vua Nam sáng đến cùng.
(Mai Khắc Ứng)

Vịnh Lê Thái Tổ

Lam Sơn nhất nộ khởi nhân binh
Thập tải gian quan Đế nghiệp thành.
Tằng thuyết trượng phu ưng bất khuất.
Do linh Thiên Khánh chiếm tiên thanh.

Tạm dịch:

> Nổi giận Lam Sơn dấy nghĩa binh
> Mười năm gian khổ nghiệp vương thành.
> Trượng phu bất khuất ông từng nói,
> Nghiệp lớn nhường ngôi để chính danh.
> (Mai Khắc Ứng)

Vịnh Hồ Quý Ly:

> Tứ phụ đồ thành mặc thượng tân
> Bồ hoàng dị phục dĩ gia thân
> Vị lâm tuyền hạ phùng Trần chủ
> Diệc phó Yên Kinh kiến Bắc quân.

Tạm dịch:

> Phụ chính lời thề tử tế trôi,
> Áo bào cướp vội để giành ngôi.
> Âm ty chưa kịp ra trình diện
> Đã bị người Tàu túm cổ lôi.
> (Mai khắc Ứng)

Vịnh Mạc Đăng Dung:

> Thiết Sơn dĩ một hữu thùy hà,
> Vi tặc vi ngư thuật dũ đa.
> Hệ cảnh quân tiền hoàn tứ tước
> Hồ vi hoàng cực thượng thiên pha.

Thiết Sơn tàn cuộc có còn ai!
Làm giặc mang tâm của kẻ chài.
Quỳ trước quân thù xin chức tước
Gian manh chấp chính sớm xiêu ngai.
(Mai Khắc Ứng)

Vịnh Nguyễn Hữu Chỉnh:

Phù Lê diệt Trịnh cánh phân phân
Mộ bắc triêu nam, tị tựu cần.
Yên Thế đồ cùng, chung hoạn liệt,
Bách tâm an khả sự kỳ quân

]Tạm dịch:

Phù Lê diệt Trịnh chẳng phân minh
Sáng bắc chiều nam chóng bội tình.

Chạy trốn cũng không qua Yên Thế
Thờ vua trăm bụng để đời khinh
(Mai Khắc Ứng)

Thành Thái:
Nhà Vua, Nhà Thơ Bất Đắc Chí

Vua Thành Thái
(ảnh: Internet)

Võ võ văn văn ý cẩm bào
Trẫm vi thiên tử độc gian lao
Tam bôi hoàng tửu quần lê huyết,
Sổ trản thanh trà bách tính cao
Thiên lệ lạc thời dân lệ lạc
Ca thanh cao xứ khắp thanh cao
Can qua thử hội hưu đàm luận
Lân tuất thương sinh phó nhĩ tào.

Thành Thái
(Tư liệu Phan Thuận An)

Dịch thơ:

Quan võ, quan văn lãnh cẩm bào
Ta làm Thiên tử lãnh gian lao.
Ba chung rượu đỏ dường dân huyết,
Một chén trà xanh tợ cốt cao.
Trời nhỏ lệ như dân nhỏ lệ,
Tiếng ca cao múa khóc càng cao.
Chiến tranh thế sự thôi đừng nói,
Thương tiếc mà chi phó mặc tào.
(Tôn Thất Sa)

(ảnh: Internet)

Nguyễn Hoằng Tông
"Nhà Vua, Nhà Thơ Hoàng Hôn"

Lăng Vua Khải Định
(ảnh: Mai Linh)

Vị vua Nguyễn áp út bị nhiều tai tiếng bởi dám mang xi măng sắt thép về thay ngói gỗ xây dựng lăng mình. Thế rồi Ứng Lăng. Thế rồi cung An Định. Thế rồi điện Kiến Trung. Thế rồi Thái Bình Ngự Lãm Thư lâu. Mang phong cách Pháp đứng lên trên đất thần kinh trong khoảng 9 năm Khải Định như là văn minh Tây phương đã để mắt tới hay được vẫy gọi đến xứ Viễn Đông này. Biết bao tiếng giềm pha chửi rủa còn nằm lại trên giấy trắng mực đen.

Trở mình một cái ta có ngay thời "đổi mới tư duy" thế là ta vội vã hội nhập, vội vã tự hào tiếp thu văn minh nhân loại không biết có ai nghĩ lại rằng nhà vua Nguyễn thứ 12 đã mở đường làm lên điều đó đã được chính ta thưởng lắm búa rìu.

Bởi một thời chính ta bỏ quên thiện chí rằng tiếp thu văn minh văn hóa tân tiến là thuộc tính của loài người nên đã lấy đó làm cớ mà chê, mà thóa mạ lai căng. Mà sự chê ở nước ta lại có bệnh a dua mãn tính theo xu thế phù thịnh. Người trần mắt thịt chẳng nói làm gì. Các vị được ban học vị giáo sư, học giả, nhà nọ, nhà kia hẳn hoi cũng không dám tránh xa cái bệnh mãn tính ấy. Các công trình kiến trúc thời Khải Định (1916-1925) bị lên án phê phán ghê gớm lắm. Thế rồi, bỗng dưng đến một lúc nào đó, hình như là trào lưu hội nhập được trên đề cao người ta liền theo xu thế mới nhận ra nội thất điện Khải Thành, cung Thiên Định tại Ứng lăng là những mảng trang trí được ghép bởi sành sứ đã nên những tác phẩm nghệ thuật độc đáo đặc sắc. Và rơi rớt trong những mảng trang trí đó là những cặp thơ dưới dạng đối rất Nguyễn. Ví như vịnh về cây trúc trong bộ tứ quý: mai, lan, cúc, trúc:

Vị xuất địa thời tiên hữu tiết
Đáo lăng vân xứ dã vô tâm.

Khi ở trong lòng đất vốn đã có lóng, có đốt như là khí tiết. Mà đến lúc vươn lên cao với tầng mây trời thì thân trúc vẫn rỗng như là sự vô tư liêm chính của một đấng anh minh.

Phẩm chất cây trúc đang là mục tiêu phấn đấu để làm người. Càng về sau nhân loại nước ta nên nhìn cây trúc may ra mà muôn một.

Từ ngày lên Ứng Lăng. Nói chính xác hơn từ khi nhận ra hai câu đó trên ngọn cây trúc sành sứ thủy tinh ở điện Khải Thành, tôi nghĩ về ông có khác những bài báo chê bai mà người đời đã dành cho Ứng Lăng và cho ông. Bởi chính ông, vị vua thứ 12 Vương triều Nguyễn là người xe duyên cho hai nền kiến trúc Tây - Đông hay nói khác là tạo cơ hội cho văn minh Âu - Á xích lại gần nhau. Ứng Lăng và Cung An Định ra đời vào đầu thế kỷ XX đủ nói lên điều đó..

Làm vua ngắn hay dài hầu như đều có mệnh thiên tử. Tôi nghĩ thế. Qua bài thơ viếng thăm chùa Thiên Mụ của vị vua có tượng đồng trong Thiên Định cung ở Ứng Lăng, tôi muốn củng cố thêm suy nghĩ của mình.

Viếng Thiên Mụ Tự

Thiên Mụ danh lam giá vãng lai
Đăng lâm hà dị đáo Thiên Thai.
Thất tằng bảo tháp xung tiêu lập,
Nhất tọa không môn đặc trí bài.
Bạn hoán đương phong trừng tục lự
Hư vô đối cảnh tịnh trần hoài.
Hoàn chiêm thắng tích khâm tiền liệt,
Thiện niệm công tu kỷ triệu hồi.

Dịch nghĩa:
Thăm Chùa Thiên Mụ

Buổi chiều đến thăm ngôi chùa Thiên Mụ nổi tiếng
Đi lên đó chẳng khác nào đến chốn thiên thai
Bảo tháp 7 tầng vươn lên trời cao
Một ngôi chùa Phật bày riêng ra ở dưới đất
Sẵn sàng đón gió để gạn lọc những lố lăng tục lụy
Dùng cái hư vô đối diện với cảnh vật để làm dịu nỗi lòng trần thế.
Ngắm khắp các thắng tích đều nằm trước mặt
Nhớ lại công ơn bao lần xây dựng và tu sửa.

Dịch thơ:

Thiên Mụ danh lam đón giá xa
Đến nơi nào khác chốn Thiên Thai.
Bảy tầng bửu tháp trời cao vút
Một chốn thiền môn đất trải dài
Thanh thản ngắm nhìn lìa tục lụy
Hư vô đối cảnh sạch trần ai
Ngàn trùng thắng tích công ơn trước
Găng nối thiện duyên để đắp bồi.
(Vĩnh Cao)

Chùa xưa như thể chốn thiên thai,
Thiên Mụ, lên thăm thắng cảnh này.
Bảo tháp bảy tầng vin thượng giới,
Thiền môn một điện tựa đất dày.
Ngày đêm đón gió xua u ám,
Hư thực giao hòa giải đắng cay.
Thắng tích gần xa bày trước mặt,
Công ơn tiền bối sửa và xây.
(Mai Khắc Ứng *dịch*)

Tượng vua Khải Định
(ảnh: Mai Linh)

Hoàng Tộc:
Một Gia Đình Thơ

Từ một ông họ Nguyễn được dân chúng tin trọng và tôn thờ với danh xưng Chúa Tiên, Hoàng gia Nguyễn đã nên từ năm 1558 trên cồn cát Ái Tử (Quảng Trị). Chúa Tiên từng là đề điệu của khoa thi Hội tháng 3 năm Ất Mùi, 1595 dưới thời vua Lê Thế Tông (1573-1600). Đã là đề điệu thi Hội, Nguyễn Hoàng phải là nhà Nho cự phách. Theo sự học ngày trước đã là Nho ắt là nhà thơ. Gia đình nhà Nho Đề điệu thuộc hàng vọng tộc thế gia. Chín chúa Nguyễn làm nên chín hệ Hoàng gia để con cháu được người đương thời coi là "trâm anh thế phiệt".

Vì thời gian và nhiều lẽ chiến tranh, trận mạc, gió bão, vật đổi sao dời mà nền lưu trữ nước ta thuở trước ít được nghĩ đến. Thơ chúa, thơ các công tử, công tôn thời chúa chắc có nhưng ít còn. Ngoài bài thơ giao tiếp cầu hiền giữa Nguyễn Hoàng với Đào Duy Từ cuối thế kỷ XVI, thơ thời chúa may ra còn được một bài của chúa Nghĩa Nguyễn Phúc Thái, hai bài phú của Nguyên súy Nguyễn Phúc Hiệp, tế tướng sĩ trận vong hai phía Nguyễn và Trịnh sau trận Nhâm Tý (1672), trong và ngoài Lũy Thầy và ít bài của chúa Minh Nguyễn Phúc Chu. Có lẽ vì thời gian và có lẽ vì Phú Xuân, nơi lưu trữ văn bản thời chúa Nguyễn đã từng nằm trong tay Trịnh, đã từng trải qua chiến sự Trịnh – Tây Sơn, đã từng thuộc quyền Tây Sơn cai quản. Đến mồ mả Nguyễn Tây Sơn còn phá. Đến chùa Thiên Mụ Tây Sơn cũng không để yên. Thì văn bản Nguyễn dưới tay Tây Sơn còn thế nào được.

Nhưng một điều có lẽ góp phần vẫy gọi, góp phần làm nên sự gắn bó giữa Mạc Cửu đang là lãnh chúa của đất Hà Tiên với Minh chúa Nguyễn Phúc Chu ngoài uy thế về quân lực, uy tín về nhân cách, phải tính đến sự hòa đồng văn hóa mà thơ như là chất xúc tác rồi làm nên một thứ keo gắn Hà Tiên bền chặt với Phú Xuân mà Gia Định trở thành "trạm giao liên".

Hà Tiên Thập Vịnh của Mạc có sự hưởng ứng nhiệt thành từ Phú Xuân của Nguyễn là điều cho ta tin rằng có một thời chúa vượng thơ cuối thế kỷ XVII đầu thế kỷ XVIII. 34 năm Minh chúa có lẽ là 34 năm thơ. Đã có thương gia nước ngoài thuở đó tính rằng xứ Đàng Trong đã là Quảng Nam quốc phải có cái lý để người ta nghĩ thế.

Trước khi giữ ngôi các chúa Nguyễn đều là công tử đều được học hành đến nơi đến chốn. Tư liệu không để lại nhưng cách thể hiện giao tiếp, cách đối nhân xử thế, các chúa Nguyễn đã bộc lộ một trình độ học vấn hoàn hảo. Trước khi làm chúa họ đều làm con, làm cháu, làm học trò. Bởi học để làm người như là mục tiêu của một vọng tộc có mạch, có nguồn.

Chỉ cứ vào một cử chỉ xử sự với tù binh Trịnh năm 1648 của chúa Nguyễn Phúc Lan, ta đã nhận ra sự học trong tri thức của nghĩa cử đó. Nếu tính từ năm 1558 như ban đầu tôi đã thưa thì đến năm 1802 Hoàng gia Nguyễn đã có một thời sơ sinh kéo dài 244 năm (1558-1802). Sự tích lũy, sự dày dạn, sự từng trải với bấy nhiêu năm tháng đã làm nên tầng, nên vỉa của một gia tộc mà không phải dòng họ nào cũng vậy.

Năm 1783, Nguyễn Phúc Ánh, 16 tuổi coi như là hạt giống Nguyễn cuối cùng ở xứ Đàng Trong, tỉnh táo chặt đôi giật vàng rồi đưa cho vợ mới cưới chưa kịp hưởng tuần trăng mật một nửa để hẹn nhau ngày tái ngộ đã thể hiện một điều gì đó nên thơ rồi. Hoàng gia Nguyễn thừa kế nguồn thơ từ nghĩa cử nhân văn đó.

Theo toàn tập "700 năm Thơ Huế" của Hội Văn học Nghệ thuật Thừa Thiên Huế, thì sự có mặt của Hoàng đế, Hoàng tử, Công chúa, Công tôn, Hoàng tôn, Tôn nữ... Nguyễn quả đã làm nên một Hoàng gia thơ. Điều đó cho tôi nghĩ: Có một mạch thơ Nguyễn tính từ Vạn Hạnh Thiền sư bền bỉ được nuôi bởi dòng máu Lạc Hồng mới làm nên Bình Ngô Đại Cáo mới làm nên Truyện Kiều. Có một Vương triều Nguyễn với Nguyễn Thế Tổ, Nguyễn Thánh Tổ mới làm nên một Hoàng gia thơ để hợp thành niềm tự hào thế kỷ XIX:

Văn như Siêu, Quát vô tiền Hán
Thi đáo Tùng, Tuy thất thịnh Đường.

Nguyễn Văn Siêu, Cao Bá Quát là đại biểu toàn dân. Tùng Thiện Vương, Tuy Lý Vương là đại diện Hoàng gia Nguyễn.

Thơ của Hoàng gia Nguyễn đầm ấm trong Tuyển tập "700 năm Thơ Huế" nên tôi xét thấy không làm nặng thêm những trang sách vụng về của mình. Chỉ xin chép để làm chứng về cuộc sống hồ hởi, ân tình, phong lưu của những nhà thơ "Mệ" qua Hòa Lạc Ca để biết anh em con vua từng chơi với nhau, chia sẻ với nhau quả là hồn nhiên, quả là có tầm nhân văn Lạc Việt.

Theo học giả Thái Văn Kiểm viết trong Cố Đô Huế thì Hòa Lạc Ca ra đời bởi ba anh em Tùng Thiện Vương Miên

Thẩm, Tuy Lý Vương Miên Trinh, và Tương An Quận Vương Miên Bửu theo Ngự giá phụ vương ra cửa Thuận An. Lúc trở về gặp mưa lụt, thuyền ba anh em suýt bị sóng nhấn chìm. Được quân Ngự lâm kịp cứu và bình an vô sự trở về nên ba anh em rủ nhau làm nên bài thơ liên vận Hòa Lạc Ca.

Hòa Lạc Ca

1. Trời Nam vừa thuở thái bình
Non hùm bặt dấu, biển kình biệt tăm.
(1: *Tùng Thiện Vương*)

2. Ngày hôm rằm, tiết hè đang thạnh,
Vâng chiếu rồng tuần hạnh Thuận An.
(2: *Tuy Lý Vương*)

3. Pháo đài bảy tiếng sấm vang
Thuyền chèo tách nước, cờ phan cuốn trời.
(3: *Tương An Quận Vương*)

1. Dậy giữa vời trạo ca một khúc
Trấn Hải thành bỗng chốc đã nên.

2. Theo chầu sánh hiệp bạn tiên,
Đẩy thuyền Hòa Lạc chỉ miền thương ba.

3. Nửa bình trà, một và quyển sách
Người liên chi là khách tri âm.

1. Khói tùng ngòi thỏ âm thầm
Mỉa mai Lý Quách, xướng âm Mạnh Hàn.

2. Mặt bang hoàng tới vừa bãi cát
Đủng đỉnh chờ gió mát trăng lên.

3. An hem quanh quất đôi bên
Chung thi năm Đậu, liền mền ba Khương.

1. Hòa Cầm nhớ giữ tình thương
Trăm năm thề chẳng coi thường để sai.

2. Lần hồi chèo thẳng sông dài
Biết bao cảnh vật trong ngoài hớn vui.

3. Sông Phổ Lợi một hồi vừa tới
Đoái bao la vọi vọi doi Le.

1. Máy trời không dễ trước dè,
Chớp ngày lửa cháy, mây hè mực un.

2. Gió ùn ùn cát bay đá chạy
Sáu hiệp mờ tiếng lại vo vo.

3. Gió càng to, sóng càng to
Mấy neo cũng đứt, mấy đò cũng xiêu.

1. Lúc hiểm nghèo cậy lòng trung tín
Nổi dập dờ dầu đến dầu lui.

2. Bỗng dưng cơ hội trời xui
Mở hình thuyền dắt, tắt mòi sóng qua.

3. Đã là ba chiếc ra cột dắt
Xem thế chừng chưa chắc vào đâu.

1. Dặm xa nhường thể ai tâu
Thêm năm thuyền nữa lại sau mới rồi.

2. Mới cùng nhau mừng vui hớn hở
Ơn chín trùng đất chở trời che.

3. Kêu đòi dở chén dở ve
Gió huân trên mặt mây hè váng un.

1. Chưa mấy hồi kéo dồn vào bến
Sắm sửa liền đi đến hành cung.

2. Theo ban chầu trước bệ rồng
Phỉ tình mừng rỡ, bõ lòng sợ e.

3. Rồi lui về kiếm nơi đình nhỉ
Bày tiệc quỳnh phỉ chí thảnh thơi.

1. Ra nhơn chúa tạnh oai trời
Lụt êm sấm gió, cảnh đời giang sơn.

2. Chép dạ ghi đội ơn mưa móc
Hồ người đem gan óc đền ơn.

3. Biết bao nhiêu đặng mà cân
Mênh mông bể thú, chần ngần núi cao.

MAI KHẮC ỨNG

1. Mấy thuyền dắt cũng đều đặng thưởng
Khắp người người sung sướng ấm no.

2. Tranh nhau mực ép cá khô
Bao nhiêu tiền bấy nhiêu đồ mua ăn.

3. Những xí xang chợ này quán nọ
Chật như nêm đoàn lũ kéo nhau.

1. Chòm chòm xóm xóm ca âu
Rượu trà đắt giá, cau trầu thắm duyên.

2. Hòa Lạc ca một thiên liên cú,
Giúp tiếng chèo xuôi gió về kinh.

Đọc xong Hòa Lạc Ca của ba Hoàng tử thời Minh Mạng tôi lại nhớ bài thơ thất ngôn bát cú liên vận giữa Nguyễn Hoàng với Đào Duy Từ trên hai thế kỷ trước. Nguồn gốc sinh thành người, mang theo nguồn gốc sinh thành thơ. Phải chăng là truyền thống.

Thơ hoàng tử, hoàng tôn, công tử, công tôn, công chúa, công nữ, công tôn nữ… nhiều lắm.

Xin quý vị tìm đọc 700 năm thơ Huế:

Hoàng Tử:
Nguyễn Phúc Miên Định
(1810-1886)

Đông Gia Kiều Dạ Nguyệt

Thu dạ phùng nguyên sảng
Bình kiều ngoạn nguyệt minh
Chu xa lai bắc phố
Quan cái tiếp đông thành
Sơn sắc liên thiên bích
Ba quang phô luyện hình
Nùng yên lung liễu ám
Hàn nguyệt chiếu giang thanh
Nhiễu ngạn nhân cư mật
Thừa không nhạn trận hoành
Bồ lao vân ngoại hống
Tán nhập trạo ca thanh.

Dịch thơ
Đêm Trăng Cầu Đông Gia

Tiết thu đêm mát lạnh
Cầu phẳng ngắm trăng trong
Thuyền, xe về phố bắc
Mũ, lọng tụ thành đông
Trời biếc ươm màu núi
Sóng phô lụa ánh sông
Khói nồng nhem dáng liễu
Trăng lạnh nước xuôi dòng
Nhà ở quanh bờ kín
Ngang trời cánh nhạn tung
Vút mây chuông vọng tiếng
Tán nhập lẫn không trung.
(Hải Trung)

Hoàng Tử:
Nguyễn Phúc Miên Thẩm
(1819-1870)

Bài 1: Đề Trạch Biên Liễu

Xuân nhập liễu điều tân
Khinh âm phúc thủy tân
Niên lai ly biệt quán
Bất chiết tặng hành nhân.

Dịch thơ
Đề Vịnh Cây Liễu Bên Nhà

Xuân thêm nhành liễu xanh non
Nhẹ buông bến nước đêm còn buông lơi
Bao năm xa cách quen rồi
Liễu này không bẻ tặng người đi xa.
(Hải Trung)

Bài 2: Mai Độ Hoài Cố Nhân

Nam vọng điều điều nhất phiến vân
Cố nhân tiêu tức mộng trung văn
Niên niên thử địa phùng Hàn thực
Bất đáo mai hoa hảo ký quân

Dịch thơ
Ở Bến Đò Mai Nhớ Cố Nhân

Ngóng trời nam chỉ mây vời vợi
Người cũ còn vương giữa mộng lành
Nơi ấy nối năm Hàn thực tiết
Chẳng cành mai đẹp gửi cùng anh.
(Hải Trung)

Bài 3: **Dạ Bạc Nguyệt Biều**

Trúc âm lương xứ dạ đình thuyền
Thủy nguyệt giang phong vị nhẫn miên
Cách ngạn chung lâu Thiên Mụ tự
Thanh thanh xao phá viễn đình yên.

Dịch thơ
Đêm Đậu Thuyền Ở Bến Nguyệt Biều

Trúc lặng sóng êm lại ghé thuyền
Trăng soi gió tỏa giấc chưa yên
Bên kia chung vọng chùa Thiên Mụ
Tiếng tiếng xua tan khói sóng đêm
(Hải Trung)

Bài 4: **Thuận An Quy Chu**

Phong khẩn mộ triều bình
Quy chu phong lưu khách
Loan đa phàm lũ chuyển
Giang vĩnh nguyệt đồng hành
Sa dự hồi mâu thất
Bình sơn khan thủ nghinh
Hầu môn quần trĩ vấn
Hải vật sách lam khuynh.

Dịch thơ
Thuyền Từ Thuận An Về

Gió tối triều yên lặng
Thuyền về rẽ sóng êm
Quanh co buồm uyển chuyển
Dằng dặc ánh trăng bên

Ngoái lại bờ cát khuất
Núi Ngự rộng tay lên
Lũ trẻ chờ trước cổng
Nghiêng giỏ cá đòi xem.
(Hải Trung)

Chiều Thuận An
(ảnh: Mai Linh)

Hoàng Tử:
Nguyễn Phúc Miên Trinh
(1820-1897)

Bài 1: **Lữ Dạ Đắc Cố Nhân Thư**

Tiểu quán bế sài kinh
Hàn đăng ám phục minh
Hốt kinh thư vấn tấn
Tọa giác tuế tranh vanh
Hiểu nguyệt kiêm vương sắc
Thu phong tự vũ thanh
Tiểu tinh tương ức xứ
Chung lậu cách nghiêm thành.

Dịch thơ
Đêm Tại Đất Khách, Được Thư Bạn Cũ

Quán khách đêm đóng cửa,
Đèn khuya sáng lại mờ.
Bỗng đâu thư tín gửi,
Nghĩ lại tháng năm chờ.
Trăng sáng pha màu khói,
Gió thu tựa tiếng mưa
Hết say rồi nhớ bạn,
Thành cách tiếng chuông đưa.
(Võ Đại Mau)

Bài 2: **Đông Dạ Tạp Thi**

Hữu khách chi tự viễn
Bài thất thăng đường giai
Quắc nhiên chấp thủ tiếu
Nãi tâm cưu sở hoài.

Uyên tắc cố cánh ngưỡng
Thân tự phú thảo từ
Dao cầm cưu bất động
Vị quân lý chân ti
Dị khung phong vũ tán
Tì ngã niệm tì ly.

Dịch thơ
Tạp Thi Đêm Đông

Có khách phương xa đến
Xô cửa vào nhà trong.
Cầm tay cười hể hả,
Chính người ta nhớ trông.
Cách trở vẫn chờ đợi,
Huống nay gặp tao ông.
Đàn cầm lâu chẳng gảy,
Lên dây vì nể lòng.
Sợ đến ngày mưa gió,
Tan rã lại nhớ mong.
(Võ Đại Mau)

Hoàng Tử:
Nguyễn Phúc Miên Bửu
(1820-1854)

Bài 1: **Nhân Sự**

Nhân tâm thâm hiểm tự giang hồ
Phiên phúc ba lan diện bối thù.
Lao lực lao tâm nguyện vị trí,
Vô phiền vô não mạc như ngu.
Xà thôn đại tượng hưu ngôn quái
Tước bổ đường lang mạc tiểu vu.
Duy hữu triết nhân năng khan phá
Khẳng giao ngư mục hỗn chân châu.

Dịch thơ
Việc Người Đời

Lòng người nham hiểm tựa nông sâu,
Ngoảnh mặt, quay lưng, tráo trở mau.
Cậy trí nhọc lòng cùng nhọc sức,
Giữ ngu, không não cũng không sầu.
Rắn ăn voi lớn đừng cho quái
Sẻ bắt ngựa trời chẳng lạ đâu!
Duy chỉ triết nhân là thấy rõ
Hạt châu, mắt cá lộn sòng nhau.
(Nguyễn Khuê)

Bài 2: **Nhân Sự**

Nhân tâm thâm hiểm tự giang hồ,
Phiên phúc ba lan diện bối thù.
Lao lực, lao tâm, nguyên vị trí,
Vô phiên, vô não, mạc như ngu.
Xà thôn đại tượng hưu ngôn quái,
Tước bổ đường lang mạc tiếu vu.
Duy hữu triết nhân năng khán phá,
Khắng giao ngư mục hỗn chân châu.

Dịch thơ:

Lòng người thâm hiểm tựa sông sâu,
Ngoảnh mặt, quay lưng, tráo trở mau.
Cậy trí, nhọc lòng cùng nhọc sức,
Giữ ngu, không não cũng không sầu.
Rắn ăn voi lớn đừng cho quái,
Sẻ bắt ngựa trời chăng lạ đâu!
Duy chỉ triết nhân là thấy rõ,
Hạt châu, mắt cá lộn sòng nhau.
(Nguyễn Khuê)

Hoàng Tử:
Nguyễn Phúc Miên Triện
(1833-1905)

Chung Thanh

Thâm sầu vô ná bất thành miên,
Hà xứ chung thanh đoạn tục huyền.
Dĩ động tân sương dao lạc mộc,
Quán thôi tà nguyệt đáo li diên.
Lữ hoài tịch mịch thu trai khách,
Tàn mộng y hy dạ bạc thuyền.
Nhất tiếu khởi lai long hiểu dược,
Bán sinh hồng đậu ngộ tham thiền.

Dịch thơ:
Tiếng Chuông

Nỗi buồn khôn xiết giấc khôn yên,
Chuông vọng đứt hồi đâu chốn truyền.
Sương động rung rinh từng khóm lá
Trăng chênh xao xác ánh ven thềm.
U hoài khách trọ thu cô quạnh,
Tan mộng thuyền neo bến lặng im.
Một thoáng mỉm cười rung nắng sớm,
Tương tư nửa gánh tưởng đâu thiền.
(Hải Trung)

Công Chúa:
Nguyễn Phúc Trinh Thận
(Công chúa Mai Am,1826-1904)

Bài 1: **Ức Mai**

Lâm đường tạc dạ sóc phong xuy
Tiểu các thanh hàn độc tọa trì.
Địch lý quan san sầu cự khúc,
Thúy biên ly lạc nhận tiền kì.
Hương nam tuyết bắc vô phương tấn,
Nguyệt địa vân giai hữu mộng tư.
Dục bả tân từ viễn tướng tặng.
Mỹ nhân uyển tại thủy chi mi.

Dịch thơ:
Nhớ Mai

Gió bắc đêm qua thổi khắp vườn
Đìu hiu gác nhỏ lạnh lùng nương
Quan san tiếng sáo buồn bài cũ
Dậu biếc ven hồ lưu nhớ thương
Tuyết bắc hương nam tin chẳng tới
Thềm mây trăng ngó mộng còn vương
Gửi trao thơ mới cách xa tặng
Người đẹp bên dòng thấp thoáng hương.
(Hải Trung)

Bài 2: **Độc Điếu Nghĩa Dân Trận Tử Văn**

Điếu văn tam phục trọng đê hồi
Nghị phách từ phong tẫn khả ai.
Xích tử cần vương năng địch khải,
Thư sinh dụng võ tích phi tài.
Yên mê chiến lũy Tây nhung mãn,
Nguyệt lãnh sa trường bạch cốt đôi.
Quốc ngữ nhất thiên truyền bất hủ
Tuyệt thăng Quảng Hán yểm khô hài.

Dịch thơ:
Đọc Văn Điếu Nghĩa Dân Chết Trận

Điếu văn ngâm đọc lắm bồi hồi
Khí phách hùng văn cảm động người.
Con đỏ giúp vua vì phẫn giặc,
Thư sinh dụng võ vẫn chưa tài
Chiến lũy khói tràn nhiều xác giặc,
Sa trường trăng lạnh, lắm cốt phơi.
Quốc ngữ một bài lưu thiên cổ,
Cốt hài Quảng Hán sánh còn vơi.
(Hải Trung)

Bài 3: **Minh Phi Oán**

Hồn đoạn Kiến Chương cung,
Trường hồi Ngọc Quan đạo
Bất hận viễn hòa Nhung
Phiên sầu nhan sắc hảo.

Dịch thơ:
Oán Khúc Minh Phi

Khúc hồn nhớ Kiến Chương
Đường biên quan quặn thắt
Chẳng hận vì hòa Nhung
Mà sầu vì nhan sắc.
(Hải Trung)

Bài 4: Nông Phu Từ

Đông phong xuy tỉnh nguyên dã thảo,
Điền gia nông sự tu cập táo.
Thôn thôn bá thực bất cảm nhàn
Khủng phụ tam thần phong vũ hảo.
Tương hô bỉnh lỗi hướng đông truy
Chu tao cảo nậu bất tri bì
Tân miêu quát phu nhật chích bối
Dâm dâm bạch hãn như vũ thùy
Đan thực hồ tương đồng phụ tử.
Cộng thoại tân tân tịch dương lí
Gia hòa tuy mậu ác thảo phồn
Vọng đắc thu thành yếu sừ lý.
Thí như quân tử tiểu nhân sài
Nhược bất trừ chi chung hoạn tai
Quả nhiên tú tận đạo miêu trưởng
Nhất khúc vân ca thương ngã hoài.

Dịch thơ:
Từ Khúc Nhà Nông

Đánh thức cỏ đông mùa gió thổi
Nhà nhà xếp đặt việc nông vội
Xóm thôn gieo trồng chẳng hề ngơi

Sợ lỡ thời gian, thuận tiết tới
Cày vác ra đồng, đông hướng đi
Bừa quanh sạch cỏ, nhọc hề chi
Lưng nung bỏng rát lúa non xước
Ròng rã mồ hôi giọt giọt nghe
Cơm nước vợ con ngùi ngậm kể
Say sưa bàn chuyện, nắng chiều xế;
"Tuy xanh tươi lúa, cỏ lan đầy
Muốn bội thu, cày bừa thật kỹ
Ví tựa người ngay lẫn tiểu nhân
Không lo trừ sạch sẽ họa thân"
Cỏ vơi, lúa tốt quả nhiên vậy
Khúc hát thoảng lòng, ngơ ngẩn ngân.
(Hải Trung)

MAI KHẮC ỨNG

Công Chúa:
Nguyễn Phúc Tĩnh Hòa
(Công chúa Huệ Phố, 1830-1882)

Bài 1: **Thuật Ức**

Kê xướng tây viên khởi
Cao lâu độc ỷ lan
Cô bồ dạ lai vũ
U mộng đại giang hàn

Dịch thơ:
Thuật Điều Nhớ Lại

Tiếng gà đánh thức vườn tây
Lầu cao riêng đứng tựa kề lan can
Cỏ thơm đêm trước mưa chan
Chập chờn trong mộng nỗi hàn trên sông.
(Lương An)

Vườn tây tiếng gà đánh thức
Một mình tựa lan can lầu.
Mưa đêm cỏ cây thơm nức,
Sông lạnh chập chờn canh thâu.
(Mai Khắc Ứng)

Bài 2: **Thu Dạ Độc Tọa**

Đông lâm nguyệt xuất hàn sa phố
Lục song sơ tề ba tiêu vũ
Vũ tạ ca lâu tận quyển liêm
Tây phong xuy lương nhập châu hộ

Trang thành ỷ hạm độc du du
Hà hán vô thanh bạch lộ thu
Thanh cảnh nật nhân miên bất đắc
Hiểu chung hoãn hoãn hạ thành lâu.

Dịch thơ:
Đêm Thu, Ngồi Một Mình

Bến lạnh rừng đông trăng mới lên
Bên song chuối biếc dứt mưa rền.
Lầu ca tạ múa rèm đều cuốn
Gió thoảng từ tây khiến lạnh thêm
Trang điểm vừa xong còn tựa gác
Hán hà bạch lộ cảnh thu êm
Mải nhìn cảnh đẹp nào an giấc
Khoan nhặt chuông ngân tiếng tiếng rền
(Hải Trung)

Bài 3: Tiểu Phu Từ

Phạt mộc đinh đinh hiểu yên bích
Trường chi đoản tiết vô di tích
Cao ca nhất khúc bạch vân gian
Tịch khể hàn khê ma phủ thạch
Kiên đầu tân trọng quy lai trì
Mãn tiền kinh trăn đa hiểm nguy
Sơn trung chi hiểm tín khả thiệp
Thế lộ du du nả đắc tri.

Dịch thơ:
Khúc Hát Tiểu Phu

Đẵn gỗ thình lình buổi sớm mai
Cành dài khúc ngắn chẳng buông rơi

Hát vang một khúc trong mây vắng
Chiều nghỉ bên khe trên đá mài
Củi nặng trĩu vai về đã muộn
Gồ ghề mái núi bước chông gai
Rừng sâu hiểm trở đành qua khỏi
Dằng dặc đường dài dễ được hay.
(Lê Thước)

Tinh mơ đẵn gỗ quả không ngờ
Dài ngắn vung đao gắng sức quơ.
Khúc hát cao xa mây trắng quyện,
Nghỉ chiều bên suối đá mài trơ.
Nặng vai gánh củi ra về muộn,
Rừng gập ghềnh nên quá vật vờ.
Giữa núi gian nguy qua đã trót,
Đường đời man mác thực như mơ.
(Mai Khắc Ứng)

Hoàng Tôn:
Nguyễn Phúc Hồng Sâm
(1839-1884)

Đề Tô Tử Du Xích Bích Họa

Côn huề tôn tửu kích lan tương
Huống thử thanh du dạ phục lương
Vạn lý ba quang giang dũng nguyệt,
Thiên sơn thu tác diệp phù sương.
Xuy địch khách hữu bi thương hải,
Hoành sóc hà nhân há Vũ Xương.
Xích Bích như kim thuộc Tô Tử
Lâm phong bất cấm hạo ca trường.

Dịch thơ:
Vịnh Bức Họa Tô Tử Dạo Chơi Xích Bích

Rượu nâng chung sức lại khua chèo
Huống cuộc ngao du đêm hắt hiu.
Muôn dặm sóng xao trăng sáng tỏ
Nghìn non sương xuống lá rơi vèo.
Biển xanh khách thổi sáo buồn khúc,
Chốn ấy ai đưa ngọn gió theo.
Xích Bích hôm nay nhìn Tô Tử
Sá chi đón gió chẳng ngao nghêu.
(Hải Trung)

MAI KHẮC ỨNG

Hoàng Thân:
Nguyễn Phúc Ưng Bình
(Ưng Bình Thúc Giạ Thị 1877-1961)

Gánh Tương Tư

Trong gánh tương tư những vật gì?
Dây hồng lá đỏ đó chờ chi.
Sao mà bợ ngợ sương không nổi,
Lại cứ lần đân chẳng vất đi.
San sẻ không nhờ cân tạo hóa,
Nặng nề thêm mãi khối tình si.
Hỡi ai là bạn sương mình đó,
Xin hãy xê vai rợt chút ni.

Lâu Ngày Mới Thấy Lại Đất Huế

Ở xa đất Huế chục năm thừa,
Trở lại ngày nay cảnh khác xưa.
Cái dại Trường Tiền đâu chẳng thấy,
Nóc nhà Thương Bạc hãy còn lưa.
Quan Tham quan Thị chào không xiết,
Ông Cống ông Nghè ngó đã sưa.
Thêm rạp cải lương đào kép mới,
Ai ơi có rõ mẹo tuồng chưa?

Khiêm Lăng,
Khiêm Cung Ký
"Thổn Thức Vui Tươi"

Thủy Tạ Lăng Tự Đức
(tranh: Dương Phước Luyến)

Vạn Niên cơ được khởi công xây dựng vào tháng 12 năm 1864, trên khu gò đồi thuộc thôn Thượng Ba, làng Dương Xuân, nay là phường Thủy Xuân, thành phố Huế. Từ tháng 9 năm 1867 công việc xây dựng kết thúc thì mang tên Khiêm cung. Sau ngày nhà vua Nguyễn Dực Tông băng hà (19.7.1883), công việc ninh lăng hoàn tất mới thực sự mang tên Khiêm lăng. Thường gọi theo niên hiệu là lăng Tự Đức.

Lăng Tự Đức gồm 50 công trình kiến trúc lớn nhỏ hợp thành một công viên sinh vật cảnh rộng 12ha, đã làm nên vẻ đẹp thơ mộng trữ tình về "cõi sống vĩnh hằng" của người đã chết.

Tứ bề núi phủ mây phong
Mảnh trăng thiên cổ bóng tùng Vạn Niên.
(Nguyễn Dực Tông)

Trong 16 năm (1867-1883) cuối đời, với Lương Khiêm điện, Hòa Khiêm điện, Lễ Khiêm vu, Pháp Khiêm vu... Khiêm cung trở thành Hoàng cung thứ hai, nên nhà vua thứ tư vương triều Nguyễn thường lên đây để nhờ trăng, nhờ mây, nhờ núi chia sẻ nỗi niềm trắc ẩn với sự mặc cảm cô đơn dường như thường trú trong tâm hồn ông. Cũng tại Hoàng cung thứ hai này, suốt 5 năm (1871-1875) nhà vua Nguyễn Dực Tông đã chấp bút soạn nội dung và có lẽ cũng chính nhà vua này trực tiếp viết lên hai mặt tấm đá Thanh nặng trên dưới 20 tấn để người thợ theo mẫu mà khắc.

Điều đó không nằm trong thông lệ vua kế vị viết nội dung rồi cho khắc và dựng bia "Thánh đức thần công" để ca ngợi ân đức, công lao của vị vua tiền nhiệm. Có lẽ tự ông đã tiên liệu trước khó có người làm thay. Mặc cảm cô đơn, không người nối dõi len nặng trong tâm trí ông đã phả hồn vào những dòng chữ tự tay ông viết:

"Các mạch núi kéo đến gọi là Dẫn Khiêm, Lao Khiêm, Đạo Khiêm, Long Khiêm, Cư Khiêm, Lý Khiêm từ xa đến gần. Núi bên hữu có tường vây bọc, mở ra một cửa cổ lâu gọi là Khiêm Cung môn. Điện phía trước gọi là Hòa Khiêm, để ngày sau làm nơi tựa nương hương khói. Điện phía sau là Lương Khiêm, là nơi cung phụng xa giá ngự chơi. Phía đông của điện là Minh Khiêm đường, sắp xếp làm nơi tấu nhạc, phía tây của điện là Ôn Khiêm đường, dùng để ngự phục. Trong và ngoài Khiêm Cung môn dựng bốn ngôi nhà, lấy tên là Công Khiêm, Cung Khiêm, Lễ Khiêm, Pháp Khiêm, là nơi túc trực của các quan và thợ thầy. Phía sau của hai điện, ở bên hữu

dựng bốn viện: Tùng Khiêm, Dụng Khiêm, Y Khiêm, Trì Khiêm, là nơi ở của phi tần theo hầu. Nối liền với hậu điện là một các nhỏ, tên là Ích Khiêm, tuy thấp, nhưng cũng đủ ngắm cảnh gần. Phía trước cửa điện, lại dựng riêng một nhà kiểu hành lang, gọi là Chí Khiêm, tuy hẹp nhưng cũng đủ thờ phụng các phi tần cũ.

Dòng nước nhỏ gọi là Tiểu Khiêm trì, làm thành dáng trăng non, nằm ngay ở trước chính cuộc, cạn và khô, cũng đủ chứa nước mưa theo phép địa lý. Dòng nước lớn gọi là Lưu Khiêm hồ, quanh co uốn khúc từ hữu qua tả, sâu và trong, mùa hạ không khô, mùa thu không tràn, là do chỗ ruộng sâu mà tạo nên. Lại đặt một cống thông ra ngoài ruộng, vừa để tháo nước vừa để giữ nước. Hồ mới đào xong một nửa mà cá đã lúc nhúc không sao kể xiết, không đợi bắt thả vào nuôi, là do thế đất hồ mà tiện kéo đến.

Lại ở trên bờ đá phía đầu hồ, có dòng nước từ trong đất chảy ra, nhìn bờ đá thì không nhìn ra kẽ hở, nhưng nước cứ róc rách, trong leo lẻo, rót vào trong hồ ngày đêm không dứt. Ấy là do trời tạo ra, ngờ có con suối ngầm mà ta không rõ. Nhân chỗ ấy, dựng tạm ngôi nhà xưởng nửa trên cạn, nửa dưới nước, sườn tre mái tranh đủ che nắng mưa cho hai con thuyền nhỏ là Thuận Khiêm và Ôn Khiêm. Lúc trăng trong gió mát, dạo thuyền trên hồ, hái hoa quân tử, ca khúc ái liên, sảng khoái không còn ham muốn gì khác. Đáy hồ chỉ trồng một thứ hoa ấy mà thôi.

Bên hồ dựng hai nhà mát, một cái hai tầng, khá cao và hẹp, gọi tên là Xung Khiêm tạ, cái kia ba tầng, các tầng đều thấp và hẹp, gọi tên là Dũ Khiêm tạ. Lúc gió trưa, lúc trăng đêm đủ để buông câu.

Ở giữa hồ giảm bớt công việc, lượng tính số đất đá còn lại, đắp một đảo lớn, gọi là Tịnh Khiêm đảo, trên đảo dựng ba tiểu đình, gọi tên là Nhạc Khiêm. Tiêu Khiêm, Lạc Khiêm, chồng đá núi, phủ cây hoa, làm bậc đá, xây động, lập rừng, đào hang, thả nuôi chim bay thú chạy. Chim công gáy, thỏ trắng nấp, con trĩ đậu, đều hợp chỗ của nó.

Trên hồ bắc ba cây cầu: Tuần Khiêm, Tiễn Khiêm, Do Khiêm thông chỗ ngăn cách, mà nối liền cả thủy bộ. Dưới chân núi bên tả, có Thể Khiêm đình, đặt ụ bắn, làm trường bắn vậy. Bên lưng núi có Chấp Khiêm trai, mở hành lang thông suốt với lầu ở trên đỉnh núi, tên Di Khiêm lâu, cao chót vót, có hiên khá rộng đủ để ngắm cảnh xa"...

Khiêm là từ vua chọn để thể hiện sự khiêm nhường có vẻ không ăn nhập với một tổng thể kiến trúc cung điện, lầu tạ, ao hồ, núi non, khe suối... nguy nga đường bệ dường ấy. Ví như *"giảm bớt công việc... đắp một đảo lớn"* là bất nhất rồi. 16 năm Tự Đức cuối đời là 16 năm nhà vua gắn bó với Khiêm cung cũng là 16 năm giặc Pháp làm mưa làm gió trên toàn lãnh thổ Việt Nam.

Tôi xin lạm phép sao chép Khiêm Cung ký hơi dài vì muốn thể hiện cho được thế nào là khiêm của một ngôi lăng mang tầm thế kỷ đã trở thành di sản văn hóa đặc sắc. Qua đó sẽ nhận ra thế giới nội tâm của tác giả từ những dòng trần tình, nặng tính thanh minh hơn là tiểu sử, sự nghiệp của 55 năm trụ thế với 36 năm giữ ngôi.

"Ta bẩm sinh rất bạc nhược. Lúc mới ra đời, vì mẹ lâm bệnh, đau đến hàng tháng mới lành, bà vú nuôi không được cẩn thận, sạch sẽ...
Lúc biết nói, biết đi, ta từng cầm than vẽ lên tường. Có người lấy làm lạ hỏi, ta đáp rằng viết chữ trạng. Bởi vì đỗ đầu tiến sĩ, tục gọi là trạng nguyên...
Một hôm, người hỏi đùa các con: Tên con có ý nghĩa gì? Ai nấy theo ý nghĩa mà trả lời, chẳng biết đúng sai. Tiểu tử cứ theo lối giải thích nghĩa đã học mà đáp: Hồng là nặng nề, to lớn. Nhậm là gánh vác. Người nhìn mà mỉm cười nói rằng: Gánh vác nặng là gánh củi hay sao?...
Có lúc đang hầu cơm ngự, cũng bỏ đũa mà làm thơ tại chỗ. Làm xong người sai cung tần bưng món ngự và hòm bút giấy đặt ngay bên chỗ ngồi, cho phép ta tự lấy dùng. Ân sủng

nhuần thấm chẳng nghi ngờ gì nữa. Nhưng tiểu tử đâu dám vượt qua phép tắc. Ngâm vịnh xong, người liền lấy chén ngọc đang dùng, cùng thức ăn còn ban cho mà bảo rằng: Con ăn đi để hưởng ơn thừa của ta...

Còn như được khen thưởng về những việc khác cũng khó mà kể hết. Như việc hầu bắn, ta nhiều lần bắn trúng. Hàng em con chú và bọn thị vệ đều cùng chứng kiến...

Nếu có kẻ nghe phong thanh khuyên ta vào các để luyện tập chính sự, thì ta bảo 'có anh ta đó'...

Khí huyết kém, thân thể thường gầy, đang tuổi tốt đẹp vô sự mà việc nối dõi còn khó khăn...."

(Dựa theo bản dịch của nhà giáo Trần Đại Vinh)

Viết như vậy quả là "văn võ toàn tài". Nhưng tài hoa không thể so với sứ mệnh lưu kinh của vị hoàng tử trưởng, người đã từng thay phụ vương đến điện Vĩnh Tư cúng bà nội. Thành ra càng thanh minh càng thể hiện sự áy náy trong tâm trạng bất an cọng với nỗi buồn vô sinh của tác giả. Vì sao phải áy náy? Đó là điều đã gắn chắc vào bia đá để công buận mãi mãi phẩm bình.

"Có anh ta đó" là viết lên mặt bia, cũng như nói với đá. Đại Nam Thực Lục Đệ tam kỷ viết về nhà vua Nguyễn Hiến Tổ do tác giả Khiêm Cung ký chỉ đạo, Tổng tài Quốc Sử quán Trần Tiễn Thành, Phó tổng tài Lê Bá Thận cùng Phạm Huy Bính thực hiện năm Tự Đức thứ 30 (1877) thì *"anh ta đó"* lại bị mạt sát là *"ngu độn ít học"*.

Vậy thì chữ trên bia với chữ trong sách, bên nào thật?

Bản văn 5.000 chữ khắc tràn hai mặt bia, kết thúc bằng một bài minh đượm nỗi buồn trống trải mà thảng thốt vốn đã toát lên từ hai câu thơ tức cảnh của cùng tác giả ngợi ca Khiêm cung (đã dẫn trước).

Trên Dương Xuân chừ,
Là mái nhà ta.
Núi thấp, đất hoang chừ,
Cũng rõ lòng ta khiêm.
Ý ta tự trách chừ,
Ai cùng ta đồng tâm.
Hoàn thành chí ta chừ,
Ôi! Mong suông mà chưa được.
Chỉ có trời soi xét chừ,
Lòng ta như đá kia.

"Lòng ta như đá kia" nên vận nước đang gặp cơn nguy biến, mà nguyên thủ quốc gia không nêu gương hy sinh cứu nước lại huy động sức người, của cải làm nên cõi thiên thu để được an thân.

Đọc hết nội dung Khiêm Cung ký, đối chiếu với bối cảnh xã hội Việt Nam giữa và cuối thế kỷ XIX, nhất là 36 năm Tự Đức, mỗi người đều có thể nhận ra tâm trạng không bình thường của chủ nhân Khiêm cung.

Nhà vua Nguyễn Hiến Tổ có 29 người con trai. Nguyễn Phúc Hồng Bảo con bà Đinh Thị Hạnh, sinh năm 1825 là anh cả. Nguyễn Phúc Hồng Nhậm, con bà Phạm Thị Hằng, sinh năm 1829 là con thứ hai.

Những ngày mới nối ngôi, vì đang chịu đại tang nên nhà vua Nguyễn Hiến Tổ đã giao cho Nguyễn Phúc Hồng Bảo thay mình đến điện Vĩnh Tư dâng lễ thờ bà Thuận Thiên Nhân Hoàng hậu thân mẫu nhà vua đồng thời là bà nội của hoàng tử trưởng. Sau đó, vào năm Nhâm Dần (1842) tức Thiệu Trị thứ 2, nhà vua Nguyễn Hiến Tổ ngự giá Bắc thành để nhận thụ phong đã giao cho hoàng tử trưởng Nguyễn Phúc Hồng Bảo lưu kinh.

Hai sứ mệnh cúng bà nội và lưu kinh đều giao cho Nguyễn Phúc Hồng Bảo mà Thái hoàng Thái hậu Thuận Thiên Cao Hoàng hậu đã chấp nhận: *"Hoàng tử lưu kinh vốn là việc cũ. Điều đó không có gì phải bàn"*. Lưu kinh là thay vua cha giữ ngôi để giữ nước, đã hàm trọn ý là "Thế tử", người nối ngôi tương lai theo lẽ *"đích tôn thừa trọng"* (con trưởng nối nghiệp cha) như là một chuyện đương nhiên.

Từ đó suy ra, nếu Nguyễn Phúc Hồng Bảo được nối ngôi là thuận lẽ trời, hợp lòng hoàng tộc và đại đa số quần thần, không ai có cớ để gây nên nạn tranh ngôi đoạt vị. Hơn nữa Hồng Bảo là một hoàng tử mạnh khỏe, cương nghị (theo truyền ngôn) lại đã có con trai đầu lòng là Nguyễn Phúc Ưng Đạo làm nên "Ngũ đại Hoàng tôn" lập thành hệ chính thống, không để xảy ra nạn phe nọ giành phái kia trong việc tôn phò như tình cảnh nhà vua đã được ngôi lại bị bệnh vô sinh.

Thế nhưng, nhà vua Nguyễn Hiến Tổ băng hà đột ngột. Tuyên chiếu truyền ngôi do nhóm Phụ chính đại thần Trương Đăng Quế, Vũ Văn Giải, Nguyễn Tri Phương, Lâm Duy Thiếp ban bố lại không phải Nguyễn Phúc Hồng Bảo mà là Nguyễn Phúc Hồng Nhậm nối ngôi.

Tai họa của vương triều và của quốc gia phát sinh từ sự mập mờ đó.

Đinh ninh mình là người kế vị, Nguyễn Phúc Hồng Bảo uất hộc máu miệng ra giữa lễ thiết triều.

Nguyễn Phúc Hồng Nhậm đắc chí được ngôi, bà Từ Dũ Phạm Thị Hằng hoan hỷ trở thành Hoàng Thái hậu, nhưng nội tình vương triều Nguyễn cũng bắt đầu phân hóa sâu sắc. Hoàng gia và rộng hơn hoàng thân quốc thích bàng hoàng. Quần thần xôn xao bàn tán. Khủng hoảng rồi suy yếu từ đó mà nên.

Trương Đăng Quế đứng đầu nhóm Phụ chính Đại thần (Trương Đăng Quế, Vũ Văn Giải, Hà Duy Phiên, Nguyễn Tri Phương) bị công luận hoài nghi là tác giả của biến cố gây nên tai họa. Bởi vậy, đã nhiều lời đồn thổi Nguyễn Phúc Hồng Nhậm là con Trương Đăng Quế đánh tráo qua một dịp may.

Từ đó, Trương Đăng Quế cùng nhóm phụ chính đại thần phò Nguyễn Phúc Hồng Nhậm bị công luận lên án, chê bai và bị lắm phương thù hận, dường như yếm thế bởi mặc cảm tội lỗi.

Ngày 01 tháng 9 năm 1858 liên quân Pháp Tây Ban Nha đánh chiếm bán đảo Sơn Trà, cả Đà Nẵng đứng lên cứu nước. Nhà vua còn điều binh khiển tướng cho mặt trận bên nách Kinh thành. Nhưng đến khi quân xâm lăng chuyển hướng vào đánh chiếm Gia Định, nhân dân Gia Định cũng đứng lên như Đà Nẵng, lại bị bỏ rơi, nếu không muốn nói là ngăn cản. Vì vậy dư luận đã xôn xao lên án "Triều đình khi dân". Lẽ đó, chỉ trong vòng 7 năm mất ba tỉnh miền Đông (1863) rồi mất luôn ba tỉnh miền Tây (1867) lại còn phải bồi thường chiến phí!

Nam Bộ lọt vào tay quân cướp nước đúng vào thời đoạn nhà vua lo xây dựng Vạn Niên cơ – Khiêm lăng (1864-1867).

Pháp cướp nước. Vua không toàn tâm toàn ý cứu nước mà lại lo xây dựng Vạn Niên cơ. Hoàng gia không đoàn tụ bên vua mà chia thành năm bè bảy phái. Thần dân không tin vua nên phân thành nhiều mảng ngã nghiêng. Mất nước không phải là tất yếu nhưng trong tình thế đó nên được coi là tất nhiên.

"Loạn Chày Vôi" của những người lao động xây dựng Van Niên cơ, nổi lên đêm 16 rạng ngày 17 tháng 9 năm

1866 không chỉ vì điều kiện lao động nặng nhọc, không chỉ vì sự khắc bạc của người điều hành mà trước tình thế "giặc đến nhà" vua không dám đứng mũi chịu sào, nên mới rầm rộ kéo xuống Hoàng thành để thực hiện một cuộc đảo chính theo tâm thức "Đích tôn thừa trọng" với mục đích giành lại ngôi vua cho Ưng Đạo, con trai của Nguyễn Phúc Hồng Bảo lúc đó được coi là "Ngũ đại hoàng tôn" để có một ngọn cờ được nhiều người mong đợi đủ uy tín tập hợp toàn dân cứu nước.

Ngoài những lý do mà mọi người đã biết, "Loạn Chày Vôi", theo tôi còn bắt nguồn từ những điều như thế.

Do thiếu kinh nghiệm tổ chức lại không có lực lượng trung kiên làm nòng cốt, cuộc chính biến sớm bị dập tắt. Nhà vua đang giữ ngôi thoát nạn. Giá như biết đặt lợi ích quốc gia, hoàng tộc lên trên để định ra một cách hành xử khôn khéo ôn hòa vừa giữ trọn ngôi báu vừa bảo toàn được quan hệ huyết thống của gia đình và Hoàng tộc. Nhưng tiếc thay, điều đó đã không diễn ra. Nhà vua lo sợ mất ngôi đã tổ chức đàn áp trả thù quá tàn nhẫn. Kinh thành Huế lại trải qua những tháng ngày tang tóc. Từ đó, sự suy vong của vương triều Nguyễn khó bề khắc phục.

Quân xâm lược thừa cơ đánh chiếm Bắc Kỳ. Nhà vua với nỗi ám ảnh bạc nhược bất an lại buồn vì nỗi không có con nối dõi. Khiêm Cung ký được viết trong tâm trạng đó.

Ngày 19 tháng 7 năm 1883 nhà vua Nguyễn Dực Tông băng hà. Triều đình nằm trong tay các Phụ chính đại thần Tôn Thất Thuyết, Nguyễn Văn Tường.

Biến cố "Tứ nguyệt tam vương" đối với Dục Đức, Hiệp Hòa, Kiến Phúc (con nuôi và em út vua Nguyễn Dực Tông) do nhiều nguyên nhân, trong đó không ngoại trừ định kiến mà các vị Phụ chính vốn đã nghiêng về phía Hoàng tử trưởng mất ngôi.

Đến như Trần Tiễn Thành, từng là Thượng thư, từng là Tổng tài Quốc Sử quán trực tiếp tổ chức biên soạn Đại Nam Thực lục Đệ tam kỷ (Thiệu Trị) dưới sự chỉ đạo trực tiếp của nhà vua Nguyễn Dực Tông (1877), do sử dụng ngôn ngữ thiếu vô tư, không khách quan đối với Nguyễn Phúc Hồng Bảo, cho nên ngoài mối bất hòa tại triều trước đó, có lẽ còn thêm nguyên nhân này. Bởi vậy, dù đã hồi hưu lánh xa quốc sự, Trần Tiễn Thành vẫn bị những người bịt mặt đang đêm lẻn đến nhà riêng giết một cách bí ẩn.

Qua Khiêm Cung Ký người đọc dễ chia sẻ với nội tình của một vương triều suy thịnh lại bắt nguồn từ việc truyền nối ngôi báu. Nhà vua Nguyễn Thế Tổ không đồng tình với một số nguyên lão đại thần nhất mực khăng khăng "Đích tôn thừa trọng" nên đã nói rõ cho mọi người biết "Hiểu con không ai bằng cha" để chọn người thừa kế xứng đáng với sứ mệnh nguyên thủ quốc gia không câu nệ "Đích tôn thừa trọng". Nguyễn Phúc Đảm con trai thứ tư của nhà vua Nguyễn Thế Tổ và là con đầu của bà Trần Thị Đương vợ thứ, người xứng đáng nhất trong sự lựa chọn.

Họ Trần Văn Xá của bà Trần Thị Đương thuộc dòng dõi Trần Phước Cầu tức Trần Hồng Lĩnh. Nếu tôi không sai thì Trần Phước Cầu là hậu duệ Trần Quang Khải từ Diễn Châu, Nghệ An mà nên.

Nguyễn Phúc Đảm con bà Trần Thì Đương dường như còn lưu dấu một thuở Đông A nên về thể lực và trí tuệ trội hơn những người anh em của mình. Đảm Đương như là định mệnh.

Tiếc thay những vị vua Nguyễn về sau thường bị các vị phụ chính đại thần lèo lái không noi gương chọn người cho nước của vị vua khai sáng vương triều nên đã sa vào con đường phe phái.

Khiêm Cung ký là áng văn tự sự nặng về phân trần, thanh minh của chính bản thân nhà vua tác giả. Đọc hết, nghĩ kỹ tôi cảm thấy có điều gì đó quanh co. Suy cho cùng nhóm phụ chính đại thần Trương Đăng Quế, Vũ Văn Giải, Hà Duy Phiên, Nguyễn Tri Phương đã không xử sự phân minh giữa Nguyễn Phúc Hồng Bảo (trưởng tử) với Nguyễn Phúc Hồng Nhậm đã gây nên sự tan vỡ nội bộ Vương triều và Hoàng gia.

Chuyện đã qua, nhưng giả sử Nguyễn Phúc Hồng Bảo nối ngôi sẽ không gây nên tranh chấp, nội bộ vương triều yên, nội bộ Hoàng gia êm. Pháp đánh và đánh Pháp không nửa vời như đã diễn ra dưới thời Tự Đức.

(Xin xem Khiêm Cung ký ở phần phụ lục)

Văn Thánh Miếu
Với Bia Tiến Sĩ Triều Nguyễn

Đại Thành Môn (Văn Miếu Huế)
(ảnh: Mai Linh)

Ngày Ất tỵ, tháng 3 năm Gia Long thứ 2 (Quý Hợi, 1803), nhà vua Nguyễn Thế Tổ cho khởi công "*xây dựng đô thành*" Huế, công việc trọng đại bậc nhất thuở bấy giờ. Vậy mà 4 tháng sau nhân lễ thu hưởng lại hạ chiếu cho "*Dựng nhà đốc học ở Quốc tử giám*".

"*Vừa đây Tây Sơn nổi loạn, dao dịch nặng nề, nghề học trễ nãi. Nay võ công đã định, văn giáo mở mang. Vậy định lấy hai tháng trọng mùa xuân và mùa thu làm kỳ khảo khóa. Phàm ai có theo việc cử nghiệp, không kỳ quân hay dân, cho nộp quyển ở hai học đường để ứng khảo. Người nào thông văn lý thì cho miễn binh dao một năm, hoặc nửa năm, mãn hạn thì khảo lại. Người nào học tiến thì lại cho miễn binh*"

dao như cũ, không tiến thì truất đi, để tỏ sự khuyến khích. Học trò các ngươi đều nên giữ thành thực mà cố gắng để học tiến lên, đợi khoa thi mà dự trúng thì sẽ được lục dụng".
(Đại Nam Thực Lục, T1, trang 565)

Xem ra việc học, người tài đối với một vương triều, người nắm sứ mệnh lịch sử đất nước đều phải nghĩ đến.

5 năm sau (17.4.1808), mặc dù công cuộc xây dựng Kinh đô đang bề bộn, nhà vua khai sáng vương triều Nguyễn lại cho khởi công xây dựng Văn Thánh miếu với quy mô nghiêm trang bề thế gồm 20 công trình kiến trúc lớn nhỏ, không tròn 5 tháng thì hoàn công (12.9.1808).

"Vua cho rằng miếu cũ ở Long Hồ quy chế nhỏ hẹp, mới chọn đất ở An Ninh mà dời dựng. Sai hữu ty tính gỗ gọi thợ, làm theo quy chế cao lớn, lấy ngày Ất mùi tháng này (tháng 2 Mậu Thìn) khởi công. Bọn Tham tri Công bộ là Nguyễn Khắc Thiệu và Nguyễn Đức Huyên, Vệ úy vệ Long võ là Nguyễn Văn Soạn trông coi công việc. Quy chế của miếu thì chính đường, tiền đường, tả hữu tòng tự đường, đều một cái; đằng trước đặt cửa Đại Thành, bên tả là cửa Kim Thanh, bên hữu là cửa Ngọc Chấn; lại ngoài cửa Đại Thành đặt hai nhà, bên tả là nhà Sùng Văn (tức nhà Hữu Văn ngày nay), bên hữu là nhà Dụy Lễ; phía tả miếu đặt nhà Tu Kính, phía sau miếu tả có nhà Thần Trù, hữu có nhà Thần Khố; chu vi xây tường gạch, đặt ba cửa phía trước là cửa Văn miếu, tả là cửa Đạt Thành, Hữu là cửa Quan Đức; phía ngoài tường trồng thông khắp cả. Mồ mả của dân bị lấn vào thì cho tiền dời đi nơi khác".
(Đại Nam Thực Lục, tập 1, trang 722)

"Long Hồ quy chế nhỏ hẹp" là Văn miếu cuối cùng thời chúa Nguyễn Phúc Thuần (Sau Văn miếu Lương Quán và Văn miếu Triều Sơn thời chúa Nguyễn Phúc Chu).

MAI KHẮC ỨNG

Các công trình chính gồm: Văn Thánh Miếu là một ngôi nhà kép trùng thiềm điệp ốc 7 gian hai chái. Hai ngôi nhà phối thuộc đứng hai bên sân trước gọi là Đông vu, Tây vu, đối diện nhau qua trục trung đạo.

Ba ngôi nhà này nằm trên độ cao 3m so với mặt bằng tổng thể chung quanh, được đóng khung bởi một ô thành hình chữ nhật, chiều ngang đông-tây khoảng 80m, chiều dọc bắc-nam khoảng 90m, có ba cửa ra vào. Cửa chính phía trước, hướng nam gọi là Đại Thành môn. Cửa phụ phía đông gọi là Kim Thanh môn. Cửa phụ phía tây gọi là Ngọc Chấn môn.

Ngày 17.3.1836, nhà vua Nguyễn Thánh Tổ hạ dụ ngăn cấm thái giám trong nội cung không được liệt vào hàng quan lại có thể tiến thân.

Ngày 02.12.1844, nhà vua Nguyễn Hiến Tổ hạ dụ không cho bà con bên ngoại nhà vua tham chính.

Nội dung hai bản dụ trên được khắc lên bia đá dựng trong hai nhà bia hai bên Văn Thánh miếu.

32 bia Tiến sĩ phân thành hai hàng mỗi bên 16 bia trước Đông vu, Tây vu cùng hướng vào thần đạo Văn Thánh miếu được lần lượt khắc dựng qua các thời Minh Mạng, Thiệu Trị, Tự Đức, Thành Thái, Duy Tân, Khải Định.

Thành ngoài xây bằng gạch cao 2m hợp thành một hình vuông, mỗi cạnh dài khoảng 140m chung trục thần đạo với thành trong. Cửa chính phía trước gọi là Miếu môn. Cửa phụ bên trái gọi là Chấn Đức môn. Cửa phụ bên phải gọi là Quan Đức môn. Bên trong la thành này có Hữu Văn đường đối diện với Dụy Lễ đường (phía trước, bên ngoài Đại Thành môn) là nơi túc trực của các vị văn võ đại thần mỗi khi hành lễ, thần khố (nhà kho), Thần trù (nhà bếp) là hai ngôi nhà nhỏ đứng tại hai góc đông bắc và tây bắc phía sau.

Nằm giữa quần thể kiến trúc gồm Khải Thánh từ thờ song thân Khổng Tử, Công Thần miếu, Quốc Tử Giám (bên phải), Võ miếu, chùa Thiên Mụ (bên trái), Văn Thánh miếu với 32 tấm bia Tiến sĩ trở thành biểu tượng của ngành tư tưởng, giáo dục, văn hóa thế kỷ XIX.

Bởi thời gian, gió bão, chiến tranh loạn lạc, các công trình xây dựng Văn Thánh miếu không còn. Nhưng 32 tấm bia Tiến sĩ như 32 pho nhân vật chí được phân thành hai hàng trái phải thì vẫn trơ gan cùng tuế nguyệt.

Đứng trên trục trung đạo giữa sân Văn Thánh miếu phía trong Đại Thành môn nhìn qua Miếu môn ta sẽ thấy đỉnh Đại Thiên Thụ xa mờ về hướng nam.

Phải chăng bố cục công trình kiến trúc mang tầm văn hóa quốc gia này, người xưa đã gửi gắm ước mơ, khát vọng đại thành với sự ban ân của trời đất.

32 tấm bia với 293 vị Tiến sĩ của 39 khoa thi Hội, thi Đình tính từ năm Minh Mạng thứ 3 (Nhâm Ngọ,1822) đến năm Khải Định thứ 4 (Kỷ Mùi, 1919), trong số đó có hai vị Bảng Nhãn (coi như Trạng Nguyên): Phạm Thanh (Thanh Hóa), Vũ Duy Thanh (Ninh Bình); ba vị Tam nguyên: Trần Bích San (Tam nguyên Vị Xuyên, Nam Định), Nguyễn Khuyến (Tam nguyên Yên Đổ, Hà Nam), Vũ Phạm Hàm (Tam nguyên Kim Thư, Hà Nội) cùng nhiều danh nhân kiệt xuất như Phan Thanh Giản, Phan Đình Phùng, Trương Quốc Dụng, Nguyễn Thượng Hiền, Huỳnh Thúc Kháng … cùng 210 vị Phó bảng (không được khắc tên vào bia Tiến sĩ), cộng với 5.226 vị cử nhân của 47 khoa thi Hương tính từ năm 1807 đến năm 1918, lập thành đội ngũ tri thức của đất nước.

Mơ ước đại thành chính là ở đó. Và cho dù di sản văn hóa một thời chỉ còn chừng đó vẫn gợi lên trong ta 143 năm tồn tại của một vương triều nhờ biết tôn trọng hiền tài nên đã chăm lo việc học.

Mỗi lần lên Văn Thánh miếu Huế, quan sát 32 tấm bia Tiến sĩ tôi cứ tần ngần về sự thịnh suy của một triều đại. 16 bia thuộc hàng bên trái được khắc dựng dưới thời Minh Mạng, Thiệu Trị và đầu triều Tự Đức có kích thước, quy mô, chất liệu tương đối nhất quán. Rùa và thân bia tuy là hai bộ phận nhưng với sự gia công chạm khắc trau chuốt công phu hợp thành một sản phẩm đồng nhất thể hiện tính nghiêm chỉnh và tính độ thẩm mỹ cao tạo nên những tác phẩm mỹ thuật đặc sắc.

16 bia thuộc hàng bên phải tạo tác vào cuối thời Tự Đức và các thời Kiến Phúc, Thành Thái, Duy Tân thiếu hẳn sự nhất quán về kích thước, chất liệu cùng sự nghiêm túc cần phải có. Bởi quy ước về độ dày mỏng, cao thấp, to nhỏ dường như không cần lưu tâm lại thiếu sự chăm sóc nên nhìn vào 16 tấm bia ở hàng này thật khó chịu bởi sự cao thấp, dày mỏng, khấp khểnh, bề bộn. Đã thế những hàng chữ viết trên mặt bia cũng thể hiện tùy tiện thiếu nhất quán làm tổn thương đến sự trân trọng đáng có. Hai tấm bia số 31 và 32 dưới thời Khải Định được gia công chu đáo hơn, thể hiện sự quan tâm về thẩm mỹ hơn nhưng có lẽ vào thời kỳ này kinh tế khó khăn, ngành Hán học không được khuyến khích lại đang đứng trước nguy cơ cáo chung mà vật liệu cũng không dễ kiếm, nên nhỏ và quá mỏng, không ăn nhập vào "đại gia đình" bia Tiến sĩ Nguyễn.

Nhìn 32 tấm bia tiến sĩ thời Nguyễn tại sân Văn Thánh miếu Huế, ai cũng có thể nhận ra thịnh suy ở mỗi thời. Âu cũng là vận mệnh.

"Hiền tài là đồ dùng của nhà nước, cho nên ngoài khoa mục ra, phải nhờ có cử tri, mà chức phận của đại thần là phải đem người tài đức để thờ vua. Trẫm mới nối ngôi, mưu toan gắng gỏi, rất muốn trong triều có nhiều người giỏi, ngoài nội không sót người hiền, để tô điểm mưu to, vang lừng đức hóa. Vậy ra lệnh cho các quan ở trong Kinh, văn từ Tham tri, võ từ Đô thống chế trở lên, ở ngoài thì các quan thành

dinh trấn, đều cử một hai người có đức hiền lành ngay thẳng
và có văn học, không kể là nhà sang hay nhà hèn, đều kê tên
tâu lên".
Minh Mạng, Nguyễn Thánh Tổ
(Đại Nam Thực Lục, Tập2, tr.34)

Văn Thánh Miếu Huế với 293 vị Tiến sĩ chưa nhiều. Nhưng đó là chân dung đội ngũ trí thức thực học, thực tài, từng làm rạng danh xứ sở.

Tiếc thay vì thời gian mưa nắng, gió bão, lũ lụt, bom đạn cùng với sự bạc bẽo của lòng người, các công trình kiến trúc thuộc quần thể giáo dục, văn hóa, tín ngưỡng thời Nguyễn chỉ còn lại cỏ dại vây quanh 34 tấm bia đá đang trơ gan cùng tuế nguyệt. Mỗi lần có dịp đi qua dẫu không còn "khuynh cái hạ mã" tôi vẫn không quên mẫu đồng dao xứ Huế:

"Văn Thánh trồng thông.
Võ Thánh trồng bàng.
Ngó vô Xã Tắc hai hàng mù u".

Tưởng là bâng quơ. Tưởng là ngẫu hứng. Nhưng xem ra điều đó đã phản ánh tư tưởng quy hoạch cây trồng của một đô thị.

Văn phải thông. Võ phải thẳng. Xã tắc phải cứng cỏi vững bền.

Muôn năm nằm trong mẫu đồng dao dân gian đó.

PHẦN V

Phần Kết

Thay Lời Kết:
Vườn Huế,
Nỗi Nhớ Trong Tôi

Thành Nội
(tranh: Marius Hubert Robert)

Cuối đời theo con sang xứ lạnh sống giữa thế giới nhà tầng san sát, tôi mới vỡ lẽ mình say Huế bắt nguồn từ bờ chè rào ở đường Tăng Bạt Hổ. Một "bức tường xanh" thẳng tắp lại uyển chuyển rung rinh theo làn gió. Không gian như lâng lâng. Và, tâm hồn tôi cũng lâng lâng. Huế thấm vào tôi không ngờ lại là men say màu lá.

Số là gần cuối năm 1975, ngẫu nhiên gặp cụ Đông Tùng - Nguyễn Tư Hồng tại Thư viện 65 đường Gia Long, tôi được biết 200 hòm tài sản đang nằm trong Văn khố là hiện vật của Viện Tàng Cổ Huế đã bị liệt vào chiến lợi phẩm dự định chia cho 5 Bảo tàng:

Bảo tàng Quân đội. Bảo tàng Lịch sử Việt Nam (Hà Nội). Bảo tàng Cách mạng Việt Nam (Hà Nội). Bảo tàng Lịch sử Việt Nam (Sài Gòn). Bảo tàng Cách mạng Sài Gòn (các anh Tư Tòng, Tám Vũ, Mười Ca, Hai Ngọc đang khởi sự thành lập tại Dinh Gia Long).

Là một nhân viên của ngành bảo tàng, tự nhiên tôi áy náy. Hiện vật của bảo tàng này sao lại chia cho các bảo tàng khác. Không thể như thế được.

Nhờ những năm tháng Hà Nội, tôi là nhân viên của Bảo tàng Cách mạng Việt Nam có chỗ trú thân tại khu tập thể số 9 Lê Văn Hưu phía trong phòng riêng của anh Phan Vũ Hòa, Vụ trưởng Vụ Bảo tồn Bảo tàng.

Nhân viên độc thân sống gần Vụ trưởng thân độc đương nhiên là thường chạy đi chạy lại với nhau. Chạy đi là chính. Công việc chạy đi của tôi là lên nhà ông Tường, chủ nuôi cá cảnh ở làng Yên Phụ, lấy thức ăn cho cá và trứng tôm, cua đồng cho người. Anh Hòa mê nuôi cá cảnh và thích món trứng cua nấu canh rau ngót.

Những lần như thế, tôi hãnh diện được cưỡi xe đạp Sterling của anh Phan Vũ Hòa.

Thời bao cấp nhân viên độc thân được nhận phiếu thực phẩm hạng E. Trong đó quý nhất là 0,500 kg thịt mỗi tháng tôi thường dành mua mỡ chài để được số lượng gấp đôi. Có cớ chạy lên Yên Phụ, chí ít tôi cũng kiếm được vài ba con cua đồng, vài ba con tôm Hồ Tây không mất phiếu, gói về rang mặn ăn dè.

Từ mối quan hệ thâm tình đó, tôi đến số 8 đường Nguyễn Trung Trực gặp anh Phan Vũ Hòa, lúc này lại là Chánh Văn phòng Bộ Văn hóa Thông tin Cộng Hòa Miền Nam Việt Nam, đề nghị hủy kế hoạch chia 200 hòm hiện vật tại Văn Khố. Anh Hòa vỡ lẽ, đồng tình với tôi liền. Mãn nhiệm, anh Hoàng Hưng bên viện Bảo tàng Lịch sử (1 Phạm Ngũ Lão, Hà Nội) và tôi là hai người cuối cùng của ngành bảo tàng trở ra Hà Nội. Trên đường về tôi ghé Huế thăm anh chị Trần Ngọc Sang, Hà Kim Bích bạn đồng nghiệp cùng công sở trước ngày 30 tháng 4 năm 1975. Qua anh chị Trần Ngọc Sang, Hà Kim Bích, tôi gặp anh Nguyễn Phi Trình, Trưởng ban Quản lý Di tích Cố đô Huế để nói về số phận 200 hòm hiện vật của Bảo tàng Khải Định. Ngay sau đó anh Trình báo cho ông Trần Hoàn, Trưởng ty Văn hóa Thông tin tỉnh biết. Nhà anh Sang chị Bích quá chật, anh Trình bố trí cho tôi chỗ ngủ tại cung Bảo Định, vốn là Bảo tàng Khải Định, thường gọi là Viện Tàng cổ Huế.

Cung Bảo Định là một ngôi nhà kép 7 gian 2 chái chạm khảm tinh vi, lần đầu tiên tôi được biết. Nhà ngoài nền tráng vôi vữa láng bóng. Nhà trong nền là một hệ thống bục gỗ cao hơn nền nhà ngoài khoảng 0,30m. Tôi được trải chiếu nằm gian bên cạnh thầy Đoàn Thái Hòa (em của anh Đoàn Thái Lâm, trưởng ban tu sửa Di tích) từ ngoài Bắc mới vào. Nằm trên bục gỗ của một ngôi điện đẹp nhất Huế, nhưng trống rỗng nên tự mình cũng thấy trống trải, tôi mới nghĩ đến 200 hòm hiện vật đang nằm dưới hầm Văn Khố Sài Gòn là ruột của ngôi điện này.

Mấy ngày chờ mua vé ra Vinh, tôi mượn xe đạp của anh Trần Ngọc Sang dạo xem Cố đô Huế. Từ 3 Lê Trực vào đến cửa Hiển Nhơn tôi khựng lại bởi sự lạ lẫm của công trình tạo nên vẻ đẹp đầy mầu sắc bằng các mảnh sành sứ. Tại đây nhìn thấy Hoàng thành với những bờ tường nhiều đoạn không còn gạch. Hai con bò, một lớn một nhỏ nghe nói của người giữ trường Cao đẳng Mỹ thuật. Con nhỏ cúi đầu gặm cỏ bên ngoài đoạn tường đổ. Con trong to hơn có lẽ là mẹ, bị cột bằng một sợi dây dài rướn cổ cao lên ọ ọ. Dấu tích tết Mậu Thân, 7 năm sau còn đậm trên những đoạn Hoàng thành.

Qua khỏi cửa Hiển Nhơn, đi thêm dăm ba phút, quang cảnh những mảnh vụn cánh đồng đập vào mắt tôi là mấy vạt sắn mới nhổ lổn nhổn gốc, ngả nghiêng cây, xanh ít vàng nhiều, vài luống khoai lang bên vạt rau muống, to nhỏ, ngắn dài hẳn lên sự tùy sức của các chủ nhân những thứ đó. Trên sân thiết đại triều vài ba người đang vung sắn lát ra phơi. Chung quanh điện Thái Hòa, giữa lòng Hoàng thành sắn khoai, cỏ dại chen với gạch ngói tan hoang, không còn gì nguyên vẹn. Ngao ngán quá, tôi đạp xe vòng quanh Tử Cấm thành qua cửa Hòa Bình hỏi đường ra bến xe An Hòa. Vé xe đi Vinh bán tại đó. Bờ chè rào đường Tăng Bạt Hổ đoạn gần bến xe đã làm mát mắt tôi khi đang nóng lòng ra Bắc.

Về Hà Nội, việc đầu tiên của tôi là trình bày với anh Vũ Kiên. Anh Vũ Kiên báo cáo với Bộ trưởng Bộ Văn hóa Thông tin Hoàng Minh Giám, cùng lúc Bộ ngoài Bắc cũng nhận được công văn của Bộ trong Nam do anh Phan Vũ Hòa ký.

Dự định chia 200 hòm "chiến lợi phẩm" tại Văn Khố Sài Gòn chấm dứt.

Vậy là trời đưa cụ Đông Tùng - Nguyễn Tư Hồng đến với tôi. Trời cho tôi một thời ở cạnh anh Phan Vũ Hòa. Trời chỉ cho tôi nhìn thấy cái bờ chè rào đường Tăng Bạt Hổ như là bày vẽ cho tôi bước đầu biết vườn Huế đã làm nên một thành phố xanh, đượm mầu "nhà quê".

Đầu năm 1976, tháp tùng Giám đốc Phạm Văn Hảo (Văn Huệ, đàn anh trường phái Bút Tre-Đặng Văn Đăng) lên Bắc Giang dự Hội thảo "Hoàng Hoa Thám và phong trào nông dân Yên Thế". Tình cờ trời cho tôi gặp bà Hoàng Thị Thế (bị Pháp bắt đưa sang Paris ngày mới lên 3 vừa hồi hương).

"Bỏ Hà Nội ngay! Vào Huế! Tìm một chỗ thấp phía sau mà đứng thì sẽ sống thanh nhàn, ung dung. Đừng loanh quanh trên này! Tàu đánh chạy không kịp.".

Tàu đánh ta! Tôi không tin! Ba năm sau điều đó đã xẩy ra. Nhớ lời bà Thế, tôi xanh mắt nghĩ đến bờ chè rào, tìm cách chuồn khỏi Hà Nội.

Vườn Huế là nguồn an ủi tôi từ sau ngày "bị" con gái của người hùng Yên Thế xua đuổi. Từ đó tôi yên thân sống với quỹ thời gian trắng còn lại.

Huế trước khi nên kinh đô đã là thủ phủ, trước khi thành thủ phủ còn là làng dâu Thụy Lôi. Thụy Lôi là cái đuôi của rừng vẫy ra phía biển. Rừng cho mầu xanh. Biển cho sóng gió. Con người chui vào rừng mà tránh bão đã làm nên chỗ cư trú ban đầu.

Nhà tranh vách nứa, rồi vách tre trát đất, rồi nhà ngói vách xây... Nhà tranh, nhà tre, nhà lá, nhà rường, nhà ngói, nhà tầng... trở thành thuật ngữ thông dụng. Mãi đến những năm cuối thế kỷ XX các nhà Huế học bản địa mới sáng tạo thêm thuật ngữ "nhà vườn".

Tôi chưa kịp hấp thụ thuật ngữ này. Bởi ày náy cực đoan tôi cứ loanh quanh với "nhà và vườn", "nhà trong vườn", "nhà tại vườn", "nhà giữa vườn"... cuối cùng chẳng bằng lòng với thuật ngữ nào cả.

Vườn Huế mới làm nên thành phố vườn. Với tôi, vườn (chứ không phải nhà) đã làm nên phong cách Huế.

Bởi vậy những dòng sau đây tôi chỉ viết về vườn. Bất luận là nhà gì trong vườn đó. Đương nhiên chỉ có nhà trệt mới giữ được diện mạo vườn, sinh khí vườn và cả tâm thế vườn. Nhà làm nên duyên. Vườn sinh ra cảnh. Nhà dung dị, vườn mới thanh tao.

Như trên đã có lai vãng đôi lời rằng Huế trước kinh đô là thủ phủ, trước thủ phủ là làng dâu. Làng dâu có bến đò trên đường thiên lý bắc nam.

Thế đấy. Từ đầu Huế đã là nơi gặp gỡ. Gặp gỡ bắc-nam của con người ngay chốn gặp gỡ núi biển của tạo hóa. Hai cuộc gặp gỡ ấy hóa ra lại là nguồn cơn của sự chọn lựa. Cái hay cái phải từ bên ngoài mang vào, từ phía trong đưa ra, từ trên núi trượt xuống, từ dưới biển xô lên, thường rớt lại nơi có bến đò Huê giữa làng Thụy Lôi là thế.

Thụy Lôi thành Phú Xuân mới là động tác vươn vai. Phú Xuân thành Thủ phủ, Huế bắt đầu đứng dậy. Mầu đô thị từ Phước Yên đọng lại trên đất Kim Long 52 năm thì tràn ra Phú Xuân.

Dinh, phủ, đình, tạ, miếu, vũ, ao hồ, hoa lá,... đua nhau phô diễn bằng sinh khí mới.

Cái đẹp, cái hay bao giờ cũng mau loang. Học đòi, bắt chước vốn là thuộc tính bẩm sinh của nhân loại.

Nhà của Huế nương náu trong những khu vườn đang mang nặng quá khứ tự nhiên của rừng được gia chủ gia công chăm sóc. Cây hoang dại vô ích cho chuyển sang "trường phái" củi. Cây chuyên ngành lấy gỗ được thay bằng cây vừa lấy gỗ vừa góp phần làm nên bữa cơm thường ngày. Mít, nhãn, hường, hồng Xiêm, măng cụt, vú sữa... từng lúc được đón về bổ sung vào sự đa dạng của vườn Huế.

Cây cho gỗ và trái. Cây cho hoa và trái. Cây cho hoa và hương. Cây có mầu xanh tứ thời... được chủ nhà theo sở thích riêng phân định chỗ đứng cho từng loại.

Một khóm hải đường đứng ra phía cổng. Một dáng mai gầy bên cạnh bình phong. Hai đoạn chè rào mở lối ra vào... Phần nhiều vườn Huế có lớp, có tầng, thấp trước cao sau, nhỏ trong lớn ngoài, không thiếu bóng mát, không mất phong quang. tự nhiên thành tác phẩm "mỹ thuật tạo hình".

Vậy là rừng nguyên sinh len vào tâm thức gia chủ dự phần. Trí tuệ ngoài bắc trong nam đọng nơi bến đò Thụy Lôi dự phần. Vườn phủ, vườn dinh loang theo sự quan sát thu nhận của thần dân dự phần. Cho đến khi Thủ phủ trở thành Kinh đô, Huế mở rộng vòng tay đón tao nhân mặc khách, đón nhân sĩ lai kinh, đón các ngành thầy thợ, đón sĩ tử tề tựu thi Hội, thi Đình... Huế như là "vũ môn" cho "cá hóa rồng" thì người Huế vươn lên mà tiếp đón rồi tự mình cũng lớn cao hơn. Vườn Huế hoàn hảo dần thành tác phẩm tham gia vào sinh hoạt đời thường, tham gia vào lẽ sống nặng lòng với văn hóa Huế. Từ những điều như thế, vườn Huế, nguồn cung cấp rau quả lại là nơi dung chứa tâm thức, tâm linh, kỷ niệm, cùng tình cảm thể hiện năng khiếu thẩm mỹ Huế.

Ất Mùi 2015, theo cách tính của ta, Giáp Tuất tôi bước sang tuổi 83, nằm suông "ôn cố" mới thấy cuộc đời quá lắm loanh quanh. Là một nhân viên may được anh Phan Vũ Hòa sai vặt trở thành Đại diện của một viện Đàng Ngoài làm việc với Chánh Văn phòng một Bộ Đàng Trong, rồi lên Bắc Giang để được xua vào Vườn Huế.

Một đường dây vô hình nhưng có lẽ rất chắc lôi tôi đi dưới sự chở che cũng vô hình. Đạp không ngã. Chèn không lép. Ép không lệch. Lăn lóc nên dẻo dai. Tưởng khó qua thế kỷ XX lại tràn sang thế kỷ XXI. Và, tự thấy sức tràn còn sung mãn lắm. Những kẻ gieo tai ương hình như nhận tai ương rồi!

Với tôi, sự che chở vô hình, xem ra chưa một lần xao lãng. Vậy nên, vườn Huế là cõi xanh cho linh hồn tôi vĩnh hằng an trú.

MAI KHẮC ỨNG

Thay Lời Bạt

Tìm Lại Một Vì Vua

Kính tặng anh Mai Khắc Ứng

Mai Khắc Ứng tại điện Sùng Ân
(ảnh: Mai Linh)

Thời gian mịt mịt xa
Không gian mờ mờ ẩn
Tấm lòng vua Minh Mạng
Chìm trong lăng tẩm thơ

Ngỡ như là trò chơi
Ngỡ như là lời đố.
Lan man từng câu chữ
Hiếu Sơn và Thương Sơn

Không phải là ngai vàng
Không phải là chiếu bạc.
Sông đời bao nhiêu thác
Ai xuôi một con thuyền

Kiên nhẫn thành trắng râu
Trí tuệ làm rụng tóc
Vua của dòng Huế học
Gặp lại vì vua xưa

Ghép xong một vần thơ
Thấy bao điều nhân thế.
Tìm trong Kinh đô Huế
Gặp một trái tim đời.

3-9-1994

Hồ Thanh Điền
An Giang
(700 năm Thơ Huế, trang 431)

PHẦN 6

Phụ Lục

Bia Ký Trùng Kiến
Chùa Thiên Mụ

Do quốc chúa Nguyễn Phúc Chu[1], thuộc dòng thiền Tào Động[2] chánh tôn đời thứ 30, pháp danh Hưng Long hiệu Thiên Túng Đạo Nhân viết.

Từng nghe,

Khoáng đạt không hình, đạo cao khó tả, Phật tánh vốn không, ngọn nguồn thanh tịnh, các tướng gồm đủ, mà tính giác chiếu tròn đầy. Pháp chẳng hai đường, lí về một nghĩa, trời cũng xoay vần, đất không trung ngoại, đất nước gió lửa bốn vùng[3] nối tiếp. Phật tính lặng soi, thể thường trong suốt, biến thể tánh Phật thành cõi Kim sắc[4], trong cõi Kim sắc có biển nước thơm[5], trong biển nước thơm có tạng Quang Minh[6] lại có rừng báu, hương hoa ngào ngạt, lan khắp cõi Phật nhiều như Hằng sa, tỏ bày tạng quang minh, ở được trong quang minh này, phải chăng có nhân lành y báo, chánh báo[7]? Biết được nhân này thì Ba thân[8] không sai biệt, trời đất bằng nhau, bốn phương cũng chẳng gần xa, tính Phật tính chúng sinh đều chảy về biển trí tạng Tỳ Lô Giá Na[9] vậy.

Người có huyết mạch, đất có dòng thông, phía Nam biển xanh là khu nước Việt ta, núi non trùng điệp phía Tây nam, sóng lớn mênh mông ở Đông bắc, Đầm vây bởi cát vàng vạn dặm, nước mãi an ninh, biển im chập chùng cây ngọc[10]. Trời luôn xanh biếc, lương thực dồi dào, ruộng đất mầu mỡ. Hổ giống Sô ngu[11], chim như phượng quý. Xưa nay phong tục tốt đẹp dân chúng vui hòa, lấy tính thiện để làm đầu, dùng lương tâm mà đãi vật. Thân ta, tuy ở Nho mà chuộng Phật, làm chính trị phải chuộng Nhân, tin Đạo kính Thầy, hiểu nhân quả nên thường chăm lo ruộng phước, tiếp nối thanh bình cho quốc độ, an lạc thân tâm. Thế mới biết; Ở nhà sang nào bằng Phương trượng[12], cưỡi ngựa hay đâu sánh kịp gậy thiền. Áo gấm xênh xang chẳng giống Ca-sa[13], vàng ngọc đầy nhà cũng thành trống rỗng. Ăn món ngon sao bằng được mùi cơm Hương Tích[14], nghe nhạc hay há sánh được lời Kinh độ thế. Nhân thời thịnh trị, tìm về vườn hoan hỷ, đời đạo song hành, chẳng hề trái lẽ.

Lại nhớ năm xưa, ta cung thỉnh Hòa thượng Đường đầu[16], húy Đại Sán, tự Thạch Liêm[17], đại nguyện sâu dày, lòng thương khắp cõi; khai mở Tam thừa[18] đại đạo, tu hành có tông chỉ khác nào cây có cội nước có nguồn, Ngài vốn nguyên quán ở Triết Tây, được truyền tâm từ thiên giới[19]. Trẫm đội ân khai ngộ, mỗi một đều như nước sữa hòa nhau, như đã được chân chính truyền tâm ấn, càng muốn nối gót Linh Sơn[20] nhưng mãi thẹn lòng mình không kham nổi. Tuy vậy, vẫn canh cánh bên lòng, nhưng lực bất tòng tâm, muốn dốc hết sức mình không thôi, chắc có ngày sẽ cáng đáng nổi!

Trẫm đắc pháp đã lâu phát nguyện xây lầu ngọc cành vàng, chọn được vùng thượng du đất Thuận Hóa nơi non Loan đình Phụng rẽ cành, phía tây Kim Long; băng ruộng, qua kẽ núi, hùng vĩ nhấp nhô nối liền nhau như tấm thảm, phía trái kết liền với gò đất nổi cao ở mé sông. Dựa trên thắng cảnh thanh lương của nền cũ chùa Thiên Mụ, muốn dựng cảnh Phật ở trời nam. Gom góp ngọc trắng chẳng tiếc tiền vàng, theo phép nước từ xưa cũ, việc xây dựng đều do quân lính đảm đương nhưng vẫn sợ khao thưởng chẳng sánh kịp việc lập quốc ở đất Kỳ[21], dân chúng góp sức chẳng tính tháng ngày, song vẫn ngại kéo dài năm tháng. Công trình lớn lao may có các quan Cần chính, Chưởng cơ, Đại chưởng cơ, Vĩnh chưởng, Giám miên[22] trợ giúp trông coi tụ tập quân binh, trong số nhiều chọn lấy số ít, trong số ít chọn số giỏi. Y theo khả năng từng người mà ban thưởng công lao, tin tưởng và trọng dụng nhưng ban ân, thị uy đều đúng mực. Tụ tập nhân công, đôn đốc thợ thuyền khoảng được một năm thì hoàn thành.

Từ cửa chùa đi vào có Thiên vương điện, Ngọc Hoàng điện, Đại hùng bảo điện, nhà giảng pháp, lầu tàng kinh, hai bên có lầu chuông gác trống, Thập vương điện, Vân thủy đường, Tri vị đường, Thiền đường, Đại bi điện, Tăng liêu, Thiền xá trên mấy mươi nhà. Đằng sau trong vườn Tỳ-da[23] lại có phương trượng... tính ra cũng không dưới mấy mươi nhà. Tất cả đều huy hoàng tráng lệ, khiến người xem lòng vui mắt ngợp, ngỡ như là Tạng quang minh trong thế giới Kim sắc vậy.

Trẫm vui mừng không xiết, bèn trú lại vườn Tỳ-da một tháng để hành Phật sự, ngày thường ngự lên tòa lầu nầy để ngắm cảnh, bỗng nhiên thấy lòng mình thư thái. Tựa lan can phóng tầm mắt ra xa về phía đông, thấy vầng dương rực rỡ lơ lửng tầng không, rọi khắp mọi loài sinh trưởng. Ngoái nhìn về phía nam non cao trùng điệp, những ngọn núi sau cơn mưa tạnh đột ngột vươn cao đội làn mây trắng bạt ngàn, làm bật lên vẻ đẹp vô ngần, sừng sững ngọn văn phong như mở ra cho nước nhà thời văn minh thịnh trị. Ngắm lại đằng đông, tùng xanh bách biếc, giăng liền như chiếc bình phong, ngỡ như muốn bảo vệ cửa thiền. Quay sang phía bắc, vọng về chính phủ, trúc nửa xanh rờn, vây bọc ruộng vườn của trăm họ, gió nhẹ phất phơ thổi đến những xóm giềng đông đúc, cảnh đẹp trước mắt như thách tài khách họa, cửa Phật trang nghiêm, thêm nhiều người chiêm ngưỡng. Nương vào sáu món thành tựu[24] cầu mong mãi được lưu truyền, chợt nhớ lại pháp số, từ một sát-na đến một lạc-sát, từ một lạc-sát đến một câu-kì, tự một câu-kì đến một tăng-kì, từ một tăng-kì đến một cao xuất, từ một cao-xuất đến bất khả chuyển, vô biên, vô ngại, vô ương, vô cực[25]. Thành, trụ, hoại, không[26], không ấy chẳng ngại nhau, diệu kỳ vô cùng, như thế há không uyên áo đó sao?

Tóm lại tất cả đều trở về Thánh đế [27] chứng đại trí tuệ. Hộ trì quốc gia, dựng bờ cõi vững bền, vua tôi tốt lành quanh năm như tùng bách. Bốn cõi thanh bình, muôn dân lạc nghiệp, ngoài ngõ người người nhàn nhã ấm no[28], trong nhà vợ hòa chồng thuận[29]. Được thế thì hữu vi đã quyện vào pháp hóa vô vi vậy. Ta nay về sau, kế thừa tiền nhân, khai mở đường cho con cháu để giáo pháp được truyền thừa, khêu ngọn đèn pháp thêm phần sáng rạng.

Thầy ta đã đi xa, nhưng ta vẫn còn nhớ bóng dáng của bậc cao Tăng đã chống gậy thiền, băng suối vượt đèo, cưỡi thuyền từ ngao du biển Việt, cùng tuyên diệu kệ tán trợ tông phong. Nghĩ rằng người đời nay mộng sâu chưa tỉnh, nâng búa lớn để mở ra ngôi bảo sát, nương dòng nước sâu chảy mạnh, phủi bụi trần nơi gương báu, làm cho cả trời người cùng lợi lạc.

Nguyện bà con xa gần Nguyễn tộc cùng lên pháp hội, mãi là người chủ gieo phúc, chọn chốn già-lam[30] ban lộc. Thân thuộc nội ngoại cùng chứng Bồ-đề[31]. Trẫm được xưng tụng mãi khôn thôi, mùa màng được bội thu, đất trời bờ cõi mở mang, nông thương tấp nập, binh giàu nước mạnh, làm nghề đúng vụ đúng mùa. Vì thắng cảnh này, chúng thần phụng thỉnh lập ngôn, ngõ hầu phô diễn đạo mầu, thứ đến tỏ rõ nguyện lòng không mỏi mệt, ta bèn chấp bút viết bài ký trước rồi bài minh sau.

Minh rằng:

Phía nam nước Việt chừ, non nước hữu tình
Ngôi chùa hùng tráng chừ, mặt trời soi rạng.
Bản tính thanh tịnh chừ, suối tuôn róc rách,
Nước nhà thịnh trị chừ, bốn cõi thanh bình.
Vô vi trị quốc chừ, Nho Thích cùng hàng
Ghi lại thắng cảnh chừ, nhân quả xoay vần
Dựng bia ghi dấu chừ hộ chính trừ tà[32].

Bia dựng vào buổi sáng ngày lành đầu đông năm Ất mùi, niên hiệu Vĩnh Thịnh thứ 11.

Ngự Chế Bia Bảo Tháp
Phước Duyên Chùa Thiên Mụ

Trẫm từng nghe, Nhà Nho nghe được điều thiện thì bảo cho nhau hay, thấy được điều thiện thì tỏ cho nhau rõ, dùng được người hiền là làm được chủ của dân vậy.

Xưa, (đức Thích-ca) từ cõi trời Đâu suất[1] giáng thần vào Tây vức, nhằm đời Chu Chiêu hoàng[2], Niết bàn, Thành đạo nhằm vào đời Chu Mục[3]. Giáo pháp Ngài dạy rằng: Mọi loài chúng sanh đều do hành nghiệp[4], có thần thức bất diệt lưu chuyển suốt ba đời, hễ làm điều thiện hay điều ác thảy đều có báo ứng, chứa dần nghiệp thù thắng, gạn gột điều thô bỉ, trải qua vô số hình hài, tôi luyện thành thần minh, mới được thành đạo. Chính vì thế phải đạt đến tột cùng đạo lý, phát huy bản tính của mình và vạn vật thì gọi là đấng đại giác ngộ. Đạo lý ấy vốn rỗng lặng huyền diệu, xa lìa thường cảnh, tâm không thể dùng trí mà biết được, hình không thể lấy vật mà đo lường được, tác thành cùng vạn vật mà vẫn ở trong chốn vô vi. Dùng ngôn từ song dừng lại trong chốn quê nhà vô ngôn. Chẳng phải có mà cũng chẳng là không, chẳng phải không mà cũng chẳng là có, vắng lặng mênh mông, vật không thể luống được, khởi lên lòng đại từ ứng cứu cho khách hữu tình. Bắt đầu từ đời Hán Minh[5] mà cứu độ cho chúng hàm linh, pháp truyền muôn thuở. Nói về gốc tích thì tu hành trọn đủ tam kỳ[6], tướng tròn trăm kiếp[7]. Cưỡi voi ngọc mà giáng thần[8], lướt ánh sáng mà sanh thân kim sắc[9]. Ba mươi hai tướng tốt[10] phô bày nơi chốn địa phủ, tám mươi vẻ đẹp[11] chấn động cả thiên cung. Linh tướng bao hàm cả muôn phương, thần quang sáng ngời cả tám hướng. Thuật về nguyên ủy, chứng ngộ viên minh, vi trần cũng khó sánh thọ mạng. Sớm vào nơi vắng lặng, hư không nào sánh được pháp thân, khai mở tâm bồ-đề, khuyên người làm điều thiện, rộng hành sức phương tiện cứu chúng về chốn thanh lương. Đây là diệu duyên để sanh điều thiện và nguồn phúc cho việc phát triển đức hạnh. Thế nên: *"Nói lời nói thiện thì dù ngoài nghìn dặm cũng có kẻ ứng theo"*. Luôn tôn thờ tất cả các bậc thầy, lấy điều thiện làm thầy. Dứt bỏ phiền não, hộ trì thiện đạo, không lúc nào không khuyên dân gìn giữ đạo thường, yêu chuộng mỹ đức, biểu dương điều thiện, gạt bỏ xấu ác để làm gương cho dân. Vì vậy, toàn dân ngày một hướng về thiện đạo mà tự mình chẳng hay. Thế nên, *"Thiên hạ đều biết đẹp là đẹp, mới có cái chẳng đẹp, đều biết thiện là thiện, mới có điều bất thiện"*. Tám điều của sách Đại học[12] cũng chỉ khuyên người dừng lại ở chỗ chí thiện. Tuy pháp chẳng hai đường mà đạo gồm một lẽ.

Nước Đại Nam ta, trời sanh ra bậc thánh nhân, dựng nên sông núi, mở mang bờ cõi, nhìn lại những danh thắng của nước non, có bình nguyên Hà Khê giữa vùng đất bằng bỗng nổi lên gò cao, thế như rồng cuộn ngoái đầu, phía trước kề bên giòng Hương, suối nguồn đạo vị, đằng sau ôm gọn hồ Trấn Bình, cảnh trí thanh tịnh. Ta dò biết khi bà lão từ cõi trời giáng xuống mà nói rằng: *"Ứng theo mệnh trời, thuận theo lòng người bậc chân chủ xây dựng phạm cung, tụ linh khí để giữ gìn long mạch"*. Quả thật đúng như lời nói ấy! Năm thứ 44, Tân sửu[13] mới xây cất chùa Thiên Mụ ở núi này, nhằm làm tỏa sáng vùng phúc địa, định đỉnh phát tường vậy.

Bậc thánh minh xuất thế, rộng đủ duyên lành, năm thứ 19 Canh dần[14], đúc Đại hồng chung. Năm thứ 23 Giáp ngọ[15], trùng tu phạm vũ. Vừa tròn một năm thì hoàn thành. Năm Ất Mùi[16] dựng bia ghi lại di huấn cho đời sau. Từ đấy, chốn này thiền đường, tuệ thất ngất cao san sát đan xen, nghiễm nhiên là cảnh trí của chốn Linh sơn vậy. Năm Ất Hợi đời Gia Long[17], trùng tu lại, tường vàng càng sáng. Đến đời Minh Mệnh[18] lại chỉnh lý, chốn gò son lại thêm phần tráng lệ. Hết thảy đều nhún mình thể theo ý chung mà cầu phúc cho dân. Việc xây dựng ngôi chùa trải suốt 245 năm, chốn danh lam thắng tích xưa nay là nơi ta sùng vọng vậy.

Trẫm nguyện cầu nhờ ân tiên đế, mở rộng nhân xưa, ngưỡng mong đấng tiên linh[19] đang tuổi thất tuần được sự phù trì, quả nhân đang tuổi năm mươi thực hiện được tròn đầy tâm nguyện. Bà Từ Nhân được trường thọ, cầu phúc cho thế gian.

Nay là lúc đất nước thanh bình, trong ngoài yên ổn. Nhờ của nhà nước, xây ngôi tháp báu bảy tầng, khai mở thiện duyên để ban trải ân trạch khắp thiên hạ. Trẫm mới thân hành hoạch định thể chế, lệnh cho Hoàng Văn Hậu giữ chức Thống chế Vũ Lâm Doanh Hữu dực đảm trách việc trùng tu kiến tạo. Từ năm Giáp Thìn đến năm Kỷ Tỵ, niên hiệu Thiệu Trị[20], trong khoảng hai năm ấy thì hoàn tất.

Bắt đầu từ chóp núi, bảo tháp vươn thẳng lên không, theo thước xưa đo được 87 thước dư, theo thước nay thì được 5 trượng 3 thước 2 tấc. Công việc xây cất không hề phạm đến tiền bạc và công sức của dân. Tất cả đều sử dụng tiền của Thiên phủ[21] cùng sức của lính Túc vệ, công việc cứ được tiến hành thong thả mà hoàn tất. Cùng lúc, xây thêm ngôi đình cao đặt tên là đình Hương Nguyện, bảo tháp chọc trời đặt tên là Phước Duyên. Đây là nơi chiêu cảm duyên lành thiện nghiệp đặng thúc giục quần sinh giác ngộ, hóa thông bốn công đức lớn, mười phương thấm mãi từ ân. Mọi ước nguyện của trăm họ đều được tựu thành trong ngôi bảo tháp. Bảy tầng tháp mỗi tầng đều thờ phụng thân vàng của Phật, tròn đầy quý tướng như trăng rằm đẹp đẽ.

Chiếu theo điển tích nhà Phật, bảo tháp theo đó mà thờ phụng các vị Phật từ quá khứ đến vị lại lai. Tầng thứ nhất tôn trí đức Phật quá khứ Tỳ-bà-thi. Tầng thứ hai tôn trí đức Phật Thi-khí. Tầng thứ ba tôn trí đức Phật Tỳ-xá-phù. Tầng thứ tư tôn trí đức Phật Câu-lưu tôn. Tầng thứ năm tôn trí đức Phật Câu-na-hàm-mâu-ni. Tầng thứ sáu tôn trí đức Phật Ca-diếp. Tầng thứ bảy tôn trí kim thân đức Trung Thiên Điều Ngự Bổn Sư Thích Ca Mâu Ni Văn Phật, Tây Thiên Cực Lạc Pháp Vương[22], phụ thờ thêm hai vị tôn giả A-nan và Ca-diếp[23]. Tất cả đều mang sắc tướng trang nghiêm, sắc vàng sáng ngời rực rỡ.

Như vậy, trước cảnh vườn xanh chùa cổ, xây tháp báu bảy tầng, tháp lại được gom tụ thất bảo[24] chói lọi, tưởng như đang sừng sững trang nghiêm giữa biển nước thơm thanh tịnh trong thế giới Kim sắc. Trên tột cùng của biển nước thơm nương vào tạng quang minh, đấy là tự tính vô khứ, vô lai. Phúc lớn vốn có tự bản tâm không do bất cứ điều kiện trong ngoài nào tác động, trong mỗi niệm đều có thể thực hành sáu ba-la-mật[25]. Tâm bất sinh bất diệt ấy là đạo thường. Thế nên, tháp cao thì đạo càng cao, phước rộng thì duyên càng rộng, nguy nga tráng lệ đứng giữa đất trời mà giăng mắc mây lành. Vòi vọi giữa vạn vũ mà khoe vẻ huy hoàng tuệ nhật. Bảy tầng lóng lánh, bước lên thì tám hướng rực ngời, trăm nhận vút cao, chiếu rọi khắp tam đồ[26] giác ngộ. Tịnh thủy lặng trong mở hội, biển pháp gồm thâu. Trập trùng núi biếc cúi đầu, ngưỡng vọng linh sơn diệu vợi. Chuông ngân qua kẽ lá, diệu nhập viên thông, bóng tháp vút tầng xanh, khéo khế hợp cảnh chứng ngộ. Nhân hội Vu-lan[27] mở Tam thất thuỷ lục đạo tràng[28], đốt nén hương Chiêm bặc[29] rộng thuyết pháp cho từ đại thiên đến u minh thế giới. Bảy tầng tháp báu, mãi còn nguy nga trong cõi tự tại. Một tấm lòng thành, đại nguyện trước đức Phật chân như. Chốn Dao đài chứa nhiều phúc đức, tăng thêm thọ mạng vô biên, quỳnh phái mãi còn tỏa sáng, người dẫn dắt kẻ phù trì cùng ở chốn hanh thông cát khánh. Nước nhà yên ổn, cơ nghiệp lớn lao vững bền muôn thuở, bốn mùa mưa thuận gió hòa, mùa màng bội thu. Người người trong bốn cõi sung túc, trong ấm ngoài yên hát khúc âu ca thái bình thịnh trị. Vua sáng tôi hiền, cùng nhau sum vầy hoan hỷ nơi chốn miếu đường. Được thế, thì khỏi phụ công vun bồi phúc đức nơi cõi Tịnh độ. Xét lại cũng có thể để khai mở duyên lành trong quốc độ. Phật nhật tăng huy, ân đức vương tử còn mãi. Chớ bảo là hư vô tịch diệt mà tự nó sẽ có cảm ứng phù trì vi diệu. Tất cả ước nguyện ấy tất sẽ được tựu thành.

Ôi ! Thiết lập giáo pháp từ bi lấy thiện làm gốc, thiện niệm tại tâm thì tâm lúc ấy chính là tâm Phật. Sách Luận Ngữ nói: *"chọn lấy điều thiện mà theo"*. Kinh Dịch bảo: *"Bậc quân tử chế phục điều ác, xiển dương điều thiện, thuận theo phép trời mà an với số mệnh"*. Kinh Thư rằng: *"Làm điều thiện thì trời ban cho trăm điều tốt lành"*. (trẫm xét rằng) Tất cả điều đó đều không tổn hại đến giềng mối quốc gia mà lại còn hữu ích đối với vương đạo vậy. Nhân đám quần thần thỉnh cầu trẫm ban đôi lời để tỏ rõ lòng sùng mộ, đồng thời tán dương thắng cảnh nên chi ta chẳng tiếc thời gian rảnh rỗi thư nhàn, lấy thú vui bút mực mà làm nên bài ký dài, lại thêm bài minh sau rốt.

Minh rằng:

Hoàng thiên thương xót chừ, ban cho thần thánh.
Mở rộng bờ cõi chừ, phúc trải muôn dân,
Xây dựng cơ đồ chừ, dựng đô Phú Xuân.
Dạy dân làm thiện chừ, khác chi bậc thánh.
Cửa thiền thêm đẹp chừ, thánh tích tuyệt luân.
Đời sáng nước vui chừ, pháp luân thường chuyển
Hoàng phái an ổn dài lâu chừ, tháp báu rạng ngời.
Bờ cõi vững bền chừ, phước lộc song toàn.

Dựng bia vào ngày lành, tháng 4, niên hiệu Thiệu Trị.

MAI KHẮC ỨNG

Khiêm Cung Ký

Khí trời trong và nhẹ, nên được lâu dài. Gió mây mưa móc, hình dáng không thường, không cần phải nói. Nếu có hình, tuy lớn như quả đất, cũng có lúc sạt lở cả ngàn dặm, sáng như mặt trời, mặt trăng cũng có khi khuyết xế, tối tăm. Kìa như núi cao, biển sâu, vàng bền, đá cứng, đều là những vật vững bền cũng không thể tránh nỗi lo đổ nát, cạn khô, tiêu mòn, tan vỡ, huống chi là con người!

Sống chết đối với con người là chuyện lớn, nhưng cũng là việc thường. Nhan Hồi yểu, Bành Tổ thọ, Bá Di thiện, Đạo Chích ác, lúc sống vốn chẳng giống nhau, mà khi chết chẳng có gì là không giống nhau. Bởi vì danh thì không mục nát, mà thân thể thì mục nát.

Vậy sao (ta) phải lo gấp về hậu sự?

Nghĩ rằng: Chôn là cất giấu. Sở dĩ khác với cầm thú là cái lễ và cả cái tình nữa. Vua lên ngôi thì làm quan tài, mỗi năm sơn một lần rồi cất đi. Ta nào dám trái phép tắc của tiên vương (như thế). Kẻ mạnh khỏe còn lo không thường, người yếu đuối sao còn dám chắc!

Ta bẩm sinh rất bạc nhược. Lúc mới ra đời, vì mẹ lâm bệnh, đau đến hàng tháng mới lành, bà vú nuôi không được cẩn thận, sạch sẽ. Mẹ ta dạy bảo, chẳng chừa. Mẹ sợ ta hôn ám, nên vừa lên ba, đã bắt bỏ bú và tự ẵm bồng nuôi nấng lấy. Từ đó ta ốm đau dai dẳng, nhiều phen nguy kịch, mẹ ta sớm hôm ôm ấp, nhọc nhằn vô cùng.

Lúc biết nói, biết đi, ta từng cầm than vẽ lên tường. Có người lấy làm lạ hỏi, ta đáp rằng viết chữ "trạng". Bởi vì đỗ đầu tiến sĩ, tục gọi là trạng nguyên. Đó là việc nay ta được nghe mẹ kể lại.

Lúc còn để chỏm, người bảo ta đến sư phó học tập. Thuở tiểu học, chỉ tập tành câu đối, còn ngâm vịnh nào đã biết thanh luật ra sao.

Hoàng khảo ta nghiêm mà hiền. Tiểu tử từ lúc bé thơ đến niên thiếu chỉ có một lần phạm lỗi bị đánh mắng mấy roi, nhưng vẫn rất kính sợ. Cha ta không thường răn dạy, nhưng khi đã răn dạy, ta tất cố gắng. Có lần người thấy câu đối thơ của ta, vẻ mặt tươi cười. Một hôm, người hỏi đùa các con: Tên con có ý nghĩa gì? Ai nấy theo ý nghĩa mà trả lời, chẳng biết đúng ai. Tiểu tử cứ theo lối thích nghĩa đã học mà đáp: Hồng là nặng nề, to lớn, Nhậm là gánh vác. Người nhìn mà mỉm cười nói rằng: Gánh vác nặng là gánh củi hay sao?

Thái hậu hiền nhưng nghiêm. Ngày ngày thường dạy ta ứng đối, thưa trình sao cho hợp lễ độ, không cho chơi đùa lêu lổng. Mỗi sáng sớm ra nhà ngoài học tập, gần trưa mới vào, nếu không nhớ, hay lười nhác, liền bị khiển trách. Nếu chưa thuộc, bắt ngồi lì đọc thuộc mới thôi. Bằng không thì dù múa hát gần trước mắt cũng chưa cho xem một lần.

Tiểu tử may được nuôi dưỡng un đúc, lúc bé khá sáng trí, đọc các loại sách tiểu học, khai tâm nửa ngày đã thuộc một quyển, cũng là sợ lời dạy nghiêm khắc nên được như vậy. May ít bị đánh mắng, lỗi nặng quá mới bị đòn roi, nhưng đánh xong mẹ lại khóc.

Hoàng khảo mỗi khi đi ra ngoài thường dắt theo. Khi vườn Thường Mậu mới lập xong, cũng được theo ở cùng người. Lúc ấy, Hoàng khảo vâng chỉ duyệt lại các án thu thẩm, chẳng dám coi thường ủy cho người khác, mà đích thân tự tay viết tấu chương, đêm khuya còn sai tiểu tử hầu bên cạnh, đọc lên để người tiện chép.

Năm ấy sắp hết, là lúc Hoàng khảo vừa nhận ngọc tỷ. Gặp việc lớn, chưa rảnh triệu hỏi triều đình và các hoàng tử con vợ lẽ, chỉ riêng với tiểu tử vào điện Hoàng Phúc chầu hầu.

Năm sau ta được mệnh ra ở cung tiềm để (sau đổi tên là Thiện Khánh đường) cho tiện học tập.

Năm sau nữa, gặp lễ bang giao trọng đại, đã định sai ta sung vào chức giữ kinh thành, rồi lại cho ta theo hầu ngự giá Bắc tuần, tham dự phần hành, suốt đường đi về hôm sớm theo hầu ở ngự đình.

Qua năm sau, được phong tước công, xuất phủ và cưới vợ, chính là năm ta được 15 tuổi.

Tuy đã có vợ, ta vẫn thường được triệu vào hầu ở nội đình, bồi tiếp tiệc ngự Người ban cho ta rất hậu, có khi đến khuya mới cho ra về. Hoặc gặp văn bản sắc dụ quan trọng, cũng sai ta kiểm hiệu ngự bút. Còn ứng chế thơ phú cũng vài ba lần. Có lúc đang hầu cơm ngự, cũng cho bỏ đũa mà làm thơ tại chỗ. Làm xong, người sai cung tần bưng món ngự và hòm bút giấy đặt ngay bên chỗ ngồi, cho phép ta tự dùng. Ân sủng nhuần thấm, chẳng nghi ngờ gì nữa. Nhưng tiểu tử đâu dám vượt qua phép tắc. Ngâm vịnh xong, người liền lấy chén ngọc đang dùng, cùng thức ăn còn ban cho mà bảo rằng: Con ăn đi để hưởng ơn thừa của ta. Có lúc ban rượu, nhạc tấu, trống gióng, ca múa theo nhau, người cũng sai tức sự để vịnh, tiểu tử vâng mệnh cố gắng làm được một bài tứ tuyệt, người liền lấy chiếc nhẫn nạm bạc ban cho và nói rằng: Vật này không đủ quý, ta cho con, con chớ làm xấu kẻ sinh ra mình. Câu này con nên giữ lấy! Tiểu tử hai lần bái nhận, ghi khắc vào tâm can.

Vả thuở ấy, ta mới đọc Tứ thư. Kinh Thi, kinh Thư còn chưa lược xem hết, tập làm thơ nhiều khi chưa thành lời. Nhưng trong số anh em, hoặc là lười biếng, hoặc là còn bé, riêng ta hơi biết chữ, may mà ứng đối nhanh nên ta được đặc biệt yêu hơn. Lòng độ lượng và ơn đức của cha mẹ lớn lao vô cùng!

Thật ra, sức học của ta nghèo nàn, trí óc ta trống rỗng biết bao. Bởi vì, từ lúc làm hoàng tôn, đến lúc lên hoàng tử, những người sung làm sư phó không phải là bậc cự Nho, danh sĩ cho xứng với sự tuyển lựa ấy, mà phần nhiều là các thầy tú tài già chỉ đủ sức dạy trẻ mà thôi, nếu có hỏi điều khó cũng không dẫn giải được. Lại thấy ta sớm thông minh để họ được giữ gìn khỏi lụy, bèn yên vị trong chức nhà và bài bản suông ấy.

Ta cũng khổ vì không đọc được nhiều sách, chưa thể hiểu sâu nên không biết lấy sự học làm vui. Ấy là do khí chất tuổi trẻ. Nhưng học tập khiến cho tiến lên dần, mà ta cũng không tự biết đó là điều dĩ nhiên.

Còn như được khen thưởng về những việc khác cũng khó mà kể hết. Như việc hầu bắn, ta nhiều lần bắn trúng hàng em con chú và bọn thị vệ đều cùng chứng kiến. Đến nỗi Hoàng khảo bảo rằng: "Phàm cung tên ngự dụng, cho con chọn lấy để luyện tập. Những vật này, ngày sau biết để cho ai?" Những kẻ biết ra ngầm hiểu đại ý. Một hôm hầu bắn ở vườn cấm, có cả Thái hậu theo hầu, ta đã bắn bốn phát tên, còn cầm một mũi, kính được Hoàng khảo dụ rằng: "Con bắn phát tên này sao cho trúng chim hộc, để vui lòng mẹ". Tiểu tử vâng mệnh, liền kéo dây cung, buông tên, may mắn được như lời dạy. Lòng thành vốn rất sâu sắc, không phải là điều mà kẻ nông nổi có thể lường được. Ta cũng thấy điều ấy rõ ràng, nhưng chưa từng lưu ý rằng có những kẻ tranh giành, đố kỵ. Nếu có kẻ nghe phong thanh, khuyên ta vào các để luyện tập chính sự, thì ta đáp: "Có anh ta đó". Tính ta lại hay thẹn, ít nói, phàm chẳng chí thân, cố cựu, thì dẫu là hoàng thân, đại thần khi vào chầu gặp nhau, cũng ít khi cạn lời, hay làm mặt như người khác đã làm. Vì thế, người ta cũng ít giao thiệp và ta cũng yên vui trong cảnh lạt lẽo, vụng về ấy.

Khí huyết kém, thân thể thường gầy, đang tuổi tốt đẹp vô sự mà việc nối dõi còn khó khăn, khôn an ủi được sự trông mong của cha mẹ, thực hổ thẹn lắm thay!

Nhưng mới buổi đầu ta chưa lưu ý. Kịp đến năm 20 tuổi, vào tháng sáu, ta bỗng nhiên mắc bệnh đậu mùa rất nguy kịch. Nhờ cha mẹ nhiều phương thuốc thang cầu đảo, tháng tám mới lành. Thời hạn dưỡng bệnh chưa xong, vảy trên mặt chưa rụng, hiềm vì quá trông tưởng, ta vội gắng vào triều tạ ân. Đi và quỳ còn chưa vững, ta được đội ơn tha lạy, lại ban cho sách "Chỉ Thiện đường hội tập", dặn rằng: Tâm pháp và trị pháp đều ở trong đó, con nên học để noi theo". Lại triệu ta vào nội điện cho yết kiến Thái hậu. Người thưởng ta vị long tu, bất giác nước mắt ta đầm đìa, vì lâu ngày xa cách. Hoàng khảo cũng ung dung ban cho ta xem bài thơ ngự chế phỏng theo bài khanh vân ca của vua Ngu Thuấn. Ta kiểm lại vần trong nguyên tác rồi tâu lên, được đội ơn ban thưởng rất hậu, nhân đó Hoàng khảo khiển trách bề tôi ở các về lối thiếu kiểm tra.

Chẳng bao lâu Hoàng khảo không được vui. Từ hạ tuần tháng đó đến hạ tuần tháng chín, ta cùng anh em và các đại thần thường túc trực trong cung cấm, chầu hầu thuốc thang, thăm hỏi sức khỏe. Lúc đó mưa lụt, tuy nguyên khí chưa phục hồi, nhưng ta cũng xông pha lội nước, ngày đêm không dám cởi khăn áo, ăn ngủ đều giảm, lúc mệt quá thì dựa cột ngủ gật. Khi nghe tuyên triệu thì hồn bất phụ thể, vội vã theo quan trung sứ vào hầu. Đó là bổn phận đương nhiên chứ không hề nghĩ cho mình, chỉ trông mong ngày Hoàng khảo an lành để được lâu dài nghe lời dạy bảo. Nào ngờ: trời chẳng đoái thương đã vội trao trách nhiệm lớn lao, gian nan cho người nhỏ dại. Hỡi ôi! Đau xót thay! Đau xót thay!

Tuổi thiếu niên mới bước vào chính sự, không am tường điển lễ, thế thái nhân tình. Thật là mờ mịt, thật là khiếp hãi!

Quá lo không thể đương được việc lớn. Lại nhân chị là trưởng công chúa Diên Phước bất hạnh mất theo, sợ mẫu thân ta quá đỗi đau thương nên gắng gượng an ủi, khuyên giải.

Một chốc, bao nhiêu biến cố dồn dập vào thể chất yếu đuối, nên bệnh lại trở nặng, bỗng thành suy yếu. May nhờ đức Hoàng tổ, Hoàng khảo thi thố sâu dày, trong có Hoàng Thái hậu chỉnh đốn cung vi, ngoài lại có các đại thần huân cựu, đức độ, sắp đặt việc triều quận, đồng lòng khuông phò, ta lại kính cẩn vâng theo phép tắc sẵn có, lần lữa trong mười năm, may không có lỗi lớn.

MAI KHẮC ỨNG

Tuy có kẻ không nghĩ đến nỗi nuôi con khó nhọc, ta bất đắc dĩ mà theo công luận, tỏ rõ nghĩa lớn vì kế bình yên của xã tắc. Câu ca "lúa vải" thật khiến ta thẹn thùng, đau xót.

Lỗi của Chu Công, chẳng có Mạnh Tử thì lấy ai lượng xét cho? Ta có lòng ấy chăng? Hay bị những kẻ nhỏ nhen làm ta lầm lẫn? Sao ta lại vội vàng đến mức tự tàn hại?

Một lúc cũng khó giải bày tường tận. Trăm năm sau sử xanh còn đó! Ta có lòng nào!

Đại để việc qua rồi mới bàn đến người, ta không khỏi không giận lũ hiếu sự về những việc như thế. Nếu cứ xem về sau ta vẫn mềm dẻo để giúp cho bọn con côi thành tựu, mà không thể được, thì lòng ta cũng có thể bộc bạch với thiên hạ vậy.

Còn như bọn giặc cướp gian manh có lúc phiến loạn, mê hoặc, rồi cũng vô sự, đều là nhờ sức mọi người, chứ ta chẳng làm được gì.

Than ôi! Ngu mà lại quen yên thân, mờ mịt trong xó cửa, không biết phòng bị lo xa; tôi giỏi tướng tài đã tàn tạ quá nửa, mấy ai có thể khôi phục được theo lời di huấn về việc phòng bị bờ biển của cha ta, để giúp ta thoát vòng tội lỗi?

Hoàng thiên lại trừng phạt nặng để răn dạy vua tôi ta, khiến cho dầu cách trở trùng dương vạn dặm, người Âu châu nào có liên quan gì với ta, thế mà có nước Phú Lang Sa vốn từng quen biết, bỗng nhiên kéo binh thuyền vào, bỏ tình giao hảo, tìm sự oán cừu, xâm lấn biên cương ta. Chúng cậy thuyền to, súng tốt, càn rỡ cắn nuốt ta. Bị ngăn chặn ở Quảng Nam, bèn đánh vào Gia Định. Dân gian ta ở Bắc Kỳ mừng vì có loạn, nhân đó mà xuẩn động.

Hưởng hòa bình lâu ngày, dân không biết chiến tranh, thủ thành giữ hiểm, nào được mấy người, khiến cho trộm cướp khắp cõi. Trong thì bọn gian tà, ngoài thì giặc cướp, chúng lén lút thông đồng, lan nhanh như gió. Chẳng có ai cùng bảo vệ bờ cõi ta, huống gì bảo vệ dân ta! Bất đắc dĩ phải đánh, vì thế dân càng lo sợ, nhọc nhằn.

Vì giặc cầu hòa, ta bất đắc dĩ sai sứ hội ước. Bậc kỳ nho thạc phụ khảng khái xin đi, không xét rõ vì cớ gì lại dễ dàng thương thuyết để đòi lại, đã khinh suất đem cả nhân dân và đất đai mà nhiều triều khai thác sinh tụ, một sớm bỏ hết cho địch, gọi là chọn lấy cái họa nhẹ nhất. Liều chết đòi lại, đi sứ không làm nhục mệnh vua, quả như thế chăng? Khiến cho trẫm cùng với một lão thần còn sót lại chẳng biết làm sao, đành nhìn nhau mà nuốt nước mắt, cam chịu tội với tôn miếu và thiên hạ.

Kẻ mất không thể hoàn thành chí nguyện và sự nghiệp. Người còn mãi mãi ngậm ngùi lo lắng mà không sao rửa sạch được.Vậy ai gắng gỏi để vượt qua? Nếu bảo rằng bỏ cái đã mất, chuyển cái đã nguy, không làm thế thì sao giữ được việc trước? Rằng nếu kẻ bỏ mà có công, thì người làm mất nên có tội. Nếu người làm mất mà chưa định tội, thì kẻ bỏ sao gọi là công? Hai điều đó ắt phải biện biệt. Huống gì, như kẻ kia đã làm mất, ta có thể lấy lại được, mới đáng gọi là công. Còn kẻ kia đã làm mất, ta lại theo đó mà bỏ đi, thì còn đâu là công nữa. Sao lại có thể ngược cả muôn người mà gọi là trí, chúc tụng giả dối mà cho là công. Vậy mà những kẻ bàn riêng còn ngỏ lời như thế, chẳng thương xót nước nhà. Điều đó không phải lạ sao?

Ngày càng trễ nải, việc càng thêm phiền, không biết lòng người có thầm đau xót chăng? Nhưng không sáng suốt trong việc biết người, đó là tội của ta. Dùng người không xứng đáng cũng là tội của ta. Bất đắc dĩ ta phải nhường nhịn để tòng quyền, mong mỏi cho thiên hạ được đôi chút nghỉ ngơi. Từ đó mới nảy ra nhiều chuyện.

Nhớ lại ngày ấy, tin chiến sự tới tấp, công việc cơ mật dồn dập, đêm ngày ăn ngủ không điều độ, như say, như dại, đến nay hồn kinh chưa tỉnh, mà bệnh tật ngày một tăng thêm. Thế mà không được may mắn chết, gặp được bệnh nguy cấp cho xong, mà lại thuyên giảm. Lúc đó, đầu váng, mắt hoa, chân yếu, bụng trệ, các hư chứng hiện ra.Việc tế tự không thể đích thân tham dự. Việc thăm hỏi chính sự không thể chuyên cần, do đó việc chỉ trích lỗi ta càng thêm vậy.

Ta thực lo sợ: bỗng chốc một sớm, trí không được như chồn cáo (chết quay đầu về núi) thì thực đáng hổ thẹn, bèn sai quan thái sử chuẩn bị đất, tìm được chỗ đất rộng tại làng Dương Xuân Thượng, đình thần xem lại cũng cho là tốt. Ấy là theo các thầy địa lý, chứ ta nào lưu ý đến điều đó.

Lại bảo năm ấy là Giáp Tý, tháng ấy là Bính Tý đều hợp, nên khởi công. Ta bèn thuận theo cho xây cất. Lúc đó các quan phụ trách lo việc của mình làm cho công lao thành tựu. Nhân chỗ cao mà làm cao, nhân chỗ thấp mà làm thấp, mở mang phù hợp, sửa sang thêm bớt, nơi sỏi đá thì đào bới, nơi hoang rậm thì chặt phát, thế rồi thành trì, cung điện, lầu gác, đình tạ, viện vũ, hồ đảo nên hình, hợp vị trí mà liên kết với nhau. Chính giữa là ngôi nhà vĩnh cửu của ta, tọa canh hướng giáp, không xây lăng đắp nấm, chỉ để dành một khoảng đất bằng, xây uynh thấp, về sau ắt ai theo kiểu Bá lăng chỉ dùng ngói gạch mà thôi.

Các mạch núi kéo đến gọi là Dẫn Khiêm, Lao Khiêm, Đạo Khiêm, Long Khiêm, Cư Khiêm, Lý Khiêm từ xa đến gần. Núi bên hữu có tường vây bọc, mở ra một cửa cổ lâu gọi là Khiêm Cung môn. Điện phía trước gọi là Hòa Khiêm, để ngày sau làm nơi tựa nương hương khói. Điện phía sau gọi là Lương Khiêm, là nơi cung phụng xa giá ngự chơi. Phía đông của điện là Minh Khiêm đường, sắp xếp làm nơi tấu nhạc, phía tây của điện là Ôn Khiêm đường, dùng để ngự phục. Trong và ngoài Khiêm Cung môn dựng bốn ngôi nhà, lấy tên Công Khiêm, Cung Khiêm, Lễ Khiêm, Pháp Khiêm, là nơi túc trực của các quan và thợ thầy. Phía sau hai điện, ở bên hữu dựng bốn viện: Tùng Khiêm, Dụng Khiêm, Y Khiêm, Trì Khiêm, là nơi ở của phi tần theo hầu. Nối liền với hậu điện là một các nhỏ, tên là Ích Khiêm, tuy thấp, nhưng cũng đủ ngắm cảnh gần. Phía trước cửa điện, lại dựng riêng một nhà kiểu hành lang, gọi là Chí Khiêm, tuy hẹp nhưng cũng đủ thờ phụng các phi tần cũ.

Dòng nước nhỏ gọi là Tiểu Khiêm trì, làm thành dáng trăng non, nằm ngay ở trước chính cuộc, cạn và khô, cũng đủ chứa nước mưa theo phép địa lý. Dòng nước lớn gọi là Lưu Khiêm hồ, quanh co uốn khúc từ hữu qua tả, sâu và trong, mùa hạ không khô, mùa thu không tràn, là do chỗ ruộng sâu mà đào nên. Lại đặt một cống thông ra ngoài ruộng, vừa để tháo nước vừa để giữ nước. Hồ mới đào xong một nửa mà cá đã lúc nhúc không sao kể xiết, không đợi bắt thả vào nuôi, là do thế đất hồ mà tiện kéo đến.

Lại ở trên bờ đá phía đầu hồ, có dòng nước từ trong đất chảy ra, nhìn bờ đá thì không tìm ra kẽ hở, nhưng nước cứ róc rách, trong leo lẻo, rót vào trong hồ ngày đêm không dứt.

MAI KHẮC ỨNG

Ấy là do trời tạo ra, ngờ có con suối ngầm mà ta không rõ. Nhân chỗ ấy, dựng tạm ngôi nhà xưởng nửa trên cạn, nửa dưới nước, sườn tre mái tranh đủ che nắng mưa cho hai con truyền nhỏ là Thuận Khiêm và Ôn Khiêm. Lúc trăng trong gió mát, dạo thuyền trên hồ, hái hoa quân tử, ca khúc ái liên, sảng khoái không còn ham muốn gì khác. Đáy hồ chỉ trồng một thứ hoa ấy mà thôi.

Bên hồ dựng hai nhà mát, một cái hai tầng, khá cao và hẹp, gọi là Xung Khiêm tạ, cái kia ba tầng, các tầng đều thấp và hẹp, gọi là Dũ Khiêm tạ. Lúc gió trưa, lúc trăng đêm đủ để buông câu.

Ở giữa hồ, giảm bớt công việc, lượng tính số đất đá còn lại, đắp một đảo lớn, dựng bia tiểu đình, gọi tên là Nhã Khiêm, Tiêu Khiêm, Lạc Khiêm, chồng đá núi phủ cây hoa, làm bậc đá, xây động lập rừng, đào hang, thả nuôi chim bay thú chạy. Chim công gáy, thỏ trắng nấp, con trĩ đậu, đều hợp chỗ của nó.

Trên hồ bắc ba cây cầu: Tuần Khiêm, Tiễn Khiêm, Do Khiêm thông chỗ ngăn cách, mà nối liền cả thủy bộ. Dưới chân núi bên tả, có Thể Khiêm đình, đặt ụ bắn, làm trường bắn vậy. Bên lưng núi có Chấp Khiêm trai, mở hành lang thông suốt với lầu ở trên đỉnh núi, tên Di Khiêm lâu, cao chót vót, có hiên khá rộng đủ để ngắm cảnh xa.

Bao bọc chung quanh là La thành uyển chuyển, cao thấp tùy thế núi mà xây đắp, nhưng vẫn là tài khéo của người, chưa bằng núi non bốn mặt kéo dài vây bọc, trông như tường, như lũy, không nghiêng, không hở, đó mới gọi là bức La thành thiên nhiên vậy.

Cổng ngoài có ba cái là Vụ Khiêm, Tự Khiêm. Thượng Khiêm; cửa trong có sáu cái: Tất Khiêm, Nhu Khiêm, Huy Khiêm, Năng Khiêm, Mục Khiêm, Liêm Khiêm, đều là tên cửa.

Xong, tùy nơi thích hợp để bố trí các loại, làm giàn đậu, giàn hoa, lối quả, bờ rau, hang nai, bãi cá. Tuy đất núi tựa hồ đá sỏi, mà trồng trọt cũng dễ tốt, nuôi cầm thú cũng đủ cho chúng ăn. Cũng là do khí đất sinh ra như vậy chăng?

Tất cả được gọi là Khiêm cung, về sau ắt sẽ gọi là Khiêm Lăng. Lại sai dựng đền thờ thần, liệt vào điển thờ, ban phong tặng cho xứng đáng, gọi là thần núi Khiêm.

Đại phàm đặt tên tất phải nghĩ đến nghĩa, chứ không phải là tên suông. Vì sao lấy cái khiêm của ta mà bắt núi kia, sông kia, nhà cửa kia cũng phải theo nó mà trở thành khiêm? Chúng khiêm như thế nào? Và quả có biết gì không? Hợp lại mà cưỡng ban tên, quả đã yên được chăng? Còn ta, sao lại lấy chữ khiêm. Khiêm mà gọi được là khiêm, quả là thành thật sao?

Khiêm là kính, là nhường vậy. Có địa vị mà chẳng ở, cúi mình ở dưới vậy. Vì ta đội sỉ nhục, gánh tội lỗi như thế, không ai khiêm hơn, không ai cúi mình hơn. Có tài năng, công đức ra sao mà chẳng ở? Vả lại ta vốn thích chất phác, đạm bạc, địa vị tuy ở chốn nhà vàng mà lòng thường như vải trắng. Trừ lúc mặc phẩm phục đại triều ra, ta không mảy may gì hoa lệ. Phải chăng cũng là nghĩa có địa vị mà chẳng ở. Huống hồ, từ ngày xây dựng cung này, sét đánh điện Hòa Khiêm, dân chúng bị mê hoặc làm loạn, xâm phạm cửa khuyết. Trời trách người oán chẳng hẹn mà đến, lòng ta chuộng gì nữa mà chẳng dám không khiêm. Chỉ biết thủy chung một lòng kính sợ, kiệt tâm trí may ra có thể duy trì, cứu vãn trong muôn một, thì cái khiêm của ta há dám không chân thành sao? Cho nên, nhân đó mà đặt tên chung, cũng là muốn theo cảm xúc để tự cảnh tỉnh, và tự chê trách mình. Chẳng phải như Ngu Khê, chẳng ngu mà bao gồm cả sự ngu nhục, còn rảnh đâu mà hỏi nó có chịu nhận tên ấy không? Ta cũng chẳng dám chắc đâu là khiếm khuyết, đâu là lợi ích, đâu là hại, đâu là phúc mà vồ vập hay trốn chạy vậy. Vả lại ta làm cung này vốn nghĩ rằng theo lệ vua có miếu riêng, lại còn có lăng tẩm. Nếu không lo xây cất trước, về sau tôi con tuân theo điển lễ cũ, khó tránh nổi xa xôi cách trở, phiền phí nhọc nhằn, cho nên gồm cả mà tiết giảm, thành thật muốn được tiện lợi hơn. Huống chi nguồn núi rất thấp. So với các lăng về trước thì riêng nó rất gần, thủy thổ tốt lành, không rừng rậm núi cao, càng dễ thi công. Điện vũ tuy nhiều, nhưng chỉ có Hòa Khiêm, Lương Khiêm, Di Khiêm là dùng săng gỗ mới, ngoài ra thì đem nhà cũ dời chỗ nọ đến chỗ kia, mà công dịch còn đến ba năm mới xong. Tất thảy phí tổn xây dựng, thưởng công kể đến hàng vạn thì việc lao phí như thế nào há ta đã biết được. Than ôi! Đọc câu nói của Thành Tử cao, chẳng thẹn thùng trong lòng sao?

Công trình xong, bèn thân hành rước từ giá lên thăm, bày ngự yến, dâng ca vũ, lại ban cho bên nội, bên ngoại, các đình thần và thê thiếp cùng dự lạc thành. Ấy là thể hiện tình cảm gắn bó vậy, chứ đâu phải ta ưa nghi lễ rườm rà mà làm thế ư? Tuy nhiên, ta cũng bắt chước Tư không Biểu Thánh ngâm thơ uống rượu ở đây, chứ đâu chỉ riêng lời văn ca, tiếng khóc tụ ở nơi đây. Cho nên, về sau, nhân tiết thanh minh, xa giá lên thăm lăng (liệt thánh), thuận đường dừng chân, lựa chọn những thức thơm ngọt, tươi béo, chế biến món ngon vật lạ, bày tỏ niềm vui cung phụng.

Hoặc gặp lúc nắng nực giải phiền, ta lên đây tạm trú xem xét tĩnh tâm. Trong một năm, bất quá hai, ba lần, chứ có rảnh đâu.

Hoặc gặp Nam Giao đại lễ, chưa thể thân hành đến lễ được, thì ta ở đây vọng bái, bắt chước chuyện cũ "cung tre" để tỏ chút lòng thành.

Leo lên cao mà nhìn bốn phía: Trước mặt là đàn Nam Giao, sau lưng là chùa Linh Mụ, đủ rõ xu hướng bình sinh của ta vậy. Lúc sống chưa thể trọn lễ được, thì khi chết cũng được vĩnh viễn chầu hầu. Bên hữu gần Xương lăng, bên tả đối diện với Văn miếu, cũng đủ an ủi lòng thành kính và ngưỡng mộ của ta. Về sau, hồn phách được nương tựa lâu dài, thủy chung chỉ một đường mà thôi.

Còn như mả mới mồ xưa chồng chất bốn bên, ít nhiều cố nhân, một nửa đã ghi tên vào sổ hồn ma. Lại còn có những ngôi không rõ công hầu hay thứ dân, sè sè như nhau cả, khác nào được lên núi Bắc Mang, hay nhìn Hao Lý, tiếng gió buồn vắng khóm bạch dương dằng dặc không thôi. Như thế thì một đời căm căm cúi cúi quả là gì đâu? Lại nhà tất chỉ lối Tân Phong luống ngậm ngùi chi?

Điều ta đang ngậm ngùi là học chưa thành, chí chưa đạt, hư danh không chống nổi thực tội, thể chất yếu không đủ cáng đáng được nhiều, khiến nay cõi bờ chìm đắm chưa khôi phục được, mối họa biên cương chưa dẹp yên, việc nối dõi chậm chạp khó khăn biết lấy ai lo cho thiên hạ, khó nhờ ai sửa chữa lỗi lầm của ta. Đành theo chân tính trời sinh, khi lương tri, lương năng chưa mê muội, tuy bệnh nặng trầm trọng, phẫn uất quá nhiều, không khỏi có lúc giận dữ, cũng là có nguyên do. Nhưng việc gì cũng theo lòng khoan hậu, nào dám làm xằng. Cho nên, dẫu cầm quyền sinh sát lâu ngày, chưa từng không do pháp ty tận xét, án thành mà tự tiện giết một người nào. Đến nỗi việc buồn vui cũng không thể để lộ ra ngoài mặt.

Đến nay, điều ta đau buồn nhất là việc hầu bệnh vào mùa thu kia. Hoàng khảo bệnh nặng bỗng chốc hôn mê, kẻ tả hữu chầu hầu đều tránh xa, chỉ một mình ta lên giường ngự thân hành đổ thuốc, nước mắt đầm đìa, cuống quít kêu gào, may mà dương khí dần dần hồi phục, kéo dài đôi chút cho ta được thăm hỏi đôi lời. Đến ngày ninh lăng, cầm đầu các hoàng thân, đại thần hầu tử cung an vị ở huyền cung xong, ta rập đầu vô cùng đau xót, quyến luyến vịn một bên, cơ hồ không tự biết có thân này nữa. Các đại thần thỉnh cầu ta đi ra, ta cũng chẳng hay. Đông các đại học sĩ Vũ Xuân Cẩn bèn cầm tay dìu ra. Thực lúc đau buồn nhất trên đời không gì bằng thế. Những lúc khác, khi xem các chuyện trung thần, hiếu tử bất giác bùi ngùi rơi nước mắt đến nỗi nghẹn ngào không thể đọc nên lời.. Còn như những việc người đời buồn đau thì ta không quá bi thương, những việc người đời vui mừng ta không vui mừng lắm.

Nay ta thích đọc sách, khổ nỗi không rảnh rang, ta cũng chẳng cần hiểu tới cùng, chẳng thể nhớ lâu, nếu có tâm đắc điều gì cũng không dám nói càn.

Phàm sáng tác thơ văn, viết thẳng những điều suy nghĩ trong tâm khảm, chẳng giả dối suy tưởng, tìm tòi gọt giũa. Xưa, Cần chánh điện đại học sĩ Trương Đăng Quế thường nói: "Hãy thuận theo phận trời", tuy lời nói ấy mới đạt một nửa, nhưng cũng đủ là kẻ tri kỷ đệ nhất trên đời, người cố cựu làm sao mà quên được.

Ta thường bảo rằng: ``Đế vương các đời, người hay

kẻ dở không ít, nếu lấy công danh mà nói, thì Hán Văn đế không bằng Đường Thái tông. Lấy đức tính mà nói, thì Đường Thái tông lại còn xa mới bằng Hán Văn đế". Đó là do trời ban, chứ không thể cưỡng mà làm được. Không phải ta dám chê Đường Thái, nhưng trộm mong học theo Hán Văn.

Cho nên, bất cứ việc gì cốt phải thiệt thà. Chăm chăm để nuôi dân, củng cố gốc là điều ta lo nghĩ. Ngày đêm xét đoán công việc không hở, mắt đọc, tay phê không còn sức. Tuy chẳng tránh khỏi những thú vui thanh sắc, săn bắn, nhưng bất quá là những việc tiêu khiển tầm thường không đáng kể, còn thực ra không dám mảy may làm khổ dân và phương hại đến chính sự.

Song le mong mỏi mà chưa làm được, bởi vì đức ta chẳng đủ để cải hóa thói tục, tài ta chẳng đủ để tác thành nên người, chí lớn nhưng hiểu biết ít ỏi, mong muốn nhiều mà đáp ứng ít.

Huống chi ngày nay, phong tục thế giới là phong tục thế giới gì? Chẳng những các nước bất chính tranh giành công lợi, dối trá, mà ngay cả công khanh sĩ thứ các nước văn hiến cũng lắm kẻ tham tàn lừa dối, tập nhiễm thành thói tục, phô trương công mọn, mà che giấu lỗi lớn, đành cam lợi nhỏ mà bằng chân như vại trước hại lớn. Nếu có một người, một nước lấy thế làm lạ, thì chúng đều cho đó là ngu và cùng nhau chê bai. Thật quá hơn cả thời Xuân Thu Chiến Quốc. Dẫu Khổng Mạnh sống lại cũng không biết làm sao được. Kìa như nước Đại Thanh là một nước lớn mà cũng không thể tự cường thì các nước khác còn nói gì nữa.

Nay ta, trong thì không có niềm vui nối dõi, ngoài thì nhiều việc khó dẹp yên, một thân nhỏ nhoi, âu lo tội lỗi ùa vào, tình cảnh một người thường còn không chịu nổi, huống gì là ta. Ta chỉ lấy một tấm lòng thành để ngăn ngừa trăm điều hư huyễn. Thế thì ta trông cậy vào cái gì. Cũng chỉ là tự tin rằng có trời mà thôi vậy. Điều mà ta tin không phải là dám đặt hết lòng tin vào thứ trời của vận số, mà chỉ tin vào thứ trời của đạo lý. Tin vào ông trời của đạo lý thì cũng chỉ là tin hết lòng ta mà thôi vậy. Mà hết lòng ta thì cái khiêm có thể giữ gìn thái hòa, ta không dám không noi theo đức khiêm để trọn vẹn với người. Việc đã thái hòa thì tỏ lộ được khiêm. Ta nào dám không cố gắng để đạt tới thái hòa, để làm sáng tỏ đạo trời. Ấy là đánh bằng nhu và đánh bằng cương mới còn vậy.

Khiêm nhường hạ mình và chịu nhận khiêm nhường quan hệ với nhau. Chẳng những không trái ngược, mà còn nương nhau để thành tựu. Điều đó gọi là đạo trời giúp cho kẻ dưới, người quân tử phải trọn vẹn ư?

Nếu chẳng phải tự mình từng trải qua nhiều âu lo, thì ai sẽ hiểu thấu cho ta, để cùng nhau thổ lộ. Và nếu không có người cùng một chí hướng thì người xem xét mai sau lại phiền lòng đến đâu. Cho nên ta đau lòng khổ chí suốt sáng tới chiều, bất giác như điên cuồng. Bậc thánh nhân tinh vi, ai là người nâng đỡ ta, ta cũng chờ đợi. Chỉ có trời và liệt thánh mới hoàn thành được chí nguyện của ta, ta đâu dám vì không thể làm được mà không làm, vì không thể biến đổi được mà không biến đổi. Nếu chỉ một ngày ta cũng lo tròn trách nhiệm trong một ngày.

Nay ta ghi lại chân thực những điều chỉ một mình ta biết, mà mọi người chẳng ai rõ, để tỏ bày đôi chút chí nguyện ta với thiên hạ. Còn sự việc được mất đã có sử sách, ta khỏi rườm lời. Đến như văn pháp, từ hoa khỏi cần bàn vậy. Mai sau, may có ai hiểu được chí ta, ta hẳn sẽ cho kế tục. Bằng không, ai nối tiếp ta cũng nên lượng xét sâu lòng ta, thận trọng đừng xem trọng văn sức bên ngoài. Nhân đó, ta làm bài minh để tự răn.

Minh rằng:

> Trên Dương Xuân chừ,
> Là mái nhà ta.
> Núi thấp, đất hoang chừ,
> Cũng rõ lòng ta khiêm.
> Ý ta tự trách chừ,
> Ai cùng ta đồng tâm.
> Hoàn thành chí ta chừ,
> Ôi! Mong suông mà chửa được.
> Chỉ có trời soi xét chừ,
> Lòng ta như đá kia!

(Chép nguyên văn bản dịch của nhà giáo Trần Đại Vinh, trường Đại Học Sư Phạm Huế)

MAI KHẮC ỨNG

Ngự Chế Thiên Mụ Tự Phước Duyên Bảo Tháp Lâm Hạnh Ngẫu Thành Nhất Luật Tịnh Tự (1)

Tháp Phước Duyên
(ảnh: Mai Linh)

(1): Dịch nghĩa tựa đề:

Ngự chế bài thơ và bài tựa nhân đến thăm tháp Phước Duyên chùa Thiên Mụ

Mạnh Tử nói: "Nơi gọi là quê hương xứ sở không phải chỉ cho chỗ có cây cao tán rậm, mà chỉ cho nơi có nhiều đời làm quan". Ta tiếp rằng: *"Phải là nơi có danh lam thắng cảnh vậy"*.

Đức Thái Tổ Gia Dũ Hoàng Đế[1] của ta lấy câu sấm "Hoành sơn"[2] để quyết định đại nghiệp Nam tiến. Người đời truyền rằng ở chốn này ngài đã gặp bà lão tiên được bà trao cho một nén nhang rồi bảo ngài cầm nhang men theo bờ sông mà đi về hướng đông, đến lúc nhang tàn thì có thể đóng đô, đóng đô xong thì nên dựng chùa. Thế nên ngài đã sắc xây chùa thờ Phật đặt tên là chùa Linh Mụ tại núi Thiên Mụ.

Đức Hiển Tông Hiếu Minh Hoàng Đế[3] sắc mệnh trùng tu và chú Đại Hồng chung. Mỗi khi thỉnh chuông vào những đêm thanh hay những sáng tinh mơ, âm thanh vang vọng truyền đi xa ngoài mấy mươi dặm. Quả thật đấy là vật đại bảo của nhà Phật vậy.

Đến đầu thời trung hưng của đức Thế Tổ Cao Hoàng Đế[4], mệnh cho bộ Công trùng tu xây dựng ngôi tiền đường phía trước chùa, gọi là Đại hùng bảo điện. Đức Hiển Tổ Chương Hoàng Đế[5] nhân lễ thánh thọ tám mươi tuổi của đức Thuận Thiên Cao Hoàng Hậu[6], bèn cho xây Tháp báu bảy tầng trước chùa ngất cao đến tận cõi trời Đâu-suất[7], một toà trang nghiêm cúi nhìn bến nước. Tết trung thu năm Kỷ Mùi (1919), trẫm ngự giá đến thăm, mệnh cho bộ Lễ, bộ Công bày thang để ngự lên tháp, chiêm ngưỡng bảy tượng báu kim thân Thế Tôn[8] rực rỡ huy hoàng, hào quang ngợp mắt, đốt hương chiêm ngưỡng hồi lâu, ngắm về bốn phía, thấy chập chờn như thân đang trong cõi Lôi Âm[9]. Ngóng về Cửu Lăng[10] ở phía Tây, khí tốt ngụt ngàn. Nam vọng Bình an[11] ẩn hiện trong mây. Đông hướng đô thành lầu đài ngợp mắt. Bắc trông hồ lớn sắc nước như chàm. Quả thật là một kỳ cảnh trong chốn Già lam vậy. Ngắm xong, thơ vừa xong vận, tựa cũng hoàn thành bèn mệnh khắc vào đá trắng để lưu dấu nghìn thu:

Bia dựng vào ngày 27, tháng 11, năm Khải Định thứ 4.

Văn Tế
Tướng Sĩ Trận Vong
(Gia Long nguyên niên, 1802)

(ảnh: Internet)

Than rằng:

Trời Đông Phố vận ra Sóc cảnh, trải bao phen gian hiểm mới có ngày nay!

Nước Lô Hà chảy xuống Lương giang nghĩ mấy kẻ điêu linh những từ thuở nọ.

Đã hay,

Sinh là kí mà tử là quy;

Mới biết:

Mệnh ấy yểu nhưng danh ấy thọ.

Ai ôi!

Tình dưới viên mao;

Phận trong giới trụ.

Ba nghìn họp con em đất Bái, cung tên ngang dọc chí nam nhi;

Trăm hai vây bờ cõi non Kỳ, cơm áo nặng dày ơn cố chủ.

Dấn thân cho nước, son sắt một lòng;

Nối nghĩa cùng thầy, tuyết sương mấy độ!

Kẻ thời theo cơ đích chạy sang miền khách địa, hăm hở mài nanh giũa vuốt, chỉ non Tây thề chẳng đội trời chung;

Kẻ thời đón việt mao trở lại chốn sơ cơ, dập dìu vén cánh dương vây, trông cõi Bắc quyết thu về đất cũ.

Nằm gai nếm mật, chung nỗi ân ưu;

Mở suối bắc cầu, riêng phần lao khổ.

Trước từng trải Xiêm La, Cao Miên về Gia Định mới dần ra Khánh, Thuận, đã mấy buổi sơn phong hải lễ, trời Cao Quang soi khắp tấm kiên trinh;

Rồi lại từ Đồ Bàn, Nam Ngãi, lấy Phú Xuân mà thẳng tới Thăng Long, biết bao phen vũ pháo vân thê, đất Lũng Thục lăn vào nơi hiểm cố.

Phận truy tùy gẫm lại cũng cơ duyên;

Trường chiến đấu biết đâu là mệnh số?

Kẻ thời chen chân ngựa quyết giật cờ trong trận, xót lẽ gan vàng mà mệnh bạc, nắm lông hồng theo đạn lạc tên bay;

Kẻ thì bắt mũi thuyền toan cướp giáo giữa dòng, thương thay

phép trọng để thân khinh, phong da ngựa mặc bèo trôi sóng vỗ.

Ruổi dong trăm trận áng cương trường;
Rải rác mấy người nơi đạo lộ.

Hồn tráng sĩ biết đâu miền minh mạc, mịt mù gió lốc thổi dấu tha hương;
Mặt chinh phu khôn vẽ nét gian nan, lập lòe lửa trơi soi chừng cổ độ.

Ôi!

Cùng lòng trung nghĩa, khác số đoản tu;
Nửa cuộc công danh, chia phần kim cổ.

Đoái là tiếc xương đồng da sắt, thanh bảo kiếm đã trăm rèn mới có, nợ áo cơm phải trả đến hình hài;
Những là khen dạ đá gan vàng, bóng bạch câu xem nửa phút như không, ơn dày đội cũng cam trong phế phủ.

Phận dẫu không gác khói, đài mây;
Danh đã dậy ngàn cây, nội cỏ.

Thiết vì thuở theo cờ trước gió, thân chẳng quản màn sương đệm giá, những chờ xem cao thấp bức cân thường;
Tiếc cho khi lở bước giữa dòng, kiếp đã về cõi suối làng mây, nào kịp thấy ít nhiều ơn vũ lộ.

Tình xưa lai láng buổi tà ô;
Dấu cũ ngậm ngùi nơi dạ thổ.

Vâng Thượng đức mới hồi loan tháng trước, đoàn ứng nghĩa

dẫu Quảng, Thuận, Nghệ, Thanh cũng vậy, giội ân quang gieo
khắp xuống đèo Ngang;

Mà những người từng thượng trận ngày xưa, rắp tấu công từ
Ngọ, Vị, Thân, Dậu tới nay, treo tình tự để nằm trong lá số.

Ngọn còi rúc nguyệt, nơi tẻ nơi vui;

Dịp trống dồn hoa, chốn vui chốn ủ.

Đã biết rằng anh hùng thì chẳng quản, trăm trận một trường
oanh liệt, cái sinh không, cái tử cũng là không;

Nhưng tiếc cho tạo hóa khéo vô tình, nghìn năm một hội tao
phùng, phận thủy có, phận chung sao chẳng có?

Bản tước nay;

Vâng việc biên phòng;

Chạnh niềm viễn thú.

Dưới trướng nức mùi chung đỉnh, sẽ nhớ khi chén rượu rót
đầu ghềnh;

Trong nhà rỡ vẻ áo xiêm, chạnh nghĩ buổi tấm cừu vung trước
gió.

Bâng khuâng kẻ khuất với người còn;

Tưởng tượng thầy đâu thời tớ đó.

Nền phủ định tới đây còn xốc nổi, vụ lòng một lễ, chén rượu
thoi vàng;

Chữ tương đồng ngẫm lại vốn đinh ninh, đông mặt ba quân,
cờ đào nón đỏ.

Có cảm thông thời tới đó khuyên mời;

Dầu linh thiêng hãy nghe lời dặn dỗ.

Buổi chinh chiến hoặc là oan hay chẳng, cũng chớ nề kẻ trước người sau, hàng trên lớp dưới, khao thưởng rồi sẽ tấu biểu chương cho;

Hội thanh bình đừng có nghĩ rằng không, dù ai còn cha già mẹ yếu, vợ góa con thơ, an tập hết cũng ban tồn tuất đủ.

Hồn phách đâu cũng ngày tháng Thuấn Nghiêu;

Hài cốt đó cũng nước non Thang Vũ.

Cơ huyền diệu hoặc thăng trầm chưa rõ, thiêng thời về cố quận, để hương thơm lửa sáng, kiếp tái sinh lại nhận cửa tiền quân;

Niềm tôn thân dù sinh tử chớ nề, linh thời hộ Hoàng triều, cho bể lặng sông trong, duy vạn kỷ chẳng dời ngôi bảo tộ.

Thượng hưởng!

Tương truyền *Nguyễn Văn Thành là tác giả.*

(Theo Tạp chí Văn hóa Nghệ An, số 165 ngày 25-1-2010, Giáo sư Nguyễn Tài Cẩn đánh giá bản "Văn Tế Tướng Sĩ Trận Vong" của Vương triều Nguyễn là một áng hùng văn bất hủ tiêu biểu nhất mở đầu thế kỷ XIX)

Họ Nguyễn Với Gia Tài
Thơ Đất Nước

(ảnh: Internet)

Ngẫu nhiên hay do sự ủy thác của Trời khó mà biết được.

Họ Nguyễn (Gia Viễn) đã góp công Định Quốc làm nên Vương triều Đinh. Vương triều Đinh làm nên Đại Cồ Việt là quốc gia tự chủ thống nhất sau khi dẹp được loạn do 12 sứ quân. Không chỉ thế! Vương quốc Đại Cồ Việt còn là thông điệp, còn là tuyên ngôn trước thiên hạ rằng "Nghìn năm Bắc thuộc" đã là quá khứ. Con Lạc cháu Hồng từ nay (Mậu Thìn, 968) làm chủ giang sơn và vận mệnh của mình.

Ngẫu nhiên hay do sự ủy thác của Trời khó mà biết được.

Họ Nguyễn với "Bà đỡ" là Vạn Hạnh Thiền sư đã cưu mang một con người từng mai danh ẩn tích trở thành Lý Công Uẩn, lại chính là người đã "thiết kế" nên Vương triều Lý rồi ủy thác cho Hữu Thân vệ Điện tiền Chỉ huy sứ Nguyễn Đê, con trai Định Quốc công Nguyễn Bặc bao sân phò tá vị vua khai sinh ra Kinh đô Thăng Long vào năm 1010.

Ngẫu nhiên hay do sự ủy thác của Trời khó mà biết được.

Họ Nguyễn đã đưa họ Lý lên ngôi vua, lập nên Vương triều Lý. Lý từ Nguyễn mà ra hay từ Nguyễn mà nên. Chỉ Vạn Hạnh Thiền sư mới biết. Bởi không có Vạn Hạnh Thiền sư, không có Nguyễn Đê thì không có sự chuẩn bị người "thay ca" khi biết rằng Vương triều Tiền Lê bất minh nên bất ổn, thế tất phải cáo chung.

Ngẫu nhiên hay do sự ủy thác của Trời khó mà biết được.

Họ Nguyễn với bài kệ "Thị Đệ Tử" của Vạn Hạnh Thiền sư đã khai sinh ra dòng thơ nước Việt vào thập kỷ đầu, thế kỷ đầu của thiên niên kỷ thứ II.

Nguyễn Vạn Hạnh
(thiền sư)

Thị Đệ Tử

*(Theo tôi biết, đây là bài thơ đầu tiên
khai tâm dòng thơ ca Việt Nam)*

Thân như điện ảnh hữu hoàn vô
Vạn mộc thân vinh thu hựu khô
Nhậm vận thịnh suy vô bố úy
Thịnh suy như lộ thảo đầu phô

Thế kỷ XI
(Hợp tuyển Thơ Văn Việt Nam)

Dịch thơ:

Đời người như chớp có rồi không.
Cây cối xuân tươi, khô bởi đông.
Thấu lẽ thịnh, suy tâm tự tại,
Thịnh, suy ngọn cỏ hạt sương rung.
(Mai Khắc Ứng)

Nguyễn Quảng Nghiêm
(thiền sư)
(1121-1190)

Bài 1: **Thị Tật**

Ly tịch phương ngôn tịch diệt,
Khứ sinh hậu thuyết vô sinh
Nam nhi tự hữu xung thiên chí
Hưu hướng Như Lai hành xứ hành.
(Thiền Uyển Tập Anh)

Dịch nghĩa:

Cáo Bệnh Với Mọi Người

Lìa được cõi tịch mới có thể nói chuyện tịch diệt.
Thoát được sự sinh mới nói được chuyện vô sinh.
Làm trai tự có cái chí xông lên trời,
Không cần phải đi vào con đường mà Như Lai đã đi.
(Hợp tuyển Thơ Văn Việt Nam, Tập I)

Dịch thơ:

Thoát kiếp rồi bàn câu tịch diệt,
Không sinh hãy nói chuyện siêu sinh.
Tài trai có chí xông trời thẳm,
Dẫm vết Như Lai luống nhọc mình.
(Ngô Tất Tố dịch, Hợp tuyển Thơ Văn Việt Nam, Tập I)

Bài 2: **Kệ**

Ly tịch phương ngôn tịch diệt khứ,
Sanh vô sanh hậu thuyết vô sanh.
Nam nhi tự hữu xung thiên chí,
Hưu hướng Như lai hành xứ hành.

Dịch:

Lìa tịch mới bàn câu tịch diệt,
Được vô sanh, sau nói vô sanh.
Làm trai có chí xông trời thẳm,
Chớ dẫm Như Lai vết đã qua.
(Thích Thanh Từ, Thiền Sư Việt Nam)

Nguyễn Sưởng
(Thế kỷ XIII)

Bài 1: **Giang Hành**

Ngạn chuyển thụ tà xuất
Khê thâm hoa đảo khai
Vân hà cô điểu một
Xuân vũ phiến phàm lai

Dịch nghĩa:

Đi Trên Sông

Bờ chuyển, hàng cây nghiêng nghiêng hiện ra,
Khe sâu, bông hoa đào lộn in xuống nước.
Ráng chiều che khuất cánh chim lạc đàn,
Trong mưa xuân một cánh buồm lướt tới.

Dịch thơ:

Hàng cây nghiêng chuyển bên bờ
Hoa đào ngược bóng tỏ mờ khe sâu.
Ráng chiều chim lẻ bay mau,
Mưa xuân buồm lướt về đâu hỡi buồm?
(Mai Khắc Ứng)

Bài 2: **Chu Trung Tức Sự**

Giang quốc triều bình nhật hựu tà,
Khấu huyền thừa hứng đáp ngư ca.
Đoan hồng quải hán thiên thu vũ,
Họa nghịch duyên lưu thủy tích ba.
Hồ hải thập niên tri kỷ thiểu,
Công danh nhị tự khiểm nhân đa.

Biên chu thặng dục tầm Trương Hãn,
Nhất vị thuần lô nại nhĩ hà.

Dịch nghĩa:

Ngồi Thuyền Tức Sự

Mặt sông nước phẳng lặng gặp lúc mặt trời xế bóng,
Hứng lên, gõ mạn thuyền họa lại khúc ngư ca.
Cầu vồng dứt từng quãng treo trên mây, trời tạnh mưa,
Thuyền vẽ hình chim nghịch lướt theo dòng nước lặng sóng.
Hồ hải mười năm, bạn tri kỷ ít,
Hai chữ công danh lừa dối người ta quá nhiều.
Muốn cưỡi thuyền con tìm ông Trương Hãn,
Mùi vị thuần lô, những nhớ nhung hoài.

Dịch thơ:

Trong Thuyền Tức Sự

Mặt sông phẳng lặng mặt trời tà,
Ngẫu hứng gõ thuyền ngư họa ca.
Đứt quãng cầu vồng, mưa đã tạnh,
Sóng yên nước lặng, vẽ chim mà.
Mười năm hồ hải vơi dần bạn,
Hai chữ công danh lừa dối ta.
Trương Hãn (*) những mong tìm lại chí,
"Thuần", "lô" mùi vị nhớ quê nhà.
 (Mai Khắc Ứng)

(*): Trương Hãn, một nhân tài đời Tấn, được vời ra làm quan nhưng hương vị canh rau *thuần*, gỏi cá *lô* nơi quê nhà không gì thay thế được, nên đã từ quan.

Nguyễn Trung Ngạn
(1289 – 1370)

Bài 1: **Thần Đầu Cảng Khẩu Vãn Bạc**

Ba dao nhật cước tán hà hồng
Vô hạn ngư gia lạc chiếu trung
Nhất thủy bạch tòng thiên thượng lạc
Quần sơn thanh đáo hải môn không.
Long quy động khẩu tình sinh vụ
Kình phún triều đầu mộ khởi phong.
Độc phiếm lan chu quan hạo đăng,
Hốt nghi thân tại lạn ngân cung

Dịch nghĩa:

Chiều hôm đậu Thuyền ở cửa bể Thần Đầu

Sông lay chân mặt trời, những ráng hồng tỏa ra,
Vô số nhà chài ẩn trong nắng chiều.
Một dòng nước trắng từ trên trời đổ xuống,
Mấy chòm núi xanh đến cửa biển thì nhạt màu.
Rồng về cửa động, trời tạnh hóa mù,
Cá kình phun đầu sóng, chiều hôm nổi gió.
Một mình cưỡi chiếc thuyền lan ngắm cảnh bát ngát
Ngỡ như mình ở chốn cung tiên.

Dịch thơ:

Sóng khỏa gương ô, ráng đỏ ngầu
Xóm chài san sát bóng chiều thâu.
Tận trời nước trắng tuôn như xối,
Đến bể ngàn xanh nhạt cả mầu.
Cửa động rồng về mù khóa kín,

Ngọn triều kình thổi gió dồn mau.
Thuyền lan một lá trông muôn khoảnh,
Ngỡ tới cung ngân tự thuở nào.
(Phan Võ)

Sóng lay ráng đỏ mặt trời loang
Nhà cửa ngư dân gội nắng vàng.
Nước bạc trời cao tuôn vội xuống,
Núi xanh nhập biển nhạt mầu trang.
Rồng về cửa động sương mù đậm,
Kình phả triều dâng gió phũ phàng.
Riêng một thuyền lan nhìn bát ngát,
Tưởng như đang ở chốn cung trăng.
(Mai Khắc Ứng)

Bài 2: **Vĩnh Bình Trại Sơ Phát**

Vương sự thông mang cảm đạn lao,
Hiểu phong xuy lộ bát chinh bào.
Đầu nam, cung khuyết chiêm thiên cận,
Hán bắc, quan sơn quá lĩnh cao.
Liệp liệp Hán kỳ lăng thảo mãng,
Tiêu tiêu Hồ mã giát cung đao.
Tảo tri thế lộ đa gian hiểm,
Tự phụ sinh bình nại đắc lao.
(Bùi Huy Bích, Hoàng Việt Thi Tuyển)

Dịch nghĩa:

Ở Trại Vĩnh Bình Ra Đi

Việc nhà vua vội vàng, không dám sợ khó nhọc,
Ban mai, gió thổi sương mù ướt đẫm áo khách đi đường.

Cung khuyết bên nam sao Bắc đẩu, xem trời cũng gần,
Núi non bên bắc sông Ngân hà, qua miền Ngũ Lĩnh càng xao.
Cờ Hán phất phơ lướt qua cỏ lách,
Ngựa hồ kêu thét giội cả cung đao.
Từng biết đường đời gian hiểm nhiều,
Tự phụ xưa nay ta chịu đựng được bền bỉ.

Dịch thơ:

Việc nước lo toan dám quản công,
Ban mai áo thấm hạt sương nồng.
Trời nam cung khuyết trông gang tấc,
Đất bắc quan sơn vượt mấy trùng.
Cờ Hán bay pha vùng cỏ lách,
Ngựa Hồ thét giội tiếng đao cung.
Đường đời gian hiểm ta từng biết,
Chịu đựng xưa nay chẳng nản lòng.
(Phan Võ)

Nguyễn Bá Thông
(Thế kỷ XIV)

Thiên Hưng Trấn Phú
(Bài phú trấn Thiên Hưng)

Thác nước treo sương trắng,
Đê rồng tựa khoảng không.
Đỉnh non Tản chống trời trấn cõi Bắc.
Nước sông Đà gieo ngọc chảy về Đông.
Chính nhờ:
Nơi hiểm trở trời đất đặt cho, cõi Nam bang một phương vững
chắc.
Cho nên:
Chỗ ẩn náu Nghệ hoàng mới có, cuộc trung hưng muôn thuở
thành công.
Nay xem:
Ai Lao tiện đường;
Vân Nam chẹn lối.
Nơi yết hầu của sáu "mường"
Vùng tràng áo cho trăm "mọi".
Muôn đỉnh núi non vun vút, xanh thẳm vây quanh;
Trăm ngọn suối nước mênh mông, bạc phau chảy tới.
Thật là nơi:
Che đỡ cho các trấn, khác nào dậu phên;
Án ngữ miền thượng du, riêng phần yếu hại.
Ở đây có:
Biền, nam, quát, bách,
Kỷ tử, dự chương.
Lúa bắp bát ngát chừ liền đội,
Dâu gai mơn mởn chừ từng hàng.
Da thú, lông, ngà ngập tràn chừ miền lân cận,
Vàng, bạc, châu, báu đầy rẫy chừ chốn biên cương.
Tấp nập thuyền bè dây kéo,
Dọc ngang đường lối chim muông.

Xe ngọc cống hiến,
Đưa đón rộn ràng.
Thật là:
Riêng của triều đình, phủ ngoài có sẵn;
Kho trời vô tận, báu vật tiềm tàng.
Nhớ trước kia:
Trời đất lung lay,
Cơ đồ nghiêng ngửa.
Cơn nguy khốn gặp khi;
Vận suy vi một thuở.
Hoang dâm vô độ, Xương vương làm dời nghiệp Hán kia,
Yêu quái dông càn, Vũ hậu ngầm tranh ngôi Đường nọ.
Nhật nguyệt mờ mịt tối tăm,
Trời đất rung rinh sụp đổ.
Duy Nghệ hoàng hiềm nỗi thân tình,
Thường ngày đêm để lòng lo sợ.
Đến khi sự thế không dừng,
Lánh vào núi non để ở.
Vin cây lần muôn dặm, mà tóc nghìn sợi tuyết pha;
Quay đầu trông bảy lăng, mà lệ hai hàng máu rỏ.
Trông thấy cờ thúy phất cao,
Nghiễm nhiên xe rồng tới đỗ.
Chư hầu chừ nô nức vui theo,
Hiền tài chừ đua nhau qui phụ.
Cùng chung một dạ, ba nghìn tướng sĩ hùng bi;
Nhóm họp bốn phương, trăm vạn đội quân tì hổ.
Nghệ hoàng sẵn sàng xe ngựa hồi loan,
Nhân dân hoan nghênh hiến dâng mâm cỗ.
Vẫy tay mà giặc giã tan đàn,
Cười nói mà hung đồ vỡ tổ.
Sáu cõi sạch dấu vết tanh hôi,
Cung đình hết mây mù bao phủ.
Nhật nguyệt sáng tỏ giữa trời,
Cơ nghiệp vững bền muôn thuở.
Thế mới hay:
Nghệ hoàng nhờ có trấn này mà công lao vang lừng,

Trấn này nhờ có Nghệ hoàng mà thanh danh rạng rỡ.

Than ôi!

Vân sạn dường quanh co, Kiếm Các núi chập chùng, dẫu đủ cho Minh hoàng lánh nạn, nhưng Ngọc Lũy vẫn nơi đây chìm đắm, bánh xe Đường khôn quay lại về Đông, Hào, Lũng chốn hiểm trở, Lạc Dương vùng thích trung, dẫu đủ cho Bình vương ẩn náu, nhưng Ngũ thành tự yên phần nhỏ hẹp, cõi đất Kỳ khôi phục vẫn chưa xong.

Thế mới hay:
  Công lao Nghệ hoàng,
  Trấn cũ Thiên Hưng.
  Muôn thuở tốt đẹp,
  Có ai sánh cùng.

Bèn dập đầu bái lạy mà ca rằng:
  Thiên Hưng địa thế hùng thay,
  Cõi Nam trụ cột xưa nay đời đời.
  Muôn năm đế nghiệp lâu dài,
  Chẳng cần đất hiểm nhờ nơi đức lành.
  (Bùi Văn Nguyên dịch)

(Hợp tuyển thơ văn Việt Nam, Tập II, Nhà Xuất bản Văn Học, Hà Nội, 1976)

Nguyễn Phi Khanh
(1336-1408)

Bài 1: Hoàng Giang Dạ Vũ

Liễu phố tam thu vũ
Quân bồng bán dạ thanh.
Cô đăng minh hựu diệt,
Hồ hải thập niên tình.

Dịch nghĩa:
Mưa đêm trên sông Hoàng Giang

Bên bãi sông mưa thu rả rích,
Nửa đêm nghe tiếng rơi dội trên mui thuyền.
Ngọn đèn hiu hắt sáng rồi lại tắt,
Bồi hồi tấm lòng hồ hải trong chục năm trời.

Dịch thơ:

Mưa thu rả rích bên sông,
Tiếng rơi thánh thót mái bồng đêm khuya.
Ánh đèn mờ tỏ canh tà,
Tấm lòng hồ hải chốc đà mười năm.
(Bùi Văn Nguyên dịch)

Đêm thu mưa tầm tã,
Rả rích dội mui thuyền.
Hiu hắt đèn mờ tỏ,
Hồ hải mười năm liền.
(Mai Khắc Ứng dịch)

Bài 2: **Gia Viên Lạc**

Cố viên loạn hậu hữu tiên lư,
Lục tuế nhi đồng phả ái thư.
Đề điểu lạc hoa thâm hạng vĩnh,
Lương phong tàn mộng ngọ song hư.
Tâm tòng nhàn xứ thiên ưu thất,
Học đáo sung thời tứ thể thư.
Trục vật lao nhân hưu ngộ ngã,
An nhân chí dĩ toại u cư.
(Bùi Huy Bích-Hoàng Việt Thi Tuyển)

Dịch nghĩa:

Thú Vui Nơi Vườn Nhà

Sau buổi loạn lạc, ở vườn cũ vẫn còn ngôi nhà tranh của tổ tiên.
Đứa con trai sáu tuổi đã ham đọc sách.
Chim kêu hoa rụng nơi ngõ hẻm, trong buổi ngày dài.
Gió mát, mộng tàn, nơi cửa sổ thường vắng vẻ.
Lòng thích an nhàn nên ngàn mối lo đều mất hết,
Học đã đầy đủ nên chân tay mình mẩy được thư thái.
Chạy theo việc, thân mệt mỏi, thôi chớ để ta lầm lẫn nữa.
Hãy theo như ông An Nhân thuở trước, để thỏa mãn thú nhàn cư của mình.

Dịch thơ:

Sau loạn vườn xưa nhà cũ còn,
Tuổi thơ ham sách đáng là con.
Chim kêu hoa rụng dài trong ngõ,
Gió mát bên song tỉnh mộng hồn.
Nhàn hạ mối lo tan biến hết,
Học tài thể xác đỡ hao mòn.
Mệt theo công việc mong đừng lẫn,
Thỏa chí nhàn cư cố giữ tròn.
(Mai Khắc Ứng)

Bài 3: **Trung Thu Hữu Cảm**

Kim ba tự hải mạn không lưu,
Hà Hán vi vân đạm đạm thu.
Vũ hậu trì đài đa trữ nguyệt,
Khách trung tĩnh tự bất thăng thu!
Nguyện bằng thiên thượng thanh quang dạ,
Biến chiếu nhân gian tật khổ sầu.
Trường sử quốc gia đa hạ nhật,
Ngũ Hồ qui mộng đáo biên chu.

Dịch nghĩa:

Cảm Xúc Trong Tiết Trung Thu

Sóng vàng tựa biển, tràn trề chảy trên không,
Những vệt mây nhỏ nơi sông Ngân Hà thu lại nhàn nhạt.
Sau trận mưa, ao và lâu đài chứa đầy trăng,
Nỗi lòng nơi đất khách khôn xiết vẻ thu!
Xin nhờ cái đêm trong sáng ở trên trời kia,
Soi thấu nỗi đau khổ của thế gian này.
(Nếu) mãi mãi làm cho nước nhà được nhàn hạ
(Thì lúc đó) giấc mơ quay về Ngũ Hồ (cũng sẽ) tới được chiếc
thuyền con.

Dịch thơ:

Ánh vàng bát ngát chảy trên cao,
Ngân Hán mây vun nhạt nhạt màu.
Mưa tạnh đài ao chan chứa nguyệt,
Nhà xa tình luống dạt dào thu!
Xin nhờ thượng giới đêm trăng sáng,
Soi thấu nhân gian nỗi khổ đau.
Ví được nước nhà thong thả mãi,
Chiêm bao thuyền dạo cảnh Năm Hồ.
(Đào Phương Bình)

Sóng vàng như biển giữa không trung,
Mây mỏng Ngân Hà nhàn nhạt rung.
Mưa tạnh lầu, ao trăng dát bạc,
Thu sang đất khách nhớ lao lung.
Nhờ đêm tỏa sáng, trời soi tỏ,
Thấu cảnh nhân gian khổ não nùng.
Giá sử nước nhà yên ổn mãi,
Ngũ Hồ, thuyền nhỏ giấc mơ chung.
(Mai Khắc Ứng)

Nguyễn Húc
(Thế kỷ XV)

Thương Loạn

Hoang nguyên nhất vọng động hồi cư,
Quỉ thảo thương xuân sài hổ dư.
Binh hỏa thập niên sinh khí tận,
Thương châu thiên lý mộng du hư.
Sơn trung tự hưởng "Thanh Nê" phạn,
Di thượng thùy truyền "Hoàng Thạch" thư.
Hồi thủ Tràng An thiên chính viễn,
Mang mang vô xứ ký ngô tư.

Dịch nghĩa:

Thương Cảnh Loạn Ly

Trông ra cánh đồng hoang, lòng quá thương đau, quay xe trở lại,
Sau khi giặc giã tàn phá, đồng ruộng chỉ trơ ra bãi cỏ năn, không còn xuân sắc nữa.
Binh lửa trải mười năm, sinh khí đã hết rồi,
Thương châu ngoài nghìn dặm, chỉ tìm đến trong giấc mộng hư không.
Ở trong núi tự kiếm lấy cơm "Thanh Nê" mà ăn,
Trên cầu Hạ Bì kia, ai truyền cho ta sách "Hoàng Thạch".
Ngảnh lại nhìn đất Tràng An, thăm thẳm dưới trời xa.
Mênh mang chẳng biết chốn nào có thể gửi được túp nhà của mình.

Dịch thơ:

Quay xe trở lại, dạ thương đau,
Một cánh đồng hoang, bãi cỏ rầu.
Kiệt quệ mười năm còn khói lửa,
Mơ màng nghìn dặm cảnh thương châu.
Thanh Nê tự kiếm cơm trong núi,
Hoàng Thạch ai trao sách mạn cầu.
Ngảnh lại Tràng An trời thăm thẳm,
Túp nhà ta biết gửi về đâu?
(Bùi Văn Nguyên & Nguyễn Sĩ Lâm)

Quay xe trở lại luống thương đau,
Trông cánh đồng hoang quá dãi dầu.
Chinh chiến mười năm, sinh khí kiệt,
Giấc mơ huyễn hoặc nghĩ thương châu
Cơm nuôi thân mọn tìm trong núi,
Sách dạy khôn ngoan giữa nhịp cầu.
Ngoảnh lại Tràng An xa tít tắp,
Bâng khuâng nhà cũ gửi nơi đâu?
(Mai Khắc Ứng)

Nguyễn Trãi

Bài 1: Ngôn Chí

Am cao, am thấp đặt đôi từng,
Khấp khểnh ba làn trở lại bằng.
Quét trúc, bước qua lòng suối,
Thưởng mai, về đạp bóng trăng.
Phần du lẽo đẽo thương quê cũ,
Tùng cúc bù trì nhớ việc hằng.
Một phút thanh nhàn trong thuở ấy,
Thiên kim, ước đổi được hay chăng?

Bài 2: Mộ Xuân Tức Sự

Nhàn trung tận nhật bế thư trai,
Môn ngoại toàn vô tục khách lai.
Đỗ Vũ thanh trung xuân hướng lão
Nhất đình sơ vũ luyện hoa khai.

Dịch nghĩa:
Cuối Xuân Tức Sự

Cả ngày nhàn rỗi đóng cửa phòng sách
Không có khách phàm tục nào bước tới cửa.
Nghe chim Đỗ Vũ kêu, biết mùa Xuân đã muộn,
Một sân hoa soan nở trong hạt mưa thưa thớt.

Bài 3: **Ký Hữu**

I.

Bình sinh thế lộ than truân chiên,
Vạn sự duy ưng phó lão thiên.
Thốn thiệt đãn tồn không tự tín,
Nhất hàn như cố diệc kham liên.
Quang âm thúc hốt thời nan tái,
Khách xá thê lương dạ tự niên.
Thập tải độc thư bần đáo cốt
Bàn duy mục túc tọa vô chiên.

II.

Loạn hậu thân bằng lạc diệp không,
Thiên biên thư tín đoạn chinh hồng.
Cố viên quy mộng tam canh vũ,
Lữ xá ngâm hoài tứ bích trùng.
Đỗ lão hà tằng vọng Vị bắc,
Quản Ninh do tự khách Liêu-đông.
Việt trung cố cựu như tương vấn,
Vị đạo sinh nhai tự chuyển bồng.

Dịch nghĩa:
Gửi bạn

I.

Bình sinh trên đường đời gặp nhiều nỗi truân chiên
Muôn việc đều phó mặc cho trời già.
Tấc lưỡi hãy còn, sự tự tin ở tài mình chỉ là hão huyền,
Tấm thân vẫn đói rét như xưa, nghĩ cũng đáng thương.
Ngày giờ vun vút đi nhanh không trở lại,

Quán khách lạnh lẽo, đêm dài đằng đẵng như năm.
Đọc sách mười năm vẫn nghèo kiệt đến xương,
Mâm cơm không rau đậu, ghế ngồi không đệm lót.

II.

Sau cơn loạn, bạn thân như lá rụng trụi,
Bên trời, tuyệt đường chim hồng đưa thư.
Trận mưa rả rích canh khuya nằm mộng về quê cũ.
Tiếng trùng eo óc quanh bốn vách, ngâm nga cho khuây lòng
nơi quán khách.
Đỗ Phủ chưa từng quên phía bắc sông Vị,
Quản Ninh còn làm khách ở cõi Liêu đông.
Bạn cũ ở Việt trung như có hỏi đến,
Bói hộ rằng đời sống bập bềnh như cỏ bồng bay theo gió.

Bài 4: Quan Hải

Thung mộc trùng trùng hải lãng tiền,
Trầm giang thiết tỏa diệc đồ nhiên.
Phúc chu thủy tín dân do thủy,
Thị hiểm nan bằng mệnh tại thiên.
Họa phúc hữu môi phi nhất nhật
Anh hùng di hận kỷ thiên niên.
Kiền khôn kim cổ vô cùng ý,
Khước tại thương lương viễn thụ yên.

Dịch nghĩa:
Đóng Cửa Biển

Bao cọc gỗ lớp lớp đóng trước sóng biển
Những xích sắt chìm dưới đáy sông cũng trở nên vô dụng.
Làm lật thuyền mới biết sức dân như nước,

Đừng bảo mệnh ở trời mà cậy hiểm,
Họa phúc đều có nguyên nhân, đâu phải chỉ một ngày mà có.
Anh hùng thường để hận đến mấy nghìn năm về sau.
Ý sâu xa vô cùng của trời đất xưa nay,
Đang ẩn hiện trong luồng khơi trên chòm cây xa xa.

Bài 5: **Bạch Đằng Hải Khẩu**

Sóc phong xuy hải khí lăng lăng
Khinh khởi ngâm phàm quá Bạch Đằng.
Ngạc đoạn kình khoa sơn khúc khúc,
Qua trầm kích chiết ngạn tằng tằng.
Quan hà bách nhị do thiên thiết,
Hào kiệt công danh thử địa tăng.
Vãng sự hồi đầu ta dĩ hĩ,
Lâm lưu phủ cảnh ý nan thăng.

Dịch nghĩa:
Cửa Biển Bạch Đằng

Gió bắc thổi trên mặt biển, khí mạnh bằng bằng,
Nhẹ giương buồm thơ qua sông Bạch Đằng.
Núi nổi lên từng khúc như cá kình bị chặt, cá ngạc bị mổ.
Bờ lượn quanh từng đợt, nơi đây giáo bị gãy, đòng bị chìm, kể
biết là bao!
Giang sơn hiểm trở do trời bày ra,
Các bậc hào kiệt đã từng lập công danh ở đây.
Việc trước nhìn lại thì đã qua rồi,
Đến cửa sông viếng cảnh lòng xiết bao cảm hoài.

Bài 6: **Bình Ngô Đại Cáo**

Từng nghe:
Việc nhân nghĩa cốt ở yên dân,
Quân điếu phạt trước lo trừ bạo,
Nước Đại Việt ta từ trước,
Vốn xưng văn hiến đã lâu,
Núi sông bờ cõi đã chia,
Phong tục Bắc Nam cũng khác.
Từ Triệu, Đinh, Lý, Trần bao đời gây nền độc lập,
Cùng Hán, Đường, Tống, Nguyên mỗi bên hùng cứ một
phương.
Tuy mạnh yếu từng lúc khác nhau.
Song hào kiệt đời nào cũng có.
Vì vậy:
Lưu Cung tham công nên thất bại,
Triệu Tiết thích lớn phải tiêu vong.
Cửa Hàm Tử bắt sống Toa Đô
Sông Bạch Đằng giết tươi Ô Mã.
Việc xưa xem xét,
Chứng cớ còn ghi.
Vừa rồi:
Nhân họ Hồ chính sự phiền hà,
Để trong nước lòng dân oán hận.
Quân cuồng Minh đã thừa cơ gây họa,
Bọn gian tà còn bán nước cầu vinh.
Nướng dân đen trên ngọn lửa hung tàn,
Vùi con đỏ xuống dưới hầm tai vạ.
Dối trời lừa dân đủ muôn nghìn kế,
Gây binh kết oán trải hai mươi năm.
Bại nhân nghĩa nát cả đất trời,
Nặng thuế khóa sạch không đầm núi.
Người bị ép xuống biển dòng lưng mò ngọc, ngán thay cá
mập thuồng luồng;
Kẻ bị đem vào núi đãi cát tìm vàng, khốn nỗi rừng sâu nước
độc.

MAI KHẮC ỨNG

Vét sản vật, bắt dò chim trả, chốn chốn lưới chăng;
Nhiễu nhân dân, bắt bẫy hươu đen, nơi nơi cạm đặt.
Tàn hại cả giống côn trùng cây cỏ,
Nheo nhóc thay kẻ góa bụa khốn cùng.
Thằng há miệng, đứa nhe răng, máu mỡ bấy no nê chưa chán;
Nay xây nhà, mai đắp đất, chân tay nào phục vụ cho vừa.
Nặng nề những nỗi phu phen,
Tan tác cả nghề canh cửi.
Độc ác thay, trúc Nam sơn không ghi hết tội,
Dơ bẩn thay, nước Đông hải không rửa hết mùi.
Lẽ nào trời đất dung tha,
Ai bảo thần dân chịu được?
Ta đây:
Núi Lam Sơn dấy nghĩa,
Chốn hoang dã nương mình.
Ngẫm thù lớn há đội trời chung,
Căm giặc nước thề không cùng sống.
Đau lòng nhức óc, chốc đã mười mấy năm trời;
Nếm mật nằm gai, há phải một hai sớm tối.
Quên ăn vì giận, sách lược thao suy xét đã tinh;
Ngẫm trước đến nay, lẽ hưng phế đắn đo càng kỹ.
Những trằn trọc trong cơn mộng mị,
Chỉ băn khoăn một nỗi đồ hồi.
Vừa khi cờ nghĩa dấy lên,
Chính lúc quân thù đương mạnh.
Lại ngặt vì:
Tuấn kiệt như sao buổi sớm,
Nhân tài như lá mùa thu.
Việc bôn tẩu thiếu kẻ đỡ đần.
Nơi duy ác hiếm người bàn bạc.
Tấm lòng cứu nước, vẫn đăm đăm muốn tiến về đông,
Cỗ xe cầu hiền, thường chăm chăm còn dành phía tả.
Thế mà:
Trông người người càng vắng bóng, mịt mù như nhìn chốn bể
khơi;
Tự ta ta phải dốc lòng, vội vã hơn cứu người chết đuối.

Phần thì giận hung đồ ngang dọc,
Phần thì lo vận nước khó khăn.
Khi Linh Sơn lương hết mấy tuần,
Khi Khôi Huyện quân không một đội.
Trời thử lòng trao cho mệnh lớn,
Ta gắng chí khắc phục gian nan.
Nhân dân bốn cõi một nhà, dựng cần trúc ngọn cờ phấp phới;
Tướng sĩ một lòng phụ tử, hòa nước sông chén rượu ngọt
      ngào.
Thế trận xuất kỳ, lấy yếu chống mạnh.
Dùng quân mai phục, lấy ít địch nhiều.
Trọn hay:
Đem đại nghĩa để thắng hung tàn,
Lấy chí nhân để thay cường bạo.
Trận Bồ Đằng sấm vang chớp giật,
Miền Trà Lân trúc chẻ tro bay.
Sĩ khí đã hăng.
Quân thanh càng mạnh.
Trần Trí, Sơn Thọ nghe hơi mà mất vía,
Lý An, Phương Chính nín thở cầu thoát thân.
Thừa thắng ruổi dài, Tây Kinh quân ta chiếm lại;
Tuyển binh tiến đánh, Đông Đô đất cũ thu về.
Ninh Kiều máu chảy thành sông, tanh trôi vạn dặm;
Tốt Động thây chất đầy nội, nhơ để ngàn năm.
Phúc tâm quân giặc, Trần Hiệp đã phải bêu đầu;
Mọt gian kẻ thù, Lý Lượng cũng đành bỏ mạng.
Vương Thông gỡ thế nguy, mà đám lửa cháy lại càng cháy;
Mã Anh cứu trận đánh, mà quân ta hăng lại càng hăng.
Bó tay để đợi bại vong, giặc đã trí cùng lực kiệt;
Chẳng đánh mà người chịu khuất, ta đây mưu phạt tâm công.
Tưởng chúng biết lẽ ăn năn, nên đã thay lòng đổi dạ;
Ngờ đâu vẫn đương mưu tính, lại còn chuốc tội gây oan.
Giữ ý kiến một người, gieo vạ cho bao nhiêu kẻ khác;
Tham công danh một lúc, để cười cho tất cả thế gian.
Bởi thế:
Thằng nhãi con Tuyên Đức, động binh không ngừng;

Đồ nhút nhát Thạnh, Thăng, đem dầu chữa cháy.

Đinh Mùi tháng chín, Liễu Thăng đem binh từ Khâu Ôn kéo lại;

Năm ấy tháng mười, Mộc Thạnh chia đường từ Vân Nam tiến sang.

Ta trước đã điều binh thủ hiểm, chặt mũi tiên phong;

Ta sau lại sai tướng chẹn đường, tuyệt nguồn lương thực.

Ngày mười tám, trận Chi Lăng Liễu Thăng thất thế,

Ngày hai mươi, trận Mã An Liễu Thăng cụt đầu.

Ngày hăm lăm, bá tướng Lương Minh bại trận tử vong.

Ngày hăm tám, thượng thư Lý Khánh cùng kế tự vẫn!

Thuận đà, ta đưa lưỡi đao tung phá,

Bí nước, giặc quay mũi giáo đánh nhau.

Lại thêm quân bốn mặt vây thành,

Hẹn đến giữa tháng mười diệt giặc.

Sĩ tốt kén người hùng hổ.

Bề tôi chọn kẻ vuốt nanh.

Gươm mài đá, đá núi cũng mòn,

Voi uống nước, nước sông phải cạn.

Đánh một trận, sạch không kình ngạc.

Đánh hai trận, tan tác chim muông.

Nổi gió to quét sạch lá khô.

Thông tổ kiến phá toang đê vỡ.

Đô đốc Thôi Tụ lê gối dâng tờ tạ tội.

Thượng thư Hoàng Phúc trói tay để tự xin hàng.

Lạng Giang, Lạng Sơn, thây chất đầy đường;

Xương Giang, Bình Than, máu trôi đỏ nước.

Ghê gớm thay sắc phong vân phải đổi.

Thảm đạm thay ánh nhật nguyệt phải mờ.

Bị ta chẹn ở Lê Hoa, quân Vân Nam hồ đồ sợ bóng mà vỡ mật;

Nghe Liễu Thăng thua ở Cần Trạm, quân Mộc Thạnh xéo lên nhau chạy để thoát thân.

Suối Lãnh Câu máu chảy trôi chày, nước sông nghẹn ngào tiếng khóc;

Thành Đan Xá thây chất thành núi, cỏ nội đầm đìa máu đen.

Cựu binh hai đạo tan tành, quay gót chẳng kịp;
Quân giặc các thành khốn đốn, cởi giáp ra hàng.
Tướng giặc bị cầm tù, như hổ đói vẫy đuôi xin cứu mạng;
Thần vũ chẳng giết hại, thể lòng trời ta mở đường hiếu sinh.
Mã Kỳ, Phương Chính cấp cho năm trăm chiếc thuyền, ra đến
        bể mà vẫn hồn bay phách lạc;
Vương Thông, Mã Anh, phát cho vài nghìn cỗ ngựa, về đến
        nước mà vẫn chân đập tay run.
Họ đã tham sống sợ chết, mà hòa hiếu thực lòng.
Ta lấy toàn quân là hơn, để nhân dân nghỉ sức.
Chẳng những mưu kế kỳ diệu,
Cũng là chưa thấy xưa nay.
Xã tắc từ đây vững bền
Giang sơn từ đây đổi mới.
Kiền khôn bĩ mà lại thái,
Nhật nguyệt hối mà lại minh.
Muôn thuở nền thái bình vững chắc.
Ngàn thu vết nhục nhã sạch làu.
Âu cũng nhờ trời đất tổ tông khôn thiêng ngầm giúp đỡ mới
        được như vậy.
Than ôi!
Một cỗ nhung y chiến thắng, nên công oanh liệt ngàn năm;
Bốn phương biển cả thanh bình, ban chiếu duy tân khắp chốn.
Xa gần bá cáo
Ai nấy đều hay.
(Bùi Kỷ, Bùi Văn Nguyên)

Nguyễn Mộng Tuân

Bài 1: **Hạ Thừa Chỉ Ức Trai Tân Cư**

Thiện trị ứng tri kế Tử Kinh,
Hà tu lậu ốc soạn tân minh.
Nhất điều thủy lãnh tri tam quán,
Tứ bích gia bần phú lục kinh.
Mai ảnh nguyệt niên lai giáng trưởng,
Hà lương phong đệ tống sơ linh.
Huề đồ nghĩ dục đồng thanh thưởng,
Giai túy tùy nhân, vật độc tình.

Bài 2: **Dân Thủy**

Đăng đăng dân tình dị khứ lưu,
Tín lai như thủy hoặc trầm phù.
Quần sinh tụ tán doanh hư thế,
Chúng chỉ tòng vi thuận nghịch lưu.
Tựu Hán bái nhiên qui mạc ngự,
Vong Tần mạc nhược đăng nan khu.
Quân tâm lẫm nhược vu uyên trụy,
Ký tế thường hoài vị tế ưu.

Dịch nghĩa:
Dân Như Nước

Thao thao dân tình, hoặc đi hoặc ở,
Đúng thật! như nước hoặc chìm hoặc nổi.
Dân hợp lại hay tan đi (giống như) thế nước đầy hay vơi,
Chí hướng của dân tuân theo hoặc làm trái lại như nước ngược hay xuôi.

Đã theo về với Hán thì ào ào ngăn sao được.
Đã bỏ nhà Tần thì tuồn tuột theo sao kịp.
Tấm lòng nhà vua phải biết lo sợ như là sắp sa xuống vực.
Đã qua sông thì lại thường nghĩ đến lúc chưa qua.

Dịch thơ:

Dân cư hoặc ở hoặc dời đi,
Như nước nổi chìm chẳng khó chi.
Hợp lại, tản ra khôn cản nổi,
Thuận tình, đối kháng tự dân suy.
Đồng tâm như thác không ngăn nổi,
Bất phục là chia chẳng ngán gì.
Lòng kẻ cầm quyền không lượng trước,
Qua sông nên nghĩ lúc lâm nguy.
(Mai Khắc Ứng)

Bài 3: **Hàm Tử Quan**

Thành bại nguyên lai bản nhất quan,
Thời nhân mạc bả lưỡng ban khan.
Trần gia thượng tướng chân long chủng,
Hồ thị thiêm văn thị thử can.
Thung lục mai hà xuân thảo lục,
Độc lâu khiếu nguyệt tạ triều hàn.
Ngư chu na quản hưng vong sự,
Túy ngọa bồng song quải điếu can.

Dịch nghĩa:

Cửa Hàm Tử

Biết bao cuộc được thua diễn ra, cũng ở một cửa quan này,
Người đời không nên xem làm hai.
Thượng tướng nhà Trần thật là giống rồng,

Thiêm văn họ Hồ rõ là gan chuột.
Chông gỗ chôn lòng sông, bờ cỏ mùa xuân xanh biếc.
Đầu lâu kêu bóng nguyệt, ngọn triều đêm tối lạnh lùng.
Ngư ông trên thuyền chẳng quan tâm đến việc hưng vong,
Say nằm bên song thuyền, gác cần câu mà ngủ.

Dịch thơ:
Được thua lắm cuộc diễn ra đây,
Chỉ một mà thôi chẳng phải hai.
Thượng tướng nhà Trần rồng Lạc Việt.
Thiêm văn Hồ tộc chuột gan bày.
Lòng sông chông gỗ, bờ xanh cỏ,
Bóng nguyệt đầu lâu, lạnh lẽo thay.
Ngư phủ chẳng màng suy với thịnh,
Gác cần câu ngủ một giấc say.
(Mai Khắc Ứng)

Nguyễn Thiên Tích
(Thế kỷ XV)

Mộ Xuân Diễn Châu Tác

Giá cô đề xứ lục âm đa,
Vọng đoạn hành vân bất kiến gia.
Tùng cúc tam niên sương mãn cải,
Hải môn vạn lý khách trình xa.
Hoạn tình dĩ tự triêm nê nhứ,
Thân sự hồn như lạc phấn hoa.
Tảo tuế ngộ vi danh sở lụy,
Đông môn tu sát Thiệu Bình qua.

Dịch nghĩa:

Cảnh Cuối Xuân Ở Diễn Châu

Nơi đa đa kêu có bóng cây râm mát,
Nhìn thấu áng mây trôi mà chẳng thấy nhà.
Ba năm nương náu trong chông gai, tóc đã pha sương,
Cửa biển ngoài muôn dặm, đường đi còn dài.
Tâm trạng kẻ làm quan đã như tơ liễu nhuộm bùn.
Thân thể mình cũng lại giống cánh hoa rơi phải chỗ bẩn.
Lúc trẻ đã lầm để công danh làm lụy mình,
Nghĩ chuyện Thiệu Bình trồng dưa ở cửa Đông mà luống
những thẹn thùng.

Dịch thơ:

Bóng cây râm mát tiếng đa đa,
Thấu áng mây trôi chẳng thấy nhà.
Nương náu chông gai, tóc điểm bạc,
Biển ngoài muôn dặm, chặng đường xa.

MAI KHẮC ỨNG

Làm quan tâm trạng "bùn trây liễu",
Thân thể ưu tư "bẩn vấy hoa".
Trẻ, bởi công danh lầm vướng lụy,
Thiệu Bình (*), chậm nghĩ tháng ngày qua.
(Mai Khắc Ứng)

(*): *Thiệu Bình, ĐôngLăng hầu thời Tần, từ quan về trồng dưa, sống lạc đạo vong bần.*

Nguyễn Trực
(1417-1474)

Đăng Hương Lô Sơn Tự

Tằng tằng đăng nghiễn lộ,
Thừa ứng yết kim tiên.
Diệu khế tam sinh mộng,
Do tồn nhất lũ yên.
Lâu đài phi thế hữu,
Hoa mộc đắc xuân thiên.
Du mục phù vân ngoại,
Mang mang thị đại thiên

Dịch nghĩa:

Lên Chùa Núi Hương Lô

Trèo lên đường núi cao, lần lần tầng này qua tầng khác
Nhân khi cao hứng vào yết kiến Phật trong chùa.
Khéo phảng phất như giấc mộng ba sinh,
Hãy còn một làn khói nhỏ như sợi dây,
Lâu đài này không phải là vật của thế gian.
Mà cỏ cây cũng riêng một bầu xuân tươi đẹp.
Đưa mắt nhìn ngoài đám mây nổi,
Mênh mênh mang mang, tưởng thấy cả một thế giới đại thiên.

Dịch thơ:

Tầng tầng đường leo núi
Yết kiến Phật Như Lai.
Ba sinh phảng phất mộng,
Làn khói như sợi dây.
Lâu đài thiên thai giáng,
Tươi đẹp xuân cỏ cây.
Nhìn xa ngoài vạn dặm,
Thế giới đại thiên bày.
(Mai Khắc Ứng)

594   MAI KHẮC ỨNG

Nguyễn Bảo
(Thế kỷ XV)

Trừng Mại Thôn Xuân Vãn

Âm vân mạc mạc vũ phi phi
Bỉnh lỗi khu ngưu trước đoản y.
Ấu phụ thì qua xâm hữu khứ,
Lão cô sừ đậu hướng bô quy.
Li biên ế ế giá miêu trưởng,
Thảo lý thanh thanh vu diệp hy.
Tưởng đắc điền viên chân lạc thú,
Tuy phi hành bí diệc phong ky (cơ)

Dịch nghĩa:

Chiều Xuân Ở Thôn Trừng Mại

Mây đen man mác, mưa rơi lất phất,
Vác cày lùa trâu, mình khoác áo tơi ngắn.
Nàng dâu xông sương sớm đi gieo hạt dưa,
Mẹ chồng dưới trời chiều xới cỏ ruộng đậu trở về.
Bên dậu tre, mầm mía đang nảy ra mơn mởn,
Trong đám cỏ, mấy luống khoai lá xanh mườn mượt.
Cảnh điền viên nghĩ thật vui thú,
Dẫu không phải là nơi hành bí cũng có thể quên đói.

Dịch thơ:

Man mác mây đen lất phất mưa,
Vác cày, mình khoác áo tơi vừa.
Mẹ chồng xới cỏ chiều nương đậu,
Dâu trẻ sương mai gieo hạt dưa.
Bên dậu tre nhà mầm mía đẹp,
Vồng khoai đám cỏ mượt xanh tơ.
Điền viên nghĩ thật vui thanh đạm,
Chẳng phải cao sang đủ ước mơ.
(Mai Khắc Ứng)

Nguyễn Giản Thanh
(1480...)

Phụng Thành Xuân Sắc Phú

Ngao tử chia cực,
Phung dã xây thành.
Sum một chốn y quan lễ nhạc,
Vầy một nơi văn vật thanh danh.
Trời đượm khí xuân, sắc tươi tốt khắp hòa thế giới.
Nước mừng thịnh trị, thế vững vàng chống cột thần kinh.
Nhớ xưa:
Cõi giữa bang trung,
Đứng trên thượng quốc.
Đỉnh Tán Sơn hùm chiếm Tây Nam,
Dòng Nhị thủy rồng chầu Đông Bắc.
Ngàn dặm giang sơn đặt hiểm, tượng đã có danh,
Bốn mùa cảnh vật đều xuân, hoa càng thêm sắc.
Từng thấy:
Đòi nơi nghễu ngật,
Mấy chốn lạ lùng.
Chín bức lâu đài ngọc chúc,
Ngàn lần la ỷ cẩm lung.
Chợ chợ nhà nhà, trăm dáng tựa đồ bôi tám bức,
Thành thành thị thị, muôn tử chen chúc ánh ngàn hồng.
Trong thời:
Điện ngọc thâm nghiêm,
Cửa vàng ngang ngửa.
Liễu Chương-đài mây ngọc dờn dờn,
Đào thượng uyển má hồng rỡ rỡ.
Địch phượng, lầu kia mới thổi, lòng nguyệt dễ xui,
Trống rồng, điểm nọ lại thôi, nhị hoa đua nở.
Ngoài thơi:
Chợ hòe đầm ấm,
Phố ngọc tần vần.
Trai lanh lẹ đá cầu vén áo,

Gái éo le rủ yếm dôi quần.
Khách Trường An cưỡi ngựa xem hoa, rợp đường tử mạch,
Chàng công tử ngự xe trương tán, rạng mực thanh vân.
Lành thay:
Vận mở thái hòa,
Đường thông chức cống.
Đền xuân vầy họp hây hây,
Cõi thọ bước lên thong thỏng.
Nẻo họp châu sa, ngọc bạch, dân mến về chầu,
Tộ mừng bàn thạch, Thái Sơn thế bề khôn động.
Nước yên vững đặt âu vàng,
Đất thịnh vốn chưng thành Phụng.
Vậy mới hay:
Thành Phụng ấy chốn yêu, chốn lạ,
Sắc xuân này đường tốt đường thanh.
Dầu chẳng có "sắc xuân" đua tốt,
Sao cho nên "thành Phụng" nổi danh?
Hướng bốn phương cùng họp đất này, giữa chưng thiên hạ,
Hòa mỗi chốn đều làm đô đấy, ngăn được thế hình.
Song le:
Có xuân tượng bởi có thành,
Cậy hiểm chẳng bằng cậy đức.
Tuy đã nhiều non nhiều nước, mạnh thửa thành trì,
Sao bằng lấy nghĩa lấy nhân, bền làm phong vực.
Những thấy:
Đời đời thành Phụng ấy,
Kiếp kiếp sắc xuân này.
Con con cháu cháu dõi truyền đến chưng muôn vạn ức.
(Phong Châu và Nguyễn Tường Phượng sưu tầm)

Nguyễn Bỉnh Khiêm
(Thế kỷ XVI)

Giàu chỉnh chện, khó lai nhai
Vần chuyển lưu thông há của ai?
Vũng nọ ghê khi làm bãi cát
Doi kia có thuở lút hòn Thai.
Khôn ngoan mới biết thăng thì giáng,
Dại dột nào hay tiểu có đài.
Đã khuất bao nhiêu thì lại duỗi,
Đạo trời lồng lộng chẳng hề sai.

Bài 1: **Khiển Hứng**

Tài nhất âm hề phục nhất dương,
Tuần hoàn vãng phục lý chi thường.
Phiêu phong, bạo vũ, nan chung nhật,
Sơ trúc khô chi, dị khiếp sương.
Tự tín đắc giai chung hữu thất,
Thùy tri nhu khả chế ư cương.
Dục quan tạo hóa sinh tiêu xứ,
Thái cực đồ trung thí tế trường.

Dịch nghĩa:
Khiển Hứng

Một khí âm vừa qua, lại kế đến một khí dương,
Xoay vòng đi lại, đó là cái lẽ thường.
Mưa to gió lớn không bao giờ suốt cả ngày,
Trúc thưa cành khô dễ sợ hơi sương lạnh lẽo,
Ta tin rằng sự đời cái gì được rồi cũng mất cả.
Mấy ai biết sự mềm dẻo có thể khuất phục được sự cứng rắn.
Muốn hiểu rõ cái huyền cơ của tạo hóa lúc tiêu đi, lúc sinh ra.
Thì nên nhận xét kỹ càng ở trong đồ thái cực.

Dịch thơ:

Vừa một âm qua lại một dương,
Tuần hoàn đi lại lẽ là thường.
Gió to mưa lớn khôn đầy buổi,
Cây yếu cành khô dễ ngại sương.
Vẫn biết đắc rồi liền có thất,
Hay đâu nhu lại chả hơn cương.
Cho hay cơ tạo xoay vần khéo,
Thái cực đồ kia phải nhận tường.
(Ngô Lập Chi)

Bài 2: **Vấn Ngư Giả**

Triều hải biên chu ngư giả thùy,
Sinh nhai nhất lạp nhất soa y.
Thủy thôn sa cận âu vi lữ,
Giang quốc thu cao ngư chính phì
Đoản địch thanh phong nhân xứ lộng,
Cô phàm minh nguyệt túy trung quy.
Đào Nguyên cố sự y nhiên tại,
Tần, Tấn hưng vong thị khước phi.

Dịch nghĩa:

Hỏi Ông Lão Đánh Cá

Một lá thuyền nhỏ nổi trên mặt nước triều ngoài biển, không biết ngư ông là ai.
Sinh nhai của ngư ông chỉ có một cái nón và một cái áo tơi.
Gần bãi cát ở biển, lấy chim âu làm bầu bạn,
Nước sông về mùa Thu, cá rất béo tươi.
Khi rỗi, thừa hứng có gió mát, lấy sáo ngắn thổi chơi,
Khi say, nhân lúc đêm có trăng, giương cánh buồm về bến.
Ngư ông là người ẩn dật như ngư ông trong truyện cũ Đào Nguyên.

Cuộc hưng vong của nhà Tần, nhà Tấn, phải trái, hơn thua, không hề tính đến.

Dịch thơ:

Nước biển mênh mang khó biết người,
Sinh nhai ngư phủ nón cùng tơi.
Chim âu bên bãi luôn bầu bạn,
Sông nước mùa Thu cá béo tươi.
Gió mát hứng tình say thổi sáo,
Nhân đêm trăng tỏ lạng buồm chơi.
Đào Nguyên vốn sẵn trong tiềm thức,
Tần, Tấn hơn thua mặc kệ đời.
(Mai Khắc Ứng)

Bài 3: **Thu Tứ**

Tạc dạ kim phong nhất trận xuy,
Nhàn đình ngột tọa động thu ti (tư).
Vân biên nhạn quá hồn vô số,
Thiên thượng nguyệt minh ưng hữu kỳ.
Quang cảnh trục nhân niên tự thỉ,
Nguy thời ưu quốc mấn thành ti.
Điền viên tự tiểu quy lai vãn,
Tùng cúc do tồn thị cố tri.

Dịch nghĩa:

Tứ Thu

Đêm qua gió kim phong thổi một trận,
Ngồi ở sân vắng chạnh có những ý nghĩ về mùa thu.
Bên mây chim nhạn bay nhiều không xiết kể,
Trên trời bóng trăng sáng, hình như hẹn hò.
Bóng mặt trời đuổi người đời, năm tháng nhanh như tên,
Thời nguy nan, lo việc nước, mái tóc bạc như tơ.

Tự cười mình về với ruộng vườn muộn quá,
Cây tùng, cây cúc còn đó, ấy là bạn cố tri.

Dịch thơ:

Đêm qua một trận gió vàng,
Nhớ thu, sân vắng bàng hoàng lòng ta.
Từng đàn chim nhạn bay qua,
Trời quang, trăng sáng như là hẹn nhau.
Giục người năm tháng ruổi mau,
Thời loàn việc nước bạc đầu lo toan.
Cười chưa về với ruộng vườn,
Cúc, tùng, bạn cũ hãy còn chờ đây.
(Theo Hoàng Việt Thi Văn Tuyển)

Gió vàng một trận thổi đêm qua
Sân vắng mùa Thu gợi ý xa.
Chim nhạn diềm mây không xiết kể,
Trăng trong trời sáng hẹn hò ta.
Tháng năm vội đuổi như tên bắn,
Việc nước nguy nan tóc bạc ra.
Về với ruộng vườn cười, muộn quá,
Cúc, tùng còn đó cố tri mà.
(Mai Khắc Ứng)

Bài 4: **Trung Tâm Quán Nhị Lão Dung Thụ**

Lão thụ song dung bạn lão thân,
Kim lai cổ vãng bất tri xuân.
Tham thiên quán nại phong sương cựu,
Đắc địa thiên thừa vũ lộ tân.
Sơ phạp đống lương phò đại hạ,
Hảo tương ấm tí cập tư dân.
Bàng nhân hựu nghĩ Trang, sư lậu,
Cân phủ hà năng phạt tính chân.

Dịch nghĩa:

Hai Cây Đa Già Ở Quán Trung Tân

Hai cây đa già làm bạn với thân già này,
Xưa qua nay lại chẳng biết xuân là gì.
Cao sánh trời, quen chịu phong sương cũ,
Được đất tốt, riêng đội ơn mưa móc mới.
Vốn thiếu tài rường cột để chống đỡ nhà lớn,
Hãy đem bóng mát che chở đến dân này.
Người qua đường đừng so với loài gỗ tạp của Trang Sinh,
Búa rìu sao lại có thể chặt được cái tính thực của nó.

Dịch thơ:
Già này làm bạn với đa già,
Chẳng biết là gì xuân lại qua.
Cao sánh trời cao sương gió cũ,
Đất lành mưa móc đội ơn xa.
Thiếu tài rường cột ngôi nhà lớn,
Thừa bóng che im đến mọi nhà.
Gỗ tạp Trang Sinh so khó xứng,
Búa rìu không thể chặt tâm đa.
(Mai Khắc Ứng)

Nguyễn Hàng
(Thế kỷ XVI)

Đại Đồng Phong Cảnh Phú

Chưng xem:
Đặc khí thiêng liêng;
Nhiều nơi thanh lạ.
Non Xuân Sơn cao thấp triều tây,
Sông Lôi Thủy quanh co nhiễu tả.
Ngàn tây chìa cánh phượng, dựng thửa hư không,
Thanh nước uốn hình rồng, dài cùng dãy đá.
Đùn đùn non Yên Ngựa, mấy trượng khỏe thế kim thang,
Cuồn cuộn thác Con Voi, chín khúc bền hình quan tỏa.
Thêm có:
Lâu đài kề nước;
Hoa cỏ hướng dương.
Thược dược khéo mười phần tươi tốt,
Mẫu đơn khoe hết mực giàu sang.
Hây hây ngỡ hạnh, tường đào, quanh nhà Thái tổ,
Thay thảy đường hòe, dặm liễu, hóng gió thiều quang.
Má hồng điểm thức yên chi, đầy vườn hạnh, xem bằng quốc sắc,
Quần lục đượm mùi long não, dãy tường lan, nức những thiên hương.
Lại có nơi:
Tiện nẻo vãng lai,
Ra nơi thành thị.
Tán đầu khăn hợp khách bốn phương,
Xe dù ngựa giong đường thiên lý.
Đủng đỉnh túi thơ bầu rượu, nặng cổ thằng hề,
Dập dìu quần sả áo nghê dầu lòng con tý.
Diên đồi mồi châu châu ngọc ngọc nhiều chốn phồn hoa,
Viện thu thiên ỷ ỷ la la, mười phần phú quý.
Xem phong cảnh chỉn đã khác thường,

Gấm tạo vật thật đà có ý.
Thửa mắc:
Trời sinh chúa thánh,
Đất có tôi lành.
Xem ngôi kiền đòi thời mở vận;
Phép hào sư lấy luật dụng binh.
Đất tam phân có thửa hai, chốn chốn đều về thanh giáo,
Nhà bốn biển vầy làm một, đâu đâu ca xướng thái bình.
Chín lần nhật nguyệt làu làu, cao đường hoàng đạo,
Nghìn dặm sơn hà chễm chễm, khỏe thế vương thành.
Hình thế ấy xem nào còn xiết,
Phong cảnh này thực đã nên danh.
(Thi văn Việt Nam – Hoàng Xuân Hãn)

MAI KHẮC ỨNG

Nguyễn Du
(1766-1820)

Thu Chí

Hương Giang nhất phiến Nguyệt
Kim cổ hứa đa sầu
Vãng sự bi thanh trủng.
Tân thu đáo bạch đầu
Hữu hình đồ dịch dịch
Vô bệnh cố câu câu.
Hồi thủ Lam Giang phố
Nhàn tâm tạ bạch âu.

Dịch nghĩa:
Thu Đến

Một mảnh trăng sông Hương
Xưa nay mang nhiều nỗi sầu.
Nhìn nấm mồ xanh cỏ mà buồn chuyện cũ
Thu mới đến qua mái đầu bạc trắng.
Vì có thân nên thân khốn khổ
Không bệnh nên ráng giữ gìn.
Quay đầu nhìn bến sông Lam
Yên lòng cảm tạ chim âu trắng.
(Võ Kỳ Điền)

Dịch thơ:
Thu Đến

Một mảnh trăng muôn thuở,
Hương Giang vương vấn sầu.

Chuyện xưa mồ xanh cỏ
Thu vừa sang bạc đầu.
Có thân là thân khổ,
Không bệnh cố giữ lâu.
Quay nhìn Lam Giang bến,
An lòng tạ hải âu.
(Mai Khắc Ứng)

Nguyễn Công Trứ
(1778-1858)

Ngồi buồn mà trách ông xanh
Khi vui muốn khóc buồn tênh lại cười
Kiếp sau xin chớ làm người
Làm cây thông đứng giữa trời mà reo
Giữa trời vách đá cheo leo
Ai mà chịu rét thì trèo với thông.

Bài 1: **Hàn Nho Phong Vị Phú**

Chém cha cái khó, chém cha cái khó,
Không khéo mấy ai, xấu xa một nó.
Lục cực bày hàng sáu, rành rành kinh huấn chẳng sai.
Vạn tội lấy làm đầu, ấy ấy ngạn ngôn hẳn có.
Kìa ai,
Bốn vách tường mo,
Ba gian nhà cỏ.
Đầu kèo mọt tạc vẽ sao,
Trước cửa nhện giăng màn gió.
Phên trúc ngăn nửa bếp nửa buồng,
Ống nứa dựng đầu kê đầu đỗ.
Đầu giường tre mối giũi quanh co,
Góc tường đất trùn lên lố nhố.
Bóng nắng giọi trứng gà trên vách, thằng bé tri trô,
Hạt mưa xoi hang chuột trong nhà, con mèo ngấp ngó.
Trong cũi lợn nằm gặm máng, đói chẳng muốn kêu,
Đầu giàn chuột lóc khua niêu, buồn thôi lại bỏ.
Ngày ba bữa vỗ bụng rau bình bịch, người quân tử ăn chẳng cầu no,
Đêm năm canh an giấc ngáy kho kho, đời thái bình cửa thời bỏ ngỏ.

Ấm trà góp lá vằng lá vối, pha mùi chát chát chua chua,
Miếng trầu tiêm vỏ mận vỏ dà, buồn miệng nhai nhai nhổ nhổ.
Áo vải thô nặng trịch, lạnh làm mền, nực làm gối, bốn mùa thay đổi bấy nhiêu.
Khăn lau giặt đỏ lòm, trải làm chiếu, vận làm quần, một bộ ăn chơi quá thú.
Đỡ mồ hôi võng lác quạt mo,
Chống hơi đất dép da guốc gỗ.
Miếng ăn sẵn cà non mướp luộc, ngon khéo là ngon,
Đồ chơi nhiều quạt sậy điếu trê, của đâu những của.
Đồ chuyên trà ấm đất sứt vòi
Cuộc uống rượu be sành chắp cổ.
Đồ cổ khí bức tranh treo trên vách, khói bay lem luốc, màu thủy mặc mờ mờ,
Của tiểu đồng pho sách gác đầu giàn, gián nhắp lăm nhăm, dấu thổ châu đo đỏ.
Cỗ bài lá ba đời cửa tướng, hàng văn hàng sách lờ mờ,
Bàn cờ săng bảy kiếp nhà ma, chữ nhật chữ điền xiêu xó.
Lộc nhĩ điền lúa chất đầy giường,
Phương tịch cốc khoai vừa một giỏ.
Tiêu dụng lấy chi mà phao phỏng, thường giữ ba cọc ba đồng,
Mùa màng dành để có bao nhiêu, chừng độ một triêng một bó.
Mỏng lưng xem cũng không giàu,
Nhiều miệng lấy chi cho đủ.
Đến bữa không sẵn bữa, con trẻ khóc dường ong,
Qua kỳ lại hẹn kỳ, nhà nợ kêu như ó.
Thuốc men rắp bòn chài gỡ bữa, song nghĩ câu ý là thế nào cho đáng giá lương y,
Thầy bà mong dối trá kiếm ăn, lại nghĩ chữ dũng như phép chi được nổi danh pháp chủ.
Quẻ dã hạc toan nhờ lộc thánh, trút muối đổ biển, ta chẳng bõ bèn,
Huyệt chân long toan bán đất trời, ngôi mả táng cha tìm còn chưa chộ.
Buôn bán rắp theo nghề đỏ, song lạ mặt chúng hòng rước gánh mập mờ cho hàng chẳng có lời,

Bạc cờ toan gỡ cơn đen, chưa sẵn lưng lại giành nơi hỏi gạn mãi không ra thổ.

Gấp khúc lươn nên ít kẻ yêu vì,
Trương mắt ếch, biết vào đâu mượn mỏ.

Đến lúc niên chung nguyệt quý, lấy chi tiêu đồng nợ đồng công,
Gặp khi đường sẩy chân cùng, nên phải tới cửa này cửa nọ.

Thầm thì to to nhỏ nhỏ, ta đã mỏi cẳng ngồi trì,
Dần dà nọ nọ kia kia nó những vuốt râu làm bộ.

Thầy tớ sợ men tìm đến cửa, ngảnh mặt cúi đầu,
Chị em e vất vả vào lưng, trìa môi nhọn mỏ.

Láng giềng ít kẻ tới nhà,
Thân thích chẳng ai nhìn họ.

Mất việc toan trở nghề có tắc túi con nhà mà hổ mặt anh em,
Túng đường mong quyết chí cùng tư, e phép nước chưa nên gan sừng sỏ.

Cùng con cháu lúc nói năng chuyện cũ, thường ngâm câu lạc đạo vong bần,
Gặp anh em khi bàn bạc sự đời, lại đọc chữ phi thương bất phú.

Tất do thiên, âu phận ấy là thường,
Hữu kỳ đức, ắt trời kia chẳng phụ.

Tiếc tài cả phải phạn ngưu bản trục, dấu xưa ông Phó ông Hề,
Cần nghiệp nho khi khi tạc bích tụ huỳnh, thuở trước chàng Khuông chàng Vũ.

Nơi thành hạ gieo cần câu cá kìa kìa người quốc sĩ Hoài Âm,
Chốn lý trung xách thớt chia phần, nọ nọ đấng mưu thần Dương Võ.

Khóa ai bằng Mãi Thần, Mông Chính, cũng có khi ngựa cưỡi dù che,
Giàu ai bằng Vương Khải, Thạch Sùng, cũng có lúc tường xiêu ngói đổ.

Mới biết
Khó bởi tại trời,
Giàu là cái số.
Dẫu ai

Ruộng sâu trâu nái,
Đụn lúa kho tiền.
Cũng bất quá thủ tài chi lỗ.

Bài 2: **Đi Thi Tự Vịnh**

Đi không há lẽ trở về không,
Cái nợ cầm thư phải trả xong.
Rắp mượn điền viên vui tuế nguyệt,
Dở đem thân thế hẹn tang bồng.
Đã mang tiếng ở trong trời đất,
Phải có danh gì với núi sông.
Trong cuộc trần ai ai dễ biết,
Rồi ra mới rõ mặt anh hùng.

Nguyễn Khuyến

Bài 1: Thu Vịnh

Trời thu xanh ngắt mấy tầng cao,
Cần trúc lơ phơ gió hắt hiu.
Nước biếc trông như tầng khói tỏa,
Song thưa để mặc ánh trăng vào.
Mấy chùm trước dậu hoa năm ngoái,
Một tiếng trên không ngỗng nước nào?
Nhân hứng cũng vừa toan cất bút,
Nghĩ ra lại thẹn với ông Đào.

Bài 2: Thu Ẩm

Năm gian nhà cỏ thấp le te,
Ngõ tối đêm sâu đóm lập lòe.
Lưng dậu phất phơ màn khói nhạt,
Làn ao lóng lánh bóng trăng loe.
Da trời ai nhuộm mà xanh ngắt,
Mắt lão không vầy cũng đỏ hoe.
Rượu tiếng rằng hay, hay chả mấy,
Độ năm ba chén đã say nhè.

Nguyễn Văn Siêu
(1799-1872)

Độ Hương Giang

Đại giang thanh bất tức,
Du khách miễu cô chinh.
Bán bích sơn liên hải,
Thiên gia lộ hướng thành.
Lâu đài thiên thượng xuất,
Yên vụ nhật trung sinh.
Đương lưu từ nhất lãm,
Sơ tạc xứng hùng kinh.

Dịch thơ:

Qua Sông Hương

Không ngưng sông rộng chảy,
Khách một mình mông mênh.
Nửa ngọn xanh tiếng biển,
Muôn nhà hướng kinh thành.
Trên trời lâu đài dựng,
Giữa ngày sương khói lên.
Thuyền trôi ngắm cảnh sắc,
Hùng vĩ chốn đế kinh.
(Hải Trung)

Sông lớn chảy triền miên
Một mình khách rời bến.
Xanh núi liền xanh biển,
Nghìn nhà chốn đô thành.
Lâu đài rợp trời xanh,
Sương khói ban ngày tỏa.
Ngồi thuyền nhìn mọi ngả,
Hùng vĩ đất Thần kinh.
(Mai Khắc Ứng)

Nguyễn Trọng Hợp
(1839-1902)

Thiên Mụ Tháp

Cao tháp tủng thương cùng,
Nguy nguy tưởng đế công.
Thiên không vân khí bạch,
Ba ảnh nhật quang hồng.
Linh tích chân kham kí,
Hùng đồ thục tỉ long.
Tọa thâm quần lại tĩnh,
Linh ngữ đáp sơn phong.

Dịch thơ:

Tháp cao vói mây trong,
Sừng sững nhớ nghiệp đế.
Tầng không mây vẫn thế,
Nước om bóng trời hồng.
Dấu thiêng ghi trang viết,
Hưng thịnh sánh cơ đồ,
Thăm thẳm âm ngồi lặng.
Chuông đáp hồi gió xô.
(Hải Trung)

Trời trong bảo tháp vươn cao,
Hiên ngang ghi tạc công lao vương triều.
Không trung mây trắng họa theo,
Dưới sông sóng nước ánh chiều hồng tươi.
Cõi thiêng bi kí sáng ngời,
Cơ đồ vững chãi người người cầu mong.
Lặng yên sâu thẳm tấc lòng,
Tiếng chuông gió núi mưa sông dập dìu.
(Mai Khắc Ứng)

MAI KHẮC ỨNG

Nguyễn Thượng Hiền
(1868-1925)

Hương Giang Từ

Thu tễ song kiều tấm bích ba,
Mỹ nhân nam phố thái liên ca.
Uyên ương mộng khởi phi hà xứ?
Nhất dạ giang thuyền nguyệt sắc đa.

Dịch thơ:

Bên cầu sóng biếc trời thu xanh,
Nam phố hái sen tiếng hát xinh.
Đâu nẻo uyên ương về mộng tình,
Để đêm trăng dát khắp bồng bềnh.
(Hải Trung)

Thu giữa hai cầu sóng biếc xanh,
Người xinh nam phố hát bên thành.
Còn đâu hơn để uyên ương mộng?
Đêm vắng thuyền trăng thắm đẫm tình.
(Mai Khắc Ứng)

Nguyễn Khoa Vi

Nước sông Hương cá mương là thổ sản,
Lội từng bầy ăn cạn dọc bờ sông.
Ai về nhắn với ngư ông,
Chớ đem ra mà bán, nửa đồng họ chẳng mua.

Nước chảy một sông, có nơi trong nơi đục,
Mười không như chục, có kẻ tục người thanh.
Ai ơi phải ngó cho rành,
Chớ cho đồ đất đồ sành cũng như nhau.
(Trích trong tập "Hò Mái Đẩy")

Danh Sách
Tiến Sĩ, Phó Bảng
Triều Nguyễn

Lăng vua Khải Định
(ảnh: Mai Linh)

Bảng Nhãn

(Nhà Nguyễn không phong Trạng nguyên. Bảng nhãn coi như Trạng Nguyên):

1. Phạm Thanh (Đình nguyên - Bảng nhãn)
   Hoa Lộc, Hậu Lộc, Thanh Hóa. Tân Hợi TĐ4

2. Vũ Duy Thanh (Bảng nhãn) TD4 (Bác học Hoành Tài)
   Khánh Hải, Tam Điệp, Ninh Bình.

Tam Nguyên
(Đỗ đầu 3 khoa thi Dình, Hội, Hương):

1. Trần Bích San (Tam nguyên –Hoàng giáp.)
   Vị Xuyên, Nam Định.

2. Nguyễn Khuyến (Tam nguyên – Hoàng giáp)
   Trung Lương, Bình Lục, Hà Nam.

3. Vũ Phạm Hàm (Tam nguyên - Thám hoa)
   Kim Thư, Thanh Oai, Hà Tây.

Song Nguyên
(Đỗ đầu 2 khoa thi Đình, Hội):

1. Vương Hữu Phu (Song nguyên)
   Vân Diên, Nam Đàn, Nghệ An.

Đình Nguyên
(Đỗ đầu thi Đình)

1. Phan Đinh Phùng (Đình nguyên)
   Châu Phong, Đức Thọ, Hà Tĩnh.

2. Đào Nguyên Phổ (Đình nguyên)
   Quỳnh Hoàng, Quỳnh Phụ, Thái Bình.

3. Trần Dĩnh Sĩ (Đình nguyên)
   Điền Môn, Phong Điền, TT Huế.

4. Nguyễn Đình Tuân (Đình nguyên)
   Mai Đình, Hiệp Hòa, Bắc Giang.

5. Đỗ Huy Liêu (Đình Nguyên)
   Yên Đồng, Ý Yên, Nam Định.

6. Nguyễn Phong Di (Đình nguyên)
Hoằng Quang, Hoằng Hóa, Thanh Hóa.

Hội Nguyên
(Đỗ đầu thi Hội):

1. Hoàng Văn Thu (Hội nguyên)
Quảng Thọ, Quảng Điền, TT Huế.

2. Phan Nhật Tĩnh (Hội nguyên)
Châu Phong, Đức Thọ, Hà Tĩnh.

3. Phạm Phú Thứ (Hội nguyên)
Đông Bàn, Tiên Phước, Quảng Nam.

4. Thân Trọng Tiết (Hội nguyên)
Phong An, Phong Điền, TT Huế.

5. Phan Dình Bình (Hội nguyên)
Quảng An, Quảng Điền, TT Huế.

6. Nguyễn Sĩ Phẩm (Hội nguyên)
Quỳnh Đôi, Quỳnh Lưu, Nghệ An.

7. Trần Văn Phan (Hội nguyên)
Tân Trào, Ninh Thanh, Hải Dương.

8. Đỗ Duân (Hội nguyên)
Châu Sa, Bình Sơn, Quảng Ngãi.

9. Huỳnh Thúc Kháng (Hội nguyên)
Tiên Cảnh, Tiên Phước, Quảng Nam

Thám Hoa:

1. Phan Dưỡng Hạo (Đình nguyên - Thám hoa).
   Khánh Thành, Yên Thành, Nghệ An.

2. Mai Anh Tuấn (Đình nguyên - Thám hoa)
   Thạch Giản, Nga Sơn, Thanh Hóa.

3. Hoàng Xuân Hiệp (Thám hoa)
   Hàng Bạc, Hoàn Kiếm, Hà Nội.

4. Vũ Huy Dực (Thám hoa)
   Hán Quảng, Quế Võ, Bắc Ninh.

5. Nguyễn Đức Đạt (Thám hoa 1)
   Khánh Sơn, Nam Đàn, Nghệ An.

6. Nguyễn Văn Giao (Thám hoa 2)
   Nam Trung, Nam Đàn, Nghệ An.

7. Ngụy Khắc Đản (Đình nguyên - Thám hoa)
   Xuân Viên, Nghi Xuân, Hà Tĩnh.

8. Đặng Văn Kiều (Đình nguyên -Thám hoa.)
   Thạch Bình, Thạch Hà, Hà Tĩnh.

9. Vũ Phạm Hàm (Tam nguyên - Thám hoa)
   Kim Thư, Thanh Oai, Hà Tây.

Hoàng Giáp:

1. Nguyễn Ý (Hoàng giáp)
   Hồng Vân, Thường Tín, Hà Tây.

2. Hoàng Tế Mỹ (Hoàng giáp)
Đông Ngạc, Từ Liêm, Hà Nội.

3. Nguyễn Huy Hựu (Hoàng giáp)
Xuân Niễu, Tứ Kỳ, Hải Dương.

4. Nguyễn Đăng Huân (Hoàng giáp)
Hương Ngãi, Thạch Thất, Hà Tây.

5. Phan Trứ (Đình nguyên - Hoàng giáp)
Phù Ủng, Kim Thi, Hưng Yên.

6. Phạm Sĩ Ái (Hoàng giáp)
Huỳnh Thúc Kháng, Mỹ Văn, Hưng Yên.

7. Nguyễn Hữu Cơ (Hoàng giáp)
Thăng Long, Kim Môn, Hải Dương.

8. Phạm Văn Huy (Hoàng giáp)
Quan Chiêm, Hà Trung, Thanh Hóa.

9. Bạch Đông Ôn (Hoàng giáp)
Lam Hạ, Duy Tiên, Hà Nam.

10. Nguyễn Cửu Trường (Song nguyên - Hoàng giáp)
Hà Long, Hà Trung, Thanh Hóa.

11. Phạm Văn Nghị (Hoàng giáp)
Yên Thắng, Ý Yên, Nam Định.

12. Nguyễn Ngọc (Song nguyên – Hoàng giáp)
Nghi Hải, Nghi Lộc, Nghệ An.

13. Ngô Điền (Hoàng giáp)
Tả Thanh Oai, Thanh Trì, Hà Nội.

14. Hoàng Đình Tá (Đình nguyên –Hoàng giáp)
    Hoàng Liệt, Thanh Trì, Hà Nội.

15. Nguyễn Bá Nhạ (Hoàng giáp)
    Hoằng Đạo, Hoằng Hóa, Thanh Hóa.

16. Nguyễn Văn Chương (Đình nguyên - Hoàng gíap)
    Vinh Hòa, Triệu Hải, Quảng Trị.

17. Nguyễn Văn Phú (Hoàng giáp)
    Mai Lâm, Đông Anh, Hà Nội.

18. Nguyễn Văn Hiển (Hội nguyên - Hoàng Giáp).
    Hải Chánh, Hải Lăng, Quảng Trị.

19. Trịnh Đinh Thái (Hoàng giáp)
    Định Công, Thanh Trì, Hà Nội.

20. Nguyễn Khắc Cần (Song nguyên- Hoàng giáp)
    Trung Hà, Vĩnh Lạc, Vĩnh Phúc.

21. Bùi Thức Kiên (Hoàng giáp)
    Châu Phong, Đức Thọ, Hà Tĩnh.

22. Đỗ Duy Đê (Đình Nguyên - Hoàng giáp)
    Hiệp Hòa, Vũ Thư, Thái Bình.

23. Lê Đình Diên (Hội nguyên – Hoàng gíap)
    Khương Đình, Thanh Trì, Hà Nội

24. Lê Hữu Thanh (Hoàng giáp)
    Đông Phong, Đông Hưng, Thái Bình.

25. Lê Tuấn (Hoàng giáp)
    Kỳ Hải, Kỳ Anh, Hà Tĩnh.

26. Nguyễn Hữu Lập (Đình nguyên – Hoàng giáp)
Nam Trung, Nam Đàn, Nghệ An.

27. Lê Khắc Cẩn (Hội nguyên - Hoàng giáp)
An Thái, An Lão, Hải Phòng.

28. Trần Bích San (Tam nguyên –Hoàng gíap.)
Vị Xuyên, Mỹ Lộc, Nam Định.

29. Vũ Như (Đình nguyên - Hoàng giáp)
Hoàn Kiếm, Hà Nội.

30. Nguyễn Khuyến (Tam nguyên – Hoàng giáp)
Trung Lương, Bình Lục, Hà Nam.

31. Nguyễn Quang Bích (Đình nguyên - Hoàng giáp)
An Ninh, Tiền Hải, Thái Bình.

32. Phạm Như Xương (Hoàng giáp)
Ngân Cầu, Tiên Phước, Quảng Nam.

33. Nguyễn Hữu Chính (Hoàng giáp)
Nghi Hải, Nghi Lộc, Nghệ An.

34. Nguyễn Đức Quý (Đình nguyên - Hoàng giáp)
Khánh Sơn, Nam Đàn, Nghệ An.

35. Hoàng Bính (Đình nguyên - Hoàng giáp)
Bích Khê, Triệu Phong, Quảng Trị.

36. Nguyễn Viết Bình (Hoàng giáp)
Đặng Xá, Hà Nội.

37. Nguyễn Thượng Hiền (Hoàng giáp)
Liên Bạt, Ứng Hòa, Hà Tây.

38. Đặng Văn Thụy (Đình nguyên – Hoàng giáp)
    Diễn Thọ, Diễn Châu, Nghệ An.

39. Nguyễn Duy Phiên (Hoàng giáp)
    Lý Trạch, Bố Trạch, Quảng Bình.

40. Lê Hoàn (Hoàng giáp)
    Hương Chữ, Hương Trà, TT Huế.

41. Nguyễn Khắc Niêm (Hoàng giáp)
    Sơn Hòa, Huong Sơn, Hà Tĩnh.

42. Nguyễn Đức Lý (Hoàng giáp)
    Yên Trường, Vinh, Nghệ An.

43. Đinh Văn Chấp (Đình nguyên - Hoàng giáp)
    Nghi Long, Nghi Lộc, Nghệ An.

44. Trịnh Thuần (Đình nguyên - Hoàng giáp)
    Trì Trọng, Hà Trung, Thanh Hóa.

Tiến Sĩ và Phó Bảng thời Nguyễn

I. **Thời Minh Mệnh (1820 – 1840)** có 6 khoa thi:

I-1. Khoa Nhâm Ngọ - năm Minh Mạng 3 (1822)

1. Nguyễn Ý (Hoàng giáp)
    Hồng Vân, Thường Tín, Hà Tây.
2. Lê Tông Quang
    Bạch Đằng, Thường Tín, Hà Tây.
3. Phan Hữu Tính
    Quỳnh Đôi, Quỳnh Lưu, Nghệ An.
4. Hà Tông Quyền
    Kim An, Thanh Oai, Hà Tây.

5. Đinh Văn Phác
   Nghi Long, Nghi Lộc, Nghệ An.
6. Vũ Đức Khuê
   Thúc Kháng, Cẩm Bình, Hải Dương.
7. Phan Bá Đạt
   Đức Châu, Đức Thọ, Hà Tĩnh.
8. Trần Lê Hiệu
   Thiệu Trung, Đông Sơn, Thanh Hóa.

I-2. *Khoa Bính Tuất – năm Minh Mạng 7 (1826)*

1. Hoàng Tế Mỹ (Hoàng giáp)
   Đông Ngạc, Từ Liêm, Hà Nội.
2. Nguyễn Huy Hựu (Hoàng giáp)
   Xuân Niễu, Tứ Kỳ, Hải Dương.
3. Phan Thanh Giản
   An Hòa, Ba Tri, Bến Tre
4. Chu Văn Nghị
   Yên Phụ, Yên Phong, Bắc Ninh.
5. Vũ Tông Phan
   Thúc Kháng, Cẩm Bình, Hải Dương.
6. Tô Trân
   Nghĩa Trụ, Mỹ Văn, Hưng Yên.
7. Ngụy Khắc Tuần
   Xuân Viên, Nghi Xuân, Hà Tĩnh.
8. Đặng Văn Khải
   Lộng Đình, Mỹ Văn, Hưng Yên.
9 Vũ Thời Mẫn
   Xuân Hội, Nghi Xuân, Hà Tĩnh.
10. Nguyễn Văn Thắng
    Phường Bưởi, Tây Hồ, Hà Nội

I-3. *Khoa Kỷ Sửu – năm Minh Mạng 10 (1829)*

1. Nguyễn Đăng Huân (Hoàng giáp)

Hương Ngãi, Thạch Thất, Hà Tây.
2. Bùi Quỹ
   Hải Triều, Phù Tiên, Hưng Yên.
3. Phạm Thế Hiển
   Thụy Phong, Thái Thụy, Thái Bình.
4. Nguyễn Tông (Trữ)
   Bạch Đằng, Thường Tín, Hà Tây.
5. Trương Quốc Dụng
   Thạch Kim, Thạch Hà, Hà Tĩnh.
6. Phạm Thế Lịch
   Xuân Phong, Xuân Thủy, Nam Định.
7. Ngô Thế Vinh
   Nam Dương, Nam Ninh, Nam Định.
8. Phạm Quý
   Kim Chân, Quế Võ, Bắc Ninh.
9. Trần Huy Phác
   Đông Lũy, Yên Thành, Nghệ An.
10. Phạm Văn Hợp (Phó bảng)
    Đông Ngạc, Từ Liêm, Hà Nội.
11. Dương Đăng Dụng (Phó bảng)
    Dương Nội, Hoài Đức, Hà Tây.
12. Phan Văn Nhã (Phó bảng)
    Đức Châu, Đức Thọ, Hà Tĩnh.
13. Nguyễn Thường (Phó bảng)
    Đức Hồng, Đức Thọ, Hà Tĩnh.

I-4. ***Khoa Nhâm Thìn – năm Minh Mạng 13 (1832)***

1. Phan Trứ (Đình nguyên - Hoàng giáp)
   Phù Ung, Kim Thi, Hưng Yên.
2. Phạm Sĩ Ái (Hoàng giáp)
   Huỳnh Thúc Kháng, Mỹ Văn, Hưng Yên.
3. Nguyễn Văn Lý
   Hoàn Kiếm, Hà Nội.
4. Đỗ Tông Quang
   Phương Hưng, Tứ Lộc, Hải Dương.

5. Phạm Bá Thiều
   Kim Chân, Quế Võ, Bắc Ninh.
6. Vũ Công Độ
   Vị Hoàng, Nam Định.
7. Nguyễn Tán
   Tiên Điền, Nghi Xuân, Hà Tĩnh.
8. Phạm Gia Chuyên
   Đông Ngạc, Từ Liêm. Hà Nội.
9. Nguyễn Mậu Trạch (Phó bảng)
   Long Hưng, Châu Giang, Hưng Yên.
10 Trần Văn Sàm (Phó bảng)
   Hạ Thái, Thanh Trì, Hà Nội.
11. Nguyễn Bá Nghi (Phó bảng)
    Lạc Phố, Mộ Đức, Quảng Ngãi.

I-5. *Khoa Ất Mùi - Minh Mạng 16 (1835)*

1. Nguyễn Hữu Cơ (Hoàng giáp)
   Thăng Long, Kim Môn, Hải Dương.
2. Phạm Văn Huy (Hoàng giáp)
   Quan Chiêm, Hà Trung, Thanh Hóa.

3. Bạch Đông Ôn (Hoàng giáp)
   Lam Hạ, Duy Tiên, Hà Nam.
4. Lưu Quỹ
   Nguyệt Áng, Thanh Trì, Hà Nội.
5. Nguyễn Thố
   Hoằng Đạo, Hoằng Hóa, Thanh Hóa.
6. Nguyễn Hoằng Nghĩa
   Thạch Hạ, Thạch Hà, Hà Tĩnh.
7. Bùi Đình Bảo
   Châu Phong, Đức Thọ, Hà Tĩnh.
8. Hoàng Văn Thu (Hội nguyên)
   Quảng Thọ, Quảng Điền, TT Huế.
9. Nguyễn Đức Hoan
   An Thư, Hải Lăng, Quảng Trị.

10. Lê Văn Chân
    Trà Lam, Phù Mỹ, Bình Định.
11. Nguyễn Thế Trị
    Hương Liệu, Triệu Hải, Quảng Trị.
12. Vũ Ngọc Giá (Phó bảng)
    Đức Châu, Đức Thọ, Hà Tĩnh
13. Đinh Văn Minh (Phó bảng)
    Điều Hòa, Cai Lậy, Tiền Giang.

I-6. *Khoa Mậu Tuất – năm Minh Mạng 19 (1838)*

1. Nguyễn Cửu Trường (Song nguyên - Hoàng giáp)
   Hà Long, Hà Trung, Thanh Hóa.
2. Phạm Văn Nghị (Hoàng giáp)
   Yên Thắng, Ý Yên, Nam Định.
3. Đinh Nhật Thận
   Thanh Liêu, Thanh Chương, Nghệ An.
4. Phạm Chân
   Cảnh Dương, Quảng Trạch, Q. Bình.
5. Nguyễn Văn Tùng
   Đông Ngạc, Từ Liêm, Hà Nội.

6. Lê Duy Trung
   Tả Thanh Oai, Thanh Trì, Hà Nội.
7. Trần Thời Mẫn
   Hương Vinh, Hương Trà, T.T. Huế.
8. Hoàng Trọng Từ
   Thủy Biều, Huế.
9. Lê Thiện Trị
   Duy Phước, Duy Xuyên, Quảng Nam.
10. Doãn Khuê
    Song Lãng, Vũ Thư, Thái Bình.
11. Nguyễn Tường Vĩnh (Phó bảng)
    Cẩm Phố, Tiên Phước, Quảng Nam.
12. Tạ Kim Vực (Phó bảng)
    Quảng Văn, Quảng Trạch, Q. Bình.

13. Dương Công Bình (Phó bảng)
    Dương Nội, Hoài Đức, Hà Tây.
14. Nguyễn Hữu Độ (Phó bảng)
    Hoằng Quang, Hoằng Hóa, Thanh Hóa.
15. Lê Thúc Đôn (Phó bảng)
    Phú Sương, Bồng Sơn, Bình Định.
16. Diệp Xuân Huyên (Phó bảng)
    Hoàn Kiếm, Hà Nội.
17. Nguyễn Văn Dực (Phó bảng)
    Chiên Đàn, Tam Kỳ, Quảng Nam.
18. Phan Quang Nhiễu (Phó bảng)
    Châu Phong, Đức Thọ, Hà Tĩnh.
19. Nguyễn Văn Siêu (Phó bảng)
    Hàng Bạc, Hoàn Kiếm, Hà Nội.
20. Nguyễn Xuân Bảng (Phó bảng)
    Quảng Trị.

II. **Thời Thiệu Trị (1841 – 1847)** có 5 khoa thi:

*II-1. **Khoa Tân Sửu – năm Thiệu Trị 1 (1841)***

1. Nguyễn Ngọc (Song nguyên – Hoàng giáp)
   Nghi Hải, Nghi Lộc, Nghệ An.
2. Ngô Điền (Hoàng giáp)
   Tả Thanh Oai, Thanh Trì, Hà Nội.
3. Lê Đức
   Vĩnh Long, Vĩnh Linh, Quảng Trị.
4. Bùi Tuấn
   Liên Bạt, Ứng Hòa, Hà Tây.
5. Trần Vĩ
   Thượng Cát, Từ Liêm, Hà Nội.
6. Đào Danh Văn
   Tiên Hương, Phù Tiên, Hưng Yên.
7. Vũ Văn Lý
   Vĩnh Trụ, Lý Nhân, Hà Nam.

8. Nguyễn Bá Tuệ
   Tuân Dưỡng, Thăng Bình, Q. Nam.
9. Bùi Duy Phan
   Tiền Phong, Vũ Thư, Thái Bình.
10. Hồ Văn Trị
    Lý Trạch, Bố Trạch, Quảng Bình.
11. Nguyễn Xuân Thọ
    Vĩnh Hòa, Vĩnh Linh, Quảng Trị.
12. Vũ Tá An (Phó bảng)
    Cự Khối, Gia Lâm, Hà Nội.
13. Vũ Nguyên Dinh (Phó bảng)
    Quỳnh Thanh, Quỳnh Lưu, Nghệ An.
14. Đỗ Huy Uyển (Phó bảng)
    Yên Đồng, Ý Yên, Nam Định.
15. Phạm Xuân Quế (Phó bảng)
    Quảng Phong, Quảng Trạch, Q. Bình.

II-2. *Khoa Nhâm Dần – năm Thiệu Trị 2 (1842)*

1. Hoàng Đình Tá (Đình nguyên –Hoàng giáp)
   Hoàng Liệt, Thanh Trì, Hà Nội.

2. Phan Nhật Tĩnh (Hội nguyên)
   Châu Phong, Đức Thọ, Hà Tĩnh.
3. Phan Đình Dương
   Đồng Quang, Tiên Sơn, Bắc Ninh.
4. Phan Hữu Từ
   Phú Đa, Phú Vang, Thừa Thiên Huế.
5. Nguyễn Danh Vọng
   Song Mai, Việt Yên, Bắc Giang.
6. Ngô Khắc Kiệm
   Quảng Lộc, Quảng Trạch, Q. Bình.
7. Nguyễn Duy Cần
   Lý Trạch, Bố Trạch, Quảng Bình.
8. Nguyễn Tường Phổ
   Cẩm Phố, Tiên Phước, Quảng Nam.

9. Trần Văn Chánh
   Lân Chiểu, Hoài Ân, Bình Định.
10. Nguyễn Quý Tân
   Gia Khánh, Tứ Lộc, Hải Dương.
11. Nguyễn Văn Duy
   Phong Chương, Phong Điền, T.T. Huế.
12. Nguyễn Văn Tố
   Xuân Dục, Mỹ Văn, Hưng Yên.
13. Trương Đăng Trinh
   Mỹ Khê, Bình Sơn, Quảng Ngãi.
14. Nguyễn Tất Tố (Phó bảng)
   Hồng Lạc, Nam Thanh, Hải Dương.
15. Nguyễn Đức Lân (Phó bảng)
   Tân Hồng, Tiên Sơn, Bắc Ninh.
16. Dương Phúc Vịnh (Phó bảng)
   Hiền Lương, Phong Điền, T.Thiên Huế.
17. Đỗ Đăng Đệ (Phó bảng)
   Châu Sa, Bình Sơn, Quảng Ngãi.
18. Lê Thế Quán (Phó bảng)
   Thiệu Giáo, Đông Sơn, Thanh Hóa.
19. Lê Đức (Phó bảng)
   Kỳ Hải, Kỳ Anh, Hà Tĩnh.

II-3. *Khoa Quý Mão – năm Thiệu Trị 3 (1843)*

1. Mai Anh Tuấn (Đình nguyên - Thám hoa)
   Thạch Giản, Nga Sơn, Thanh Hóa.
2. Nguyễn Bá Nhạ (Hoàng giáp)
   Hoằng Đạo, Hoằng Hóa, Thanh Hóa.
3. Phạm Phú Thứ (Hội nguyên)
   Đông Bàn, Tiên Phước, Quảng Nam.
4. Nguyễn Phiên
   Trung Giang, Do Linh, Quảng Trị.
5. Vũ Văn Tuấn
   Bát Tràng, Gia Lâm, Hà Nội.
6. Đỗ Phát

Hải Anh, Hải Hậu, Nam Định.
7. Nguyễn Thanh Uy
   Điền Môn, Phong Điền, T. T. Huế.
8. Đặng Văn Thái (Phó bảng)
   Hạ Trạch, Bố Trạch, Quảng Bình.
9. Phạm Thế Húc (Phó bảng)
   Thụy Phong, Thái Thụy, Thái Bình.

II-4. *Khoa Giáp Thìn – năm Thiệu Trị 4 (1844)*

1. Nguyễn Văn Chương (Đình nguyên - Hoàng gíap)
   Vĩnh Hòa, Triệu Hải, Quảng Trị.
2. Nguyễn Văn Phú (Hoàng giáp)
   Mai Lâm, Đông Anh, Hà Nội.
3. Nguyễn Dương Huy
   Quảng Xuân,Quảng Trạch,Quảng Bình.
4. Hồ Sĩ Tuần
   Quỳnh Đôi, Quỳnh Lưu, Nghệ An.
5. Huỳnh Công Thịnh (Hội nguyên)
   Quảng Thọ, Quảng Điền, T.T. Huế.
6. Bùi Văn Phan (Duy Phiên)
   Thân Thượng, Đại An, Nam Định
7. Trần Hữu Thụy
   Phú Thượng, Phú Vang, T.T. Huế.
8. Nguyễn Hữu Tạo
   Đông Ngạc, Từ Liêm, Hà Nội.
9. Văn Đức Giai
   Quỳnh Đôi, Quỳnh Lưu, Nghệ An.
10. Nguyễn Đức Chính
    An Bình, Thuận Thành, Bắc Ninh.
11. Nguyễn Văn An (Phó bảng)
    Song Hồ, Thuận Thành, Bắc Ninh.
12. Nguyễn Phẩm (Phó bảng)
    Thái Bảo, Gia Lương, Bắc Ninh.
13. Lê Văn Phổ (Phó bảng)
    Đại Lộc, Phong Điền, T. Thiên Huế.

14. Phan Đình Tuyển (Phó bảng)
    Châu Phong, Đức Thọ, Hà Tĩnh.
15. Vũ Diệm (Phó bảng)
    Nam Đồng, Nam Ninh, Nam Định.
16. Lê Thiều (Phó bảng)
    Phong Hòa, Phong Điền, T. T. Huế.
17. Võ Duy Thành (Phó bảng)
    Đại An, Nghĩa Hành, Quảng Ngãi.
18. Nguyễn Duy Tự (Phó bảng)
    Bảo An, Tiên Phước, Quảng Nam.
19. Lê Thế Thứ (Phó bảng)
    Đông Thanh, Đông Sơn, Thanh Hóa.
20. Phạm Văn Tường (Phó bảng)
    Quảng Thọ, Quảng Điền, T.T. Huế.
21. Lê Đăng Trạc (Phó bảng)
    Diễn Trường, Diễn Châu, Nghệ An.
22. Lê Vĩnh Khanh (Phó bảng)
    Thạnh Bình, Tam Kỳ, Quảng Nam.
23. Trần Công Thuyên (Phó bảng)
    Quảng Thọ, Quảng Điền, T.T. Huế.
24. Hồ Hăng Tánh (Phó bảng)
    Phú Mỹ, Duy Xuyên, Quảng Nam.
25. Nguyễn Sĩ Ấn (Phó bảng)
    Thanh Lương, Thanh Chương, Nghệ An.

II-5. *Khoa Đinh Mùi – năm Thiệu Trị 7 (1847)*

1. Phan Dưỡng Hạo (Đình nguyên - Thám hoa).
   Khánh Thành, Yên Thành, Nghệ An.
2. Nguyễn Văn Hiển (Hội nguyên - Hoàng Giáp).
   Hải Chánh, Hải Lăng, Quảng Trị.
3. Trịnh Đình Thái (Hoàng giáp)
   Định Công, Thanh Trì, Hà Nội.
4. Hoàng Trọng Nguyên
   Thủy Biều, Huế.

5. Nguyễn Đức Tư
   Hải An, Hải Lăng, Quảng Trị
6. Trịnh Xuân Thưởng
   Mai Lâm, Đông Anh, Hà Nội.
7. Võ Văn Hiệu
   Kiên Hạnh, Tuy Phước, Bình Định.
8. Trương Ý (Phó bảng)
   Thịnh Quang, Đống Đa, Hà Nội.
9. Nguyễn Huy Dao (Phó bảng)
   Văn Lữ, Nam Thanh, Hải Dương.
10. Huỳnh Văn Học (Phó bảng)
    Phú Phong, Tây Sơn, Bình Định.
11. Trần Mậu (Phó bảng)
    Thạch Văn, Thạch Hà, Hà Tĩnh.

III.   **Thời Tự Đức (1848 – 1883)** có 16 khoa thi:

III-1. ***Khoa Mậu Thân – năm Tự Đức 1 (1848)***

1. Nguyễn Khắc Cần (Song nguyên- Hoàng giáp)
   Trung Hà, Vĩnh Lạc, Vĩnh Phúc.
2. Bùi Thức Kiên (Hoàng giáp)
   Châu Phong, Đức Thọ, Hà Tĩnh.
3. Nguyễn Đăng Hành
   Hưng Thủy, Lệ Thủy, Quảng Bình.
4. Nguyễn Hinh
   Bạch Đằng, Thường Tín, Hà Tây.
5. Đặng Trần Chuyên
   Ngọc Ly, Quốc Oai, Hà Tây.
6. Đỗ Thúc Tĩnh
   Hòa Châu, Hòa Vang, Đà Nẵng.
7. Lê Hữu Đệ
   Hàm Ninh, Quảng Ninh, Q. Bình.
8. Vũ Xuân Xán
   Hưng Thủy, Lệ Thủy, Quảng Bình.

9. Lê Bá Thận (Phó bảng)
   Thủy Xuân, Huế.
10. Nguyễn Đức Tân (Phó bảng)
    Canh Nậu, Thạch Thất, Hà Tây.
11. Trần Nguyên Hy (Phó bảng)
    Sơn Lộc, Can Lộc, Hà Tĩnh.
12. Trần Ngọc Diêu (Phó bảng)
    Di Loan, Quảng Trạch, Quảng Bình.
13. Lê Đình Thức (Phó bảng)
    Thanh Hà, Thanh Chương, Nghệ An.
14. Bùi Sĩ Tuyển (Phó bảng)
    Thanh Hà, Thanh Chương, Nghệ An.
15. Hồ Sĩ Đĩnh (Phó bảng)
    Xuân Hòa, Nam Đàn, Nghệ An.
16. Đặng Ngọc Cầu (Phó bảng)
    Mỹ Hưng, Bình Lục, Hà Nam
17. Đoàn Văn Bình (Phó bảng)
    Quảng Phú, Quảng Điền, TT Huế.
18. Đặng Kim Toán (Phó bảng)
    Xuân Hồng, Xuân Thủy, Nam Định.
19. Lê Huy Thái (Phó bảng)
    Cổ Am, Vĩnh Bảo, Hải Phòng.
20. Đinh Gia Hội (Phó bảng)
    Tiên Nội, Duy Tiên, Hà Nam.
21. Lê Văn Vịnh (Phó bảng)
    Chánh Mông, Chương Nghĩa, Quảng Ngãi.
22. Phạm Quý Đức (Phó bảng)
    Quỳnh Hoàng, Quỳnh Phụ, Thái Bình.

III-2.   *Khoa Kỷ Dậu – năm Tự Đức 2 (1849)*

1. Đỗ Duy Đê (Đình Nguyên - Hoàng giáp)
   Hiệp Hòa, Vũ Thư, Thái Bình.
2. Lê Đình Diên (Hội nguyên – Hoàng gíap)
   Khương Đình, Thanh Trì, Hà Nội.

3. Trần Huy Côn
   Vụ Bản, Bình Lục, Hà Nam.
4. Nguyễn Thái Để
   Yên Sơn, Đô Lương, Nghệ An.
5. Phan Sĩ Thục
   Võ Liệt, Thanh Chương, Nghệ An.
6. Phạm Quang Mãn
   Đông Ngạc, Từ Liêm, Hà Nội.
7. Nguyễn Thành Doãn
   Thạch Môn, Thạch Hà, Hà Tĩnh.
8. Hoàng Đình Chuyên
   Hoàng Liệt, Thanh Trì, Hà Nội.
9. Ngô Tòng Nho
   Thuận Nghĩa, An Nhơn, Bình Định.
10. Phạm Văn Khuê
    Hương Quế, Quế Sơn, Quảng Nam.
11. Nguyễn Phùng Dực
    Cảnh Dương, Quảng Trạch, Q. Bình.
12. Chu Duy Tân
    Phùng Xá, Thạch Thất, Hà Tây.
13. Nguyễn Văn Hội (Phó bảng)
    Đông Ngạc, Từ Liêm, Hà Nội.
14. Lê Đức Hiệp (Phó bảng)
    Bàn Thạch, Thọ Xuân, Thanh Hóa.
15. Đỗ Khải (Phó bảng)
    Thiệu Thịnh, Thiệu Yên, Thanh Hóa.
16. Trịnh Huy Quỳnh (Phó bảng)
    Trung Hòa, Chương Mỹ, Hà Tây.
17. Phạm Tuyển (Phó bảng)
    Đông Dư, Gia Lâm, Hà Nội.
18. Nguyễn Ngạn (Phó bảng)
    Ang Ngũ, Hoa Lư, Ninh Bình.
19. Ngô Quang Diệu (Phó bảng)
    Tam Giang, Yên Phong, Bắc Ninh.
20. Vũ Đăng Xuân (Phó bảng)
    Phố Thị, Thăng Bình, Quảng Nam.

MAI KHẮC ỨNG

21. Nguyễn Huyên (Phó bảng)
    Yên Mỹ, Tam Điệp, Ninh Bình.
22. Lê Đức Nhuận (Phó bảng)
    Hoằng Quang, Hoằng Hóa, Thanh Hóa.
23. Đặng Đức Địch (Phó bảng)
    Xuân Hồng, Xuân Thủy, Nam Định.
24. Bùi Thố (Phó bảng)
    Thạch Kim, Thạch Hà, Hà Tĩnh.

III-3. *Khoa Tân Hợi - năm Tự Đức 4 (1851)*

1. Phạm Thanh (Đình nguyên - Bảng nhãn)
   Hoa Lộc, Hậu Lộc, Thanh Hóa.
2. Hoàng Xuân Hiệp (Thám hoa)
   Hàng Bạc, Hoàn Kiếm, Hà Nội.
3. Lê Hữu Thanh (Hoàng giáp)
   Đông Phong, Đông Hưng, Thái Bình.
4. Thân Trọng Tiết (Hội nguyên)
   Phong An, Phong Điền, TT Huế.
5. Nguyễn Nguyên Thành
   Liên Sơn, Đô Lương, Nghệ An.
6. Nguyễn Thế Trâm
   Phú Dương, Phú Vang, TT Huế.
7. Nguyễn Quốc Thành
   Lộc Điền, Quảng Trạch, Quảng Bình.
8. Hoàng Văn Tuyển
   Vinh Hiền, Phú Lộc, TT Huế.
9. Phạm Nhật Tân
   Quảng Văn, Quảng Trạch, Q. Bình.
10. Trần Văn Hệ
    Quảng Văn, Quảng Trạch, Q. Bình.
11. Lê Đình Dao (Phó bảng)
    Bồ Bảng, Do Linh, Quảng Trị.
12. Lê Đức Dĩnh (Phó bảng)
    Quảng Điền, Triệu Hải, Quảng Trị.

13. Vũ Tử Văn (Phó bảng)
    Nại Cửu, thị xã Quảng Trị.
14. Nguyễn Trung Thành (Phó bảng)
    Phong Chương, Phong Điền, TT Huế.
15. Phạm Thanh Nhã (Phó bảng)
    Mã Châu, Duy Xuyên, Quảng Nam.
16. Nguyễn Đình Tuân (Phó bảng)
    Quảng Phú, Quảng Điền, TT Huế.
17. Nguyễn Thái (Phó bảng)
    Hùng Tiến, Nam Đàn, Nghệ An.
18. Phan Đình Thực (Phó bảng)
    Võ Liệt, Thanh Chương, Nghệ An.
19. Vũ Duy Thanh (Phó bảng)
    Khánh Hải, Tam Điệp, Ninh Bình.
20. Đào Thế Trinh (Phó bảng)
    Hồng Minh, Hưng Hà, Thái Bình.

III-4. Khoa Bác học hoành tài - Tân Hợi, năm Tự Đức 4 (1851)

1. Vũ Duy Thanh (Bảng nhãn)
   Khánh Hải, Tam Điệp, Ninh Bình.
2. Vũ Huy Dực (Thám hoa)
   Hán Quảng, Quế Võ, Bắc Ninh.
3. Phạm Huy
   Sơn Hà, Hương Sơn, Hà Tĩnh.
4. Nguyễn Thái
   Hùng Tiến, Nam Đàn, Nghệ An.
5. Nguyễn Bá Đôn
   Vân Canh, Hoài Đức, Hà Tây.
6. Trần Hữu Dực
   Quỳnh Giang, Quỳnh Lưu, Nghệ An.
7. Trần Huy Tích
   Mả Mây, Hà Nội.

III-5. Khoa Quý Sửu – năm Tự Đức 6 (1853)

1. Nguyễn Đức Đạt (Thám hoa 1)
   Khánh Sơn, Nam Đàn, Nghệ An.
2. Nguyễn Văn Giao (Thám hoa 2)
   Nam Trung, Nam Đàn, Nghệ An.
3. Lê Tuấn (Hoàng giáp)
   Kỳ Hải, Kỳ Anh, Hà Tĩnh.
4. Đặng Văn Bảng
   Vân Cốc, Phúc Thọ, Hà Tây.
5. Nguyễn Hữu Điển
   Thanh Văn, Thanh Chương, Nghệ An.
6. Mai Thế Quý
   Hồng Lộc, Can Lộc, Hà Tĩnh.
7. Nguyễn Trung Ái
   Sài Sơn, Quốc Oai, Hà Tây.
8. Vũ Khắc Bí (Phó bảng)
   Đức Yên, Đức Thọ, Hà Tĩnh
9. Phạm Đình Trác (Phó bảng)
   Quỳnh Thanh, Quỳnh Lưu, Nghệ An.
10. Hoàng Diệu (Kim Tích - Phó bảng)
    Xuân Đài, Tiên Phước, Quảng Nam.
11. Lưu Văn Bình (Phó bảng)
    Hạ Trạch, Bố Trạch, Quảng Bình.
12. Trần Ký (Phó bảng)
    Quảng Thọ, Quảng Điền, TT Huế.
13. Trần Doãn Thăng (Phó bảng)
    Quảng Thuận, Quảng Trạch, Q. Bình.

III-6. Khoa Bính Thìn – năm Tự Đức 9 (1856)

1. Ngụy Khắc Đản (Đình nguyên - Thám hoa)
   Xuân Viên, Nghi Xuân, Hà Tĩnh.
2. Đặng Xuân Bảng
   Xuân Hồng, Xuân Thủy, Nam Định.

3. Trần Huy San
   Nam Tân, Nam Thanh, Hải Dương.
4. Ngô Văn Độ
   Đại Tự, Vĩnh Lạc, Vĩnh Phúc.
5. Phan Hiển Đạo
   Dưỡng Điềm, Cai Lậy, Tiền Giang.
6. Phan Đình Bình (Hội nguyên)
   Quảng An, Quảng Điền, TT Huế.
7. Trần Thế Mỹ (Phó bảng)
   Phú Dương, Phú Vang, TT Huế.

III-7. Khoa Nhâm Tuất – năm Tự Đức 15 (1862)

1. Nguyễn Hữu Lập (Đình nguyên – Hoàng giáp)
   Nam Trung, Nam Đàn, Nghệ An.
2. Lê Khắc Cẩn (Hội nguyên - Hoàng giáp)
   An Thái, An Lão, Hải Phòng.
3. Trần Văn Chuẩn
   Quảng Văn, Quảng Trạch, Q. Bình.
4. Nguyễn Chánh
   Phú Mỹ Tây, Bình Dương.
5. Kiều Lâm
   Đại An, Nghĩa Hành, Quảng Ngãi.
6. Vũ Huy Huyến
   Đại Đồng, Thạch Thất, Hà Tây.
7. Phạm Xuân Trạch (Phó bảng)
   Cao Xá, Yên Thành, Nghệ An.
8. Nguyễn Duy Tân (Phó bảng)
   Đại Xuân, Quế Võ, Bắc Ninh.
9. Trần Doãn Đạt (Phó bảng)
   Vị Xuyên, Nam Định
10. Phạm Hy Lượng (Phó bảng)
    Nam Ngư, Hoàn Kiếm, Hà Nội.
11. Hoàng Hữu Tài (Phó bảng)
    Vân Nam, Phúc Thọ, Hà Tây.

III-8. Khoa Ất Sửu – năm Tự Đức 18 (1865)

1. Trần Bích San (Tam nguyên –Hoàng gíap.)
   Vị Xuyên, Nam Định.
2. Nguyễn Trọng Hợp (Nguyễn Tuyên)
   Đại Kim, Thanh Trì, Hà Nội.
3. Hoàng Tường Hiệp
   Đông Ngạc, Từ Liêm, Hà Nội.
4. Thành Ngọc Uẩn (Phó bảng)
   Bạch Mai, Hà Nội.
5. Lã Xuân Uy (Oai - Phó bảng)
   Yên Khang, Ý Yên, Nam Định.
6. Dương Danh Lập (Phó bảng)
   Khắc Niệm, Tiên Sơn, Bắc Ninh.
7. Trần Vĩ (Phó bảng)
   Quỳnh Thọ, Quỳnh Lưu, Nghệ An.
8. Phạm Đăng Giảng (Phó bảng)
   Yên Thắng, Ý Yên, Nam Định.
9. Nguyễn Đức Kỳ (Phó bảng)
   Đồng Mẫu, Vĩnh Lạc, Vĩnh Phúc.
10. Bùi Văn Quế (Phó bảng)
    Châu Cầu, Phủ Lý, Hà Nam.
11. Vũ Trù (Phó bảng)
    Lâm Thao, Gia Lương, Bắc Ninh.
12. Bùi Văn Dị (Phó bảng)
    Châu Cầu, Phủ Lý, Hà Nam.
13. Hà Văn Quan (Phó bảng)
    Vĩnh Ninh, Quảng Ninh, Quảng Bình.
14. Trần Văn Hóan (Phó bảng)
    Hương Xuân, Hương Trà, TT Huế.
15. Nguyễn Tích (Phó bảng)
    Lộc Thủy, Lệ Thủy, Quảng Bình.
16. Lê Lượng (Phó bảng)
    Phú Thủy, Lệ Thủy, Quảng Bình.

III-9. Khoa Nhã sĩ - Ất Sửu – năm Tự Đức 18 (1865)

1. Đặng Văn Kiều (Đình nguyên -Thám hoa.)
   Thạch Bình, Thạch Hà, Hà Tĩnh.
2. Nguyễn Thượng Phiên
   Liên Bạt, Ứng Hòa, Hà Tây.
3. Nguyễn Văn Trang
   Gia Tân, Tứ Lộc, Hải Dương.
4. Phạm Duy Đôn
   Thanh Thủy, Quảng Trạch, QuảngBình.
5. Ngô Đức Bình
   Đại Lộc, Can Lộc, Hà Tĩnh.

III-10. Khoa Mậu Thìn – năm Tự Đức 21 (1868)

1. Vũ Như (Đình nguyên - Hoàng giáp)
   Hoàn Kiếm, Hà Nội.
2. Bùi Ước
   Đức Châu, Đức Thọ, Hà Tĩnh.
3. Dương Khuê
   Vân Đình, Ứng Hòa, Hà Tây.
4. Nguyễn Tái
   Hương Khuê, Nông Cống, Thanh Hóa.
5. Vũ Duy Tân (Hội nguyên - Phó bảng)
   Lam Hạ, Duy Tiên, Hà Nam.
6. Nguyễn Quán (Phó bảng)
   Xa Lang, Hương Sơn, Hà Tĩnh.
7. Nguyễn Thuật (Phó bảng)
   Hà Lam, Thăng Bình, Quảng Nam.
8. Vũ Văn Báo (Phó bảng)
   Vĩnh Trụ, Lý Nhân, Hà Nam.
9. Khuất Duy Hải (Phó bảng)
   Phúc Hòa, Phúc Thọ, Hà Tây.
10. Hoàng Dụng Tân (Phó bảng)
    Kim Long, Huế.

11. Tô Huân (Phó bảng)
   Nghĩa Trụ, Mỹ Văn, Hưng Yên.
12. Phan Đình Vận (Phó bảng)
   Châu Phong, Đức Thọ, Hà Tĩnh.
13. Lê Khánh Thiện (phó bảng)
   Vĩnh Quang, Vĩnh Linh, Quảng Trị
14. Lê Doãn Thành (Phó bảng)
   Võ Ninh, Quảng Ninh, Quảng Bình.
15. Lâm Chuẩn (Phó bảng)
   Do Bình, Do Linh, Quảng Trị.
16. Nguyễn Đình Tựu (Phó bảng)
   Hội An, Quảng Nam.

III-11. Khoa Kỷ Tỵ - năm Tự Đức 22 (1869)

1. Nguyễn Quang Bích (Đình nguyên - Hoàng giáp)
   An Ninh, Tiền Hải, Thái Bình.
2. Nguyễn văn Ái
   Liên Châu, Vĩnh Lạc, Vĩnh Phúc.
3. Nguyễn Sĩ Phẩm (Hội nguyên)
   Quỳnh Đôi, Quỳnh Lưu, Nghệ An.
4. Hoàng Văn Đoài
   Kim Long, Huế.
5. Lê Đại
   Xuân Thủy, Lệ Thủy, Quảng Bình.
6. Trần Đức Lập (Phó bảng)
   Hải Yến, Phù Tiên, Hưng Yên.
7. Đặng Huy Xán (Phó bảng)
   Quảng Phú, Quảng Điền, TT Huế.
8. Nguyễn Văn Vĩ (Phó bảng)
   Nhật Tân, Phù Tiên, Hưng Yên.
9. Vũ Duy Vĩ (Phó bảng)
   Bạch Thượng, Duy Tiên, Hà Nam.

III-12. Khoa Tân Mùi – năm Tự Đức 24 (1871)

1. Nguyễn Khuyến (Tam nguyên – Hoàng giáp)
   Trung Lương, Bình Lục, Hà Nam.
2. Nguyễn Kham
   Mai Lâm, Đông Anh, Hà Nội.
3. Nguyễn Xuân Ôn
   Diễn Thái, Diễn Châu, Nghệ An.
4. Trần Khánh Tiến (Phó bảng)
   Thiên Lộc, Can Lộc, Hà Tĩnh.
5. Nguyễn Xuân (Phó bảng)
   Đồng Mai, Thanh Oai, Hà Tây.
6. Nguyễn Đức (Phó bảng)
   Hương Chữ, Hương Trà, TT Huế.
7. Lê Doãn Nhạ (Phó bảng)
   Sơn Thành, Yên Thành, Nghệ An.
8. Trần Viết Thọ (Phó bảng)
   Thâm Triều, Triệu Hải, Quảng Trị.

III-13. Khoa Ất Hợi – năm Tự Đức 28 (1875)

1. Phạm Như Xương (Hoàng giáp)
   Ngân Cầu, Tiên Phước, Quảng Nam.
2. Nguyễn Hữu Chính (Hoàng giáp)
   Nghi Hải, Nghi Lộc, Nghệ An.
3. Đinh Nho Điển
   Sơn Hòa, Hương Sơn, Hà Tĩnh.
4. Đinh Văn Chất
   Nghi Long, Nghi Lộc, Nghệ An.
5. Phan Du
   Châu Phong, Đức Thọ, Hà Tĩnh.
6. Hoàng Hữu Thường
   Thủy An, Huế.
7. Tống Duy Tân
   Đông Biện, Vĩnh Lộc, Thanh Hóa.

8. Lê Thụy
   Bích La, Triệu Phong, Quảng Trị.
9. Vũ Hữu Lợi
   Đồng Sơn, Nam Ninh, Nam Định.
10. Trần Văn Dữ
    Yên Mỹ, Hà Đông, Quảng Nam.
11. Cao Đăng Đệ
    Quảng Thọ, Quảng Điền, TT Huế.
12 Lê Đăng Trinh (Phó bảng)
   Bích La, Triệu Phong, Quảng Trị.
13. Hồ Bá Ôn (Phó bảng)
    Quỳnh Đôi, Quỳnh Lưu, Nghệ An.
14. Đỗ Thiện Kế (Phó bảng)
    Đông Biện, Vĩnh Lộc, Thanh Hóa.
15. Phạm Xuân (Phó bảng)
    Bạch Sam, Mỹ Văn, Hưng Yên.
16. Đỗ Huy Điển (Phó bảng)
    Tây Mỗ, Từ Liêm, Hà Nội.
17. Tạ Thúc Dĩnh (Phó bảng)
    Hương Vinh, Hương Trà, TT Huế.

III-14. Khoa Đinh Sửu – năm Tự Đức 30 (1877)

1. Phan Đình Phùng (Đình nguyên)
   Châu Phong, Đức Thọ, Hà Tĩnh.
2. Trần Hữu Khác
   Quảng Phước, Quảng Điền, TT Huế.
3. Trần Phát
   Do Mỹ, Do Linh, Quảng Trị.
4. Nguyễn Tài Tuyển
   Thanh Văn, Thanh Chương, Nghệ An.
5. Nguyễn Quang (Phó bảng)
   Hàm Ninh, Quảng Ninh, Quảng Bình.
6. Phạm Văn Hành (Phó bảng)
   Bình Phước, Bình Sơn, Quảng Ngãi.

7. Hoàng Côn (Phó bảng)
   Bảo Ninh, Quảng Ninh, Quảng Bình.

III-15. Khoa Kỷ Mão – năm Tự Đức 32 (1879)

1. Đỗ Huy Liệu (Đình nguyên)
   Yên Đồng, Ý Yên, Nam Định.
2. Phan Trọng Mưu
   Châu Phong, Đức Thọ, Hà Tĩnh.
3. Vũ Tuân
   Thiên Lộc, Can Lộc, Hà Tĩnh
3. Nguyễn Dự
   Đông Ngạc, Từ Liêm, Hà Nội.
5. Phan Huy Nhuận
   Châu Phong, Đức Thọ, Hà Tĩnh.
6. Trần Đình Phong
   Yên Mã, Yên Thành, Nghệ An.
7. Ngô Trạch (phó bảng)
   Hưng Châu, Hưng Nguyên, Nghệ An.
8. Trần Huy Liễn (phó bảng)
   Xuân Khê, Lý Nhân. Hà Nam
9. Trần Xuân Sắc (Phó bảng)
   Nam Hải, Tiền Hải, Thái Bình.
10. Tôn Thất Thiểm (phó bảng)
    Thừa Thiên Huế.
11. Nguyễn Lê Kháng (phó bảng)
    Hồng Thuỷ, Lệ Thuỷ, Quảng Bình.
12. Nguyễn Đôn Tiết (Phó bảng)
    Hoàng Phúc, Hoằng Hoá, Thanh Hoá.
13. Cao Huy Tuân (Phó bảng)
    Nghi Kim, Nghi Lộc, Nghệ An.
14. Nguyễn Huy Hiệu (Phó bảng)
    Thanh Hà, Điện Bàn, Quảng Nam.

III-16. Khoa Canh Thìn – năm Tự Đức thứ 33 (1880)

1. Nguyễn Đình Dương
   Lạc Nghiệp, Thạch Thất, Hà Tây.
2. Đỗ Văn Ái
   Thụy Phú, Phú Xuyên, Hà Tây.
3. Khiếu Năng Tĩnh
   Yên Cường, Ý Yên, Nam Định.
4. Nguyễn văn Trung
   An Nông, Phú Lộc, TT Huế.
5. Hoàng Văn Hòe
   Tân Hồng, Tiên Sơn, Bắc Ninh
6. Phan Văn Ái (Phó bảng)
   Nghĩa Trụ, Mỹ Văn, Hưng Yên.
7. Nguyễn Thái Tuân (Phó bảng)
   Yên Sơn, Đô Lương, Nghệ An.
8. Kiều Dực (Phó bảng)
   Đường Lâm, Sơn Tây, Hà Tây.
9. Trần Kỷ (Phó bảng)
   Đồng Quang, Ba Vì, Hà Tây.
10. Phạm Hữu Dụng (Phó bảng)
    Thanh Chiêm, Điện Bàn, Quảng Nam.

IV. Thời Kiến Phúc (1884) có 1 khoa thi

IV-1. Khoa Giáp Thân – năm Kiến Phúc 1 (1884)

1. Nguyễn Đức Quý (Đình nguyên - Hoàng giáp)
   Khánh Sơn, Nam Đàn, Nghệ An.
2. Dương Thúc Hạp
   Quỳnh Đôi, Quỳnh Lưu, Nghệ An.
3. Nguyễn Thích
   Chiên Đàn, Tam Kỳ, Quảng Nam.
4. Nguyễn Phụ (Phó bảng)
   Mỹ Xuyên, Duy Xuyên, Quảng Nam.

5. Nguyễn Âu Chuyên (Phó bảng)
   Xuân Hồng, Xuân Thủy, Nam Định.
6. Phan Xuân Quán (Phó bảng)
   Phù Việt, Thạch Hà, Hà Tĩnh.
7. Trần Khánh Hội (Phó bảng)
   Lộc Thủy, Lệ Thủy, Quảng Bình.

V.   Thời Thành Thái (1888 – 1906) có 7 khoa thi

V-1. Khoa Kỷ Sửu – năm Thành Thái 1 (1889)

1. Hoàng Bính (Đình nguyên - Hoàng giáp)
   Bích Khê, Triệu Phong, Quảng Trị.
2. Nguyễn Viết Bình (Hoàng giáp)
   Đặng Xá, Hà Nội.
3. Nguyễn Ngọc Liên
   Xuân Hồng, Xuân Thủy, Nam Định.
4. Đặng Hữu Dương
   Xuân Hồng, Xuân Thủy, Nam Định.
5. Trần Đạo Tiềm
   Phong Thu, Phong Điền, TT Huế.
6. Nguyễn Trung Khuyến
   Sơn Đồng, Hoài Đức, Hà Tây.
7. Đặng Như Vọng
   Giáp Tây, Phong Điền, TT Huế.
8. Tôn Thất Lãnh
   Thừa Thiên Huế.
9. Trần Văn Phan (Hội nguyên)
   Tân Trào, Ninh Thanh, Hải Dương.
10. Trần Sĩ Trác
    Xuân Đan, Nghi Xuân, Hà Tĩnh.
11. Nguyễn Khuê
    Khương Đình, Thanh Trì, Hà Nội.
12. Phan Văn Khải
    Tả Thắng, Lệ Thủy, Quảng Bình.

13. Hoàng Thụy (Phó bảng)
    Duy Ninh, Quảng Ninh, Quảng Bình.
14. Nguyễn Văn Mại (Phó bảng)
    Quảng Thọ, Quảng Điền, TT Huế.
15. Nguyễn Hoan (Phó bảng)
    Trung Lương, Bình Lục, Hà Nam.
16. Phan Duy Bách (Phó bảng)
    Ngũ Kiên, Vĩnh Lạc, Vĩnh Phúc.
17. Đặng Tích Trù (Phó bảng)
    Đa Tốn, Gia Lâm, Hà Nội.
18. Phạm Hữu Tĩnh (Phó bảng)
    Quảng An, Quảng Điền, TT Huế.
19. Võ Sĩ (Phó bảng)
    Quảng Thọ, Quảng Điền, TT Huế.
20. Nguyễn Khải (Phó bảng)
    Duy Phước, Duy Xuyên, Quảng Nam.
21. Đặng Quỹ (Phó bảng)
    Lộng Điền, Tiên Sơn, Bắc Ninh.
22. Nguyễn Binh (Phó bảng)
    Xuân Hòa, Nam Đàn, Nghệ An.

V-2. Khoa Nhâm Thìn – năm Thành Thái 4 (1892)

1. Vũ Phạm Hàm (Tam nguyên - Thám hoa)
   Kim Thư, Thanh Oai, Hà Tây.
2. Nguyễn Thượng Hiền (Hoàng giáp)
   Liên Bạt, Ứng Hòa, Hà Tây.
3. Tạ Tương
   Chánh Lộ, Chương Nghĩa, Quảng Ngãi.
4. Lê Bá Hoan
   Nam Trung, Nam Đàn, Nghệ An.
5. Chu Mạnh Trinh
   Mễ Sở, Văn Giang, Hưng Yên.
6. Lê Vĩnh Điện
   Tam Hưng, Thanh Oai, Hà Tây.

7. Tạ Văn Cán
   Song Phượng, Đan Phượng, Hà Tây.
8. Tạ Hàm
   Quảng Văn, Quảng Trạch, Quảng Bình.
9. Hồ Trung Lượng
   An Dưỡng, Duy Xuyên, Quảng Nam.
10. Vũ Thiện Đễ (Phó bảng)
    Thành Lợi, Vụ Bản, Nam Định
11. Phạm Văn Thụ (Phó bảng)
    Bạch Sam, Mỹ Văn, Hưng Yên.
12. Khiếu Hữu Sử (Phó bảng)
    Tiên Phong, Thị xã Thái Bình.
13. Nguyễn Đình Văn (Phó bảng)
    Hoàng Anh, Hoằng Hóa, Thanh Hóa.
14. Vương Danh Quý (Phó bảng)
    Vân Diên, Nam Đàn, Nghệ An.
15. Nguyễn Thiện (Phó bảng)
    Phong Chương, Phong Điền TT Huế.
16. Nguyễn Đĩnh (Phó bảng)
    La Chữ, Phú Lộc TT Huế.

V-3. Khoa Ất Mùi – năm Thành Thái 7 (1895)

1. Trần Dĩnh Sĩ (Đình nguyên)
   Điền Môn, Phong Điền, TT Huế.
2. Nguyễn Đức Huy
   Thạch Trị, Thạch Hà, Hà Tĩnh.
3. Nghiêm Xuân Quảng
   Tây Mỗ, Từ Liêm, Hà Nội.
4. Lê Phát
   Xuân Thành, Do Linh, Quảng Trị.
5. Đỗ Duân (Hội nguyên)
   Châu Sa, Bình Sơn, Quảng Ngãi.
6. Đàm Liêm
   Hương Mạc, Tiên Sơn, Bắc Ninh.

7. Từ Đạm
   Hạ Hồi, Thường Tín, Hà Tây.
8. Phạm Duy Du
   Quỳnh Hoàng, Quỳnh Phụ, Thái Bình.
9. Hoàng Mậu (Phó bảng)
   Quỳnh Đôi, Quỳnh Lưu, Nghệ An.
10. Cao Xuân Tiếu (Phó bảng)
    Diễn Thịnh, Diễn Châu, Nghệ An.
11. Phan Trân (Phó bảng)
    Bảo An, Tiên Phước, Quảng Nam.
12. Đặng Nguyên Cẩn (Phó bảng)
    Thanh Xuân, Thanh Chương, Nghệ An.
13. Nguyễn Tái Tích (Phó bảng)
    Khê Thượng, Ba Vì, Hà Tây.
14. Hoàng Khoán (Phó bảng)
    Bích Khê, Triệu Phong, Quảng Trị.
15. Đào Phan Duân (Phó bảng)
    Biểu Chánh, Tuy Phước, Bình Định.
16. Vương Đình Trân (Phó bảng)
    Vân Diên, Nam Đàn, Nghệ An.
17. Từ Thiệp (Phó bảng)
    Hạ Hồi, Thường Tín, Hà Tây.
18. Nguyễn Văn Chấn (Phó bảng)
    Nam Anh, Nam Đàn, Nghệ An.
19. Trần Tán Bình (Phó bảng)
    Vạn Điểm, Thường Tín, Hà Tây.
20. Hoàng Đình Huyến (Phó bảng)
    Hương Hồ, Hương Trà, TT Huế.

V-4. Khoa Mậu Tuất – năm Thành Thái 10 (1898)

1. Đào Nguyên Phổ (Đình nguyên)
   Quỳnh Hoàng, Quỳnh Phụ, Thái Bình.
2. Phạm Liệu
   Trừng Giang, Tiên Phước, Quảng Nam.

3. Phan Quang
   Phước Sơn, Quế Sơn, Quảng Nam.
4. Nguyễn Quý Song
   Nam Anh, Nam Đàn, Nghệ An.
5. Nguyễn Văn Trình
   Thanh Lộc, Can Lộc, Hà Tĩnh.
6. Phạm Tuấn
   Xuân Đài, Tiên Phước, Quảng Nam.
7. Nguyễn Tự Như
   Hà Thượng, Do Linh, Quảng Trị.
8. Bùi Thức
   Châu Cầu, Thanh Liêm, Hà Nam.
9. Ngô Truân (Phó bảng)
   Tiên Cẩm, Tiên Phước, Quảng Nam.
10. Nguyễn Viết Tuyên (Phó bảng)
    Nghi Long, Nghi Lộc, Nghệ An.
11. Nguyễn Duy Thắng (Phó Bảng)
    Lý Trạch, Bố Trạch, Quảng Bình.
12. Nguyễn Thiện Kế (Phó bảng)
    Tam Sơn, Tiên Sơn, Bắc Ninh.
13. Nguyễn Đạo Quán (Phó bảng)
    Nghĩa Trụ, Mỹ Văn, Hưng Yên.
14. Nguyễn Văn Đàm (Phó bảng)
    Hương Xuân, Hương Trà, TT Huế.
15. Nguyễn Đức Đàm (Phó bảng)
    Nghi Trung, Nghi Lộc, Nghệ An.
16. Trần Đình Bá (Bách - Phó bảng)
    Phong Hiền, Phong Điền, TT Huế.
17. Dương Hiển Tiến (Phó bảng)
    Cẩm Lâu, Tiên Phước, Quảng Nam.

V-5. Khoa Tân Sửu – năm Thành Thái 13 (1901)

1. Nguyễn Đình Tuân (Đình nguyên)
   Mai Đình, Hiệp Hòa, Bắc Giang.

2. Ngô Đức Kế
   Đại Lộc, Can Lộc, Hà Tĩnh.
3. Nguyễn Viết Thông
   Thủy Phương, Hương Thủy, TT Huế.
4. Nguyễn Đình Điển
   Xuân Hòa, Nam Đàn, Nghệ An.
5. Trần Văn Thống
   Quảng Văn, Quảng Trạch, Q. Bình.
6. Lê Ngãi
   Bình An, Mộ Đức, Quảng Ngãi.
7. Nguyễn Duy Tích
   Lý Trạch, Bố Trạch, Quảng Bình.
8. Nguyễn Văn Tính
   Vĩnh Hào, Vụ Bản, Nam Định.
9. Nguyễn Văn Bân
   Hữu Bằng, Thạch Thất, Hà Tây.
10. Nghiêm Châu Tuệ (Phó bảng)
    Hòa Xá, Ứng Hòa, Hà Tây.
11. Vũ Tuân (Phó bảng)
    Thúc Kháng, Mỹ Văn, Hưng Yên.
12. Nguyễn Đình Hiến (Phó bảng)
    Lộc Đông, Quế Sơn, Quảng Nam.
13. Lê Đình Xán (Phó bảng)
    Khương Đình, Thanh Trì, Hà Nội.
14. Hoàng Đại Bỉnh (Phó bảng)
    Xuân Thủy, Lệ Thủy, Quảng Bình.
15. Đỗ Dương Thanh (Phó bảng)
    Mỹ Xá, Nam Định.
16. Vũ Vĩ (Phó bảng)
    Chiên Đàn, Thăng Bình, Quảng Nam.
17. Nguyễn Mậu Hoán (Phó bảng)
    Phú Cốc, Quế Sơn, Quảng Nam.
18. Phạm Ngọc Thụy (Phó bảng)
    Xuân Hồng, Xuân Thủy, Nam Định.
19. Nguyễn Xuân Thưởng (Phó bảng)
    Nam Trung, Nam Đàn, Nghệ An.

20. Nguyễn Sinh Huy (Phó bảng)
    Kim Liên, Nam Đàn, Nghệ An.
21. Nguyễn Duy Thiện (Phó bảng)
    Tân Tiến, Mỹ Văn, Hưng Yên.
22. Phan Chu Trinh (Phó bảng)
    Tiên Kỳ, Tiên Phước, Quảng Nam.

V-6. Khoa Giáp Thìn – năm Thành Thái 16 (1904)

1. Đặng Văn Thụy (Đình nguyên – Hoàng giáp)
   Diễn Thọ, Diễn Châu, Nghệ An.
2. Trần Quý Cáp
   Bất Nhị, Điện Bàn, Quảng Nam.
3. Hoàng Kiêm
   Diễn Cát, Diễn Châu, Nghệ An.
4. Huỳnh Thúc Kháng (Hội nguyên)
   Tiên Cảnh, Tiên Phước, Quảng Nam.
5. Hồ Sĩ Tạo
   Hòa Cư, Tuy Phước, Bình Định.
6. Nguyễn Mai
   Tiên Điền, Nghi Xuân, Hà Tĩnh.
7. Tạ Thúc Đĩnh (Phó bảng)
   Hương Vinh, Hương Trà, TT Huế.
8. Hoàng Văn Cư (Phó bảng)
   Nghi Tân, Nghi Lộc, Nghệ An.
9. Nguyễn Đình Tiến (Phó bảng)
   Phong Chương, Phong Điền, TT Huế.
8. Nguyễn Tư Tái (Phó bảng)
   Nam Trung, Nam Đàn, Nghệ An.
11. Thân Trọng Ngật (Phó bảng)
    Phong An, Phong Điền, TT Huế.

MAI KHẮC ỨNG

V-7. Khoa Đinh Mùi – năm Thành Thái 19 (1907)

1. Nguyễn Duy Phiên (Hoàng giáp)
   Lý Trạch, Bố Trạch, Quảng Bình.
2. Lê Hoàn (Hoàng giáp)
   Hương Chữ, Hương Trà, TT Huế.
3. Nguyễn Khắc Niêm (Hoàng giáp)
   Sơn Hòa, Hương Sơn, Hà Tĩnh.
4. Nguyễn Đức Lý (Hoàng giáp)
   Yên Trường, Vinh, Nghệ An.
5. Trần Đình Tuấn
   Xuân Hòa, Nam Đàn, Nghệ An.
6. Lê Khắc Doãn
   Liên Trì, Tĩnh Gia, Thanh Hóa.
7. Lê Chí Tuân
   Lâm Xuân, Quảng Trạch, Quảng Bình.
8. Nguyễn Thúc Dinh (Phó bảng)
   Nam Anh, Nam Đàn, Nghệ An.
9. Đỗ Văn Toại (Phó bảng)
   Hùng Vương, Vụ Bản, Nam Định.
10. Nguyễn Văn Thành (Phó bảng)
    Yên Cường, Ý Yên, Nam Định.
11. Phan Thiện Niệm (Phó bảng)
    Thành Lợi, Vụ Bản, Nam Định.
12. Nguyễn Thạc Tính (Phó bảng)
    Xuân Lâm, Nam Đàn, Nghệ An.
13. Phan Duy Phổ (Phó bảng)
    Quỳnh Đôi, Quỳnh Lưu, Nghệ An.

VI.   Thời Duy Tân (1907 – 1916) có 2 khoa thi

VI-1. Khoa Canh Tuất – năm Duy Tân 4 (1910)

1. Vương Hữu Phu (Song nguyên)
   Vân Diên, Nam Đàn, Nghệ An.

2. Nguyễn Hàm
   An Cư, Triệu Hải, Quảng Trị.
3. Nguyễn Sĩ Cốc
   Đại Kim, Thanh Trì, Hà Nội.
4. Bùi Hữu Tụy
   Nam Thanh, Nam Đàn, Nghệ An.
5. Nguyễn Hồi (Phó bảng)
   Thanh Lộc, Can Lộc, Hà Tĩnh.
6. Trương Trung Thông (Phó bảng)
   Thạch Sơn, Thạch Hà, Hà Tĩnh.
7. Lê Trọng Phiên (Phó bảng)
   Nam Anh, Nam Đàn, Nghệ An.
8. Nguyễn Xuân Đàm (Phó bảng)
   Hoằng Quang, Hoằng Hóa, Thanh Hóa.
9. Nguyễn Thúc Hiên (Phó bảng)
   Quỳnh Đôi, Quỳnh Lưu, Nghệ An.
10. Nguyễn Cự (Phó bảng)
    Hùng Tiên, Nam Đàn, Nghệ An.
11. Tôn Thất Chử (Phó bảng)
    Thừa Thiên Huế.
12. Hoàng Tăng Bí (Phó bảng)
    Đông Ngạc, Từ Liêm, Hà Nội.
13. Lê Xuân Mai (Phó bảng)
    Quỳnh Đôi, Quỳnh Lưu, Nghệ An.
14. Phan Võ (Phó bảng)
    Nhân Thanh, Yên Thành, Nghệ An.
15. Bùi Kỷ (Phó bảng)
    Châu Cầu, Phủ Lý, Hà Nam.
16. Đào Văn Huân (Phó bảng)
    Đức Thịnh, Đức Thọ, Hà Tĩnh.
17. Nguyễn Văn Thông (Phó bảng)
    Hương Xuân, Hương Trà, TT Huế.
18 Ngô Đình Chí (Phó bảng)
    Thịnh Mỹ, Thọ Xuân, Thanh Hóa.
19. Vũ Hành (Phó bảng)
    Duy Phước, Duy Xuyên, Quảng Nam.

20. Nguyễn Tiến Kiêm (Phó bảng)
Kỳ Bắc, Kỳ Anh, Hà Tĩnh.
21. Nguyễn Duy Thiệu (Phó bảng)
Lý Trạch, Bố Trạch, Quảng Bình.
22. Lê Hy Đỗ (Phó bảng)
Xuân Hòa, Hương Long, Huế.
23. Hoàng Trọng Đài (Phó bảng)
Lương Ninh, Quảng Ninh, Q. Bình.

VI-2. *Khoa Quý Sửu – năm Duy Tân 7 (1913)*

1. Đinh Văn Chấp (Đình nguyên - Hoàng giáp)
Nghi Long, Nghi Lộc, Nghệ An.
2. Vũ Nhị Cát
Hương Long, Thành phố Huế.
3. Nguyễn Văn Giá
Khai Sơn, Anh Sơn, Nghệ An.
4. Mai Hữu Dụng
Nga Lộ, Nga Sơn, Thanh Hóa.
5. Phan Huy Tùng
Thạch Châu, Thạch Hà, Hà Tĩnh.
6. Phạm Hữu Văn
Phú Thượng, Phú Vang, TT Huế.
7. Vũ Xuân Tâm (Phó bảng)
Định Hướng, Kim Sơn, Ninh Bình.
8. Đỗ Xuân Phong (Phó bảng)
Thiệu Phúc, Thiệu Yên, Thanh Hóa.
9. Phan Sĩ Bàng (Phó bảng)
Võ Liệt, Thanh Chương, Nghệ An.
10. Lê Kinh Thiển (Phó bảng)
Sơn Hòa, Hương Sơn, Hà Tĩnh.

VII.   Thời Khải Định (1916 – 1925) có 2 khoa thi.

VII-1. Khoa Bính Thìn – năm Khải Định 1 (1916)

1. Trịnh Thuần (Đình nguyên - Hoàng giáp)
   Trì Trọng, Hà Trung, Thanh Hóa.
2. Nguyên Xuân Đàn
   Sơn Hòa, Hương Sơn, Hà Tĩnh.
3. Đinh Loan Tường
   Quỳnh Bá, Quỳnh Lưu, Nghệ An.
4. Bùi Đăng Thuận
   Liên Bạt, Ứng Hòa, Hà Tây.
5. Nguyễn Huy Nhu
   Nghi Tân, Nghi Lộc, Nghệ An
6. Lê Khắc Khuyến
   Hoằng Quang, Hoằng Hóa, Thanh Hóa.
7. Nguyễn Ngọc Toản
   Quảng Phúc, Quảng Trạch, Quảng Bình.
8. Nguyễn Can Mộng (Phó bảng)
   Điệp Nông, Hưng Hà, Thái Bình.
9. Lê Tiến Phùng (Phó bảng)
   Hương Vinh, Hương Trà, TT Huế.
10. Lâm Hữu Lập (Phó bảng)
    Nam Thắng, Nam Ninh, Nam Định.
11. Chu Thiện Sự (Phó bảng)
    Long Ân Trung, Nghệ An.
12. Nguyễn Trọng Tĩnh (Phó bảng)
    Long Hòa, Cần Đước, Long An.
13. Nguyễn Đức Vận (Phó bảng)
    Khánh Sơn, Nam Đàn, Nghệ An.

VII-2. Khoa Kỷ Mùi – năm Khải Định 4 (1919)

1. Nguyễn Phong Di (Đình nguyên)
   Hoằng Quang, Hoằng Hóa, Thanh Hóa.
2. Trịnh Hữu Thăng
   Bách Thuận, Vũ Thư, Thái Bình.
3. Lê Văn Kỷ
   Trung Lễ, Đức Thọ, Hà Tĩnh.
4. Nguyễn Văn Tiêu
   Vĩnh Thịnh, Vĩnh Lộc, Thanh Hóa.
5. Bùi Hữu Ma
   Hương Long, Huế.
6. Vũ Khắc Triển
   An Thủy, Lệ Thủy, Quảng Bình.
7. Dương Thiệu Tường
   Vân Đình, Ứng Hòa, Hà Tây.
8. Nguyễn Xuân Đàm (Phó bảng)
   Vĩnh Lộc, Can Lộc, Hà Tĩnh.
9. Bùi Hữu Thứ (Phó bảng)
   Hương Long, Huế.
10. Chu Văn Quyền (Phó bảng)
    Hương Phong, Hương Trà, TT Huế.
11. Mai Duyên (Phó bảng)
    Hậu Trạch, Nga Sơn, Thanh Hóa.
12. Phạm Đình Long (Phó Bảng)
    An Tây, Quảng Nam.
13. Đặng Văn Oánh (Phó bảng)
    Diễn Thọ, Diễn Châu, Nghệ An.
14. Trần Nguyên Trinh (Phó bảng)
    Diễn Tháp, Diễn Châu, Nghệ An.
15. Lê Nguyên Lượng (Phó bảng)
    Xuân Thành, Do Linh, Quảng Trị.
16. Nguyễn Hà Hoành (Phó bảng)
    La Phái, Quảng Nam.
17. Hà Văn Đại (Phó bảng)
    Tiên Điền, Nghi Xuân, Hà Tĩnh.

18. Lê Viết Tạo (Phó bảng)
    Hoằng Quang, Hoằng Hóa, Thanh Hóa.
19. Nguyễn Tấn (Phó bảng)
    Thường Xuân, Nghệ An.
20. Nguyễn Ngọc Huỳnh (Phó bảng)
    Tiến Lộc, An Phước, Ninh Thuận.
21. Nguyễn Cư (Phó bảng)
    Phù Chính, Lệ Thủy, Quảng Bình.
22. Đặng Văn Hướng (Phó bảng)
    Diễn Thọ, Diễn Châu, Nghệ An.
23. Hoàng Yến (Phó bảng)
    Hương Vinh, Hương Trà, TT Huế.

Tài Liệu Tham Khảo:

1. Ngô Sĩ Liên, Đại Việt Sử Ký Toàn Thư.
2. Lê Quý Đôn, Phủ Biên Tạp Lục.
3. Quốc Sử quán triều Nguyễn, Đại Nam Thực Lục.
4. Nhiều tác giả, Tổng tập Dư Địa Chí Việt Nam.
5. Trần Trọng Kim, Việt Nam Sử Lược.
6. Đào Duy Anh, Việt Nam Văn Hóa Sử Cương.
7. Nguyễn Từ Chi, Góp Phần Nghiên Cứu Văn Hóa Và Tộc Người.
8. Lê Thành Khôi, Lịch Sử Việt Nam.
9. Trần Quốc Vượng, Văn Hóa Việt Nam.
10. Vũ Ngọc Khánh, Tự Điển Văn Hóa Việt Nam.
11. Vũ Ngọc Khánh, Việt Nam Phong Tục Toàn Biên.
12. Kiều Thu Hoạch, Văn Hóa Dân Gian Người Việt, Góc Nhìn So Sánh.
13. Hoàng Quốc Hải, Văn Hóa Phong Tục.
14. Phạm Xanh, Khám Phá Lịch Sử Việt Nam.
15. Xưa & Nay, Lịch Sử-Sự Thật và Sử Học.
16. Bùi Văn Nguyên, Việt Nam Và Cội Nguồn Trăm Họ.
17. Lê Mậu Hãn, Đại Cương Lịch Sử Việt Nam.
18. Hòa thượng Thích Thanh Từ, Thiền Sư Việt Nam.
19. Cố Hòa thượng Thích Giới Hương, Văn Bia Chùa Huế
20. Lê Mạnh Thát, Lịch Sử Phật Giáo Việt Nam.
21. Phan Phát Huồn, Việt Nam Giáo Sử.
22. Nguyễn Hồng Dương, Tôn Giáo trong Văn Hóa Việt Nam.
23. Cao Huy Thuần, Giáo sĩ Thừa Sai Và Chính Sách Thuộc Địa của Pháp tại Việt Nam (1857-1914).
24. Nguyễn Văn Kiệm, Sự Du Nhập Của Đạo Thiên Chúa Giáo Vào Việt Nam.
25. Pierre Gourou, Người Nông Dân Châu Thổ Bắc Bộ.
26. Cristophoro Borri, Xứ Đàng Trong Năm 1621.

27. Li Tana, Xứ Đàng Trong, Lịch Sử Kinh Tế,Xã Hội Việt Nam Thế kỷ 17 và 18.
28. Ngô Nhân Dụng, Đứng Vững Ngàn Năm.
29. Nguyễn Như Ý, Từ Điển Địa Danh Văn Hóa Lịch Sử Việt Nam.
30. Quỳnh Cư- Đỗ Đức Hùng, Các Triều Đại Việt Nam.
31. Phan Huy Lê, Huế Và Triều Nguyễn.
32. Lê Nguyễn, Nhà Nguyễn Và Những Vấn Đề Lịch Sử.
33. Phan Thuận An, Kinh Thành Huế.
34. Phan Thuận An,...Thần Kinh Nhị Thập Cảnh - Thơ Vua Thiệu Trị.
35. Phan Thuận An, Kiến Trúc Cố Đô Huế.
36. Thái Văn Kiểm, Cố Đô Huế.
37. Võ Hương An,Từ Điển Nhà Nguyễn.
38. 700 năm Thơ Huế.
39. Hợp Tuyển Thơ văn Việt Nam (I & II).
40. R. P. Bernouin, Những Hình Chạm Nổi Trên Cửu Đỉnh.
41. Ngô Đức Thọ, Các Nhà Khoa Bảng Việt Nam

Mục Lục

HUẾ
một thuở
KINH ĐÔ

MAI KHẮC ỨNG

Mai Khắc Ứng
(Mai Phú Xuân chụp ký họa của Lê Thái)

Huế, Một Thuở Kinh Đô được biên khảo và hoàn tất trong năm 2015 tại:

1550 #401 Rue Saint-Louis, Ville Saint Laurent, Montreal, Quebec, H4L 0A3, Canada

Chân thành cảm ơn:
- G.S. Đào Đức Nhuận đã sửa chính tả,
- Tạ Quốc Quang trình bày trang bìa,
- Lê Hân trình bày tổng quát và chăm sóc việc ấn loát,
- Nguyễn Ngọc Trân đã yểm trợ tài chánh để in ấn

Mọi sao chép trích dẫn tùy nghi, nhưng mong được ghi rõ xuất xứ.

Mai Khắc Ứng